'इनसाइड कोका-कोला'बाबत कोकच्या चाहत्यांना आवडेलच पण उत्साही व्यावसायिक आणि ज्यांना एक खूपच छान कथा वाचायची आहे अशा सर्वांनाच आवडेल.

या पुस्तकात विनोदीबुद्धी, चातुर्य, माणुसकी आणि लेखक 'कोक'चे माजी मुख्य कार्यकारी अधिकारी आणि अध्यक्ष श्री. नेविल इजडेल यांच्या ठामपणाचा परिचय मिळेल. आपल्या स्वतःच्या कार्यकालाचा, तसेच इतरही अधिकाऱ्यांच्या कामाचा प्रामाणिक व परखड आढावा घेताना या पुस्तकात ते दिसतात. त्यांचे कोलच्या संदर्भातले ठाम, लढवय्या रूप स्पष्टपणे समोरे येते, ते त्यांच्या पुढील वाक्यातून-

"जेव्हा ईश्वराने जग निर्माण केले, तेव्हाच कोकची निर्मिती प्रथम क्रमांकासाठी व पेप्सीची दुसऱ्या क्रमांकासाठी केली."

— 'बेव्हरेज डायजेस्ट'चे संपादक व प्रकाशक जॉन सिचर

"कोका-कोलाच्या इतिहासातील अनेक ठळक घटनांचे पुन्हा स्मरण करून ताजेतवाने करणारे हे निवेदन आहे. नेविल इजडेल यांच्या चाळीस वर्षांच्या सॉफ्ट ड्रिंक उत्पादनातील मुकूटमणी असलेल्या 'कोक'सोबतच्या कारकिर्दींचा हा जिवंत आलेख आहे. सुरुवातीच्या दिवसात झांबियामध्ये ट्रकमधून वितरण करणाऱ्या, माल पोहोचवणाऱ्यापासून ते रसातळाला गेलेली कंपनी खेचून वर आणणाऱ्या प्रमुख कार्यकारी अधिकारी पदापर्यंतचा प्रवास दाखवणारी ही कथा, अनेक पडद्यांमागच्या किश्श्यांनी आणि अनेक कष्ट व अडचणींतून शिकलेल्या व्यावसायिक धड्यांनी भरलेली आहे."

— जॉन हेलर, 'बार्बरियन्स ॲट द गेट' या पुस्तकाचे सहलेखक

भाषेच्या, संस्कृतीच्या सीमा ओलांडणारा जगातला सर्व परिचित यशस्वी ब्रँड. या ब्रँडच्या घडणीची, वृद्धीची, विपणनाची, नवनिर्मितीची ही कहाणी. हे अनुभवकथन आपल्याला रंजकपणे उद्योगविश्वातल्या सहसा माहीत नसलेल्या गोष्टी आणि त्यातल्या खाचाखोचा उलगडून सांगतं.

दैनिक ऐक्य, ८-५-२००६

अंतरंग
कोका-कोलाची
Coca-Cola

जगप्रसिद्ध ब्रॅन्डच्या जडणघडणीची कहाणी

लेखक
नेव्हिल इझडेल व डेव्हिड बीसले

अनुवाद
प्रदिप सिंदेकर

मेहता पब्लिशिंग हाऊस

INSIDE COCA-COLA by NEVILLE ISDELL WITH DAVID BEASLEY

Translated into Marathi Language by Pradip Sindekar

अंतरंग कोका-कोलाचे / अनुवादित अनुभवकथन

अनुवाद   : प्रदिप सिंदेकर
                ४६४, रास्ता पेठ, पुणे - ४११ ०११

मराठी अनुवादाचे व प्रकाशनाचे हक्क मेहता पब्लिशिंग हाऊस, पुणे.

प्रकाशक   : सुनील अनिल मेहता, मेहता पब्लिशिंग हाऊस,
                १९४१, सदाशिव पेठ, माडीवाले कॉलनी, पुणे – ४११०३०.

अक्षरजुळणी : स्वाती एंटरप्रायझेस, पुणे - ९.

मुखपृष्ठ   : मेहता पब्लिशिंग हाऊस, पुणे.
प्रथमावृत्ती   : जानेवारी, २०१६

P Book ISBN 9788184989519

E Book ISBN 9788184989526

E Books available on : play.google.com/store/books
                        m.dailyhunt.in/Ebooks/marathi
                        www.amazon.in

हे पुस्तक माझ्या दोन कुटुंबांना मी अर्पण करतो –
माझे पालक, ज्यांनी मी जे काही आज बनलो आहे,
त्या साच्यात मला ओतलं, घडवलं. माझी पत्नी पामेला,
मुलगी कॅरा, जावई झॅक ली आणि नातू रोरी आणि
'कोका-कोला' कंपनीतील सर्व महिला व पुरुष वर्ग –
या लोकांशिवाय यापैकी काहीच शक्य झालं नसतं.

प्रस्तावना

माझ्या पतीनं लिहिलेला हा आठवणींचा खजिना खरंतर आमच्या एकत्रित जगलेल्या आयुष्याचाच आलेख आहे. माझ्या पतीनं मला ही प्रस्तावना लिहायला सांगितल्याबद्दल माझ्याइतकेच तुम्हीही आश्चर्यचकित व्हाल.

गेल्या काही महिन्यांत, त्यानं जसं हे पुस्तक लिहिलं तसं माझ्यामागे भुणभुण करायला सुरुवात केली की, यासाठी प्रस्तावना लिहिण्यासाठी कोणीतरी अगदी परिपूर्ण व्यक्ती हवी. शेवटी हा बहुमान त्यानं मलाच द्यायचं ठरवलं. अर्थात त्याच्या मागची कारणमीमांसा अशी आहे की, त्याला माझ्याइतकं चांगलं ओळखणारं कोणीच नाहीये, असं मला वाटतं. हेच जास्त खरं असणार, कारण एक्केचाळीस वर्षांचं वैवाहिक आयुष्य आणि लग्नापूर्वीची झांबियात दोन वर्ष आम्ही एकत्रच घालवली आहेत. झांबियासारख्या छोट्या देशातच आमची ओळख झाली. त्या वेळी आम्ही अगदी 'त्याज्य' पातळीचे मानले गेलो होतो, पण तो साठच्या दशकातील बदलाचा काळ होता. त्या काळाच्या मानाने आम्ही पुढारलेले होतो. नकारात्मक विचार करणाऱ्या लोकांना आम्ही हे सिद्ध करून दाखवू शकलो की, आमचं नातं हे दीर्घकालीन टिकणारं होतं.

नेव्हिलच्या अगदी पहिल्या भेटीतच माझ्या मनानं खूणगाठ बांधली की, लग्न करीन तर याच्याशीच! भेटीनंतर काही काळातच त्याच्या कामाच्या विस्मयकारक धारणा, चिकाटी आणि मोठ्या महत्त्वाकांक्षा यांच्याशी माझा परिचय झाला.

इतक्या वर्षांमधील त्याच्या विकासाची मी साक्षीदार आहे. पण त्यानं फक्त स्वतःचाच विकास केला असं नव्हे, मलाही त्यानं विकसित केलं. परिस्थितीला सामोरं जाण्याचं बळ दिलं. धकाधकीच्या, तणावपूर्ण दिवसांमध्ये मी त्याला शांतवणारी, आरामदायक, मृदू मऊशार दुलईची भूमिका नीट बजावली आहे, असा मला विश्वास वाटतो.

आमची व्यक्तिमत्त्वं एकमेकांना पूरक असल्याची जाणीव आम्हाला झाली. नेव्हिलची रास 'जेमिनी' आहे. सौरराशींप्रमाणे समाजप्रियता, मजा लुटणारा आणि साहसी असा त्याचा स्वभाव आहे. पण त्याचबरोबर नाण्याची दुसरी बाजू म्हणजे

हट्टी, दुराग्रही, गंभीर, भावुक असाही त्याचा स्वभाव आहे. माझा मात्र स्वभाव स्थिर आणि सहकार्य करण्याचा असल्याने जोडीदार म्हणून आमच्या नात्याच्या जहाजाचा लंगर म्हणून मी काम करते.

हे जबरदस्त पुस्तक वाचताना, मी तर माझं आयुष्य पुन्हा जगत होते. सिंहावलोकन करताना विस्मय आणि पुन:प्रत्ययाचा अनुभव येत होता. आठवणींच्या धुक्यातून कित्येक गोष्टी पुन्हा आठवत होत्या. आमच्या आयुष्यातील वैफल्याचे किंवा दु:खाचे प्रसंग वाचताना डोळ्यातून चार-दोन अश्रू ढळले हे मी मान्य करते, पण ते अगदी थोडे प्रसंग होते, क्वचित होते हे मात्र मी नमूद करू इच्छिते. मी हेही सांगू इच्छिते की, त्या प्रसंगाचा सामना आम्ही दोघांनी मिळून केला होता.

हाती असलेल्या कामाबद्दलची त्याची एकाग्रता आणि त्याचा सततचा प्रवास यांमुळे मला कमीपणाची भावना वाटत असे. या वैफल्याच्या प्रसंगामुळे मात्र, माझं माझ्या मुलीशी, कॅराशी भावनिक नातं दृढ होण्यास मदत झाली. नेव्हिलच्या अनुपस्थितीत तीच माझी भरवशाची जोडीदार होती. याबरोबरच आम्ही उच्च आनंदाचे क्षणही अनुभवले. अन्यथा कधी पाहायला मिळाले नसते असे देश, अशी ठिकाणं मला फिरायला, पाहायला मिळाली. नेव्हिलच्या पदामुळे मिळणाऱ्या झगमगाटात चमकायला मिळालं. शिवाय वाईट काळाच्या बदल्यात प्रचंड आर्थिक फायदे मिळून सोनेरी आयुष्य अनुभवायला मिळालं.

माझ्या नवऱ्याला एका वेगळ्या प्रकाशात पाहण्याची संधी या पुस्तकामुळे मला मिळाली. आपल्या कारकिर्दीची शिडी चढायला शांतपणे सुरुवात करणारा तरुण ते अधिकाधिक मोठ्या व चांगल्या पदांपर्यंत चढत जाणारा माणूस अशी नेव्हिलची रूपं पाहायला मिळाली. नेव्हिल हा पहिल्यापासून एकाग्रचित्त माणूस आहे. कोका-कोला कंपनीचा सीईओ होणं हे काही त्याचं प्रमुख उद्दिष्ट नव्हतं, पण वेळोवेळी हाती घेतलेलं काम यशस्वी करणं हा मात्र त्याचा पिंड आहे.

हातात घेतलेल्या प्रत्येक कामानं तो उत्साहित होत असे. व्यवसाय विकासाच्या दृष्टीने आपल्यातील सर्वोत्तम कौशल्याचा उपयोग करून त्या कामाचं सोनं करणं हे त्याचं प्रमुख उद्दिष्ट असे. शिवाय त्या प्रत्येक कामावर आपला ठसा उमटवण्याची त्याची जिद् असे. तो नेहमी म्हणायचा, ''हातात घेतलेल्या कामाचा तुमच्या पूर्ण सर्वोत्तम कौशल्यानिशी तुम्ही फडशा पाडला, तर पुढची पायरी तुमच्याकडे आपोआप चालून येईल.'' कोका-कोला कंपनीबरोबरच्या प्रवासात आम्ही कुटुंबीय जगभर हिंडलो. जेव्हा-जेव्हा नेव्हिलला नवीन पद मिळायचं तेव्हा आम्ही तपशिलात चर्चा करायचो. हे पद दुसऱ्या देशात असल्यास जगाचा नकाशा – 'ॲटलास' उघडून, त्यामध्ये धुंडाळायचो. आम्ही फिलिपिन्सला जाण्यापूर्वी असंच घडलं. कारण त्या वेळी फिलिपिन्स देश कुठे आहे हेसुद्धा मला माहीत नव्हतं. परदेशी बदलीवर

जाणाऱ्या आपल्या कर्मचाऱ्याची काळजी कोका-कोला कंपनी खूप बारकाईने घेत असते. हाच आम्हाला प्रचंड आधार होता. प्रत्येक ठिकाणी नवी भाषा असताना आयुष्यातील कठीण प्रसंगांचा सामना करण्यासाठी आम्हाला त्या आधाराची आवश्यकता होती.

आमच्या या जागतिक भटकंतीचा जर कोणाला सर्वांत जास्त त्रास झाला असेल; तर तो म्हणजे आमच्या लाडक्या मुलीला, कॅराला. माझं आणि नेव्हिलचं बालपणीच ग्रेट ब्रिटनमधून उच्चाटन झालं आणि आम्ही झांबियात आलो. आम्हा दोघांना प्रवास आवडतो, आनंदित करतो आणि स्फूर्तिदायक वाटतो. पण बिचाऱ्या कॅराला मात्र अनेक देशांमध्ये राहावं लागलं. (ती पाच खंडांमध्ये राहून सहा शाळांमध्ये शिकली आहे!) तिच्या सुरुवातीच्या आयुष्यात तिला हे सारखं उद्ध्वस्त करणारं वाटत राहिलं असावं. आता मात्र ती सुखानं विवाहबद्ध झाली आहे. ती, तिचा पती झॅक आणि आमचा नातू रोरी हे आमच्यासोबत सुखाने जगत आहेत.

आजच्या वाढत्या जागतिक व्यवसायिक जगात अनेक कुटुंबांना तोंड द्यावी लागणारी ही आव्हानं आहेत. मला आणि नेव्हिलला असं वाटतं की, आमच्या या गोष्टीमुळे अशीच साहसं सामोरी असणाऱ्या कुटुंबांना काही मार्गदर्शन मिळेल. या गोष्टी विस्मयकारक आहेत, पण सोप्या नाहीत हे मात्र नक्की.

नेव्हिलच्या आठवणींचा हा खजिना वाचताना त्यांनं त्याच्या कारकिर्दीत शांतपणे आणि धीरोदात्तपणे सामना केलेल्या कित्येक विरोधी परिस्थितींचा तपशील, ज्यातील कित्येक मला माहीतही नव्हत्या अशा गोष्टी आणि त्यांचा आलेख पाहून मला त्याचं खूप कौतुक आणि अभिमान वाटतो. त्यांनं प्रत्येक वेळी संयम आणि संतुलन राखलं आहे.

मी नेहमीच एका गोष्टीचं कौतुक करते की, कोणत्याही परिस्थितीत दरवर्षी न चुकता, नेव्हिल सुटी घेत असे. व्यक्तिगत दृष्टीने व आमच्या कुटुंबाच्या दृष्टीने ही खूपच महत्त्वपूर्ण गोष्ट होती. दूर कुठेतरी जाऊन विश्रांती घ्यायला आम्हाला खूप मजा येत असे.

तो कोका-कोलाचा सीईओ आणि चेअरमन होईल, अशी अपेक्षा आम्ही कधीच बाळगली नाही. भरपूर पैसे कमावलेल्या निवृत्तीनंतरच्या जीवनाचा एकमेकांसोबत आनंद लुटण्यासाठी आम्ही सज्ज होतो. तेवढ्यात आमचं आयुष्य कायमच बदलवून टाकणारा तो कॉल आला. नेव्हिलच्या प्रकृतीचीच मला मुख्य चिंता होती. आमचे नातेसंबंध या नव्या आव्हानाने कसे होतील याचीही काळजी होती. कोका-कोला कंपनी चालवण्याचं मोठं आव्हान तो पेलू शकेल का? असा प्रश्न होता. न जाणो तो अपयशी ठरला तर? मला भीती होती की, मग मला फक्त स्वप्नांचे तुकडेच वेचत बसावं लागेल की काय? पण अखेर उद्दिष्ट मोठं ठरलं आणि त्यांनंच तो

अकरा

दिवस जिंकला. मला आता सांगायला लाज वाटते की, त्याला यशाच्या शिखरापासून वंचित करण्याचा मी प्रयत्न केला होता.

पाच वर्ष एकदम मस्त निघून गेली आणि त्याचा निरंतर विकास मी पाहतीये. आता तो अधिक आत्मविश्वास असलेला माणूस झालाय. आपल्या पुढ्यात येणाऱ्या प्रत्येक अवघड परिस्थितीचा तो आनंद घेतो. रोजच्या रोज येणाऱ्या या आव्हानांमध्ये त्याचं भूराजकीय ज्ञान विस्तारत आहे.

अजून एका वेगळ्या अंगाने त्याचं आकलन व कौतुक करायला मी शिकले आहे. त्याच्या कित्येक प्रवासांमध्ये त्यानं मला बरोबर घेतलं आणि हे ऐकायला मला खरंच छान वाटलं की, त्याला मी त्याच्याबरोबर असायला हवी होते. त्याच्या टीमचा एक सदस्य म्हणून तो मला मानतो. हे मला खरंच आनंददायक आहे.

२००९ साली, चेअरमन पदावरून तो पायउतार होत होता, तेव्हा मला अशी भीती वाटत होती की, कामाबरोबर प्राप्त होणाऱ्या बऱ्याचशा गोष्टी सोडून देणं त्याला बरंच जड जाईल. परंतु त्यानं ती गोष्ट सहजतेनं घेतली. बॅटन पास करताना किंवा 'खो' देताना तो अगदी आनंदी होता. आमच्या छोट्या मित्राला, मुहतार केंटला जबाबदारी सोपवताना, स्टेजवरून निघून, झगमगाटातून दूर जातानाही तो आनंदीच होता!

निवृत्तीनंतरचं नेव्हिलचं नियोजन फार पूर्वीपासून होतं. बौद्धिकदृष्ट्या उद्दीपित आणि गुंतलेलं राहणं, माझ्यासोबत किमान ऐंशी वर्षांपर्यंत जगणं ही त्याची इच्छा आहे. या त्याच्या आश्वासनांकडे मीही मोठ्या उमेदीने पाहत आहे.

मला जसा आनंद हा आठवणींचा खजिना वाचताना झाला, तसाच तुम्हालाही तो होवो ही माझी सदिच्छा.

— पामेला इझ्झडेल

परिचय

कोका-कोला कंपनीचा सीईओ म्हणून मी मोठ्या आनंदाने निवृत्त झालो. बार्बाडोस या बेटावर नियमितपणे गोल्फ खेळत, कॅरेबियन उन्हामध्ये भटकत मी आनंदात जगत होतो. २००४ सालच्या फेब्रुवारी महिन्यात, डोनाल्ड कियो या आमच्या कंपनीच्या इतिहासात प्रसिद्ध असलेल्या माजी अध्यक्षांचा मला फोन आला. कंपनीचे विद्यमान अध्यक्ष व प्रमुख कार्यकारी अधिकारी डग्लस डॅफ्ट यांनी फक्त चारच वर्षांच्या कालावधीत कंपनी सोडण्याचं ठरवलं.

डॅफ्ट यांच्या जागेवर माणूस शोधण्याच्या समितीत अध्यक्ष म्हणून डॉन यांची नेमणूक झाली होती. त्यांना हे जाणून घ्यायचं होतं की, मी या पदासाठीच्या खुर्चीवर बसण्यासाठी रिंगमध्ये हॅट टाकणार होतो का? म्हणजे नशीब आजमावणार होतो का? कशाचीही शाश्वती अशी नव्हती, पण त्यांची अशी इच्छा होती की, मी एक लायक उमेदवार आहे हे बोर्डाला कळावं.

कोका-कोला कंपनीचे अंधकारमय दिवस चालू होते. डॅफ्ट यांचे पूर्वसुरी डग्लस इव्हेस्टर हे फक्त दोन वर्ष टिकले. वॉरेन बफेंचा समावेश असलेल्या कोका-कोलाच्या संचालक मंडळाने त्यांना शिकागो विमानतळावरच सांगितलं की, त्यांना यापुढे संचालक मंडळाचा पाठिंबा राहणार नाही.

ऑक्टोबर, १९९७ पासून कंपनीची दुरावस्था झाली होती. कंपनीचे अध्यक्ष आणि सीईओ रॉबर्टो गोइझुएटा यांचा त्या वर्षी मृत्यू झाला. त्यांच्या सोळा वर्षांच्या कारकिर्दीमध्ये त्यांनी कंपनीचं बाजारमूल्य चार अब्ज डॉलर्सवरून दीडशे अब्ज डॉलर्सपर्यंत वाढवलं. तरीही गोइझुएटांच्या पश्चात कोकचा बाजारातील हिस्सा घटायला लागला. कंपनीची गाडी पुन्हा रुळावर आणण्यासाठी हजारोंच्या संख्येनं केलेली कामगार कपातही उपयोगी पडत नव्हती.

'आनंदाचं पेय' म्हणून कोका-कोलाचं विपणन (मार्केटिंग) केलं जात होतं. कोका-कोलाच्या कित्येक जाहिरातींमध्ये या शब्दांचा उपयोगही होतो; पण २००४ साली अटलांटामधील नॉर्थ ॲव्हेन्यू येथील कोका-कोलाच्या मुख्यालयात मात्र साधं स्मित करण्याजोगीही परिस्थिती नव्हती.

तेरा

'यूएस सिक्युरिटीज ऑन्ड एक्स्चेंज कमिशन'तर्फे कोका-कोलाची जपानमधील 'चॅनल स्टफिंग'साठी चौकशी केली जात होती. चॅनल स्टफिंग म्हणजे स्टॉक मार्केटमधील कंपनीच्या शेअरची किंमत कृत्रिमरीत्या वाढवण्यासाठी कॉन्सन्ट्रेटची वाढीव विक्री दाखवणे. तसा आरोप कंपनीवर करण्यात आला होता. कोलंबियामधील युनियनच्या संचालकांना दहशत घालण्यासाठी अतिरेकी गटांना सुपारी दिल्याचा कंपनीवर आरोप होता. कंपनीचा प्रमुख सल्लागार व नंतर मॅसेच्युसेट्सचा गव्हर्नर डेवल पॅट्रिक याने डॉफ्टकडे राजीनामा दाखल केला होता. कोलंबियामधील या वादाबाबत बोलताना तो म्हणाला की, कोकचे इतर उच्च अधिकारी व माझ्यात, म्हणजे पॅट्रिकमध्ये, काही बाबतीत वाद झाला. दोन्ही बाजू आग्रह धरत होत्या की, समोरच्याने कंपनीचा राजीनामा द्यावा. कोकच्या नोकरीवर ठेवण्याविषयीच्या पद्धती कोर्टाने नेमलेल्या एका समितीने तपासल्या. मोठ्या वंशभेदाच्या त्या सुनावणीवर तोडगा काढण्यासाठीचा आदेश कोर्टाने दिला होता. कोकने 'ऑटिट्रस्ट' कायद्याचे उल्लंघन केले आहे का, याची तपासणी परदेशात 'युरोपियन युनियन'द्वारा होत होती. ही अशी लंबीचौडी यादी होती.

जेव्हा नव्या अध्यक्ष व प्रमुख कार्यकारी अधिकाऱ्याचा शोध घ्यायला समिती गठित केली, तेव्हा कंपनीमधला एकच उमेदवार समोर होता. तो म्हणजे कंपनीचा प्रेसिडेंट स्टीवन हेयर. तोच सर्वांत लाडका ठरेल, असं वाटत होतं. कारण, कोकची एक नीती ठरलेली आहे; कंपनीच्या चेअरमन व सीईओ पदासाठीची व्यक्ती कंपनी क्वचितच बाहेर शोधते.

मी डॉनला आश्वासन दिलं की, मी माझ्या पत्नी पामेलाबरोबर चर्चा करून दहा दिवसांत निर्णय कळवेन.

माझ्या कोकमधल्या तीस वर्षांच्या सेवा-कालावधीत चेअरमन व सीईओच्या पदासाठी माझा गांभीर्यानं कधीच विचार यापूर्वी झाला नव्हता. त्या पदाची आसही मी कधी धरली नव्हती. आपल्याला हे शक्य आहे, असंही कधी वाटलं नव्हतं. अगदी २००३ सालच्या उन्हाळ्यात कंपनीतल्या निवृत्तांमध्ये डॉफ्टला लवकरच बदललं जाण्याची शक्यता वर्तवली जात असतानाही तसं वाटलं नाही. निवृत्त माणसं असं काही ना काही बोलतच असतात. त्यातल्या काहींनी तर असंही सांगितलं की, माझ्या नावाला त्यांनी समर्थन दिलं आहे. तेव्हा मी त्यांना छातीठोकपणे सांगितलं की, मी हे काम घेणार नाही. मी म्हणलो होतो मला नेमकं तेच म्हणायचं होतं आणि पामेलाचाही माझ्या या भूमिकेला पाठिंबा होता. आता मी चौसष्ठ वर्षांचा आणि आर्थिकदृष्ट्या सुस्थिर होतो. निवृत्तीनंतर माझं वजन दहा पाउंडांनी घटवलं होतं आणि शारीरिकदृष्ट्या मी ठणठणीत होतो. रोज कामाचे पंधरा तास, असे कित्येक दिवस आणि जगभर भटकण्याची कित्येक दशकं संपवून माझ्या कुटुंबासोबत घालवायला मला नुकताच कुठे वेळ मिळत होता. डॉनच्या कॉलनंतर पामेलानं तिची भूमिका पुनरुच्चार करत मांडली. मी चेअरमनचं पद

स्वीकारावं असं काही तिला वाटत नव्हतं. या सगळ्या प्रकारानं माझं आरोग्य ढासळणं आणि आनंदी सुखी निवृत्तीचं स्वप्न उद्ध्वस्त होणं हे तिला पटत नव्हतं. "जर अपयशी ठरलास तर काय होईल?" तिनं विचारलं.

गोइझुएटानंतर एकही चेअरमन यशस्वी झाला नव्हता आणि पामेलाला भीती होती की, त्या दोन अपयशी चेअरमनच्या पंक्तीत मी तिसरा जाऊन बसेन. त्यांनी प्रयत्न केले होते; पण ते अपयशी ठरले होते. चर्चेचा मार्ग खुला करताना ती हेही म्हणाली की, माझ्या कोणत्याही निर्णयात ती माझ्या बाजूने असेल.

"जर मी हे हाती घेतलं तर अपयशी नक्कीच होणार नाही." मी हे पामेलाला अगदी जोरात, ठामपणे सांगितलं, पण येणाऱ्या तणावाबाबत मात्र सहमती व्यक्त केली. एक अतिशय आश्चर्यकारक कारकिर्द मी अनुभवलेली होती आणि निवृत्तीमध्ये आम्ही आनंदीसुद्धा होतो; पण खरा प्रश्न असा होता की, एवढं बिनीचं आव्हान टाळून मी सुखाने जगू शकलो असतो का?

माझ्यासारख्या माजी रग्बी खेळाडूसाठी या प्रश्नाचं उत्तर होतं – "नाही, मला हे शक्य नव्हतं."

डॉनच्या फोननंतर, एका आठवड्याने मी पामेलाला 'सांगितलं', असं म्हणण्यापेक्षा, धक्का दिला की, पाच वर्षांसाठी ही जबाबदारी मी घेणार आहे. आणि मग खेळाला सुरुवात झाली.

जगभरात कोकसाठी मी बऱ्याच लढाया लढलो आहे. ज्या बाजारपेठांमध्ये कंपनीचा मार्ग हरवला होता किंवा जिथं कंपनीचा बाजारातील हिस्सा घटत होता; विशेष करून तेथे या लढाया होत्या. 'अल्टिमेट टर्न अराउंड', म्हणजे संपूर्ण कायापालटाची ही वेळ होती. थोडक्यात संपूर्ण कंपनीलाच नव्यानं जीवदान देण्याची ही संधी होती. संचालक मंडळाच्या सदस्यांबरोबर मुलाखती आणि चर्चा चालू होत्या. वृत्तपत्र व माध्यमांनी 'हेयर' हा प्रमुख दावेदार म्हणून रंगवला होता. आपल्या उमेदवारीचा प्रचार करण्यासाठी खासगी संस्थांना त्यानं नेमल्याच्या अफवाही पसरल्या होत्या. माझ्या नावाचा क्वचितच उल्लेख होत होता. पण मला खातरी होती की, मीच पुढे होतो.

जॅक वेल्शचा प्रवेश –

वेल्श हा बिझनेस आयकॉन आहे. 'जनरल इलेक्ट्रिक कंपनी'चा तारणहार म्हणून प्रसिद्ध आहे. १९८१मध्ये जेव्हा तो सीईओ झाला तेव्हाच्या जीई कंपनीच्या १४ अब्ज डॉलर बाजारमूल्यावरून त्यानं २००१ सालापर्यंत कंपनीचं बाजारमूल्य ४१० अब्ज डॉलर्सपर्यंत वाढवलं. १९९५ सालच्या 'फॉर्च्यून' मासिकाने वेल्श आणि रॉबर्टो गोइझुएटा यांना 'वेल्थ बिल्डर्स' या बिरुदाने गौरवलं होतं.

२००४ सालच्या एप्रिलमध्ये जॅकचं लग्न झालं. आत्तापर्यंत मला फक्त

विचारणा झालेल्या कोका-कोलाच्या चेअरमन व सीईओ पदासाठी जॉकशी त्याच्या लग्नातच थेट संपर्क साधला गेला. 'विचार करू' एवढं आश्वासन देऊन जॅक हनिमूनसाठी निघून गेला. जगातल्या अनेक ठिकाणी त्याला हनिमून साजरा करायचा होता. संचालक मंडळाशी इकडे माझ्या चर्चा व भेटीगाठी चालू असताना तो मात्र बार्बाडोसमध्ये होता. माझ्यापासून काही किलोमीटर अंतरावर. विचार असा होता की, वेल्शला नेमल्यास कंपनीत चैतन्य संचारेल व बाजारात कंपनीच्या शेअर्सची किंमतही वाढेल. मलाही खातरी आहे की, असंच झालं असतं.

२४ एप्रिल रोजी एडिंबरोच्या माझ्या व्यावसायिक ट्रिपवरून मी नुकताच बार्बाडोसला परतलो होतो. तेवढ्यात कोकच्या संचालक मंडळातील एक सदस्य हर्बर्ट ॲलनचा मला फोन आला. त्याला हे जाणून घ्यायचं होतं की, वेल्शच्या अधिपत्याखाली एक-दोन वर्ष काम करायची माझी तयारी आहे का? त्यानंतर मी चेअरमन व सीईओ म्हणून कार्यभार सांभाळावा, असा त्याचा प्रस्ताव होता.

मी नकार व्यक्त केला. कोकमध्ये खूप समस्या होत्या. 'टर्न अराउंड' खूप धोकादायक होता. मला त्यासाठी प्रयत्न जरूर करायचे होते, पण माझ्या पद्धतीने. दुसऱ्याच्या हाताखालीवर नव्हे. वेल्शने जीईमध्ये कमाल करून दाखवली होती हे खरं, पण सॉफ्ट ड्रिंक व्यवसायातलं त्याला फार कमी कळत होतं. कोका-कोलात मी माझं आयुष्य वेचलं होतं. झांबियातल्या बॉटलिंग प्लॅन्टवर सुरुवात करून वर चढत चढत उच्च पदापर्यंत मी पोहोचलो होतो. मला असंही वाटलं की, माझ्या व जॅकच्या व्यवस्थापनांच्या पद्धतीत अंतर्विरोध व कलह होण्याची दाट शक्यता होती. तरीही एक टीम म्हणून संचालक मंडळाला आम्ही आकर्षक जोडी वाटत होतो हे मला माहीत होतं. एका मोठ्या उद्योगाचा प्रमुख म्हणून जॅकचा अनुभव उल्लेखनीय होता. याउलट सीईओ आणि चेअरमन म्हणून माझा अनुभव युरोपमध्ये बॉटलर दर्जाचा होता.

हर्बर्टवर आमचा विश्वास होता आणि आम्हाला त्याचं कौतुकही होतं. त्याच्याशी बोलल्यानंतर मी फोन ठेवला. पामेलाला वळून सांगितलं, "हे प्रकरण आता बंद झालेलं आहे.''

तिकडे अजूनही हनिमूनवर असलेल्या वेल्शचे पाय मात्र थरथरायला लागले. वेल्शनी या पुस्तकासाठी दिलेल्या मुलाखतीत म्हटलंय, "जगभर प्रवास करण्याचा विचार मी करायला लागलो तसं मी मनाशी म्हटलं की, आपण एकदा हे केलेलंच आहे... मग अठ्ठेचाळीस किंवा बहात्तर तास; जे काही असतील तेवढा वेळ मी विचार केला आणि मग मी खऱ्या अर्थाने जागा झालो.''

स्कॉटलंडमधून बार्बाडोसला परतल्यावर थोड्याच वेळात चेअरमन व सीईओ पद देऊ करणारा फोन मला आला. चेअरमनचं पद सांभाळण्यासाठीचा मी कंपनीच्या इतिहासातला बारावा माणूस होतो.

सोळा

४ मे रोजी व्यवहाराच्या दिवसाच्या शेवटी कंपनीने माझी नेमणूक जाहीर केली. दुसऱ्या दिवशी मुख्यालयातील कर्मचाऱ्यांशी माझी भेट निश्चित करण्यात आली.

रॉबर्टो गोइझ्युएटचा ड्रायव्हर जोएल रौसेयू होता. अटलांटाच्या एअरपोर्टवर तो मला, पामेला व कॅराला भेटला. अचानक मला असं वाटलं की, जोएलजवळ रॉबर्टोच्या विधवा पत्नीचा – ओलगुइटाचा फोन नंबर असला तर पाहावा. त्याला तो तोंडपाठ होता. ताबडतोब मी ओलगुइटाला फोन केला आणि सांगितलं की, मी नुकताच अटलांटाला परत आलो आहे. बोलता बोलता मी तिला आश्वासन दिलं की, थोर रॉबर्टोच्या काळात कंपनी ज्या स्थानावर होती तिथं मी परत कंपनीला घेऊन जाईन.

कंपनीच्या प्रांगणात मी, डॉफ्ट व हेयर यांना भेटण्यासाठी आलो. आमचं स्वागत करण्यासाठी कंपनीचे कर्मचारी जमा झाले होते. भाषण देण्यासाठी तिथं पोडियम ठेवलं होतं; पण डॉफ्टचा आग्रह होता की भाषणबाजी नको. काही महत्त्वाचे मुद्दे या ठिकाणी व्यक्त करणं आवश्यक आहे. माझ्या या मताशी हेयरने सहमती दर्शवली. ज्या लोकांचं नेतृत्व करायचं त्यांना मी प्रथमच तर भेटत होतो. मी मोजकंच बोललो. कोका-कोला ब्रॅन्डवर माझ्या असलेल्या विश्वासाबाबत मी बोललो. त्यानंतर मी पुस्ती जोडली की, ''हा विषय तुम्हा लोकांबाबत आहे आणि माझा तुमच्यावर विश्वास आहे.''

कर्मचाऱ्यांना हेच हवं होतं. मी अगदी योग्य सूर पकडला होता.

माझा कार्यकाल १ जूनला सुरू व्हायचा होता. पण त्यासाठी सर्वप्रथम मला बार्बाडोसच्या अमेरिकन दूतावासातून 'वर्क परमिट' मिळवावं लागणार होतं. बूथपर्यंत पोहोचण्यासाठी मी रांगेत उभा होतो. तिथं पोहोचल्यावर दूतावासातल्या अधिकाऱ्याने माझ्याशी अरेरावी केली. तो अधिकारी बुलेटप्रूफ काच बसवलेल्या खिडकीच्या आतमध्ये बसून बोलत होता. माझी उंची सहा फूट पाच इंच आहे. साधारणपणे माझ्या छातीच्या उंचीपर्यंत येईल, एवढ्या उंचीवर मायक्रोफोन बसवलेला होता. त्यामुळे बोलताना मला वाकून उभं राहावं लागत होतं.

अधिकाऱ्यानं मला विचारलं, ''तुम्ही जे काम करायला निघाला आहात त्यासाठी अमेरिकन माणसं मिळत नाहीयेत काय? त्यासाठी परदेशी माणूस कशाला हवा?''

प्रश्न चांगलाच मुद्याचा होता. पण याचं उत्तर मी द्यायचं कारण नव्हतं. ''कोका-कोला कंपनीच्या संचालक मंडळाचा तो निर्णय आहे,'' मी उत्तरलो. ''ते लोकही अमेरिकन आहेत आणि मला खातरी आहे की, ते जे काही करताहेत ते त्यांना चांगलं कळतं.''

माझं वर्क परमिट मिळायला काही आठवडे लागणार होते. म्हणून मग कोका-कोला कंपनीने त्यांच्या एक्झिक्युटिव्हची टीम बार्बाडोसला पाठवून दिली. त्यांनी कंपनीच्या स्थितीबाबत मला सगळं काही सांगितलं. कॅरेबियन समुद्राकडे तोंड

असलेल्या व्हरांड्यात आम्ही बसलो होतो. विविध कागदपत्रांमध्ये आम्ही बुडून गेलो होतो. मी म्हटलं, ''चला, आपण बिअर घेऊ.'' कंपनीचा प्रमुख फायनान्स ऑफिसर गॅरी फेयार्ड त्या वेळी निळ्या कॅरेबियन समुद्रातल्या सूर्याचा अस्त पाहत होता. तो मोठ्याने म्हणाला, ''एवढी छान शांत जागा सोडून तू पुन्हा एकदा उद्योगजगताच्या धकाधकीत कशाला उडी मारतोएस? तू वेडाबिडा आहेस का?'' हासुद्धा तसा छान प्रश्न होता. मात्र तोपर्यंत माझा निर्णय पक्का झाला होता.

वर्क परमिट अपेक्षेपेक्षा लवकर आलं. माझ्या कामावर रुजू होण्याच्या तारखेच्या एक आठवडा अगोदर मी अटलांटाला पोहोचलो. डग डॉफ्ट सोडून गेला होताच. मग मी माझ्या नव्या टेबलावर जाऊन बसलो. अजून मी कंपनीच्या कर्मचारी यादीतही नव्हतो. तिथूनच मी वॉरन बर्फेना फोन लावला आणि म्हटले, ''कोका-कोला कंपनीसाठी मी धर्मार्थ – स्वयंसेवक म्हणून काम करतोय.''

''अरे वा, सुंदर! हे असंच का नाही चालू ठेवत तू?'' वॉरन बफेनं फिरकी घेतली.

हे पुस्तक मी लिहितोय; कारण मला बऱ्याच मित्रांनी आग्रह केला होता की, यामुळे कोका-कोला कंपनी व तेथील माझ्या भूमिकेतून कित्येकांना नवीन काही शिकायला मिळेल. जगातील सर्वांत लोकप्रिय ब्रॅन्डला पुनर्स्थापित करण्याची कहाणी अभ्यासासाठी वस्तुपाठ ठरेल. त्रयस्थपणे कथा सांगू नये, अशा ठाम मताचा मी आहे. मला स्वतःला व कंपनीला पूर्णत्वाने जाणून घेण्यासाठी माझ्या कारकिर्दीचा आलेख अगदी सुरुवातीपासून मांडायला हवा. अगदी झांबियापासून. यानंतर दक्षिण आफ्रिका, ऑस्ट्रेलिया, फिलिपाइन्स आणि मग जर्मनी. तो एक आश्चर्यजनक कालावधी होता. बर्लिनची भिंत त्या वेळी पडली. पोलादी पडद्याआडचं रशियन साम्राज्य खुलं झालं. भारत आणि मध्यपूर्वेत कोकचा पुन्हा शिरकाव झाला आणि त्याच वेळी चेअरमन व सीईओ म्हणून पाच वर्षं मी व्यतीत केली.

'हँगओव्हर' (खूप मद्यप्राशन केल्यानंतर डोके जड होणे-दुखणे) व डोकेदुखीवरचं औषध म्हणून कोका-कोलाची निर्मिती झाली होती. अटलांटामधील एक औषधतज्ज्ञ जॉन पेंबरटनने मे, १८८६मध्ये या कंपनीची पायाभरणी केली. आज जगातल्या तीन देशांव्यतिरिक्त सगळीकडे कोका-कोलाची विक्री होते. ते तीन देश म्हणजे उत्तर कोरिया, क्यूबा आणि म्यानमार. कोक हे गुणवत्तापूर्ण; पण स्वस्त असं उत्पादन आहे. अँडी वॉरहोल या कलाकाराच्या शब्दात सांगायचं झालं तर 'राजापासून रंकापर्यंत सर्वांना याचा स्वाद समान आहे.'

कोका-कोला ही सर्वठायी असणारी कंपनी आहे. सॅन्टाक्लॉजच्या आधुनिक प्रतिमेला उभं करण्यात कंपनीच्या जाहिरातींचा मोठा हात आहे. कोका-कोला हा जगातील दुसऱ्या क्रमांकाचा सर्वपरिचित शब्द आहे. पहिल्या क्रमांकाचा शब्द आहे

'OK' – ओके. कोका-कोलाची ओढ मोठी गूढ आहे. त्याच्यात नेमकं काय-काय आहे हे गुपित फारच थोड्या लोकांना माहीत आहे. मलासुद्धा तो फॉर्म्युला माहीत नाही.

जगातील मोजक्या प्लॅन्ट्समध्ये कोका-कोला आपलं गुप्त रसायन तयार करतं. त्याच्या इतर घटकांबरोबर त्याचं ब्लेंड करून, गाळून कोका-कोलाचें कॉन्सन्ट्रेट तयार होते. या कॉन्सन्ट्रेटवरच प्रक्रिया होऊन सिरप फॉर्ममध्ये आणून निरनिराळ्या रेस्तरॉंमध्ये आणि बॉटलिंग प्लॅन्ट्समध्ये स्वतंत्र बॉटलर्सना ते वितरित केलं जातं. इतिहासात हे कॉन्सन्ट्रेट विकूनच कोका-कोलाने फायदा मिळवला होता. काळाच्या ओघात मूळ कंपनीने कित्येक बॉटलिंग कंपन्या विकत घेतल्या. २०१० साली कंपनीने नॉर्थ अमेरिकन ऑपरेशन करणाऱ्या सर्वांत मोठ्या बॉटलर कंपनीला ताब्यात घेतलं. 'कोका-कोला एंटरप्रायझेस' म्हणजेच 'कोक'कडे युनायटेड स्टेट्स आणि कॅनडातील नव्वद टक्के बॉटलिंग ऑपरेशन्स आहेत.

काही अंगांनी पाहिल्यास कोका-कोला कंपनी आदर्श आहे, असं म्हणायला हरकत नाही. इथे नफा चांगला आहे. जगात कुठेही मिळणारं आणि खपणारं हे उत्पादन आहे. अगदी परवडणाऱ्या किमतीत ग्राहकाला काही क्षणांचा आनंद हे उत्पादन मिळवून देतं. पण आजच्या जगात खरंतर हे पुरेसं नाही. मघाशी उल्लेखलेल्या विवादांवरून हे स्पष्ट आहे की, कोका-कोला जागतिक स्तरावर आदर्श मानला गेला नाही. विशेष करून काही उच्चभ्रूंमध्ये याला स्थान नाही. कोका-कोला स्थूलता व मधुमेहकारक आहे, असा आरोप त्याच्यावर होतो. भारतातील भूजल पुरवठा नामशेष केल्याचा आरोपही केला जातो. या आणि अशाच काही अनेक वाईट आरोपांचा यांमध्ये समावेश होतो.

मार्च, १९७०मध्ये कोका-कोलाचे अध्यक्ष पॉल ऑस्टिनने एक वाक्य म्हटलं होतं – "जेवढा आपण जास्त पैसा कमवू तेवढं आपलं कमी स्वागत होईल." कोका-कोलाचे १९२३ ते १९५४ सालातील नेते रॉबर्ट डब्ल्यू. वूडरफना लिहिलेल्या पत्रात त्यांनी हे वाक्य ते उद्धृत केलं आहे.

सॉफ्ट ड्रिंक बनवणं आणि नफा कमावणं याव्यतिरिक्तही काहीतरी करायला हवं याची जाण ऑस्टिन यांना होती. आजही जगातील अनेक मल्टिनॅशनल कंपन्यांना समस्यांचं मूळ म्हणून लक्ष्य बनवलं जातं.

उद्योगजगताच्या सामाजिक बांधिलकीबाबत बरंच काही आजकाल लिहिलं जातं. पण जागतिक स्तरावर कार्यरत कंपन्यांना तोंड द्यावं लागणाऱ्या आव्हानांची अगदी अपूर्ण व्याख्या त्यामध्ये आढळते. दक्षिण आफ्रिकेत महाविद्यालयीन शिक्षण घेताना आम्हाला समाजसेवेचं प्रशिक्षण मिळालं होतं. पण कारकिर्दीसाठी मात्र मी व्यवसायाचा मार्ग निवडला होता. मला असं खातरीने वाटतं की, नव्या जगात या

दोन शाखांना एकत्रित करायला हवं. यासाठी तीन क्षेत्रांतून भरीव प्रयत्न व्हायला हवे. ती क्षेत्रं म्हणजे सरकार, ना-नफा तत्त्वावर काम करणाऱ्या संस्था आणि उद्योगविश्व यांनी सोबत काम करायला हवं. यामुळे सुंदर जगाची निर्मिती होईल. आपला ग्रह अधिक स्वच्छ होईल. गरिबी आणि अनारोग्य यांच्याशी लढा अधिक तीव्र होईल. यालाच मी 'कनेक्टेड कॅपिटालिझम' म्हणतो.

या दिशेने कंपनीची वाटचाल करण्याचा प्रयत्न मी कोका-कोलाचा अध्यक्ष असताना केला. बऱ्याचशा जागतिक कंपन्या व कोका-कोला कंपनीत हे काम चालू आहे. हे एक महत्त्वपूर्ण आंदोलन आहे. माझ्यानंतर आलेले मुहतार केंट यांनीही तेच पुढे चालवायचं ठरवून हे तत्त्व आपलंसं केलं आहे. मला विश्वास वाटतो की, शेवटी याच्यातूनच भांडवलवादाची खरी व्याख्या होईल.

हे पुस्तक म्हणजे सर्वसाधारण व्यवसायविषयक पुस्तकही नव्हे आणि आत्मचरित्रही नव्हे. खरंतर हे एक खासगी भाष्य आहे. तर या 'इनसाइड कोका-कोला'च्या प्रवासात माझ्यासोबत सामील व्हा. माझ्या जीवनकथेत घाबरवणारे, तसेच भविष्याची आशा असलेले जागतिक व्यवसायाचे किस्से-घटना तुम्हाला वाचता येतील.

अनुक्रमणिका

अल्स्टरमधून आफ्रिकेत

८ जून, १९४३ रोजी उत्तर आयर्लंडच्या डाउनपॅट्रिक गावामध्ये माझा जन्म झाला. माझ्या प्रोटेस्टंट आई-वडिलांचा मी एकुलता एक मुलगा. माझ्या आईचं माहेर मूळचं स्कॉटलंडचं, तर वडिलांचं मूळ गाव आयर्लंड.

माझे वडील एडवर्ड नेव्हिल इझडेल हे बोटांचे ठसेतज्ज्ञ व हवेतून केल्या जाणाऱ्या मिसाइल युद्धाच्या बाबतीतील 'बॅलेस्टिकतज्ज्ञ' होते. 'रॉयल अल्स्टर कॉन्स्टॅबलरी'मध्ये ते कार्यरत होते. बेलफास्ट हे गाव जहाज बांधणीचं केंद्र असल्यानं दुसऱ्या महायुद्धात त्याला सातत्यानं लक्ष्य केलं जात होतं. म्हणूनच युद्ध संपेपर्यंत ते पोलीस मुख्यालय वीस मैल अंतरावरच्या परिसरात हलवण्यात आलं होतं. ज्या ठिकाणी हे मुख्यालय हलवलं गेलं त्या गावाचं नाव डाउनपॅट्रिक. याच गावात मी पहिल्यांदा डोळे उघडले.

डाउनपॅट्रिकमध्ये दगडांनी बांधलेलं एक छोटंसं चर्च आहे. ही जागा म्हणजे सेंट पॅट्रिक यांनी बांधलेलं सर्वांत पहिलं चर्च. तिथंच माझा नामकरण सोहळा झाला. त्याच चर्चमध्ये माझ्या मुलीचं आणि माझ्या नातवाचंही बारसं झालं.

तेव्हाही आणि आताही युनायटेड किंगडममध्येच उत्तर आयर्लंडचा भाग येतो; पण तिथं कॅथलिक धर्मीयांची संख्या मोठी आहे. तरीही त्यांच्या निष्ठा मात्र आयर्लंडवर आहेत. त्या माझ्या कोवळ्या वयातही कॅथलिक आणि प्रोटेस्टंटमधला संघर्ष मला जाणवत असे. आमच्या आसपास कॅथलिक व प्रोटेस्टंट दोन्हीही समुदाय वस्ती करून होते. कॅथलिक आणि प्रोटेस्टंट शाळाही होत्या.

प्रोटेस्टंट विचारांना वाहून घेतलेल्या व त्यांचंच सार्वभौमत्व मानणाऱ्या गटाचे माझे आजोबा होते आणि 'ऑरेंज ऑर्डर' हा किताब त्यांना बहाल करण्यात आला

होता. 'बोयने युद्धाचा स्मृतिदिन' ते दरवर्षी साजरा करत असत. या युद्धात 'विल्यम ऑफ ऑरेंज' याच्या सैन्याने कॅथलिक राजा 'जेम्स टू' याच्या सैन्याचा पराभव केला होता. माझ्या वडिलांचा आयर्लंडशी आयुष्यभर घनिष्ठ संबंध होता, तरीही त्यांनी हा किताब मात्र नाकारला होता. याबाबत त्यांचा दृष्टिकोन थोडा धोकादायक होता. मलाही तोच दृष्टिकोन वारसा हक्काने मिळाला आहे. आमचं एकच म्हणणं आहे की, आयर्लंड हे एक राष्ट्र जरूर व्हावं, पण लोकशाही मार्गानं. ज्यांना 'त्रास' म्हणता येतील असे उठाव त्या वेळी कमी झाले होते किंवा दबले होते. किमान दोन दशकं तरी त्यांनी डोकं वर काढलं नाही. पण माझ्या आयुष्यभर मात्र मी या प्रकारच्या मानवी संघर्षांना सातत्यानं सामोरा गेलो. अशा जनसमुदायाला समजून घेणं आणि त्यातून पुढे जाऊन त्या गोष्टी बाजूला टाकणं याच्यात कौशल्य आहे. माझ्या कोका-कोलाच्या संपूर्ण कार्यकालात मला माझ्या या कौशल्याचा खूप उपयोग झाला.

माझं आयर्लंडमधलं बालपण चारचौघांसारखंच होतं. आमचा मध्यमवर्गीय परिवार मोठा होता. सर्व जण जवळपास राहणारे होते आणि मुख्य म्हणजे सर्व परिवार प्रेमळ होता. माझे काका पोस्टात क्लार्क होते. माझ्या आईचे वडील जहाजबांधणीचे इंजिनिअर होते. किंग जॉर्ज पंचम यांनी त्यांचा सत्कार केलेला होता. त्यांच्या ब्रिटिश साम्राज्यातील सेवेबद्दलचा हा सन्मान होता. दहा दिवसांच्या प्रशिक्षणासाठी एकदा एक नायजेरियन पोलीस आला आणि आमच्या घरात राहिला. ते मला चांगलं आठवतं. उत्तर आयर्लंडमध्ये त्या वेळी कृष्णवर्णी माणूस पाहायला मिळणं दुर्मीळ होतं. त्यानं मला एक छोटं मऊमऊ खेळणं दिलं. त्या खेळण्याचं मी 'कलाबार' असं नाव ठेवलं. तो पोलीस अधिकारी नायजेरियात कलाबार नावाच्या गावातला होता. मला ते खेळणं खूप आवडायचं. माझा आफ्रिकेशी पहिला संबंध आला तो असा. उत्तर आयर्लंडच्या एका जुन्या सोनेरी खिडकीच्या चहाच्या टपरीवर मी माझ्या आयुष्यातला पहिला कोका-कोला प्यायल्याचं मला आठवतं. त्या वेळी हे पेय परदेशातून आलेलं आणि वैशिष्ट्यपूर्ण रंगाचं मानलं जायचं.

त्या युद्धानंतरच्या वर्षांमध्ये अजूनही निर्वासितांच्या छावण्यांमधून ज्यू लोक राहत होते. ते वंशविच्छेदनानंतरचं दारिद्र्यपूर्ण जीवन कंठत होते. माझी काही खेळणी मी त्या निर्वासितांच्या मुलांना देऊन टाकली. त्या वेळी पेट्रोल आणि अन्य वस्तू रेशनवर मिळत असत. आम्ही कधीकधी वीकेन्डला 'रिपब्लिक ऑफ आयर्लंड'ला गाडीने जात असू. दुसऱ्या महायुद्धात आयर्लंड तटस्थ राष्ट्र होतं. त्यामुळे बेलफास्टमध्ये न मिळणाऱ्या वस्तू आम्ही तिथून खरेदी करत असू.

माझे वडील उंच होते. त्यांची छाती एखाद्या बॅरलसारखी होती. तीनदा त्यांनी उत्तर आयर्लंड सोडून जाण्याचा प्रयत्न केला होता. पण 'पोलीस खात्यात आवश्यक व्यक्ती' म्हणून त्यांना मोकळं करण्यात आलं नव्हतं.

ग्रीस, ब्रिटिश-गियाना आणि सियारा लिओनमधल्या मोठ्या पदाच्या संधी या कारणाने हुलकावणी देऊन गेल्या.

उत्तर आयर्लंडमधून बाहेर न पडता आल्याचा ज्वर माझे वडील रग्बी खेळून बाहेर काढत. आपल्यातील अतिरिक्त शक्तीला वाट देण्याचा तो प्रकार होता. रग्बी तसा कठीण व शक्तीची आवश्यकता असलेला खेळ आहे. यामध्ये शिरस्त्राण आणि पॅड न घालता लाथा, बुक्क्या, धक्के, पळवापळवी यांचा समावेश असतो. असं नेहमी म्हटलं जातं की, फुटबॉल हा सभ्य लोकांचा खेळ असून गुंडांकडून खेळला जातो आणि रग्बी हा गुंडांचा खेळ सभ्य लोकांकडून खेळला जातो. माझे वडील रग्बी क्लबचे अध्यक्ष होते. माझे काकाही हा खेळ खेळत असत. मग वीकेन्डना मीही माझ्या चुलत भावंडांबरोबर रग्बी खेळत असे. खेळात बॉल साइड लाइनच्या बाहेर घालवण्यासाठी लाथा मारत असे. पोलीस दलात पंचवीस वर्ष सेवा करून अर्ध्या पेन्शनवर वडिलांनी निवृत्ती घेतली. उत्तर ऱ्होडेशियातील ब्रिटिश वसाहतीत, आता ज्याला 'झांबिया' म्हटलं जातं, तिथं त्यांनी पद स्वीकारलं. हे पद उत्तर ऱ्होडेशियाच्या 'बोटांचे ठसे विभागा'चा प्रमुख म्हणून होतं. ते १९५४ साल होतं. मी दहा वर्षांचा होतो.

अखेर माझ्या वडिलांना परदेशात राहायची संधी मिळाली. त्यांच्या या निर्णयामुळे नातेवाईक व मित्रमंडळी मात्र चकित झाली. जेव्हा मोठी मंडळी बोलत असतात तेव्हा कोपऱ्यात बसलेल्या दहा वर्षांच्या मुलाकडे कोणाचंच लक्ष नसतं. मीही असाच कोपऱ्यात बसलो होतो. आमच्या कुटुंबातील एक सदस्य म्हणाले, "तुम्ही लोक कशासाठी देश सोडून चाललाहात? नेव्हिलचं पुढे काय?" माझ्या वडिलांनी उत्तर दिलं, "असं केल्याने मला त्याच्या युनिव्हर्सिटीतल्या शिक्षणाचा खर्च पेलणं शक्य होईल. हे जे काही मी करतोय ते त्याच्याचसाठी आहे. मला मिळाल्या त्यापेक्षा अधिक संधी त्याला मिळाव्यात, अशी माझी इच्छा आहे." माझ्या मनात ते बोल रुजून राहिले. माझ्या पालकांच्या माझ्याकडून खूप अपेक्षा होत्या. माझ्यामध्ये ते गुंतवणूक करत होते. त्यांना स्वतःला युद्धाला तोंड द्यावं लागल्यानं बऱ्याचशा संधींना मुकावं लागलं होतं; मोठ्या संधींनी त्यांना हुलकावणी दिली होती.

या सर्व प्रकाराने मी उत्तेजित झालो होतो. माझा लहानपणापासूनच निसर्ग आणि भूगोलाकडे ओढा होता. पानं गोळा करायची, पुस्तकात दाबून ठेवायची, ॲटलास उघडून तासन्तास बघत निरनिराळ्या देशांची नावं लक्षात ठेवायची हा माझा नित्याचा उद्योग असायचा. माझ्या वडिलांना जरी उत्तर आयर्लंडमधून निघायची घाई झाली होती तरी माझ्या आईला – मागरिटला मात्र तितकीशी ओढ नव्हती. ती एक उत्तम माता होती. तिचं माझ्यावर निरतिशय प्रेम होतं. पण माझ्या संपूर्ण बालपणात तिचं आरोग्य मात्र चांगलं नव्हतं. ब्रॉन्कायल अस्थमाची ती पेशंट होती.

आफ्रिकेच्या प्रवासाला निघाल्यावर मी पहिल्यांदा लंडन पाहिलं. त्यानंतर आमचं जहाज स्पेनच्या किनाऱ्यावरील लास पामास डी ग्रॅन कॅनरिया इथे थांबलं. तिथं फ्लॅमेन्को नर्तक आमच्या जहाजावर चढले. तिथं सर्वत्र छान स्वच्छ सूर्यप्रकाश व समुद्रकिनारे होते. निसर्गाचं हे अप्रूप माझ्यावर गारूड करून गेलं. अजून आम्ही आफ्रिकेत पोहोचलोही नव्हतो, पण एका वेगळ्या जगात आम्ही केव्हाच प्रवेश केला होता.

आफ्रिकेतला आमचा पहिला पडाव पोर्तुगीजांच्या ताब्यातील पश्चिम आफ्रिकेत होता. आजकाल या भागाला 'अंगोला' म्हणतात. तिथं वसाहतवादाचं क्रूर दृश्य मी अनुभवलं. काळ्या गोदी कामगारांना तिथले गोरे मुकादम चाबकानं फोडून काढताना मी पाहिले. माझ्या वडिलांनी मला बाजूला ओढलं आणि म्हणाले, ''मला हे पाहून वाईट वाटतंय; पण बेटा, जग हे असं असतं, आणि हे असं असायला नको आहे.'' माझ्या स्मृतिपटलावर ते चित्र कायमचं कोरलं गेलं आहे. आमचं पुढचं बंदर म्हणजे दक्षिण आफ्रिकेतलं केप टाउन. आम्हाला असं सांगितलं गेलं की, जर आम्ही पहाटे उठून पाच वाजता डेकवर पोहोचलो तर काही सुंदर स्थळं आम्हाला पाहायला मिळतील. तो जानेवारी महिना होता. आफ्रिकेत हा शरद ऋतू असतो. मी आणि माझे वडील डेकवर आलो होतो. अचानक सकाळच्या धुक्यामागून अतिशय सुंदर व आश्चर्यजनक भूभाग दृष्टीस आला. तोही सपाट वाटणाऱ्या समुद्रामधून. याला 'टेबल माउंटन' म्हणतात. त्याची व्याप्ती आश्चर्यकारक होती. आयर्लंडमध्ये सुंदर हिरवे डोंगर खूप आहेत; पण हा जवळजवळ बारा हजार फूट उंचीचा डोंगर समुद्राच्या मधूनच वर येत होता. मी तोपर्यंत पाहिलेल्या स्थळांपैकी ते एक संस्मरणीय स्थळ होतं. केप टाउनच्या तर मी प्रेमातच पडलो. माझ्या अंदाजानुसार जगातील सर्वांत सुंदर अशा तीन शहरांपैकी ते एक आहे. दुसरी दोन म्हणजे सिडनी व रियो डी जानिरो.

केप टाउनमधल्या आमच्या चार दिवसांच्या वास्तव्यात कॅफेमधून घेतलेली रसदार द्राक्षं, संत्री, कलिंगडांच्या फोडींसोबत आइसक्रीम आणि छानसं ऊन या गोष्टींचा आम्ही मनसोक्त आस्वाद घेतला. वर्णभेदाच्या प्राथमिक खाणाखुणाही मी तेथेच पाहिल्या. तिथल्या उद्यानातील बाकांवर 'फक्त गोऱ्यांसाठी' असं लिहिलेल्या पाट्या मी पाहिल्या. माझ्यासाठी तो धक्का होता. पण समाजातील सुव्यवस्थेसाठी ते कदाचित आवश्यकही असावं. मला जरी ते योग्य वाटलं नाही, तरी एक दहा वर्षांचा विरोधक म्हणून काही मी तयार झालो नाही. मी हे कबूल करतो की, व्यवस्था म्हणून मी ते स्वीकारलं; पण त्यामुळं मी सतत अस्वस्थ राहिलो. दोन वर्षांपूर्वी एक नायजेरियन पोलीस अधिकारी आमच्या घरात राहून गेलाच होता ना? दक्षिण आफ्रिकेतल्या कृष्णवर्णीयांना गोऱ्यांच्या बागेतल्या बाकावर बसायचाही

अधिकार नसावा?

केप टाउननंतर, साडेतीन दिवसांचा प्रवास केल्यावर आम्ही कोळशाच्या इंजिनावर चालणाऱ्या रेल्वेत बसून उत्तर ऱ्होडेशियामधल्या प्रवासाला सुरुवात केली. दोन डब्यांमधल्या धातूच्या रेलिंगवर मी काही तास उभा राहिलो. तेथून मी बदलणाऱ्या सृष्टिचित्राकडे एकटक बघत होतो. यामध्ये बोटस्वानाचं अर्धवट वाळवंट पाहिलं. फिरस्ते लोकांना त्यांच्या वस्तू विकताना पाहिलं. आया त्यांच्या बाळांना स्तनपान करवत असलेल्या पाहिल्या. जगातल्या सात आश्चर्यांपैकी एक व्हिक्टोरिया धबधब्याजवळून आम्ही पुढे सरकलो. उत्तर आणि दक्षिण ऱ्होडेशिया अशी विभागणी इथूनच होते. थोर झांबेवी नदीच्या एका उपनदीच्या सव्वा मैल पात्राने एकदम तीनशे पासष्ट फूट खाली उडी मारली आहे. त्यामुळे उडणारा तुषारांचा फवारा कित्येक मैलांवरून दिसू शकतो. म्हणूनच इथल्या स्थानिक भाषेमध्ये त्याला 'मोसी-ओ-तुन्या' (म्हणजे असा धूर जो वादळी आहे.) असं संबोधलं जातं. आफ्रिकेतली प्रत्येक गोष्टच जणू संपूर्ण वेगळा आयाम व व्याप्ती असलेली वाटली. झांबियाची राजधानी लुसाका इथे वडिलांचे पूर्वीचे ग्रेट ब्रिटनमधले ठसेतज्ज्ञ मित्र भेटले. त्यांच्याबरोबर त्यांची नवी पत्नी पॅडी ग्रीनसुद्धा होती. उत्तर ऱ्होडेशियातील पोलीस दलातील श्री. ग्रीन यांच्या जागेवर वडिलांची नेमणूक झाली होती. ते तेथील पोलीस दलात बोटांचे ठसे विभागाचे प्रमुख होते. लुसाका जरी राजधानीचं शहर होतं, तरी तिथं प्लॅटफॉर्म नव्हते. फक्त लाल मातीच होती.

लुसाकामध्ये नवीन बांधलेल्या तीन बेडरूमच्या घरात आमच्या कुटुंबाची व्यवस्था करण्यात आली होती. कोबा करण्यात आल्याने जमीन चमकत होती. घर अर्धा एकर जागेवर होतं. मागे दूर अंतरावर झाडी होती. आयुष्यात पहिल्यांदा आमच्याकडे नोकर-चाकर आले होते. जमिनीची फरशी चकचकीत ठेवण्यासाठी हे नोकर पायाला बसवलेल्या ब्रशने फरशी घासून त्याला पॉलिश करत आणि त्या गुळगुळीत फरशीवरून मी आनंदाने सुळकांड्या मारत असे; एखादा लहान मुलगा करेल तसंच.

पहिल्या नऊ महिन्यांच्या कालावधीत आमच्याकडे वीज नव्हती. फक्त मेणबत्त्यांवर काम चाले. शिवाय टिले लँप व लाकडावरच्या चुली हेच साधन होतं. माझ्यासारख्या मुलासाठी आफ्रिका हे नव्या दृश्यांचं व आवाजांचं एक स्फोटसदृश चित्र होतं. बेडूक, रातकिडे, कोळी आणि प्रचंड आवाज करणारी वादळं मी अनुभवली. मी थोड्याच काळात आफ्रिकेमध्ये भटकायला लागलो. ब्रिटिश अभ्यासक्रम असलेली सरकारी शाळा आमच्या घरापासून पाच मैल अंतरावर होती. जाता-येता मी सायकलवरून जात असे. मच्छरदाणीत झोपणं आणि खेळ खेळणं हा माझा दिनक्रम होता.

वर्ण आणि लिंग यांनुसार शाळांची विभागणी केली होती. दक्षिण आफ्रिकेत जितक्या कट्टरतेने वर्णभेद पाळला जात होता, तितक्या पद्धतीने उत्तर ऱ्होडेशियामध्ये पाळला जात नव्हता. पण कॅफे, रेस्टॉरन्ट व बार या ठिकाणी मात्र 'व्हाइट्स ओन्ली'च्या पाट्या असायच्या. असं असलं तरी दुकानांमध्ये खरेदीसाठी काळे-गोरे एकत्र राहू शकत होते. तरीही कृष्णवर्णीय वेगळ्या दुकानांमधून खरेदी करणं पसंत करत असत. याचं साधं कारण, त्यांच्या वसाहती वेगवेगळ्या भागांमध्ये असत. बरेचसे व्यापारी हे भारतातून आलेले नागरिक असत.

लुसाकाचं स्थानिक वर्तमानपत्र होतं आणि तिथं एकच सिनेमागृह होतं. शनिवारी सकाळी आम्ही तिथं सिनेमे बघायला जात असू. त्या काळी तिथं टेलिव्हिजन नव्हता. रात्रीच्या वेळी 'बीबीसी'वरच्या बातम्या आम्ही ऐकत असू. रविवारी रात्री पूर्व आफ्रिकेतील पोर्तुगीज रेडिओ स्टेशन टॉप वीस पॉप गाणी प्रसारित करत असे. शॉर्ट वेव्ह रेडिओवर फक्त खेळांचं समालोचन ऐकता येई. मला मिळणारा पॉकेटमनी मी ७८ आरपीएमच्या व्हिनिलच्या रेकॉर्डवरील ताज्या लोकप्रिय गाण्यांच्या रेकॉर्ड घेण्यासाठी खर्च करायचो. लुसाकाच्या काही मैलांच्या परिघात अजूनही एखादा सिंह दिसायचा. तसं पाहता सभोवताली गरिबीचंच साम्राज्य होतं. उत्तर ऱ्होडेशियातील बहुतांश लोक अनवाणीच हिंडत. त्यांचे कपडे म्हणजे जाडंभरडं कापड असे. पण तरीही कित्येक अंशांनी ही गरिबी तीव्र अशी नव्हती. आज मात्र आफ्रिकेच्या कित्येक भागात अशी तीव्र गरिबी आहे. यामुळेच ग्रामीण भागांतून लोक स्थलांतर करून नाइलाजाने शहराच्या झोपडपट्ट्यांचा आसरा घेताना दिसतात.

उत्तर ऱ्होडेशियात लोकांच्या मित्र-भावनेमुळे मी स्तिमित झालो होतो. गरिबी असली तरी त्यांच्या चेहऱ्यावर एक प्रकारचं समाधान झळकायचं. हा समाज कामसू तसेच स्वतःशी प्रामाणिक व शांत होता. काही सुशिक्षित झांबियन मात्र अस्वस्थ होते आणि स्वातंत्र्यासाठी त्यांनी राजकीय हालचाली सुरू केल्या होत्या. तो साधारण १९६४चा काळ होता. तरीही उत्तर ऱ्होडेशियामध्ये स्वातंत्र्य मिळताना फार काही संघर्ष झाला नाही. इतर आफ्रिकन राष्ट्रांमध्ये मात्र अशी परिस्थिती नव्हती. त्यामुळे युरोपातून आलेल्या लोकांनी इथल्या स्वातंत्र्याचं हसतमुखानं स्वागत केलं. त्यामध्ये माझ्या कुटुंबाचाही सहभाग होता.

उत्तर ऱ्होडेशियात अनेक जमातींच्या भाषा बोलल्या जातात. पण आफ्रिकेच्या शाळांमध्ये मात्र इंग्रजीमधूनच शिकवलं जातं. जमातींमधील विवाद व भेदांमुळे आजही तिथल्या सरकारची अधिकृत भाषा इंग्रजीच आहे. मी आणि माझ्या पालकांनी थोडीशी वेगात इथली भाषा आत्मसात केली होती. या भाषेला 'न्यांजा' असंही म्हटलं जातं. एखाद्या माणसाला इंग्रजी येत नसेल तर त्याच्याशी संवाद साधण्यापुरती वेळ मारून न्यायला आम्हाला ती भाषा येत असे. पण ही सोय फक्त न्यांजा वापर

करणाऱ्या मुलखापुरतीच मर्यादित होती.

शाळेमध्ये प्रथमच माझी मुलाखत 'आफ्रिकॅनर्स'शी झाली. हे लोक म्हणजे डच वसाहतीतून आलेले त्यांचे वंशज. काही दशकांमध्ये त्यांनी त्यांची स्वत:ची अशी एक भाषा बनवली; ती म्हणजे 'आफ्रिकान्स.' शाळेच्या मधल्या सुट्ट्यांमध्ये आम्ही भरपूर शारीरिक व्यायाम होणारा कठीण खेळ खेळायचो. त्या खेळाचं नाव होतं 'बॉक बॉक'. यामध्ये एका गटातील बरीचशी मुलं मानवी बोगदा तयार करत आणि दुसऱ्या संघाने त्यांच्या पाठीवरून उड्या मारत हा बोगदा कोसळवायचा प्रयत्न करायचा. आफ्रिकेत राहण्याचा जो परिणाम व्हायचा तोच झाला. मला उष्माघात, आमांश आणि अखेर मलेरियासुद्धा झाला. त्या दिवसात वातानुकूलन वगैरे प्रकार नव्हते. तरीदेखील नव्या वातावरणात मी माझ्या वडिलांसारखाच उत्साहाने उत्फुल्ल होतो. माझ्या वडिलांना त्यांचं काम आवडत होतं आणि थोड्याच अवधीत स्थानिक रग्बी खेळातही ते बऱ्यापैकी लक्ष घालू लागले. याशिवाय आफ्रिकनांना बोटांचे ठसेतज्ज्ञ बनविण्याचा त्यांनी विडा उचलला. त्यांच्या गोऱ्या मित्रांना ही गोष्ट अशक्य वाटत होती. १९६७ साली जेव्हा झांबियन पोलीस दलातून ते निवृत्त झाले, तेव्हा २० बोटांचे ठसेतज्ज्ञांचा मोठा ताफा असलेले दल व त्यांचा उत्तराधिकारी त्यांनी पोलीस खात्याला दिले. त्यांच्या हाताखाली तयार झालेला माणूस नंतर डेप्युटी कमिशनर ऑफ पोलीस झाला. त्या वेळी झांबिया पोलीस दलाच्या सेवेत सर्व झांबियन लोक असलेला हा एकमेव विभाग होता.

या दरम्यान माझी आई नोकरांच्या मदतीने घरकाम उरके. मी बराच वेळ शाळेत असल्याने तिला कंटाळवाणं वाटे. त्यातच तिला घरच्या, मातृभूमीच्या आठवणींमुळं 'होमसिक' वाटू लागलं. शेवटी तिनं सरकारी दवाखान्यात क्लार्कचं काम करायला सुरुवात केली. आमच्या तीन वर्षांच्या कंत्राटाचे अखेरचे दिवस ती एक-एक करून मोजत होती. त्यानंतर आम्ही सहा महिन्यांच्या अनिवार्यपणे घ्याव्या लागणाऱ्या सुटीवर बेलफास्टला गेलो.

आफ्रिकेत असतानाच माझ्यातील उद्योजक प्रकट झाला होता. मी आमच्या बागेत मका लावला. तो मी भाजायचो. आमच्या माळ्याजवळ मी ती कणसं विकायला द्यायचो. तो कामगारांना जेवणाच्या सुटीत विकत देत असे. या कामाचं माळ्याला कमिशन दिलं जात असे. तो माझा पहिला कर्मचारी होता! मी एखादं काम करण्यासाठी त्याला आदेश देऊ शकत होतो. वाढलेल्या श्रमांसाठी काही मोबदला देणं ही संकल्पना योग्य आहे, हे मला इथे कळलं.

१९७७ सालच्या वसंतात आम्ही बेलफास्टला परतलो. या सुटीची आई मनापासून वाट पाहत होती. मी त्या वेळी १३ वर्षांचा होतो. माझ्या मित्रांची छोटी भावंडं मला भेटून नाराज झाली. त्यांची अशी अपेक्षा होती की, आफ्रिकेत जाऊन

मी काळा झालो असेन. पण त्यांचा अपेक्षाभंग झाला. परत आल्यानंतर मित्र आणि नातेवाइकांच्या भेटीची एक फेरी पूर्ण झाली. मला आठवतं, एके संध्याकाळी जेवणाच्या टेबलवर मी चर्चा ऐकली. आई म्हणाली, ''नातेवाईक, मित्र आणि परिवारातले सदस्य किती बदललेत आणि वेगळे वागतायत.'' यावर माझ्या वडिलांचं उत्तर माझ्या कायम स्मरणात राहिलं. ते म्हणाले, ''अगं, लोक नाही, आपणच बदललोय आणि आपण आता पहिल्यासारखे परत कधीच होणार नाही.'' केवढं सत्य दडलं होतं त्या शब्दांमध्ये!

माझी आफ्रिकेबरोबरची दोस्ती वाढत होती. त्याचं उदाहरण म्हणजे, एक मजेशीर घटना आहे. आम्ही बेलफास्टला असताना बीबीसी टेलिव्हिजनवर लुसाकाबाबत एक कार्यक्रम लागला होता. त्यामध्ये लुसाकाचं जुनं चित्रीकरण दाखवलं होतं. याविषयी एक पत्र लिहून मी बीबीसीला माझी नाराजी कळवली. त्यात मी म्हटलं – तुम्ही दाखवलेल्या लुसाकापेक्षा आजचं लुसाका कितीतरी पटींनी अधिक सुंदर दिसतं. माझ्या वडिलांकडील कॅमेरामध्ये सध्याचं चित्रण उपलब्ध आहे आणि मला खातरी आहे, ते प्रसारित करण्याकरिता माझे वडील ते तुम्हाला नक्की देऊ शकतात.

माझ्या पालकांना या विषयाची काहीच कल्पना नव्हती. जेव्हा बीबीसीने मला टेलिव्हिजनवर ती चित्रफीत सादर करण्यासाठी बोलावणं धाडलं, तेव्हा ते सर्व जण आश्चर्याने धक्का बसलेल्या अवस्थेत होते. लंडनपर्यंतच्या विमान-भाड्याचा खर्च त्यांनी उचलला होता. २० जून, १९७७ रोजी कार्यक्रम प्रसारित झाला. त्याचं नाव होतं 'अ बॉय फ्रॉम लुसाका.' माझ्या वडिलांनी लुसाकात घेतलेल्या फिल्मसोबत टिपणी जोडत माझ्या स्वतःच्या शहराच्या बाजूने मी कैफियत मांडली. त्या कार्यक्रमामध्ये सादरीकरण करण्याचा मला अभिमान व सन्मान वाटला. माझ्या कार्यक्रमानंतर लगेच राणी एलिझाबेथचा नवरा – ड्यूक ऑफ एडिंबरा प्रिन्स फिलिप यांचा कार्यक्रम होता. त्यामध्ये आंतरराष्ट्रीय भूभौतिक वर्षाच्या गोष्टींचा ऊहापोह होता. यामध्ये शास्त्रीय संशोधनासाठी ६७ राष्ट्रांनी सहभाग घेतला होता. या कार्यक्रमाचा सेट मला दाखवला गेला. माझ्या मनात एक विचार आला. तो म्हणजे, मला अतिशय आदर्श अशी संगत मिळाली आहे.

इकडे लुसाकात माझ्या टीव्ही कार्यक्रमामुळे वर्तमानपत्रात मथळे झळकले. सिटी कौन्सिलमध्ये भाषणांच्या फैरी झडल्या. मागाहून शहराच्या महापौरांनी मला शहराच्या वेशी व तटांची प्रतिकृती उभारलेला मोमेन्टो म्हणजे स्मृतिचिन्ह आणि कौन्सिलरच्या सहीचं सन्मानपत्र प्रदान केलं. त्या सन्मानपत्रात लिहिलं होतं – 'लुसाका शहराबाबत आपल्या मनात असलेला अभिमान व या शहराविषयीची आपली नागरी जागरूकता यांची दखल घेतली जात आहे.'

आफ्रिकेवर माझं प्रेम बसलं होतं. ते इतकं होतं की, त्यानंतर तीन वर्षांनी जेव्हा माझे पालक पुन्हा सहा महिन्यांच्या सुटीवर बेलफास्टला परतले, तेव्हा मी लुसाकाच्या शाळेच्या वसतिगृहावर राहण्याचा निर्णय घेतला.

तेव्हा मी गिल्बर्ट रेनी स्कूलमध्ये राहिलो. ही शाळा त्या वेळी ब्रिटिश अधिपत्याखाली होती. माझ्या सेवेसाठी त्यांनी प्रथमवर्षाचा विद्यार्थी मला दिला होता. या सहकारी विद्यार्थ्याला 'फॅग' असं म्हणत असत. सुरुवातीला फॅगने माझ्यासाठी कपड्यांना इस्त्री करणं, माझ्यासाठी अंथरूण घालणं, माझी अन्य काही कामं करणं अशी कामं केली. मी रग्बी, क्रिकेट, टेनिस आणि फुटबॉल खेळत असे. आपण भूगोल नाहीतर इतिहासाचा शिक्षक व्हावं, असं मला त्या वेळी वाटत असे. सुट्ट्यांमध्ये अर्धवेळ काम करण्यासाठी मी एका किराणा भुसारच्या दुकानात जात असे. तसंच माझ्या एका मित्राच्या वडिलांचं कापडाचं दुकान होतं, तेथेही जात असे. या प्रकारच्या कामांमुळे मला व्यवसायामध्ये रुची निर्माण होऊ लागली. शाळेमध्ये मला पहिली जबाबदारी मिळाली. अंतर्गत स्पर्धा वाढण्यासाठी शाळेत चार गट पाडले होते. यांना 'हाउस' म्हणत. यापैकी एका हाउसचा नियंत्रक विद्यार्थी प्रतिनिधी म्हणून मी निवडला गेलो.

हाय स्कूलमधून मी सन्मानपूर्वक पदवीधर होऊन बाहेर पडलो. मला लुसाका शहराकडून शिष्यवृत्ती देण्यात आली. यामागे कदाचित शहराची बीबीसीवर मी केलेली पाठराखणही असू शकते. या शिष्यवृत्तीअंतर्गत मी केप टाउनच्या विश्वविद्यालयात प्रवेश घेऊ शकणार होतो. माझ्या आयुष्याने आता इथं एकदम निराळं वळण घेतलं होतं. मला 'कोंबड्याबकरी चोर' अशी उपाधी मिळाली असती; कोका-कोलाचा सीईओ म्हणून नव्हे. प्रकार झाला तो असा –

आमच्या या नव्या कॉलेजात एक प्रथा होती. नवागत पुरुष विद्यार्थ्याने पहिल्या दिवशी एखाद्या जिवंत प्राण्यासह आपल्या अंतर्वस्त्रामध्ये समोर यावं लागायचं. हे सगळं महिलांच्या वसतिगृहाच्या समोर करावं लागायचं. वसतिगृहाच्या खिडक्यांमध्ये मौजमस्तीसाठी उत्सुक स्त्रिया, गर्दीने जमा झालेल्या असायच्या. या प्रकारात सर्व प्रकारचे प्राणी आणले जात असत; कुत्री, गायी, घोडे वगैरे. हा प्रकार तसा मूर्खपणाचा होता, पण प्रघात पडला होता आणि त्याला वर्षानुवर्ष एक आदराचं स्थानही होतं. मला आणि माझ्या मित्रांना आमच्या आवाराजवळच्या गायरानात काही मेंढ्या दिसल्या होत्या. एके रात्री मग आम्ही प्राणी शोधायला जुन्या पॉंटिऑक गाडीतून गेलो. शेतकऱ्याने या मेंढ्या कोंडवाड्यात कुलूप लावून ठेवल्या होत्या. आम्ही वेडेपणाने ते कुलूप तोडलं. चार मेंढ्या त्या जुन्या गाडीत कोंबल्या. त्या गाडीची मागची सीट आम्ही अगोदरच काढून ठेवली होती. गाडीच्या हेडलाइटच्या प्रकाशात रस्ता ओलांडण्यासाठी थांबलेल्या एका बाईने गाडीमध्ये आम्हा चौघांना व

मेंढ्यांना पाहिलं. मेंढ्या तेव्हा त्यांच्यावर होणाऱ्या अन्यायाबाबत मोठ्याने ओरडून निषेध नोंदवत होत्या. हा अनपेक्षित प्रकार पाहून ती बाई अवाक झाली. तेवढ्यात चौकातला नियंत्रक दिवा हिरवा झाला आणि आम्ही गाडी वळवून निघून गेलो.

दुसऱ्या दिवशी सकाळी आम्ही मेंढ्या परत करायला गेलो. त्यांना कोणत्याही तऱ्हेची इजा झाली नव्हती. त्यामुळे काहीच नुकसान झालं नाही, असं आम्हाला वाटलं. पण इतर काही मुलांना प्राणिसंग्रहालयात घुसताना पकडलं गेलं होतं. पोलिसांनी त्यांना दटावणी करत विचारलं की, मेंढ्या ज्या कोणी चोरल्या त्यांची नावं सांगा नाहीतर त्यांना जबरदस्त शिक्षा होईल. मग आम्ही मोठ्या सभ्यपणे आमचा गुन्हा मान्य करून टाकला. आम्हाला कल्पना नव्हती की, आमच्या विरोधात आरोपपत्र दाखल होईल. पण आमच्यावर प्राणी चोरल्याचं आरोपपत्र दाखल झालं आणि एक क्लिष्ट प्रक्रिया चालू झाली. पण शेवटी न्यायाधीश महोदयांनी आम्हाला निर्दोष सोडलं. शोधाअंती असं समजलं की, प्रथम वर्गाचे विद्यार्थी असताना न्यायाधीश महोदय या प्रथेला सामोरे गेले होते. म्हणून की काय, आमची परिस्थिती त्यांना समजत होती. आमच्यासाठी शिक्षा एकच होती, ती म्हणजे विश्वविद्यालयाच्या उपकुलगुरूंचं आमच्या पालकांना गेलेलं पत्र. एक कारकिर्द गाजवणारे पोलीस अधिकारी असलेले माझे वडील त्या पत्रामुळे फार आनंदी झाले नाहीत. पण माझ्यावर झाडलेली एक गोळी चुकवण्यात मी खरोखर यशस्वी ठरलो इतकंच! हे न्यायाधीश महोदय दक्षिण आफ्रिकेच्या कायदेमंडळ परिवारात 'डोयेन' या पदापर्यंत पोहोचले. अगदी नुकताच त्या न्यायाधीश महोदयांसोबत मी सायंभोजनसाठी एके संध्याकाळी गप्पा मारत बसलो होतो. त्यांचं वय ऐंशीच्या पुढचं असूनही, तो प्रसंग त्यांच्या अजूनही लक्षात आहे. त्यांना तो प्रसंग अजूनही खूप मजेशीर वाटत होता.

केप टाउन विश्वविद्यालयाच्या आवारामध्येच मी तीन वर्ष राहत होतो. त्या काळी केप टाउनच्या या भागामध्ये 'पेप्सी'ची चलती होती. त्यामुळे मी पेप्सीच पीत असे. संपूर्ण युनिव्हर्सिटीत पेप्सीचाच जास्त खप होता. लुसाकामध्ये मी कोक आवडणारा ग्राहक असलो, तरी इथे मात्र मी सक्तीने पेप्सी ग्राहक बनलो होतो. युनिव्हर्सिटीच्या बाहेर गेल्यावर मात्र मी आग्रहाने कोकच पीत असे. आजमितीला मात्र केप टाउनमध्ये उपलब्धतेच्या दृष्टीने पाहता कोक मोठ्या प्रमाणात उपलब्ध आहे. ही सर्व कृपा फोर्स फॅमिलीने घेतलेल्या फ्रँचायझीची. एकेकाळी सर्वांत कमी मागणी असलेली ही फ्रँचायझी आजमितीला दक्षिण आफ्रिकेतील सर्वांत सशक्त व उत्तमरीत्या संचालित फ्रँचायझी आहे.

कॉलेजमध्ये मी रग्बी टीममध्ये खेळायचो. माझी उंची सहा फूट पाच इंचापर्यंत होती. रग्बी हा माझा अतिशय आवडता खेळ. याच्या माध्यमातूनच मला जीवनातील

व संघकार्यातील महत्त्वाचे धडे मिळाले. दर हिवाळ्यात संपूर्ण दक्षिण आफ्रिकाभर आमचे दौरे असत. या माध्यमातून खूप ओळखी व घट्ट नाती निर्माण झाली. आता जेव्हा जेव्हा मी केप टाउनला येतो तेव्हा तेव्हा मी माझ्या टीमच्या सदस्यांना जसा वेळ होईल तसा भेटत असतो.

या काळात समाजशास्त्राकडे माझं लक्ष खेचलं गेलं होतं. आपण समाजसेवक व्हावं, ही गोष्ट मनात पक्की झाली होती. समाजसेवक होण्यासाठी विद्यार्थ्याला प्रत्यक्ष अनुभव असण्याची अपेक्षा असे. उदाहरणार्थ – मी मग माझं नाव नोंदवल्यावर माझ्यावर केप टाउनच्या उपनगरातील जळिताच्या रुग्णांना जाऊन भेटणं व विचारपूस करण्याचं काम माझ्यावर सोपवण्यात आलं. या रुग्णांना रेड क्रॉस सोसायटीच्या बालक विभागात पूर्वी दाखल करण्यात आलेलं असे. या शँटी टाउन उपनगरात शुक्रवार म्हणजे पेताडांचा दिवस. दिवस म्हणण्यापेक्षा रात्री पिऊन ते घरामध्ये येत आणि भांडणं काढत. मारामाऱ्या करत. त्यात ते स्टोव्ह किंवा दिव्यांना पाडत, लाथा मारत आणि मग एखादं मूल त्यामध्ये भाजत असे. तिथं जाऊन मला केस स्टडी करावी लागे. त्यामध्ये वडील छळवादी आहेत किंवा कसं, मुलं आपल्या पालकांसोबत सुखी जगू शकतील का, याचा शोध घ्यायचा असे. सहा महिने हा काळजीपूर्वक करावा लागणारा आणि कित्येकदा उद्विग्न करणारा अभ्यास मी केला.

वर्णविद्वेषाच्या विरोधात मी विद्यार्थी प्रतिनिधी दलावर निवडून गेलो होतो. यानंतर १९६४ साली कॉलेजच्या दैनिकाचा मी संपादक झालो. केप टाउन विश्वविद्यालयातील अल्पसंख्य श्वेतवर्णेतर विद्यार्थ्यांना काढून टाकण्याच्या सरकारी हालचालींना मी विरोध केला. त्या वेळी कॉलेजमध्ये ९५ टक्क्यांपेक्षा अधिक विद्यार्थी हे श्वेतवर्णीयच होते. तरीही सरकारी अधिकाऱ्यांना शंभर टक्के श्वेतवर्णीयच हवे होते. (अखेर त्यांचं हे स्वप्न दिवास्वप्नच ठरलं, त्यांना यश मिळालं नाही. आज त्या कॉलेजात विविध वंशाचे लोक एकत्र शिकतात. जगातील सर्वोत्कृष्ट कॉलेजांपैकी त्याचा नंबर १०५वा लागतो आणि संपूर्ण आफ्रिका खंडात त्याचा नंबर पहिला लागतो.)

"वर्णभेदाला विरोध करणाऱ्या श्वेतवर्णीयांचा बहुसंख्य वर्ग त्या वेळी केप टाउन युनिव्हर्सिटीत होता.'' माझा वर्गमित्र आणि रग्बी टीममधला सहकारी ह्यूग कोपेन, आठवण सांगताना म्हणाला. ''त्या वेळी दक्षिण आफ्रिकेत शिक्षणव्यवस्था खूप मुक्तही होती.'' त्यानं पुस्ती जोडली.

त्यानं पुढची आठवण सांगितली ती प्रोफेसर जॅक सिमॉन्सची. त्यांच्या तासाला वर्गात दक्षिण आफ्रिका सरकारचे सुरक्षा-रक्षक येऊन बसत आणि प्रोफेसरांच्या वर्णविद्वेष विरोधी तोंड उघडण्याची वाट पाहत. प्रोफेसर महोदय असं काही बोलले की, त्यांची उचलबांगडी जेलमध्ये होत असे. प्रोफेसर त्यांना निराश करत नसत.

ते वर्णविद्वेष विरोधात काही ना काही नक्कीच बोलत असत आणि मग विद्यार्थी रस्त्यावर उतरून जेलला जाणाऱ्या रस्त्यांवर बंदी घालत, रास्ता रोको करत. त्या सरांचा मुलगा म्हणजे ह्युग कोपेन. सर म्हणजे मुळातील श्वेतवर्णीय शेतकरी. तेव्हाच्या ऱ्होडेशियात, म्हणजे आजच्या झिंबाब्वेमध्ये ते राहत असत. कोपेन आता सॅन फ्रॅन्सिस्कोमध्ये आहे. माझे वर्णविद्वेषविरोधी विचार, हे माझ्या रग्बी खेळाडू म्हणून प्रतिमेच्या अगदी विरोधात होते. आफ्रिकेत स्थायिक गोऱ्या डच आफ्रिकॅनर्सचा रग्बी हा राष्ट्रीय खेळ होता. एके दिवशी मेन स्टेडियमच्या बारमध्ये, खेळानंतर एक पोलीस अधिकारी मला येऊन भेटला आणि म्हणाला, "तुझी नेमकी काय अडचण आहे? आम्हाला वाटत होतं की, तू आमच्यापैकी एक आहेस?" त्याला हे समजणं अवघड होतं की, एक रग्बी खेळाडू, तोही क्लबचा सदस्य हा वर्णभेदाचा विरोध कसा करू शकतो. त्यांं मला मग दम दिला. "बघ, लक्षात ठेव, आमची तुझ्यावर नजर आहे. काळजी घे." त्या वर्षी थोड्या दिवसांनंतर माझ्या घरावर सुरक्षा पोलिसांची धाड पडली. यामध्ये आक्षेपार्ह काहीच सापडलं नाही हा भाग अलाहिदा. माओच्या लाल पुस्तकाची एक प्रत माझ्या जुन्या पुस्तकांच्या कपाटामागे पडल्यामुळे त्यांना काहीच मिळालं नाही.

वर्णद्वेषाच्या संदर्भात एक घटना मला मोठी पेचात टाकणारी ठरली. त्यामध्ये नैतिक प्रश्न मोठा होता. दक्षिण आफ्रिकेच्या सरकारने एक नियम असा काढला की, विश्वविद्यालयाच्या परिसरात नृत्य हे वांशिक आधारावर वेगवेगळं असावं. याला विद्यार्थी प्रतिनिधी दलाचा खासा विरोध होता. म्हणून मग त्यांनी असा ठराव पास केला की, सर्ववंशीय विद्यार्थ्यांना जोपर्यंत नाचाची संधी मुक्तपणाने मिळत नाही, तोपर्यंत सर्वच नृत्यांवर बहिष्कार टाकावा. यामध्ये अडचण अशी होती की, या विद्यार्थी संस्थेला, जिचं नाव 'शॉको' होतं, तिला निधी उभा करण्याच्या कामात मदत करणारे बरेचसे विद्यार्थी या नर्तकांमध्ये होते. यातून उभ्या राहणाऱ्या निधीचा उपयोग विंडरमियर या गावातील गरिबांसाठीचं आरोग्य केंद्र चालवणं, कमी किमतीत अन्न उपलब्ध करून देणं, या व अशा अन्य समाजोपयोगी उपक्रमात होत असे. विंडरमियर हे एक उपनगर होतं. माझ्या सामाजिक सेवेच्या अनुभवामुळे या आणि अशा उपक्रमांची निकड मला चांगलीच माहिती होती. आमच्या विद्यार्थी परिषदेच्या निर्णयाचा चटका त्या गरिबांना बसणार होता, ज्यांना आम्हीच मदत करत होतो. आमच्या जीवनशैलीवर मात्र त्याचा काडीमात्र परिणाम होणार नव्हता. आमचा विरोध व्यक्त करण्यासाठी आम्ही दुसरा कोणतातरी मार्ग अवलंबायला हवा असं माझं म्हणणं होतं. यामुळे विद्यार्थी परिषदेच्या निर्णयाला विरोध करणाऱ्या अल्पसंख्याकांमध्ये मी होते. वर्णविद्वेषविरोधी गटातील तर मी एकटाच होतो. सहकाऱ्यांच्या दबावाला तोंड देत मी विरोधात उभा राहिलो. ज्यांना आपण मदत

करतोय त्यांना अधिक हलाखीत ढकलणं मला मान्य नव्हतं. आजच्या घडीलाही माझ्या मनात त्या निर्णयाविषयी द्वंद्व आहे; की माझा तो निर्णय चूक होता की बरोबर? मी कॉलेजात शिकत होतो तेव्हाच झांबियाने अधिकृतपणे स्वातंत्र्य प्राप्त करून घेतलं. ग्रेट ब्रिटनपासून ते हिरावून घेतलं. केप टाउन विश्वविद्यालयात मी एक पार्टी आयोजित केली, ज्यामध्ये झांबियन विद्यार्थ्यांचा भरणा होता. २४ ऑक्टोबर, १९६४ रोजी, मध्यरात्री एका स्थानिक हॉटेलच्या नृत्यागारात ब्रिटिश राजदूताच्या उपस्थितीत आम्ही ब्रिटिश झेंडा उतरवला आणि पहिल्यांदा झांबियाचा झेंडा फडकवला. या ध्वजारोहणानंतर आम्ही झांबियाचं राष्ट्रगीत गायलं. 'मुक्त मनाने अभिमानाने, राहू उभे नि गाऊ झांबियाची कीर्ती' असे त्याचे शब्द होते. तिथं असलेल्या गरीब विद्यार्थ्यांना मोफत वाटलेल्या बिअरचा, त्यांच्या लेखी इतिहासात नक्कीच समावेश झाला असेल असा मला विश्वास वाटतो.

एक समाजसेवक म्हणून मी शिक्षण घेत होतो, पण त्याच वेळी व्यावसायिक कारकिर्दीचं गारूड मला खेचत होतं. जोहान्सबर्ग आणि केप टाउनमधले माझे बरेचसे विद्यार्थी मित्र हे श्रीमंत कुटुंबातले होते. त्यांच्या वडिलांच्या मालकीचे उद्योग होते. त्यांची घरं मला राजवाडे वाटत. कॉलेजात येताना ते नव्या मोटारी उडवत येत असत. माझ्याजवळ मोटार नव्हती. मी आता वेगळ्या गटाच्या लोकांसोबत उठू-बसू लागलो. यामुळे माझ्या मनात एक न्यूनगंड निर्माण झाला. कित्येकदा या आर्थिक दरीमुळे मन बंड करून उठे. पण त्यामुळे मनात दुर्दम्य इच्छा मात्र उत्पन्न झाली.

मी एक पोलीस अधिकाऱ्याचा मुलगा होतो. पण माझ्या मनात एक स्वप्न होतं – आपणही आपल्या वर्गमित्रांच्या कुटुंबाच्या आर्थिक स्तरापर्यंत एक ना एक दिवस पोहोचायचं.

मौजमजेसाठी अधिक पैसे मिळावेत म्हणून दर शनिवारी सकाळी मी स्थानिक कापड दुकानात कामाला जात असे. मला या ठिकाणी नोकरी मिळण्याचा आणि माझ्या कापडातील ज्ञानाचा काडीमात्र संबंध नव्हता. मी एक रग्बी खेळातला उगवता तारा म्हणून ओळखला जात होतो. केप टाउन विश्वविद्यालयात रग्बीचे अनेक संघ होते. त्यांच्या अलग अलग श्रेणी होत्या. मी त्यातल्या द्वितीय श्रेणीपर्यंत पोहोचलो होतो. पण मी प्रथम श्रेणीत जाणं कठीण होतं. कारण मी ज्या पोझिशनवर खेळत होतो, त्या पोझिशनवर त्या वर्षी खेळणारे दोघं जण प्रथम श्रेणीच्या टीममध्ये समाविष्ट होतेच. माझा पुढचा मार्ग बंद झाला होता. माझ्या निम्नस्तरीय वर्षात या प्रथम श्रेणीमध्ये एक जागा मला देऊ करण्यात आली. पण त्यासाठी मला आमच्या विश्वविद्यालयाची लीग सोडावी लागणार होती. ती टीम काही एवढी खास नव्हती, पण त्यांचा समावेश पहिल्या श्रेणीमध्ये होता. माझ्या वडिलांनी मात्र या दुय्यम

संघात, प्रथम श्रेणीत जागा असली तरी, न जाण्याचा सल्ला दिला. ते म्हणाले, ''माझा सल्ला विचारशील, तर एखाद्या थातुरमातुर संघामध्ये प्रथम श्रेणीचा खेळाडू म्हणून दाखल होण्याला माझा विरोध आहे. त्यापेक्षा सर्वोत्तम होण्यासाठीचे प्रयत्न सातत्यानं करत राहायचं; हा माझा खाक्या तुला माहीत आहे.'' मला आयुष्यभरासाठी घालून दिलेला तो एक धडा होता. याच शिकवणीमुळे वर्षानुवर्ष कोका-कोलाच्या पात्रतेच्या नसलेल्या कंपन्यांकडून येणाऱ्या कित्येक प्रस्तावांचा विचारही मी केला नाही. माझ्या जीवनावर खातरीनं माझ्या वडिलांचाच प्रभाव जास्त आहे.

मी त्यांचा सल्ला मानला आणि विश्वविद्यालयाच्या संघासोबतच राहिलो. एका आठवड्यात आमचा संघ एक नंबरचा झाला. १९६५ साली निरनिराळ्या विश्वविद्यालयांच्या संघातील उत्तम खेळाडू निवडून दक्षिण आफ्रिकेचा संघ अर्जेंटिनाच्या विरोधात खेळण्यासाठी बनविण्यात आला. त्यात माझी निवड झाली. हा प्रसंग म्हणजे माझा पहिला फर्स्ट क्लास रग्बी खेळाचा अविस्मरणीय अनुभव होता.

त्या वर्षी कॉलेजमधून स्नातक होताच जोहान्सबर्गच्या एडगर स्टोअर्समध्ये माझी मॅनेजर म्हणून नेमणूक झाली. तिथं मी किरकोळ व्यापारी म्हणून सहा महिने दुकान चालवलं. त्यानंतर झांबियातल्या एका कोका-कोला बॉटलर कंपनीकडून एक प्रस्ताव आला. मॉरिस गर्श हे त्या कंपनीचे मालक होते. ते एक लिथुआनियातले ज्यू होते आणि तिथल्या नरसंहारातून सुटका करून घेण्यासाठी प्राणभयाने आफ्रिकेत येऊन स्थायिक झाले होते. येताना ते अक्षरश: पायी आले होते. झांबियातील नंबर दोनचं मोठं शहर म्हणजे 'किटवे'. इथपर्यंतचा त्यांचा हा प्रवास कठीण होता. अगदी कफल्लक अवस्थेतून त्यांनी व्यवसाय चालू केला आणि एक व्यावसायिक साम्राज्य उभं केलं. एकेकाळी गर्श हे किटवे शहराचे महापौर झाले. ही वस्तुस्थिती मी कायम लक्षात ठेवली. एखाद्या कंपनीचा तिथल्या समाजाशी असलेला दृढ नातेसंबंध व्यक्त करताना, चर्चेमध्ये मी हे उदाहरण नेहमी देत असतो.

गर्शला एक रायना नावाची मुलगी होती. माझं चित्त तिच्याकडे आकृष्ट झालं होतं. माझ्या आयुष्यातील सुरुवातीच्या कॉलेजमधल्या व प्रेमाच्या अनुभवांपैकी ते एक होतं. पण आमच्या या प्रेमाला, तिच्या भावाच्या ख्रिश्चन मुलीशी झालेल्या विवाहानंतर ओहोटी लागली. त्या दोन कुटुंबांमध्ये बेबनाव व संघर्ष सुरू झाला. त्यानंतर तिने एका ज्यू धर्मीय डॉक्टरशी विवाह केला. रायनाचा भाऊ बर्नार्ड हा जगातील विख्यात हृदयरोगतज्ज्ञांपैकी एक आहे. मायो क्लिनिकमध्ये तो काम करतो आणि आजही माझा चांगला मित्र आहे. गर्श यांच्याकडे काम करण्याचा प्रस्ताव पूर्वी मी नाकारला होता, कारण त्या वेळी रायनाशी माझा थोडाफार प्रणय चालू होता. पण आता तसा काही अडसर नव्हता. मार्ग मोकळा झाला होता.

झांबियाला स्वातंत्र्य मिळाल्यानंतर दोन वर्षांनी मी परत आलो होतो. आता

झांबिया ब्रिटनच्या जोखडातून संपूर्णपणे मुक्त होता. झांबियाचे पहिले अध्यक्ष केनेथ कौंडा एक समाजवादी आणि मानवतावादी व्यक्तिमत्त्व होतं. अहिंसात्मक स्वातंत्र्य चळवळीचे ते नेते होते. त्यामुळे गोऱ्या लोकांना व्यक्तिगतरीत्या त्यांनी कधीच लक्ष्य बनवलं नव्हतं. अर्थात कधी रेल्वे लाइन उडवणं, पॉवर स्टेशन उद्ध्वस्त करून उर्जा पुरवठा रोखणं असले उपद्व्याप केले होते.

वंशाच्या व वर्णाच्या बाबतीत टोकाची भूमिका घेतली जाऊ नये, याची कौंडा यांनी कसोशीने काळजी बाळगली. मानव कल्याणासाठी सर्वतोपरी झटणारं असं हे नेतृत्व होतं. १९५९ साली लुसाकाच्या स्वातंत्र्यापूर्वी जेव्हा त्यांची तुरुंगातून सुटका झाली होती, तेव्हा आमच्या भूगोलाच्या शिक्षकांनी त्यांना आमंत्रित केलं होतं. मी तेव्हा फक्त सोळा वर्षांचा होतो. मला अपेक्षित होतं पेटून उठलेलं व्यक्तिमत्त्व. पण माझ्या अपेक्षेपेक्षा वेगळे, म्हणजे हे व्यक्तिमत्त्व शांत व समतोल होतं. मला आठवतं, मी त्यांना विचारलं होतं, "तुम्हाला आमचा संताप कसा येत नाही? आम्हीच तुम्हाला तुरुंगात पाठवलं.'' त्यांनी दिलेल्या उत्तरातले सगळे शब्द जरी आता आठवत नसले तरी त्याचा गोशवारा असा होता की, गोरे लोक चूक करतायत खरे, पण कृष्णवर्णीयांचा पक्ष सत्याचा व बरोबर होता. यामुळे चिडण्याचं त्यांना कोणतंच कारण नव्हतं. शिवाय त्यांचा असा विश्वास होता की, गोऱ्या लोकांवर रागावण्याने त्यांच्या तत्त्वांपासून ते दूर गेले असते. माझे वडील कौंडा यांना व्यक्तिश: ओळखत होते. त्यामुळे त्यांची आयरिश सोसायटीच्या मानद प्रमुखपदी नेमणूक करण्यात आली. संस्थाप्रमुख म्हणून वडील सेंट पॅट्रिक यांच्या स्मृतिप्रीत्यर्थ दरवर्षी 'सेंट पॅट्रिक नाइट बॉल' म्हणजे नृत्याची संध्याकाळ आयोजित करत असत. कौंडा हे दरवर्षी या कार्यक्रमात आवर्जून उपस्थिती लावत असत.

कौंडा यांच्या चळवळींबाबत वडिलांचा दृष्टिकोन सहानुभूतिपूर्ण होता. स्वातंत्र्यपूर्व काळ मात्र खूपच बेभरवशाचा होता. सुरक्षिततेच्या कारणांसाठी गोऱ्या वस्तीवर रात्रीच्या गस्ती नेमल्या जात असत. सर्व काही सुरक्षित आहे, याची खातरी बाळगण्यासाठी वडील कित्येकदा रात्रपाळीवर असत.

१९६४मध्ये स्वातंत्र्य मिळाल्यावर कौंडा यांनी झांबियातील कित्येक उद्योगांचं राष्ट्रीयीकरण केलं. यामध्ये तांब्याच्या खाणींसारखा भरपूर फायदा देणारा उद्योग होता. माझ्या सुदैवाने यामध्ये 'सॉफ्ट ड्रिंक' व्यवसायाचा समावेश नव्हता. आफ्रिकेच्या समाजवादाच्या फसलेल्या व विध्वंसक कालखंडाची ती सुरुवात होती. यामध्ये जाणकार व सद्‌उद्देशी आदर्शवादी नेत्यांनी सुरुवात चांगल्या कारणासाठी केली खरी, पण नंतरच्या अप्पलपोट्या लोकांनी या व्यवस्थेचा उपयोग पिळवणुकीसाठी व आपल्या तुंबड्या भरण्यासाठी केला.

कौंडांच्या राजवटीत किरकोळ उद्योग हे झांबियन नागरिकांसाठी राखीव ठेवण्यात

आले. घाऊक व्यापार हा दहा वर्षांपिक्षा जास्त वर्ष झांबियात राहिलेल्या गोऱ्या लोकांसाठी राखीव ठेवला गेला. त्या वेळची ही व्यवस्था आजही अस्तित्वात आहे.

प्रशिक्षणार्थी मॅनेजर ट्रेनी म्हणून माझी नेमणूक दोन ट्रक असलेल्या डेपोवर झाली. हे ठिकाण तांब्याच्या खाणींसाठी प्रसिद्ध असलेल्या 'मुफलिरा' या शहरात होतं. इथे कोक; सुपरमार्केट, बार व उपाहारगृहांना पुरवलं जात असे. वर्षाला एक हजार डॉलर असा माझा पगार होता. दोनपैकी एक ट्रक नेहमी पडून असल्याचं मी पाहिलं, कारण आमच्याकडे एकच माणूस विक्रेता म्हणून नोकरीला होता. अजून एखादा माणूस विक्रेता म्हणून नेमण्याची मी कंपनीच्या वरिष्ठांना विनंती केली, पण त्यांनी या गोष्टीला नकार दिला. मग मी माझ्यासाठी व्यावसायिक ट्रक चालकाचा परवाना काढायला सांगितलं. थोड्याच कालावधीत दहा टनचा ट्रक चालवण्याचा परवाना मला मिळाला. मग मी कोकचे बरेच नवे ग्राहक मिळवले आणि मग त्यांच्याकडे केसेस व कंटेनर टाकायला सुरुवात केली. एका वर्षात मी विक्री दुप्पट केली. या माझ्या अंगमेहनतीचा उपयोग मला स्वत:ला शारीरिकदृष्ट्या रग्बी खेळासाठी फिट ठेवण्यामध्ये झाला. थोड्याच अवधीत मी झांबियाच्या राष्ट्रीय संघात खेळू लागलो.

त्या काळी झांबियामध्ये इंधन रेशनवर मिळत असे. कारण ब्रिटननं ऱ्होडेशियावर आर्थिक निर्बंध लादले होते. ऱ्होडेशियाने ब्रिटनपासून संपूर्ण स्वातंत्र्य १९६५मध्ये जाहीर केलं होतं. ब्रिटिशांना ऱ्होडेशियावर गौरवर्णीयांची सत्ता हवी होती. तर या निर्बंधांवर प्रतिक्रिया म्हणून ऱ्होडेशियाने त्यांच्या मोझांबिकमधल्या बंदराकडे जाणाऱ्या तेलाच्या पुरवठ्यास बंद केलं होतं. हेच तेल पुढे झांबियाला मिळत असे. झांबिया हा ब्रिटिशांच्या बाजूने असल्याने ही कारवाई केली होती. वर्णभेदविरोधी काम करणाऱ्या 'आफ्रिकन नॅशनल काँग्रेसचं'ही मुख्यालय झांबियातच होतं.

पुरेसं इंधन मिळण्यासाठी आणि आमचे दोन ट्रक चालवण्यासाठी मी काँगोच्या सीमा ओलांडून कच्च्या रस्त्यानं, अगदी अंधाऱ्या मागनि रोख रक्कम घेऊन जात असे. माझ्याजवळ चव्वेचाळीस गॅलनची मोठी पिंपं असत. तांत्रिकदृष्ट्या हा उपद्व्याप बेकायदेशीर होता; पण कोक कंपनीचा धंदा व्यवस्थित चालू राहावा यासाठी मला ते करणं भाग होतं.

माझ्या या मेहनतीचा मला चांगलाच फायदा झाला. मला लवकरच आठ ट्रक असलेल्या डेपोचा प्रमुख म्हणून नेमण्यात आलं. हा डेपोसुद्धा किटवे इथेच होता. या पदोन्नतीशिवाय मला शंभर डॉलरचा रोख बोनसही मिळाला. ही रक्कम जवळजवळ माझ्या एक महिन्याच्या पगाराएवढी होती.

झांबियामध्ये कोकची बाजारपेठ वाढवण्यासाठी कष्टप्रद व अवघड अशा कच्च्या रस्त्यावरून जा-ये करावी लागत असे. या कच्च्या रस्त्याला लोक 'हेल रन'

किंवा 'नरकातील दौड' असं म्हणत असत. हा रस्ता टांझनियातील 'दार-एस-सलाम' या बंदराला व झांबियाला जोडत असे. ऱ्होडेशियाच्या सीमा पूर्णपणे बंद झाल्यामुळे हा 'हेल रन' रस्ताच ट्रक वाहतुकीचा प्रमुख मार्ग बनला. या रस्त्यावर छोटी किराणा भुसार दुकानं आणि उपाहारगृह, ढाबे ट्रकवाल्यांसाठी उघडले जाऊ लागले. या दुकानांमध्ये कोकची उत्पादनं विकली जाऊ लागली. सॅन्डी मविला या झांबियन सहकाऱ्यासोबत माझ्यावर या भागाचं सर्वेक्षण करण्याची जबाबदारी देण्यात आली. यामध्ये आमच्या कंपनीचं स्वतःचं वितरण केंद्र असावं किंवा कसं, याचा अभ्यास करायचा होता. मग या कामासाठी एका सकाळी आमच्या डॅटसन गाडीच्या मागे वाळू भरलेली साखरेची पोती टाकली आणि निघालो. खड्ड्याखुड्ड्यांच्या रस्त्यात गाडी फार न उडता वजनाचा समतोल राहावा, यासाठीची ही व्यवस्था होती. आमची ट्रिप टांझनियाच्या सीमेपर्यंत होती, अंतर साधारण तीनशे मैल.

१९६६ साली 'टाइम' या मासिकाने 'हेल रन'चा 'जगातील सर्वांत खराब आंतरराष्ट्रीय राजमार्ग' असं वर्णन केलं. त्यामध्ये भोवळ आणणाऱ्या केसांच्या आकड्यासारखी वळणं असणाऱ्या रस्त्यांची चित्रं होती. यामध्ये फसवणारा चिखल आणि वाळवंटांचाही समावेश होता. माझी बायको मला नेहमी दूषणं देते की, चांगल्या पक्क्या रस्त्यावरून मी गाडी जेव्हा चालवतो, त्या वेळी असणारा माझा जो वेग असतो, त्यापेक्षा कितीतरी जास्त वेग खड्ड्याखुड्ड्यांच्या रस्त्यावरून गाडी चालवताना असतो आणि यामध्ये तथ्यही आहे. खड्ड्यांच्या रस्त्यावरून गाडी वेगात चालवताना गाडी शब्दशः उडते आणि कित्येक खड्ड्यांवरून तरंगतच आपण जातो. हेल रन रस्ता इतका खराब होता की, गाडी वेगात चालवणं अधिकाधिक धोकादायक होतं. जोपर्यंत ऱ्होडेशियाची सीमा बंद करण्यात आली नव्हती तोपर्यंत या रस्त्याचा वापर चुकूनच कोणी करत असे. पण एका रात्रीत हे चित्र बदललं. 'हेल रन' रस्ता वाहतुकीच्या ट्रकांनी भरून जायला लागला. या सततच्या वर्दळीमुळे इतका खकाणा उडायचा की, ट्रक ड्रायव्हर धुळीमुळे न दिसल्याने चक्क आंधळ्यासारखा ट्रक चालवायला लागायचा. हे सगळं, वातावरण नशिबानं कोरडं असताना. पण एकदा पाऊस सुरू झाला की, होणाऱ्या चिखलामध्ये ट्रक रुतल्याशिवाय राहायचा नाही. मग तो ओढून काढण्यासाठी काय करावं लागेल ते एक देवच जाणे.

गाडी चालवण्याचं काम सॅन्डीनं जवळपास माझ्याकडेच सोपवलं होतं. मी ज्या वेगानं गाडी चालवत होतो त्याच वेगात, त्याच रस्त्यावरून, त्याच मोटारीत मी जर ड्रायव्हर न होता प्रवासी म्हणून बसलो असतो तर मी भयाने अर्धमेला झालो असतो. त्याचं कसं आहे, तरुण वयात माणूस जोषमध्ये होष हरवून अंध होतो आणि मग तो कोणतेही धोके पत्करतो. मीही त्यातलाच एक होतो. सुदैवाने अशा कोणत्याही धोक्याचा मला किंवा माझ्यापासून कोणाला त्रास झाला नाही आणि कोणतेही

गैरप्रसंग गुदरले नाहीत.

टांझानियाच्या सीमेपासून साधारण १२७ मैल अंतरावर असताना 'मपिका' गावाजवळ आम्ही थांबलो. रात्रीचा मुक्काम केला. आलो तेव्हा आम्ही उन्हाने तापलेलो, थकलेलो आणि घामेजलेला होतो. तिथं असलेल्या एका 'क्रेस्टेड क्रेन हॉटेल'मध्ये आम्ही आलो. आम्हाला कळलं की, तिथं एकच खोली उपलब्ध आहे. खरंतर येताना आम्ही दोन खोल्यांचं आरक्षण केलं होतं. पण एवढंच नव्हे, तर त्या खोलीत फक्त एकच बेड होतं. तोही बिछाना – 'क्वीन साइज बेड' म्हणता येण्याजोगा छोटा होता. बरं छोटा तर छोटा, होता तोही बराच वापरलेला, त्याला मध्येच खोलगटपणा आलेला होता. इतका की, तो वाटीसारखा खोल झाला होता. आता अशा बेडवर थोराड शरीराचे सॅन्डी आणि मी! म्हणून मग आम्ही विचारलं की, गादी आहे का? कारण भले घाणेरडी जमीन असली तरी गादी टाकून झोपता आलं असतं. पण दुर्दैवाने त्यांच्याकडे एकही गादी नव्हती. नाइलाजाने ही रात्र कशीतरी जवळजवळ झोपून काढावी असं ठरलं. थकवा हा प्रकार इतका आश्चर्यकारक असतो की, अंग टाकल्यावर आम्हाला लागलेली झोप दुसऱ्या दिवसाच्या सकाळपर्यंत अजिबात मोडली नाही.

झोपण्याच्या व्यवस्थेपेक्षा खानपानाची व्यवस्था वेगळी नव्हती. रात्री झोपण्यापूर्वी आम्ही जेव्हा जेवणासाठी गेलो, तेव्हा तिथं आम्हाला जो चवदार वाटला तो पदार्थ आणि झांबियन बिअर मागवली. तो पदार्थ अपुरा वाटला म्हणून आम्ही 'स्टीक आणि चिप्स' (ज्याला 'फ्रेंच फ्राइज' म्हणतात) मागवले. मिळालेल्या स्टीकचा रंग करडा होता आणि त्या प्लेटवर पसरून सांडलेल्या अवस्थेत आल्या. स्टीक तोडणं, कापणं हा आमच्यासाठी पराक्रमाचा भाग असावा इतके कडक होते. सुरी बिनधारेची, बोथट होती म्हणून नव्हे, तर स्टीकसाठी वापरलेलं मांस हे कमावलेल्या कातड्यासारखं टणक होतं! अथक प्रयत्नानंतर कसातरी एक कोपरा कापण्यात आमच्यापैकी प्रत्येक जण यशस्वी झाला, पण तोडून तोंडात टाकलेला तो तुकडा चावायला दातांच्या सैन्याला अन्नाच्या तुकड्यांशी महायुद्ध पुकारावं लागलं! या सगळ्या प्रकाराने, भले आमची गरज पुरेशा सकस आहाराची असली, तरी आम्ही उरलेल्या स्टीककडे वळलोही नाही आणि पुन्हा त्याचं नावही काढलं नाही. मग बिअर आणि ब्रेड यांनीच पोट भरून घेतलं, झालं.

दुसऱ्या दिवशी सकाळी पुन्हा आम्ही धाडस केलं. पुन्हा स्टीक, चिप्स आणि अंडी मागवली. आमचा कयास होता की, सकाळी मिळणारं ताजं अन्न रात्रीच्या अन्नाइतकं खराब नसेल. पण जेव्हा 'स्टीक' आलं तेव्हा त्याच्याकडे पाहताक्षणीच जुनी ओळख पक्की झाली! आलेल्या स्टीकचे तुकडे कापलेले होते. आता चिप्स इतक्या लवचीक आणि पिळपिळीत होत्या की सांगायलाच नको. काही असो, अंडी

व चिप्समधून काही ना काही पोषणमूल्यं तर मिळाली!

पुन्हा रस्त्यावर आल्यावर आम्ही तीस मैलांचा एक वेगळा प्रवास केला, जो मूळ रस्त्यापेक्षा वेगळा होता. तिथं कासान्का गावाजवळ भूमिसंशोधक डेव्हिड लिविंगस्टोनचं काळीज पुरलेलं आहे. त्याचं बाकी शरीर मात्र लंडनच्या वेस्टमिनिस्टर अॅबे इथे दफन केलं आहे. याशिवाय स्कॉलिंग इस्टेट इथे १९१४ साली इंग्लिश राजदूत स्टूअर्ट गोअर-ब्राउने याने 'शिवा नगांडू' (मगरीचं तळं) बांधायला तिथंही भेट दिली. आमच्यासाठी ही इंग्लिश माणसाची जागा, तिथलं चॅपेल चर्च, अतिशय सुंदर राखलेल्या बागा, तिथली झाडं, गवत, एक मोठं बांधलेलं घर, त्याच्यातील सागवानी डायनिंग टेबल, चांदीच्या मेणबत्त्यांचे स्टॅन्ड्स, चामड्याची वेष्टनं असलेली लायब्ररीतील अभिजात पुस्तकं हे सगळं पाहून आम्हाला केवढं आश्चर्य वाटलं असेल, याची तुम्ही कल्पना करू शकाल. गोअर-ब्राउने हे उत्तर ऱ्होडेशियाचे संसदेतील सदस्य होते. १९६०मध्ये ऱ्होडेशियाच्या स्वातंत्र्यावर सही करणारे गृहस्थ होते. यामुळे ब्रिटिश राजदूतांच्या वर्तुळात चांगलीच खळबळ माजली होती. आपल्या जीवनाच्या अखेरच्या दिवसांत त्यांनी ब्रिटिश सरकारला लोकशाहीबाबत निर्णय घ्यायला प्रवृत्त केलं.

झांबियामध्ये असतानाच कोका-कोला कंपनी व त्यांच्यासाठी काम करणारे बॉटलर्स यांच्यातील विसंवाद व संघर्षबाबत मला शिकायला मिळालं.

किटवेमधल्या बॉटलिंग प्लान्टचा मॅनेजर चार्ल्स हचिन्स होता. तो एक कडक माणूस होता. तो जेव्हा आपल्या कर्मचाऱ्यांना उपदेश देत असे, तेव्हा तो म्हणायचा त्याप्रमाणे कर्मचाऱ्यांना तो खुर्च्यांवर उभं करायचा. कल्पना करा, माझ्यासारखा सहा फूट चार इंच उंच माणूस खुर्चीवर उभा केल्यावर कसा दिसेल? तर अशी त्याची व्यवस्थापन शैली होती. अल्पकालीन उद्दिष्टांसाठी ही शैली ठीक होती; पण दीर्घकालीन परिणामांसाठी ती योग्य नाही. त्याच्या या शैलीचा वापर माझ्या आयुष्यात मी कधी केला नाही.

हचला कोका-कोला कंपनी आवडत नसे. एकदा कोक कंपनीने त्यांचा एक प्रतिनिधी लायोनेल कॉर्क याला पाठवलं होतं. तो किटवेला पहिल्या भेटीसाठी भेटायला यायच्या आधीच हचने मला सांगितलं, ''माझी अशी इच्छा आहे की, तू यावंस आणि काय घडतं, कसं असतं ते पाहावंस.'' जेव्हा कॉर्क आला तेव्हा हच त्याच्या टेबलापाठीमागे बसला होता. मी शेजारीच उभा होतो. त्या ऑफिसमध्ये एकही खुर्ची ठेवली नव्हती. यामुळे कॉर्कला उभं राहूनच बोलावं लागत होतं. सद्यपरिस्थितीत बॉस कोण आहे, हे स्पष्ट होतच होतं.

कंपनीचा प्रतिनिधी म्हणून कॉर्कचं काम एवढंच होतं की, बॉटलर्सना त्यांची विक्री वाढवण्यासाठी साहाय्य करणं. अशा तऱ्हेने कंपनीद्वारे पुरवली जाणारी मदत

ही ज्यांच्यासाठी ती आहे त्यांच्याकडून मदत म्हणूनच स्वीकारली जाते की नाही, हा वादाचा मुद्दा आहे. तर अशा पाहुण्या कॉर्कला स्वत:बरोबर घेऊन किटवेच्या बाजारपेठेत हिंडण्याऐवजी हचच म्हणाला, ''कॉर्क, बाहेर ट्रक उभे आहेत. त्यातला कोणताही ट्रक घेऊन, तुला हवं तसं कर.'' मग कॉर्कने तीन दिवस ट्रकमधून किटवेच्या बाजारपेठेत चक्कर मारली आणि स्टोअर्स तपासली. हा एक मजेशीर खेळ झाला. ग्राहक हचजवळ कॉर्कबाबत आपला अभिप्राय देत आणि कॉर्कला बाजारपेठेतून ग्राहक आणि त्याबाबतचा प्रत्यक्ष अभ्यास करायला मिळत होता. जाण्यापूर्वी कॉर्क जेव्हा भेटायला म्हणून हचकडे गेला, तेव्हा त्यानं कॉर्कसाठी ठेवलेली खुर्ची वाट बघत होती. अशा तऱ्हेने उभयतांमधले नातेसंबंध आणि मतं पक्की झाली; अर्थातच, हचला हवी त्या पद्धतीने. तरीदेखील बऱ्याच अंगांनी कॉर्कच विजेता ठरला. नंतरच्या काळात कॉर्क माझ्यासाठी काम करत होता. जेव्हा त्याला हा प्रसंग सांगितला तेव्हा त्याला ते सर्व आठवत होतं. तो एवढंच म्हणाला, ''वठणीवर आणायचा काही एकच मार्ग नसतो.''

जेव्हा मॉरिस गर्शने मला कामावर ठेवून घेतलं तेव्हा कल्पना अशी होती की, मी स्वतंत्रपणे एक शाखा उघडून चालवावी. माझा लगेचचा बॉस हा सेल्स मॅनेजर होता. त्याची माझ्याविषयी 'कानामागून आला नि तिखट झाला' अशी भावना होती. त्यामुळे त्याचा माझ्यावर रोष होता. अतिशय कठीण आणि कडक माणूस होता तो. त्यामुळे जेव्हा म्हणून शक्य होईल तेव्हा-तेव्हा माझ्यावर तो बरसत असे. त्याला हे नक्की माहीत होतं की, तो स्वत: त्याच्या आत्ताच्या पदापेक्षा मोठ्या पदाची अपेक्षासुद्धा करू शकत नव्हता. अशा वेळी माणसाचा कस लागतो आणि त्यातून निभावलं तर यशस्वी होतो.

१९६८ सालच्या वसंतात गर्शनी मला त्याच्या ऑफिसमध्ये बोलावून घेतलं व म्हटलं, ''नेव्हिल, मला वाटतं तुइयासाठी हे ठिकाण योग्य नाही.'' मला वाटलं, झालं, आता आपल्याला नोकरी वरून काढून टाकणार. गर्श पुढे म्हणाले, ''मला वाटतं इथे तुला पुरेसं मोठं होता येणार नाही. मला विश्वास वाटतो की, तू जर कोका-कोला कंपनीत गेलास तर जागतिक स्तरावर कारकिर्द घडवू शकशील.'' मी स्तिमित झालो. मी त्या वेळी फक्त चोवीस वर्षांचा होतो. किटवेमध्ये बॉटलर म्हणून यशस्वी होण्यापलीकडे माझ्या जास्त अपेक्षाही नव्हत्या. माझ्या कल्पनेत तेच सुखी आयुष्य होतं. यापलीकडे माझ्यातील क्षमता त्यांनी ओळखल्या. मी काय चीज आहे, हे माझ्यापेक्षा इतरांनी जाणण्याचा हा अनुभव काही माझ्या कारकिर्दीत पहिल्यांदा किंवा अखेरचा नव्हता.

त्या वेळी कोका-कोला आफ्रिकेचे प्रमुख म्हणून एक अमेरिकन अल किलेन म्हणून होते. आपल्या कंपनीत तरुण व्यवस्थापक असावेत असा त्यांचा प्रयत्न

होता. दुसऱ्याच दिवशी त्यांची भेट आमच्या इथे ठरली होती. गर्शनी माझ्यासाठी त्यांच्याकडून वेळ मागून घेतला. किलेननी मला काम द्यायचं तत्काळ मान्य केलं आणि आफ्रिकेतील झांबियामध्ये दुसऱ्या एका मोठ्या बॉटलरकडे माझी नेमणूक केली. ही फॅक्टरी कोका-कोला कंपनीच्याच मालकीची होती. याचं काम होतं लुसाकाच्या आसपासच्या साठवण भांडारांचं व्यवस्थापन करायचं. लुसाकापासून व्हिक्टोरिया फॉल्सपर्यंतचे, तसंच मालावीच्या सीमेपर्यंत ३०० मैल, शिवाय पश्चिमेला २०० मैल, जिथं आता अंगोलाची सीमा आहे, तिथपर्यंतचा हा परिसर होता.

थोड्याच काळात मी लुसाकाला परत आलो ते कंपनीची कार, पगारात भरपूर वाढ आणि घरासाठीचा भत्ता घेऊनच. आंतरराष्ट्रीय व्यवसाय असलेल्या कोका- कोलासारख्या कंपनीचा मॅनेजर म्हणून रुजू झाले. माझे आईवडील लुसाकातच होते. पण अलीकडे माझ्या आईची तब्येत खूपच ढासळली होती.

याच दरम्यान मला कंपनीमध्ये भागीदारी करण्याची – शेअर, स्टॉक घेण्याची संधी मिळाली होती. पण मला मात्र त्यांचं रोखीकरण करण्याची संधी घेता आली नाही. कारण १९७०च्या दशकात कंपनीच्या शेअरची बाजारातील किंमत दीर्घकाळपर्यंत घसरली होती. काही का असेना, पण कंपनीने मला ही संधी देऊन एक प्रकारे माझा मोठा आदरच केला होता. मला पुढेही असे पर्याय मिळत गेले ज्यामुळे माझ्या जीवनाला खूप अर्थ प्राप्त होऊन रस निर्माण झाला.

मी लुसाकाला आल्यानंतर आठवड्यातच माझ्या आयुष्यातील एक अतिशय महत्त्वाची मुलाखत झाली. मी झांबियाच्या संघातर्फे एका पाहुण्या संघाबरोबर, ज्याचं नाव 'पेंग्विन' होतं, त्यांच्याशी रग्बीची मॅच खेळत होतो. लुसाकामधली ही एक मोठी घटना होती. हजारोंनी प्रेक्षक जमले होते. ती मॅच आम्ही अगदी थोड्या गुणांनी हरलो. खेळानंतर तिथल्या प्रमुख बारमध्ये माझे मित्र आणि फॅन्ससोबत मी उभा होतो. ते सर्व जण मी कसा चांगला खेळलो याबाबत मनसोक्त स्तुती करत होते. त्यामध्येच कॉलिन गिल नावाचा माझा हाय स्कूलमधला मित्रसुद्धा होता. (आणि चोरून सिगरेट प्यायल्याबद्दल आम्ही मारही खाल्ला होता. तो प्रसंग त्याला आठवत होता.) कॉलिनने मला विचारलं की, मी कधी त्याच्या बहिणीला, पामेलाला भेटलोय का? मी कधीच भेटलो नव्हतो. स्कॉटलंडमधून झांबियाला आली तेव्हा ती एक छोटी मुलगी होती. तिचे वडील झांबियामध्ये सरकारी इंजिनिअर होते. शहरापासून बाहेर दहा मैलांवर हे लोक राहत असत. गर्दीतून वाट काढत मी आणि कॉलिन बाहेर पडलो. तिथं पामेला उभी होती. सोनेरी केसांची, मिनी स्कर्ट घातलेली तरुणी. तिचे पाय सुंदर होते आणि चेहऱ्यावर देखणं स्मित होतं. आम्ही बोलत होतो; पण माझं चित्त तिच्यामध्येच गुंतलं होतं. मला खरंतर माहीत होतं की, थोड्याच वेळात

मला संघाबरोबर रात्रीच्या जेवणासाठी जायचंय. अशी संधी पुन्हा मिळणार नाही म्हणून मी तिला 'डेट'वर येशील का, असं आमंत्रण दिलं. पाच दिवसांनी थिएटरवर भेटायचं ठरलं. मग लगेचच मी आमच्याविरुद्धच्या संघासोबत जेवायला निघून गेलो. दोन तासांनंतर इतर मान्यवरांबरोबर नाचाच्या कार्यक्रमासाठी मी परत आलो आणि पाहतो तर पामेला अजूनही तिथंच होती. एकटीच. मग त्यानंतर घडला तो इतिहास. माझ्या आयुष्यातील प्रेम मला सापडलं. एक अशी स्त्री, जी फक्त शरीराने सुंदर आहे असं नाही तर समजूतदार आणि आधार देणारी व्यक्ती आहे. इतकं छान व्यक्तित्व कुठेच मिळालं नसतं. तिच्या आधाराशिवाय व तिच्याशिवाय माझी यशस्वी होण्याची क्षमता खूप कमी झाली असती.

यामध्ये एक मोठी क्लिष्टता आणि अडचण होती. त्या वेळी ती एक विवाहित होती. ती विभक्त झाली असली, तरी तिचा घटस्फोट झाला नव्हता. तिचा पती ऱ्होडेशियात राहत होता, पण ती आपल्या आईवडिलांकडे लुसाकाला परत आली होती. १९६० सालची ती आफ्रिका होती. तिथल्या कॉर्नबी स्ट्रीटवर फॅशनसोबत त्या वेळचं उत्तम संगीतही अवतरलं होतं. पण तरीही समाज अजूनही जुनं ते सोनं मानणाराच होता. भेटीनंतर थोड्याच काळात आम्ही एकत्र राहणं सुरू केलं आणि मग समाजात त्याच्या चर्चा सुरू झाल्या. शिवाय अजून एक गोष्ट घडली, ती म्हणजे मी तिला कोका-कोला बॉटलिंग कंपनीत लावून घेतलं. तिथं ती माझ्या बॉसची सेक्रेटरी म्हणून काम पाहत असे. ऑफिसमध्ये शिष्टाचार पाळायचे म्हणून ती मला 'मिस्टर इझडेल' म्हणायची. आम्ही ऑफिसात एकत्र कधीच यायचो नाही. आमचं नातं तरीदेखील सर्वांना चांगलंच माहीत होतं. मी जेव्हा मार्केटिंग मॅनेजर झालो तेव्हा ती माझी सेक्रेटरी म्हणून काम करायला लागली.

त्या वेळी कोका-कोला आफ्रिकेच्या पूर्व, पश्चिम व मध्य भागाचा प्रमुख टोनी यंग होता. माझ्या कारकिर्दीला त्याची खूप मदत झाली. त्यानं मला एकदा आत बोलावलं आणि हे सांगितलं की, कंपनी खूप पुराणमतवादी आहे. माझ्या पामेलाबरोबरच्या नातेसंबंधाविषयी तो बोलत होता. तो पुढे म्हणाला, ''याचा तुझ्या कारकिर्दीवर परिणाम होऊ शकतो.''

माझ्यावरच्या टीकेला सामोरं जाताना माझ्यातून एक बेदरकार प्रवृत्ती प्रकटते; तेव्हाही तसंच झालं आणि मी त्याला म्हणालो, ''जर मला नोकरी सोडावी लागत असेल तर मी सोडून देईन.'' टोनी माझ्या भाष्यावर संयत प्रतिक्रिया देत म्हणाला की, मी खूप तीव्र प्रतिक्रिया देत होतो आणि त्याचं म्हणणं एवढंच होतं की, मी घटना व परिस्थितीबाबत जागरूक असायला हवं.

लुसाकामधील कंपनीच्या बॉटलिंग प्लान्टवरच्या नव्या कामात मला खूप हिंडावं लागे. यामध्ये खूप खराब रस्त्यावरून मोठ्या प्रमाणात ड्रायव्हिंग करावं

लागे. एकदा उत्तर लुसाकाच्या किबवे विमानतळावरून मला किलेनला घ्यायला जायचं होतं. स्थानिक बाजारपेठेला त्याची भेट होती. कंपनीच्याच विमानानं तो येणार होता. माझी कार तेव्हा दुरुस्तीला दिली असल्याने मी मित्राची कार घेतली. अजूनही ऱ्होडेशियाच्या सीमा बंदच होत्या. त्यामुळे अजूनही इंधन तेल टँकरमधूनच रस्त्यानं आणलं जात होतं. त्या टँकरमधून गळतीमुळे टणक रस्ते गुळगुळीत व घसरडे झाले होते. ज्या कारमधून मी चाललो होतो ती चांगलीच घसरली आणि खड्ड्यात पडली व झाडाला टकरून थांबली. मी फेकला जाऊन मागच्या सीटवर आदळलो. बाहेर पडण्यासाठी मला लाथा घालून विंडशील्डची काच तोडावी लागली.

दरम्यान किलेन विमानतळावर पोहोचला होता आणि मी तिथं पोहोचलो नसल्याने आश्चर्य व्यक्त करत आपलं सामान पॅक करत होता. आश्चर्यचकित व संतापलेल्या अवस्थेत त्यानं हा विचार केला की, तरुण कर्मचारी मला असा उभा कसा करू शकतो? शेवटी तो लुसाकाला विमानाने गेला.

सुदैवाने म्हणा, माझा अपघात झाल्यावर तिथून जाणारी पहिली कार मला ओळखणाऱ्या माणसाची होती. त्यानं मला रस्त्याच्या कडेला पाहिलं. रक्ताळलेल्या व बेशुद्ध अवस्थेत मी पडलो होतो. मला ताबडतोब रुग्णालयात हलवण्यात आलं. माझ्या जखमांबाबत ऐकताक्षणी किलेनची संतापाची मानसिक अवस्था पालटली आणि ती जागा सहानुभूतीने घेतली. माझ्या कारकिर्दीवरचं संकट टळलं. ती कार मात्र भंगारात जमा झाली. मी सातत्यानं माझ्या अधिपत्याखाली असलेल्या क्षेत्राचा दौरा करत असे व व्यवसायवृद्धीचा विचार करत असे. या दरम्यान, पूर्व विभागात दिल्या जाणाऱ्या सेवा वाढवायला खूप वाव होता असं माझ्या लक्षात आलं. हा तीनशे मैलांचा टापू होता. याच्यात उपलब्ध पक्का रस्ता होता फक्त तीस मैलांचा. बाकीचा सर्व कच्चा, धुळीचा रस्ता झुडपांतून जाणारा असा होता. तिथले जे स्टोअर मालक होते ते जवळच्या वितरकाकडे आपल्या छोट्या व्हॅन्स घेऊन जायचे. या वाहतुकीमुळे खर्च प्रचंड वाढे, मग विक्री खूप कमी होई. बाजारामध्ये कोक उत्पादनं अगदी तुरळक ठिकाणी दिसत. हे सगळं पाहून मी घाऊक व्यापाऱ्यांचा विषय बाजूला टाकून तिथलं तालुक्याचं गाव 'चिपाटा' इथं कंपनीचं नवं साठवणगृह सुरू करावं अशी मागणी कंपनीकडे नोंदवून तिचा पाठपुरावा केला. पण कंपनीने माझी ही मागणी धुडकावून लावत त्यासाठीचे आवश्यक पैसे अंदाजपत्रकात नसल्याचं सांगितलं. शिवाय अन्य काही योजना अथवा पर्यायी मार्ग वापरण्याचे आदेश दिले.

झांबियाच्या पोलीस खात्यातून माझे वडील एव्हाना सेवानिवृत्त झाले होते. चिपाटामध्ये मग एक वितरक साठवणगृह माझ्या वडिलांच्या नावे सुरू करायचं ठरलं. वडिलांना त्यामध्येच काम द्यायचं आम्ही ठरवलं. आश्चर्य असं की, कंपनीनं ही योजना मान्य केली. या सर्व नव्या उद्योगाची पन्नास टक्के मालकी मला देण्याचंही

त्यांनी मान्य केलं. माझ्या वडिलांचे पैसे व बँकांकडून कर्ज घेऊन आम्ही दोन ट्रक विकत घेतले व एक साठवणगृह भाड्यानं घेतलं. लुसाका ते चिपाटा हा तीनशे मैलांचा कच्च्या रस्त्याचा हेलपाटा आठवड्यातून एकदा मी करत असे. या वेळी कर्मचाऱ्यांचे पगार देणं आणि वस्तूंचा स्टॉक घेणं ही कामं मी करायचो. लवकरच त्या भागातील कोकची विक्री एकशे पन्नास टक्के वाढली! यामुळे कोका-कोला कंपनीला खूप आनंद झाला. माझ्या दुसऱ्या उत्पन्नात मी खूप मोठी रक्कम मिळवायला लागलो. शिवाय ही दरमहा वाढत होती.

याच दरम्यान पामेला आणि मी दोघांनी मिळून सौंदर्यप्रसाधनांचा व्यवसाय सुरू केला. युनायटेड किंगडममधील 'रिमेल' नावाच्या उत्पादनाचा साठा आम्ही लुसाकामध्ये केला. हा माल आम्ही विमानाने मागवत असू. ऱ्होडेशियावर घातलेल्या निर्बंधांमुळे रस्त्यानं होणाऱ्या मालवाहतुकीच्या अडकून बसण्यावर हा उपाय होता. कोका-कोलाच्या रणनीतीवर आधारित रणनीती आम्ही वापरत होतो. ती रणनीती म्हणजे उपलब्धतेची खातरी बाळगायची. थोड्याच काळात झांबियातील लोकप्रिय सौंदर्यप्रसाधनांत 'रिमेल'चा नंबर दुसरा लागायला लागला. 'रेव्हलॉन' पहिल्या क्रमांकावर होतं. मी एक छोटी पेंटिंग करणारी कंपनीसुद्धा विकत घेतली. या कंपनीचं वैशिष्ट्य म्हणजे परदेशी वकिलातींच्या इमारतींना रंग लावून देण्यात ते माहीर होते. तो एक खातरीशीर, परंतु सावकाश चालणारा व्यवसाय होता. दर तीन वर्षांनी या वकिलातीचे कर्मचारी बदलत असत. नवीन आलेला राजदूत पुन्हा एकदा सजावट, रंगरंगोटी करून त्याला हव्या तशा सुविधाही करून घेई. थोड्याच कालावधीत माझ्या प्रमुख उत्पन्नमार्गाच्या, म्हणजे कोकच्या पगाराच्या दुप्पट कमाई मला या इतर व्यवसायांमधून (साइड बिझनेस) व्हायला लागली.

१९६९ साली पामेलाला घटस्फोट मिळाला. मी माझ्या आईला ही बातमी सांगायला गेलो की, पामेलाने माझी पत्नी व्हायला होकार दिला आहे. तेव्हा आई एकदाच म्हणाली, ''आजपर्यंत बोलले नाही; पण आता असं सांगायची वेळ आली आहे की, तुम्ही ज्या पद्धतीने एकत्र राहत होतात; ती पद्धत मला कधीच मान्य नव्हती.''

१० जानेवारी, १९७० रोजी झांबियात आम्ही लग्न केलं आणि मालावीमध्ये मधुचंद्रासाठी गेलो. जाण्यापूर्वी आम्ही पहिला टप्पा म्हणून आमच्या चिपाटामधील कोकच्या वितरण केंद्राला प्रथम भेट दिली. माझ्या कर्मचाऱ्यांचा पगार वाटेपर्यंत माझ्या नव्या बायकोने कारमध्ये माझी वाट पाहिली. पगार वाटपाबरोबरच मी स्टॉक घेतला. थोडीफार राहिलेली रोख रक्कम जी होती ती मोजली. या पद्धतीने माझ्या वैवाहिक जीवनाची सुरुवात झाली आणि पुढे दशकभर याच पद्धतीनं माझं जीवन चालणार होतं.

साहस आणि कष्टाच्या सहजीवनाची ती सुरुवात होती. मालावीच्या सीमेपर्यंत आम्ही पोहोचलो आणि तिथल्या गार्ड्सनी आम्हाला दोन तास डांबून ठेवलं. आम्ही त्यांना लाच देऊ अशी त्यांना अपेक्षा होती. मीही मग एक थाप ठोकून दिली की, दुसऱ्याच दिवशी माझी मालावीचे अध्यक्ष हेस्टिंग्ज कामुझु बांदा यांच्याशी भेट ठरली आहे. मग त्या गार्ड्सनी आमच्या पासपोर्टवर सही केली, शिक्के ठोकले आणि आम्हाला आत जाऊ दिलं.

१९७२मध्ये कोकच्या अल किलेनने माझी बदली जोहान्सबर्गला करून नवीन संधी दिली. या संधीतून माझ्या कारकिर्दीमध्ये जागतिक नेतृत्वाकडे जाण्याचा माझा मार्ग मोकळा होणार होता. अर्थात माझ्या कामावर हे अवलंबून असणार होतं. ही ती महत्त्वाची वेळ होती, जेव्हा मला एक निर्णय घ्यायचा होता. झांबियाच्या छोट्या तळ्यात मोठा मासा म्हणून राहायचं की जागतिक स्तरावर जायचं, हा तो प्रश्न होता. मी दुसरा पर्याय स्वीकारला. पण मग यासाठी मला माझा साइड बिझनेस विकावा लागणार होता. हा प्रकार म्हणजे धोका पत्करण्यासाठी सुरक्षितता विकण्यासारखं होतं.

निघण्यापूर्वी मी आणि पामेलाने ब्राझीलची कार्निव्हल पाहण्यासाठी सुटी घ्यायचं ठरवलं. तिथं मला तार आली की, मी जोहान्सबर्गला येऊन रिपोर्ट करायचं कारण नाही. मग मी लुसाकालाच परतलो. आमच्या सुटीचे शेवटचे दोन दिवस तर मला असं वाटत होतं की, मला नोकरीवरून काढून टाकलंय. तिथल्या बीचवर बसून मी नेमकं काय चुकीचं केलं, याची आम्ही दोघं चर्चा करत बसलो होतो. लुसाकाला परत आल्यानंतर आम्हाला कळलं की, माझ्या कामावरच्या जबाबदाऱ्या बदलल्या आहेत. शिवाय हेही कळलं की, बढती थांबवली गेलीये, रद्द नाही झालेली.

त्या वेळी झांबियाच्या बाहेर पैसे किती न्यावे, यावर नियंत्रण होतं. या नियमातल्या पळवाटा मग मी शोधल्या. यासाठी मी एक युक्ती केली. अर्जेंटिनाची रग्बी टीम झांबियन संघाबरोबर खेळण्यासाठी लुसाकाला बोलावली. ही मॅच ठरवण्यात मीच सर्वेसर्वा होतो; तरीही झांबियन संघाने स्टार्टर म्हणून मला काही आमंत्रित केलं नाही. कारण थोड्याच दिवसात मी दक्षिण आफ्रिकेला जाणार हे त्यांना माहीत होतं. दरम्यान अर्जेंटिनाच्या एका खेळाडूला कार अपघातामध्ये खूप लागलं, इजा झाली आणि त्यांच्याकडे त्या खेळाडूच्या जागी खेळवायला दुसरा खेळाडूही नव्हता. मग मी अर्जेंटिनासाठी खेळलो. या प्रकारामुळे झांबियाचे संघ निवड करणारे माझ्यावर खूपच संतापले. त्याचं कारण साधं होतं – अर्जेंटिनाचा विजय झाला होता.

त्या वेळी माझ्या डोक्यात एक विचार चमकला. सगळे अर्जेंटिनियन खेळाडू प्रवासी-चेक्स (ट्रॅव्हलर्स-चेक्स) घेऊन आले होते. मी त्यांना त्या बदल्यात झांबियाचं

चलन देऊन ते चेक्स घेतले. हे ट्रॅवलर्स चेक्स आम्ही आमच्या कॅमेरा बॅगेच्या आतून ठेवून दिले आणि दक्षिण आफ्रिकेला घेऊन गेलो. अजून एक नियम होता की, झांबिया सोडताना तुम्हाला तुमच्या मालकीची खासगी कार नेता येत असे. मग मी दोन आसनी मर्सिडीज बेंझ कार वीस हजार डॉलर्सला विकत घेतली. खास जर्मनीतून झांबियात मी ती मागवली. त्याचा इन्श्युरन्स मला न झेपणारा होता. पण अखेर मला माझी स्वत:ची कार कायदेशीररीत्या दक्षिण आफ्रिकेला घेऊन जाता येणार होती. मला स्वत:ला काम असल्याने ही कार घेऊन दक्षिण आफ्रिकेत जाता येणार नव्हतं. मग असं ठरलं की, पामेला व तिचे वडील या कारने प्रवास करतील. ऱ्होडेशियाच्या सीमेवर आमची गाडी अडवली गेली, कारण गाडीतील पुस्तकांपैकी एका पुस्तकावर त्या राष्ट्रात बंदी होती. त्यांनी अशी तंबी दिली की, गाडीचा चुरा करण्यात येईल. ती गाडी म्हणजे आमच्या आयुष्याची कमाई होती. शेवटी त्यांना कसंतरी ते पुस्तक ताब्यात घ्या असं पटवलं. प्रवास पुढे चालू झाला. जंगल रस्ता सुरू झाला आणि पामेलाला थांबावंच लागलं. एका हत्तीच्या कळपाने कारला गराडा घातला. त्यातून कसंतरी सुटत दक्षिण आफ्रिकेच्या सीमेवर ती येऊन ठेपली. इथे तर फारच चौकशया सुरू झाल्या. कसंतरी जोहान्सबर्गच्या पार्किंग गॅरेजपर्यंत एकदाची आमची कार पोहोचली. कायदेशीररीत्या सहा महिने मी ती कार विकू शकत नव्हतो. मीही ती कार शक्यतो फिरवत नसे. जी काही चालू करायचो ते बॅटरी चार्ज राहावी म्हणूनच. मला एक उत्सुक ग्राहकही अल किलेनच्या रूपात मिळाला. तोच माझा आता कोकमधला बॉस होता. याच माणसाला विमानतळावरून आणणं जमलं नव्हतं आणि माझी कारकिर्द धोक्यात आली होती. जोहान्सबर्गमधलं घर आम्ही रोखीनं खरेदी केलं.

यानंतर मी कधीच झांबियात राहायला गेलो नाही, पण अल्स्टर ते आफ्रिकेच्या प्रवासात मी खूप काही शिकलो. माझ्या जडणघडणीचेच ते दिवस होते. यामुळेच सर्वत्र पसरलेल्या विस्तीर्ण जगाचा शोध घेत हिंडण्याकडे माझा कल वाढला.

❖

जोहान्सबर्गमध्ये माझ्या जागतिक कारकिर्दीची सुरुवात

जोहान्सबर्गला झालेल्या माझ्या बदलीमुळे मी छोट्या राष्ट्रातून, म्हणजे झांबियातून बाहेर पडलो. तिथं अल्पसंख्य गौरवर्णीय राजवट ही तुलनेनं शांत होती. परंतु इथे आफ्रिकेच्या या आर्थिक राजधानीत मात्र वर्णभेद व वंशभेद खूप तीव्र होता.

सहारा वाळवंटाचा भाग असलेल्या दक्षिण आफ्रिकेची अर्थव्यवस्था खूप मोठी आणि सतत काही ना काही घडत असणारी होती. आजही जोहान्सबर्ग हे आफ्रिकेच्या अर्थव्यवस्थेचा कणा असलेलं शहर आहे. हे सर्व असूनही दक्षिण आफ्रिकेत बहुसंख्य असलेल्या कृष्णवर्णीयांच्या राजवटीला कडाडून विरोध होतो. आफ्रिका खंडात काही राष्ट्रांत असं घडतं. दक्षिण आफ्रिका त्यापैकीच एक. दक्षिण आफ्रिकेत वातावरण इतकं तंग असायचं की, जोहान्सबर्गला बदली होण्याचं कळताच मी कंपनीला कळवलं की, अगोदरच माहिती काढून खातरजमा करून घ्यावी की मला त्या राष्ट्रात प्रवेश आहे का? तिथं राहणं व काम करण्यासाठी आवश्यक परवाने अगोदरच मिळवून घ्यावेत. कारण केप टाउन विश्वविद्यालयात असताना वर्णविद्वेषाविरोधात राजकीय स्वरूपाचं काम मी केलेलं होतं.

जेव्हा मी तिथं पोहोचलो तेव्हा जागतिक स्तरावर वर्णद्वेष्ट्या राजवटीच्या विरोधात जागतिक जनमताचा रेटा वाढत होता. १९७६मध्ये त्याचा उद्रेकच झाला. त्या वेळी सोवेटो दंगली उसळल्या. यामध्ये कित्येकशे लोकांचा बळी गेला. अशा विरोधी आणि शत्रुत्वपूर्ण वातावरणात एक तरुण उद्योजक म्हणून यशस्वी होणं हे एक आव्हान होतं. ते पेलत मी यशस्वीपणाने व्यवसायवृद्धी करत होतो.

दक्षिण आफ्रिकेतील नऊ वर्षांच्या अवघड काळात माझ्या कौटुंबिक जीवनात

मात्र अतिशय आनंद व सर्वोच्च सुखाचा काळ चालू होता. आमच्या लाडक्या कन्येचा, कॅराचा जन्म १९७८ सालातला.

जोहान्सबर्ग बॉटलिंग प्लान्टचा सहकारी व्यवस्थापक म्हणून माझी सुरुवातीला नेमणूक झाली. हा प्लान्ट कंपनी संचालित होता. कंपनीचा जगातील सर्वांत मोठा प्लान्ट अशी त्याची ख्याती आहे. मी नेमकं काय करायचं, याबाबत मला अद्याप भूमिका स्पष्ट केली गेली नव्हती. हे पद पहिल्यांदाच माझ्यासाठी अल किलेनने तयार केलं होतं. दक्षिण आफ्रिकेतील कोकचा पसारा सांभाळण्याचं प्रशिक्षण व्हावं या उद्देशानं ही नेमणूक झाली होती.

प्लान्ट व्यवस्थापनाच्या टीममध्ये प्रामुख्यानं 'आफ्रिकॅनर्स' होते. आफ्रिकॅनर्स म्हणजे आफ्रिकेत येऊन स्थायिक झालेल्या डच लोकांचे गोरे वंशज. या लोकांनी माझ्या नेतृत्वाकडे सुरुवातीला संपूर्ण दुर्लक्ष केलं. याचं कारण म्हणजे मी आयरिश आहे हे त्यांना माहीत नव्हतं. ते मला ब्रिटिश समजत होते. इंग्रजांबरोबर आफ्रिकॅनर्सच्या दोन लढाया झाल्या आणि दशकांनंतरही त्यांच्या मनावर त्या युद्धाचं ओझं तसंच होतं.

मी कामावर रुजू झालो तरीही, तीन महिन्यांपर्यंत मला माझी कंपनीची कार मिळालीच नव्हती. तोपर्यंत एक भयानक सेकंड हॅन्ड मॉडेल मी चालवत होतो. मला एखादं काम करून हवं असलं आणि आफ्रिकॅनर्सना तसं सांगितलं तरी त्यांच्याकडून सहकार्य अजिबात मिळत नसे किंवा विरोध होई. माझ्यासमोर थोडसं शक्तिप्रदर्शन व्हावं असा त्यामागे हेतू असे.

या सर्व विरोधाचा बर्फ एका रग्बी मॅचमुळे वितळला. मी एका इंग्रजी भाषिक रग्बी संघासाठी खेळत होतो. माझ्या कंपनीत उच्च पदावर काम करणाऱ्या दोन आफ्रिकॅनर्सनी मला एलिस पार्क स्टेडियमवर त्यांच्या आवडत्या टीमविरोधात खेळताना पाहिलं. दुसऱ्या दिवशी कंपनीच्या ऑफिसमधलं वातावरण पूर्ण पालटलं होतं. आमच्या त्या मॅचची ऑफिसमध्ये चर्चा होती. कित्येक आफ्रिकॅनर्सनी येऊन मला मी किती चांगला खेळतो, याबद्दल शाबासकी दिली. थोड्याच दिवसांत माझी नवी कारही आली. आफ्रिकन मनोभूमिकेत 'रग्बी' हा महत्त्वाचा भाग आहे. नेल्सन मंडेलांनी हे चांगलंच हेरलं होतं. म्हणूनच अध्यक्ष म्हणून निवडून आल्यानंतर त्यांनी गौरवर्णीय रग्बी टीमची भेट घेतली. त्यांना खातरी होती, या त्यांच्या पावलामुळे देशातील जनता एकसंध राहील. ही गोष्ट 'इन्व्हिक्टस' या सिनेमात चांगलीच रंगवून सांगितली आहे. चित्रपटातील संघनायकाशी असलेले नातेसंबंध हे मानवतापूर्ण होते. नेतृत्व आणि समजूतदारपणा याचा वस्तुपाठ म्हणूनही ते उत्तम आहेत. मला बॉटलिंग प्लान्टवर पहिलं काम मिळालं ते म्हणजे स्टॉक कंट्रोल व तपासणी. हे एक कठीण काम होतं. जमाखर्चातील आकडे जुळावेत म्हणून कित्येकदा यात

खऱ्याखोट्या अंकांची सरमिसळ केली जात असे. त्यामुळे समोरचे आकडे चुकीचे असत. त्या वेळी कोक उत्पादनं काचेच्या बाटल्यांमधून विकली जात. या बाटल्यांना मोठी किंमत असे. म्हणूनच किरकोळ विक्रेते या बाटल्यांसाठी अमानत रक्कम जमा करून घेत. बाटली परत केल्यावर ती रक्कम परत मिळत असे. कोणी जर मोकळी बाटली दिली, तरीही त्याला रक्कम परत मिळे. याच कारणाने बॉटलिंग प्लान्टमध्ये बाटल्यांच्या चोऱ्या होत. कर्मचारी रिकाम्या बाटल्या बाहेर घेऊन जात व सहजपणे त्याच्यापासून पैसा कमावत. काही प्रमाणात बाटल्या उत्पादन प्रक्रियेदरम्यान फुटत, तर काही बाटल्या ट्रकमध्ये चढवताना अथवा प्रवासादरम्यान फुटत. बाटल्यांचं नेमकं काय होतं हे शोधून काढणं, हे माझं काम होतं. मग या प्रकाराच्या मी अगदी मुळाशी गेलो. नेमक्या किती बाटल्या फुटल्या हे शोधण्यासाठी मग; फुटलेल्या बाटल्यांच्या काचांचं वजन करण्याची पद्धत वापरायला मी सुरुवात केली. त्यावरून किती बाटल्या फुटल्या हे कळायचं; आपोआपच चोरीला गेलेल्या बाटल्यांची संख्याही कळायची. ही पद्धत मी रोज राबवायला लागलो. तीनच महिन्यांत ह्या गैरप्रकारात गुंतलेल्या वर्तुळाचा छडा लावण्यात मी यशस्वी झालो. गुन्हेगार कर्मचाऱ्यांना कंपनीतून आम्ही काढून टाकलं. या दरम्यान तोट्यामध्ये ६० टक्के घट आली. दररोज १० लाख बाटल्या भरण्याचा उद्योग लक्षात घेता; ही तोट्यातील घट खरंच प्रगती होती. 'पै-पैचा हिशेब ठेवू' अशा पद्धतीने काम करून यशस्वी बॉटलर म्हणून मी नावलौकिकाला आलो.

माझ्या पहिल्या उपक्रमातील यशामुळे माझं प्लान्ट मॅनेजरशी नातं चांगलं घट्ट जुळलं. त्याचं नाव फ्रेड मेयर होतं आणि तो मूळ जर्मन वंशाचा होता. यानंतर माझ्यासाठी लागोपाठ काही उपक्रम होते. त्यातही यश आलं. अवघ्या नऊ महिन्यांत व्यवस्थापनामध्ये मोठे बदल करण्यात आले. संपूर्ण दक्षिण आफ्रिकन व्यवसायाचा कोकचा प्रमुख इयान विल्सन हा बदली होऊन कॅनडाला गेला आणि त्याच्या जागी मेयरची नियुक्ती झाली. नवा जनरल मॅनेजर म्हणून नेव्हिल कर्चमन आला. मला मार्केटिंग मॅनेजर म्हणून नेमण्यात आलं. ही खूपच मोठी जबाबदारी होती. तसंच त्याबाबत बरेचसे वादही होते. सामान्यत: डर्बन किंवा प्रिटोरिया इथलेच उमेदवार या पदासाठी नेमले जात. त्यामुळे माझी या पदावर नेमणूक झाल्यावर डर्बनच्या मार्केटिंग मॅनेजरने राजीनामा दिला. तसे आजही आम्ही चांगले मित्र आहोत. या सर्व घटनांमध्ये माझ्यासाठी चांगलं हे होतं की, जोहान्सबर्गचा सेल्स मॅनेजर, ज्यानं मला रिपोर्ट करायचं होतं, तोही या प्रकरणापासून दूर राहिला. त्याला मग डर्बनचा प्रमुख म्हणून नेमलं गेलं. डर्बन कर्चमनला 'नेव्हिल नंबर एक' म्हणून संबोधलं जात होतं आणि मला 'नेव्हिल नंबर दोन' म्हणत. आमची चांगली गट्टी जमली व माझा सखा, गुरू सारं काही तोच झाला.

गच्च भरलेल्या कॉन्फरन्स हॉलमध्ये कंपनीचे सर्व कर्मचारी आणि त्यांच्या समोरचं माझं भाषण मला आठवतं. विक्रेते व मार्केटिंगच्या लोकांसाठी ती माझी पहिली सभा होती. मला रिपोर्ट करणाऱ्या ३०० कर्मचाऱ्यांपैकी ६० जाणते लोक त्या वेळी तिथं होते. माझं वय त्या वेळी फक्त एकतीस वर्षांचं होतं. थोडक्यात सांगायचं, तर त्या हॉलमध्ये सर्वांत तरुण मीच होतो. त्या समुदायासमोर बोलायचं म्हणून भीतीनं माझ्या पायाला कंप सुटला होता. सुदैवाने पोडियम समोर होतं म्हणून, नाहीतर माझं भय व्यक्त झालं असतं. उभं राहिल्यावर सातत्याने थरथरणारे माझे पाय झाकले गेले. मला पोडियम घट्ट धरावं लागलं. प्रेक्षकांसमोर स्टेजवर जाऊन बोलायची भीती मला वाटायची आणि आजही वाटते. इतक्या वर्षांच्या अनुभवाने भीती घटलीये, पण अजूनही स्टेजवर माझे पाय थरथरतात. आजही स्टेजची भीती आहे. माझ्या स्वच्छतागृहात वाढलेल्या फेऱ्यांमधून जवळच्या व्यक्ती लगेच माझी भीती ओळखतात!

तो माझ्या जीवनातील सर्वांत सुखाचा काळ होता. या काळात विशेष घटना घडल्या नाहीत. आज मागे वळून पाहताना वाटतं, ते माझे कारकिर्द घडण्याचे दिवस होते. त्या वेळी कोकचे अध्यक्ष ल्यूक स्मिथ होते. जोहान्सबर्गला भेट देण्यासाठी ते आले असताना मी त्यांना आम्ही बनवलेली टीव्हीवर दाखवण्यासाठी केलेली जाहिरात अतिशय अभिमानाने दाखवली. त्यामध्ये 'कोक हे कमी कॅलरी पेय आहे' या संदेशावर भर दिला होता. त्यामध्ये दोन सुंदर तरुणी टेनिस खेळतायत, असं दाखवलं होतं.

"तुम्हाला ही जाहिरात वापरता येणार नाही." स्मिथने मला सांगितलं. त्यानं असं का सांगितलं हे मला कळेना. मग त्यानंच सांगितलं, त्यातल्या एका महिलेच्या हातात विल्सन कंपनीची रॅकेट आहे हे चित्रात दिसत होतं. 'विल्सन' ही पेप्सीची संचालित कंपनी आहे, अशी पुस्ती त्यानं जोडली. विल्सन टेनिसच्या रॅकेट्स बनवतो. मला या प्रकारची कल्पना नव्हती. पण या अनुभवाने पेप्सी आणि कोकमधली तीव्र स्पर्धा; या निमित्ताने माझ्या ध्यानात आली. अगदी अधिकृत कागदपत्रांवर 'द इनिशिएटर', म्हणजे सुरुवात करणारे असं ठळक अक्षरात लिहिलेलं असायचं. याच्यांतून अजून एक गोष्ट स्पष्ट कळली; ती म्हणजे बाहेरच्या जगाविषयी आपल्याला किती थोडी माहिती आहे हे, शिवाय कोक कंपनी आपलं स्वतःचं स्थान इतरांपासून किती वेगळं व अलिप्त राखू इच्छिते हेही कळलं.

माझ्या आयुष्यात कित्येक थोर व्यक्तिमत्त्वांसोबत काम करण्याचा मला आनंद मिळाला. बॉब ड्यू प्लेसिस हे असेच एक आफ्रिकनर. माझ्या जोहान्सबर्गच्या सुरुवातीच्या आठवड्यात यांनी माझ्याशी असहकार पुकारला होता. मार्केटिंग मॅनेजर म्हणून त्यांच्या पाठोपाठच मी सूत्रं संभाळली. एक दंतकथा वाटावी असं त्यांचं तिथं

कार्य होतं. एका साध्या विक्रेत्याच्या पदापासून मार्केटिंग मॅनेजर पदापर्यंत त्यांनी भरारी मारली होती. विपणन कौशल्याच्या पुस्तकात सांगितलेली प्रत्येक युक्ती त्यांनी योजून पाहिली होती. आमचे त्या वेळचे प्रमुख ग्राहक सुपरमार्केट्स नव्हते. सुपरमार्केट्सचा उदय होऊन वाढही होत होती, पण अजूनही कोपऱ्या-कोपऱ्यांतली दुकानं मात्र फार मोठ्या प्रमाणावर ग्राहक म्हणून आमच्याकडे होती. या शिवाय सेल्फ सर्व्हिस सुविधा केंद्राच्या स्वरूपातली दुकानं हे आमचे मोठे ग्राहक होते. ही दुकानं आठवड्यातील सर्व दिवस खुली असत. संपूर्ण कुटुंब ते दुकान चालवायचं. यामध्ये ग्रीक आणि पोर्तुगीज व्यापाऱ्यांची संख्या खूप जास्त होती. आम्ही जेव्हा सूत्रं देवाणघेवाण करत होतो तेव्हा बॉबसोबत मी बाजारपेठेच्या फेरीवर निघालो. माझं ते सुदैव ठरलं. या फेरीत भरपूर विक्री करणाऱ्या टॉप शंभर दुकानांना आम्ही भेटी दिल्या. त्यानी त्यांची ओळख करून दिली. त्यांच्याशी कशा पद्धतीने व्यवहार केला जातो याचीही माहिती दिली. या सर्वांचा सारांश असा होता – आकर्षक रहा, कडक रहा, पण वरचेवर त्यांना डिस्काउंट – सूट देत रहा.

बॉब गुरुवारी संध्याकाळी टेनिस मॅचेस खेळत असे. मीही टेनिस खेळायला जाऊ लागलो. त्याच्या घरातच फ्लड लाइट असलेलं टेनिस कोर्ट होतं. एखाद्याचा खेळ त्या व्यक्तीबाबत बरंच काही सांगतो. वॉरन बफेंच्या शब्दात सांगायचं, तर 'जेव्हा तुम्ही लाइनवरून खेळता तेव्हा आउट असता' (लाइनच्या वर उभं न राहता टेनिसमध्ये शॉट मारायचा असतो) आजपर्यंत मी इतक्या लोकांशी खेळलो; पण ड्यू प्लेसिस हा एक वेगळा एकमेव माणूस होता. लाइनवर उभा राहून प्रतिस्पर्ध्यांनं शॉट मारला, तर तो आउट आहे म्हणायचा; पण स्वतःची दोनदा चूक असली तरी तो सर्व्हिस सोडायला तयार व्हायचा नाही.

दक्षिण आफ्रिकेतील कंपनीचा मार्केटिंग हेड म्हणून ड्यू प्लेसिसला पदोन्नती मिळाली. तो जाहिरतींच्या क्षेत्रात गुरू वगैरे नव्हता, पण थोडासा खट्याळ आणि हुशार होता. आम्ही नुकतीच परत वापरता येणारी अर्धा लिटरची बाटली नव्याने बाजारात दाखल केली होती. त्यांच्यावरचं झाकण पुन्हा सील करता येण्याजोगं होतं. हे एक मोठंच नावीन्य होतं. त्याला प्रचंड यश मिळालं. दुपारच्या जेवणासाठी रोज आम्ही एकत्र बसायचो. आमच्या या यशानंतर त्याबाबत सादरीकरण प्लेसिसला करायचं होतं. ते दाखवून माझ्याकडून काही सल्ला असेल तर बघावा म्हणून त्यानं मला थोडं लवकर बोलावलं. बाटलीच्या नव्या पॅकेजिंगचे काय फायदे झालेत, हे त्यानं यात सांगायचं होतं. आमच्या जाहिरातीच्या कंत्राटदाराने एक कच्चा नमुना करून पाठवला होता. या नमुन्यात आमच्या नव्या उत्पादनाच्या 'पुन्हा वापरता येण्याची क्षमता' आणि 'रोजच्या वापरातील उत्पादन' या दोन महत्त्वाच्या मुद्द्यांवर विशेष भर नव्हता. मीही त्याच्या मताशी सहमत झालो. म्हणूनच मी एक टिप्पणी

जोडली की, यात अजून मेहनत घ्यायला भरपूर वाव आहे. त्या एजन्सीच्या मुळमुळीत गोड शब्दांवर प्लेसिसचा विश्वास नव्हता. त्यानं त्या लोकांचं म्हणणं नेहमीच्या अतिशयोक्ती पद्धतीने ऐकलं आणि सरळ त्यांच्यासमोर म्हणाला, "हे अगदी भंकस आहे. तुझं काय म्हणणं आहे नेव्हिल?" मी अर्वाच्य शब्द टाळून होकाराने पुटपुटलो. जमाखर्च पाहणारा एक कर्मचारी एक मोठी भयानक चूक करून बसला. त्यानं त्या सादरीकरणाचं समर्थन केलं. तो म्हणाला की, ती निर्मिती कंपनीच्या नियमानुसारच होती. बॉब यावर भडकला व म्हणाला, "नियम आणि सूचना मी तुला देईन समजलास?" मग पुढे म्हणाला, "हे बघ, हे तुझे प्रेझेंटेशन आर्टवर्क घेऊन इथून पळ. चोवीस तासात नवीन सादरीकरण आण आणि हे बघ, हे झाकण नीट बघ. हे सगळं या झाकणासाठी आहे, म्हणून त्या तुझ्या प्रेझेंटेशनमध्ये हे झाकण वेगळं, ठळक दाखव. कुत्र्याच्या गोट्यांसारखं बाहेर वेगळं दिसलं पाहिजे. कळलं ना? कुत्र्याच्या गोट्यांसारखं! जा, पळ आता." जाहिरात संस्थेचा प्रतिनिधी अस्वस्थ आणि बावरलेल्या अवस्थेत दार उघडत होता. त्याच्यावर बॉब पुन्हा ओरडला. "पळ, अजिबात उशीर करू नकोस." जसं दार बंद झालं तेव्हा बॉब कडा कोसळावा तसा हसू लागला. ही अशी माझी व्यवस्थापनाची शैली नव्हती, पण एखाद्या कडक विद्यालयात कसं शिकायचं हे आपल्याला माहीत असायला हवं. दुसऱ्याच दिवशी ती जाहिरात तयार होऊन आली. अगदी आम्हाला हवी तशी.

जोहान्सबर्गच्या दुकानांमध्ये मी मार्केटिंग मॅनेजर म्हणून वरचेवर चक्कर टाकत असे. अगदी सोवेटोसारख्या कृष्णवर्णीयांच्या वस्तीतल्या दुकानांनाही भेट देत असे. वर्णविद्वेषी अपारथाइड राजवटीत कृष्णवर्णीय व मिश्रवंशीय लोक आपापल्या कामाच्या ठिकाणी जाण्यासाठी सकाळीच घर सोडत आणि रात्री संचारबंदी लागू होण्यापूर्वी घरी परतत. येता-जाता जीवनावश्यक वस्तूंची खरेदीही करत.

कायदेशीरदृष्ट्या कृष्णवर्णीयांना अल्कोहोल असलेलं एक द्रव्य सेवन करायची परवानगी होती. ती म्हणजे मक्यापासून बनवलेली बिअर. त्याला ते लोक 'उमकोमबोथी' असं म्हणत असत. पण या नियमाच्या अंमलबजावणीकडे पोलीस सरसहा दुर्लक्ष करीत. त्यामुळे या गावठाणांमध्ये बेकायदेशीर दारूगुत्ते चालत. त्यांना 'शेबीन' म्हटलं जायचं. हे गुत्ते म्हणजे खासगी घरं होती, ज्यांचं गुत्त्यात परिवर्तन केलेलं असायचं. इथे सामान्य दारू मिळत असे. एका वेळी दहा ते बारा गिऱ्हाइकांना सेवा देणं त्यांना शक्य असे. तिथल्या लोकप्रिय पेयांमध्ये व्हिस्की आणि कोक होतं. या कारणासाठी आम्ही एक विक्रेता शेबीन्ससाठी नेमला होता. असा माणूस नेमणं ही दारू कंपन्या वापरायच्या त्या कल्पनेची कॉपी होती. दारू कंपन्या आपली उत्पादनं बेकायदेशीर गुत्त्यांमध्ये विकण्यासाठी माणूस नेमत असत. खरंतर हा बेकायदेशीर प्रकार होताच्च पण व्यावसायिक जगत वर्णविद्वेषाच्या राजवटीत प्रत्यक्षात मात्र असा

व्यवहार करत असे.

या बाजारपेठेचा खरंतर मला एकदा अनुभव घ्यायचा होता. पण हे शेबीन संध्याकाळी कामाचे तास संपल्यावर सहा-सात वाजता उघडत असत. त्या वस्त्यांमध्ये जाण्यासाठी मला परवानगी घ्यावी लागे. या परवानगीची मुदत रोज संध्याकाळी पाच वाजताच संपत असे. कधीकधी या ठरलेल्या वेळेपेक्षाही उशिरापर्यंत मला शेबीन मालक व ग्राहकांशी चर्चा करावी लागत असे. संचारबंदी लागू झाल्यानंतरही मी, एक गोरा माणूस, शेबीनमध्ये गप्पा मारत बसलेलो असायचो. जे मुळातच गैरकानूनी होतं. तरीही लोक माझं स्वागत करत. माझ्याशी मोकळेपणाने बोलत. अगदी राजकीय घडामोडींबाबतही त्यांची मतं स्पष्टतेने मांडत. या वर्णविद्वेषी राजवटीचा शेवट व्हावा हे पोटतिडकीने सांगत. त्यांच्या दृष्टिकोनाबाबत मला सहानुभूती होती. व्यावसायिक दौऱ्यावर त्यांच्या सोबत झालेल्या या चर्चांमधून माझं राजकारणाचं ज्ञानही भरपूर वाढायला लागलं होतं.

१९७५ सालच्या ख्रिसमसच्या पूर्वसंध्येला आमच्या ऑफिसमधला एक गट सनीसाइड पार्क हॉटेलला काही डागडुजीसाठी थांबला होता. नाताळचा सीझन अगदी लगीनघाईचा असतो. वर्षाच्या एकंदरीत विक्रीच्या १७ टक्के विक्री एकट्या डिसेंबर महिन्यात होते. म्हणजे वर्षातून असे दोन खूप विक्रीचे मोसम असतात. एक म्हणजे उन्हाळ्याचे दिवस आणि दुसरं म्हणजे नाताळ. नाताळच्या अगोदरच खूप गडबडीचा कालावधी असतो. तर असाच तो दिवस वर्षअखेरीची रात्र असलेला होता. विक्रमी विक्री साजरी करणं चाललेलं होतं. आमचे बरेचसे मित्र आणि परिचित या पार्टीत सामील झाले. थोड्याच वेळात आम्ही एक मोठा गट झालो होतो. समोर जोहान्सबर्गचा श्रीमंत आणि सुखवस्तू उपनगरीय भाग होता.

थोड्यात वेळात गप्पांची गाडी राजकारणावर आली. आमच्या गटातील बहुसंख्य नसले, तरी काही जणांचं म्हणणं असं होतं की, वातावरणात तणाव आहे. बिअरच्या तिसऱ्या ग्लासानंतर त्या चर्चेत मी बेधडक घुसलो. या मुद्याच्या समर्थनात माझ्या सोवेटोतील अनुभवांचं सावट होतं. आमच्या मते एखाद-दुसऱ्या 'शार्पव्हिले' घटनेला आम्ही सामोरे जाण्याची शक्यता होती. १९६० सालच्या मार्च महिन्यात शांतता मार्गाने आंदोलन करणाऱ्या कृष्णवर्णीय आंदोलकांवर गोऱ्या पोलिसांनी गोळीबार केला. यामध्ये साठपेक्षा जास्त आंदोलक ठार झाले होते. माझं मत ऐकल्यावर मला उलट प्रश्न विचारला गेला – ''मग, या गोष्टीबाबत तू आता काय करणार आहेस?''

सुंदर निगराणी केलेल्या बागा व पोहोण्याचे तलाव असलेली घरं असलेल्या उपनगरांकडे नजर टाकत मी म्हणालो, ''या सुंदर घरांच्या किमती खूप ढासळणार आहेत. म्हणूनच मी माझं घर विकायला काढणार आहे. आणि त्यानंतर मी

भाड्याच्या घरात राहायला जाईन. या पद्धतीने मला माझ्या स्थावर जंगममधला फायद्याचा वाटा राखून ठेवता येईल.''

नाताळच्या पूर्वसंध्येला घरी घेऊन जाण्याची ही काही भेट नव्हती. पामेलाला मी याबाबतीत फक्त विचार चाललाय असं वरवर सांगितलं. ३१ जानेवारीपर्यंत माझ्या घराबाबत बाजारपेठेत माहिती पोहोचली होती आणि माझ्या घराचा सौदा २ जून, १९७६ रोजी पूर्ण झाला.

चारच दिवसांनंतर सोवेटोमध्ये दंगली उसळल्या. याचं कारण असं होतं की, दक्षिण आफ्रिकेमध्ये एक नवा कायदा लागू केला होता. याच्या अन्वये कृष्णवर्णीयांसाठीच्या वेगळ्या शाळांमध्ये संपूर्ण इंग्रजीऐवजी निम्मं शिक्षण 'आफ्रिकान्स' भाषेमध्ये देण्यात येणार होतं. यापूर्वी संपूर्ण शिक्षण इंग्रजीतून व्हावं असा दंडक होता. उपनगरांमध्ये या नियमामुळे संतापाची लाट उसळली. 'आफ्रिकान्स' ही भाषा गौरवर्णीय दंडेलशाही करणाऱ्यांची भाषा आहे असं मानलं गेल्यानं हा विरोध होता.

आम्ही ज्याला 'रूट रायटिंग' म्हणायचो, तशा एका फेरीवर मी आणि माझा विक्रेता, आम्ही जून सहाला सोवेटोमध्ये होते. बाजारपेठेत काय चाललंय याचा अंदाज घेणं चाललं होतं. तो त्याचं काम करत होता आणि मी निरीक्षणं नोंदवत होतो. तिकडे निदर्शनांनी चांगलाच जोर पकडला होता. 'स्वातंत्र्याशिवाय शिक्षण नाही.' अशा घोषणा देत शाळा बंद पाडल्या जात होत्या. थोड्या अंतरावर अशी निदर्शनं करणारे घोळके दिसत होते, तर एक मैलावरच्या टेकडीवर तर खूप मोठा जमाव दिसत होता. एका दुकानदाराने मला तिथून ताबडतोब निघून जाण्याचा सल्ला दिला. कारण ही दंगल होती आणि दंगलींमध्ये वाहनं जाळलीही जातात. आम्हाला तर अजूनही काही ठिकाणी भेटी द्यायच्याच होत्या. कोणताही गैरप्रसंग न उद्भवता आम्ही त्या पार पाडल्या. आमच्या नेहमीच्या रस्त्यानं जर गेलो असतो तर आम्ही जमावाच्या पुढ्यात गेलो असतो, म्हणून आम्ही त्या उपनगरातून बाहेर पडण्यासाठी वेगळा रस्ता निवडला. त्या नगरातून बाहेर पडण्याच्या तोंडाजवळ आम्हाला दक्षिण आफ्रिकेचे गोरे पोलीस जथ्थ्याने दिसले. त्यांच्याजवळ दंगलप्रतिबंधक चिलखती गाड्या होत्या. माझं परवानगीपत्र घाईत तपासून त्यांनी मला परत दिलं आणि शेरा मारला – 'आज खरंच वाईट दिवस आहे.' आणि म्हणाले, ''आज इथे यायला काय तुम्हाला वेड लागलं की काय?'' संध्याकाळच्या सातच्या टीव्हीवरच्या बातम्यांत मला त्या वाक्याचा उलगडा झाला. या दिवशी नेमकं काय, किती आणि कसं झालं हेही कळलं. त्या दिवसापासून दक्षिण आफ्रिका कायमची संपूर्णपणे बदलली. गोरे आणि काळे अशा उभय पक्षांतील निरपराध जीव त्या वेळी हकनाक गेले आणि खऱ्या अर्थाने दक्षिण आफ्रिका आंतरराष्ट्रीय राजकारणात एकाकी पडणं सुरू झालं. वर्णद्वेष आता सहनशीलतेच्या पलीकडे पोहोचला होता.

काही महिन्यांमध्ये मी शेबीनना भेटी देत असे. माझ्या पुढच्या वेळच्या शेबीन भेटीत मला एकदम वेगळं वातावरण अनुभवायला मिळालं. "तुम्ही इथं काय करताय?" शेबीन मालक मला विचारत. तणाव वाढताना मला जाणवायचा. आमच्या सायंभोजन पाट्यांमध्ये मी यावर वादविवाद करत असे. माझे सहकारी मला म्हणत, तू काही खरा दक्षिण आफ्रिकेचा माणूस नाहीस, त्यामुळे आमच्या देशातली खरी परिस्थिती तुला कळायला काहीच मार्ग नाही. काळे लोक कशावर विश्वास ठेवतात आणि सोवेटो दंगलींचा अर्थ काय, याबाबत त्यांचे टोकाचे दृष्टिकोन होते. तरीपण मी त्यांना विचारायचो की, ते सोवेटोला जाऊन आलेले आहेत का? त्यांचं उत्तर असायचं – "नाही!" 'कायदेशीर मज्जाव' तर्कसंगत उत्तर हेच होतं. थोडक्यात दोन बहिऱ्या लोकांच्या संवादाचं रूप इथे व्यक्त होत होतं. कित्येक गौरवर्णीय कृष्णवर्णीयांचा दृष्टिकोन ऐकून घ्यायलाही तयार नसत आणि मग वर्णद्वेषाला पाठिंबा देणं एवढंच आपलं उत्तरदायित्व आहे, अशा निष्कर्षाप्रत ते पोहोचत असत; पण वास्तव मात्र वेगळंच होतं.

वर्णद्वेषी म्हणून अपारथाइड राजवटीला वाढत्या विरोधामुळे कोका-कोला कंपनीला मोठ्या अडचणीला तोंड द्यावं लागायला लागलं. आमच्या ट्रक ड्रायव्हर्सना हिंसेचं लक्ष्य बनवलं जाऊ लागलं. सोवेटोतल्या एका लुटीमध्ये आमच्या एका ड्रायव्हरला गोळ्या घालून ठार मारलं गेलं. मी त्याच्या अंत्यविधीसाठी गेलेला एकमेव गोरा होतो. वातावरणातला तणाव आणि माझ्या विरोधातील तिथल्या विरोधी भावनेची धग मला जाणवत होती.

दक्षिण आफ्रिका ही एक प्रचंड व खूप फायदेशीर बाजारपेठ होती. कंपनीची इथे खूप जास्त गुंतवणूक होती. १९७४ सालच्या दरम्यान रेवरंड लिऑन सुलिवान यांनी एक औद्योगिक चळवळ चालू केली. हे गृहस्थ एक आफ्रिकन-अमेरिकन होते. शिवाय 'जनरल मोटर्स' कंपनीच्या संचालक मंडळाचे सदस्य होते. दक्षिण आफ्रिकेमधील कामगारांना समान दर्जा व समान नागरिक म्हणून वागणूक द्यायची मोहीम त्यांनी सुरू केली. १९७६ सालच्या उत्तरार्धात कोका-कोलानेही या मोहिमेत सहभाग घेतला व ती तत्त्वं राबवली. खरंतर तसा या सहभागाला बराच उशीर झाला होता आणि नंतरच्या कालावधीतही हेच सिद्ध झालं. १९८६ साली मी दक्षिण आफ्रिका सोडल्यावर कोका-कोला कंपनीला आपली गुंतवणूक काढून घ्यावी लागली. त्याही वेळी तिथल्या सरकारने वर्णभेदाचा वापर हट्टाने चालूच ठेवला. या नीतीची किंमत प्राण व संपत्तीच्या रूपात त्यांना मोजावी लागली.

जोहान्सबर्ग प्लान्टवर दोन वर्ष मार्केटिंगमध्ये काढल्यावर, कंपनीच्या अधिपत्याखालील तीनही बॉटलिंग प्लान्टवर प्रमुख मार्केटिंग मॅनेजर म्हणून माझी बढती व नेमणूक झाली. हे तीन प्लान्ट्स जोहान्सबर्ग, डर्बन व प्रिटोरिया इथे होते.

माझ्यासमोरील आव्हानांचा यथोचित सामना करून दाखवल्याचं ते निदर्शक होतं.

या माझ्या नव्या मार्केटिंगमधल्या भूमिकेत मी नव्यानं वेगळं काही करायला तशी जागाच नव्हती. मला तर प्रामाणिकपणे असं वाटत होतं की, हे पदच असू नये. पण जोहान्सबर्ग प्लान्टचा माजी तांत्रिक प्रमुख अलेक्स रीडनं मला समजावलं. आता तो संपूर्ण दक्षिण आफ्रिकेतील बॉटलिंग प्लान्टचा प्रमुख म्हणून कार्यरत होता. तो म्हणाला, ''मला मार्केटिंगमध्ये काहीही कळत नाही.'' माझं काम हे असायचं की, त्याला मार्केटिंगमधलं जमेल तेवढं शिकवणं. आठ महिन्यांनंतर मी त्याला ते समजावून शिकवलं. पण आठ महिन्यांनंतर मीच मला अडथळा वाटू लागलो. कुठेही मार्केटिंगविषयी कोणाला काही करायचं असलं तरी त्या सर्व गोष्टी करणं हे माझी सही झाल्याशिवाय होत नसे. इथे निरुद्योगी असणं मला खपेना.

हा सगळा प्रकार म्हणजे आपण काम करतो आहोत असं दाखवणं होतं. मग मी ॲलेक्सला एक पत्र लिहून माझं काम बंद करायला सांगितलं. अनेक लोक आपलं आयुष्य रिपोर्ट लिहीत घालवतात, पण त्याच्यापासून साध्य काहीच होत नाही. मला काही काम दाखवता येईल असं हवं होतं. ॲलेक्सनी माझं म्हणणं मान्य केलं. मग माझी बदली फ्रँचायझरच्या बाजूने जोहान्सबर्गमध्ये 'डेप्युटी मार्केटिंग मॅनेजर, कोका-कोला' या पदासाठी झाली.

इथेही माझी थोडी अडचणीची परिस्थिती होती. मार्केटिंगच्या प्रमुखाला रिपोर्ट करणारा मी एकटाच होतो. त्या ऑफिसमधले सर्व येऊन मलाच साद्यंत वृत्तान्त सादर करत. त्यामध्ये जाहिरात विभाग प्रमुख, विक्रीवाढ व्यवस्थापक, बाजारपेठ संशोधक यांचा समावेश होता. हे काम फक्त हंगामी स्वरूपाचं होतं. कारण कंपनीने मला पंधरा आठवड्यांच्या व्यवस्थापकीय प्रशिक्षणासाठी हार्वर्ड विद्यापीठाच्या कोर्सला पाठवायचं ठरवलं होतं. मी परत आल्यावर पूर्ण रूपाने मार्केटिंग मॅनेजर म्हणून काम करायचं होतं. हा अधिकार संपूर्ण दक्षिण आफ्रिका प्रभागासाठी असणार होता.

मी हार्वर्डला निघण्यापूर्वीच माझ्या वडिलांचं उत्तर आयर्लंडमध्ये देहावसान घडलं. झांबियातून नुकतेच ते तिथं परतले होते. त्यापूर्वीच माझ्या आईचंही निधन झालं होतं. माझ्या आईच्या मृत्यूनंतर माझ्या वडिलांनी पॅडी ग्रीन यांच्या विधवा पत्नीशी लग्न केलं होतं. १९५४ साली आम्ही झांबियात पहिल्यांदा आल्यावर आम्हाला रेल्वे स्टेशनवर भेटायला आलेले वडिलांचे मित्र म्हणजे पॅडी ग्रीन.

तरुण असतानाच पॅडी ग्रीन हृदयविकाराच्या धक्क्याने मृत्यू पावले होते. त्यानंतर त्यांच्या कुटुंबाला माझ्या वडिलांनी हरतऱ्हेची मदत केली होती. त्यांच्या दोन मुलांचा पालक म्हणून ते काम करत होते. सावत्र भावंडांऐवजी माझ्या धाकट्या भावंडांप्रमाणे मला ते होते. आजही आम्ही मनाने जवळ आहोत. माझ्या सावत्र पुतणीचा, मेरीचा, मी 'गॉडफादर' आहे.

१९७६ सालचा बर्फवर्षाव मोसम (म्हणजे थंडीचा मोसम) मी हार्वर्ड बिझनेस स्कूलमध्ये काढला. युनायटेड स्टेट्सला ही माझी आतापर्यंतची दुसरी भेट होती. त्याच वर्षाच्या सुरुवातीला अटलांटामध्ये प्रशिक्षणासाठी पहिली फेरी झाली होती. अमेरिकेचा आकार व सुबत्ता ही फारच छाप पाडणारी होती. माझ्यासाठी संपूर्णपणे नवीन असलेल्या जगातलं माझं पहिलं पाऊल म्हणजे हार्वर्ड युनिव्हर्सिटीतील माझा हा कोर्स होता. जमाखर्च आणि वित्तीय व्यवस्थापनातील 'क्रॅश कोर्स' मी करणार होतो. या क्षेत्रातील माझं कोणतंच प्रशिक्षण यापूर्वी झालेलं नव्हतं. माझ्या झांबियातील छोट्या धंद्यामध्ये आम्ही जमाखर्च वगैरे सर्व खतावण्या राखायचो, पण ती पद्धत काही कुठे शिकलेली नव्हती, तर स्वत:हूनच शिकलेली बाब होती.

हार्वर्डच्या त्या कोर्समध्ये मी सर्वांत तरुण विद्यार्थी होतो. माझ्या सहकाऱ्यांच्या अनुभव आणि पात्रतेच्या पुढे मी कुठेतरी अंधारात धडपडत होतो. त्यांच्यापैकी बरेच जण कोणत्या ना कोणत्यातरी क्षेत्रात विशारद होते आणि आता 'जनरल मॅनेजर'च्या पदावर आरूढ होणार होते. उदाहरणार्थ – माझा एक वर्गमित्र 'मिसुरी पॅसिफिक रेलरोड'चा प्रमुख अभियंता होता. माझ्यासाठी हा व्यवस्थापन प्रशिक्षण कार्यक्रम जीवनाची दिशा बदलवणारा होता. मला खातरी आहे, त्या वेळी स्वप्नातसुद्धा कोणाला वाटलं नसेल की, मी कोका-कोलाचा सीईओ होईन. मात्र त्या वेळी त्या वर्गात सर्वांत जास्त शिकलेल्यांपैकी मी होतो. याचं कारण म्हणजे मला माहीत होतं की, सर्वांत जास्त शिकण्याची गरज असलेलाही मीच होतो.

आमच्या प्रशिक्षणानंतर, आम्ही नवीन आव्हानं स्वीकारावी असं अपेक्षित होतं. माझ्यासाठी एक नवं आव्हान आधीच आखून ठेवलं होतं. ते म्हणजे मार्केटिंग मॅनेजर पदावरची माझी बढती. दक्षिण आफ्रिकेच्या कोका-कोला प्रमुखपदावर नुकताच नेमला गेलेल्या फ्रेड मायर्सचा माझ्यासाठी फोन आल्यावर मी थोडा चकित झालो. कारण या संवादात त्यानं मला जोहान्सबर्गच्या बॉटलिंग प्लान्टचा जनरल मॅनेजर म्हणून काम करण्याचा प्रस्ताव ठेवला. मी ताबडतोब होकार दिला. हे माझं स्वप्नातलं काम होतं. एक नवा उपक्रम म्हणूनही ही संधी खूप आकर्षक होती. कारण या दरम्यान कोका-कोला कंपनीने दक्षिण आफ्रिकेतील मद्यनिर्मिती उद्योगातील 'श्वॅप'चा व्यवसाय विकत घेतला होता. शिवाय 'एस.ए.बी.' (श्वॅप आफ्रिकन ब्रेवरीज) याचा स्वत:चा असा एक ब्रॅन्ड होता. हार्वर्डला जाण्यापूर्वी या सौद्यात मी बरंच लक्ष घातलं होतं. कोका-कोलाच्या नेहमीच्या कामात या नव्या कामाचा सहभाग करून घेणं आणि त्याचं दैनंदिन कामकाज सुरळीत घडी बसवणं हे मोठं काम माझ्याकडे होतं. गेल्या वर्षभरात जोहान्सबर्गमधली कंपनीची बाजारपेठ घसरत चालली होती. त्या परिस्थितीत बदल घडवायला ही योजना उपयोगी पडणार होती. मी ताबडतोब फोन करून पामेलाला बोस्टनला बोलवून घेतलं. 'थँक्स गिव्हिंग'ची

सुटी सुरू होती. तो एक मस्त कार्यक्रम झाला. मग मी फ्रँचायजी साइडला बॉटलर म्हणून परत आलो, पण मनात कुठेही खंत नव्हती. जोहान्सबर्गच्या मध्यावर असलेल्या औद्योगिक प्रभागाजवळच्या फॅक्टरीत माझं ऑफिस होतं. माझ्या टेबलावर बसल्यावर बॉटलिंगच्या लाइन्स चालू असल्याचा आवाज ऐकू येई. वयाच्या तेहेतीसाव्या वर्षी मी दोन फॅक्ट्र्यांचा प्रमुख होतो आणि हाताखालच्या माणसांची संख्या होती सतराशे. काही मैलांवरच आमचं मुख्यालय होतं. मी माझा स्वत:चा व्यवसाय सांभाळत होतो. जेव्हा आपण दार लावून ऑफिसमध्ये बसतो, तेव्हा लक्षात असतं की, आपणच नेतृत्व करतोय. आपलेच एकेकाळचे वयस्कर सहकारी आपल्या समोर येऊन वृत्तान्त सादर करतात तेव्हा एक एकटेपणाची भावना मात्र मनात प्रकर्षाने जाणवते.

कोक कंपनी गॅलनच्या बरण्यांमधून कोका-कोला कॉन्सन्ट्रेट आमच्या फॅक्टरीत पाठवून देत असे. त्यापासून आम्ही सिरप बनवायचो आणि मग हे सिरप कार्बोनेटेड पाण्यात मिसळलं जायचं. मग बाटल्या भरल्या जायच्या. कॉन्सन्ट्रेट बनवण्यासाठी काय, किती मिसळायचं हे गुपित आहे. जगातल्या काही गुप्त जागांवर ते बनवलं जातं.

औपरोधिक न्यायाने मी पेप्सीचाही बॉटलर झालो होतो. 'साउथ आफ्रिकन ब्रूअरीज'ने त्यांची पेप्सी फ्रँचायझी सोडून दिली होती. यूएसमध्ये पेप्सीने त्या कंपनीला विश्वासघाताच्या खटल्यात ओढलं. या कज्जाचा निकाल असा लागला की, आम्ही, म्हणजे एस.ए.बी.च्या मालकांनी जोहान्सबर्गमधील बाजारपेठेला पेप्सी ब्रॅन्डचा शिरकाव करू देण्यासाठी त्यांच्या बाटल्या भरून द्याव्यात.

प्लान्ट मॅनेजर म्हणून खूप आव्हानं मी पेलली. त्यापैकी दोन अत्यंत निकडीची होती. पहिलं म्हणजे श्वॅपच्या व्यवसायाचा अंतर्भाव. तांत्रिकदृष्ट्या एकीकरण झालेलं होतं. पण या नव्या कंपनीचे ८२ टक्के समभाग कोक कंपनीकडे होते. त्यामुळेच पहिल्या कामगार कपातीनंतर तिथल्या महत्त्वाच्या व्यवस्थापकीय पदांवर कोकचेच अधिकारी राहिले होते. मग दुसऱ्या कामगार कपातीत मी श्वॅपचे काही अधिकारी महत्त्वाच्या जागांवर परत आणले. मला आठवतं, त्यातल्या एक-दोन जागांवर तर जरा कमी पात्रता असलेले श्वॅप मॅनेजर्स निवडले.

कदाचित माझा कोका-कोला बाबतीतचा पूर्वग्रह असेल किंवा काय, मी ती चूक केली. घोडचूक म्हणा हवं तर. त्यापैकी एक जणच वर्षभरानंतर टिकू शकला. कारण श्वॅपची संस्कृती कोकपेक्षा भिन्न होती. आमची कार्यपद्धती खास कोकवाली होती तर श्वॅपची पद्धती अगदी वेगळी. माझ्या पुढील कारकिर्दीत मी हा धडा चांगलाच लक्षात ठेवला. मग अशा प्रसंगी नवीन कार्यपद्धती, नवीन संस्कृती निर्माण करण्याची गरज मला कळली, ज्यामध्ये दोन्ही पद्धतींचा संगम असावा.

दुसरी निकडीची गोष्ट होती, ती म्हणजे 'सुलिवान कायद्या'ची अंमलबजावणी. ही अंमलबजावणी अटलांटाच्या अधिकाऱ्यांनी केली. मात्र दक्षिण आफ्रिकेतील कित्येक व्यवस्थापकांना ती मान्य नव्हती. पण बळजबरीने ती स्वीकारावी लागत होती. या प्रकरणात एक आक्षेप असा होता की, सुलिवान अंमलबजावणीने दक्षिण आफ्रिकेतील कायद्याचा भंग होत होता.

सुलिवान यांचं हेच उद्दिष्ट होतं. उदाहरणार्थ – सुलिवान कायद्यानुसार मागणी अशी होती की, कर्मचाऱ्यांची भोजनालयं व प्रसाधनगृहं कृष्णवर्णीय व गौरवर्णीयांना एकत्रच असावी. वेगळी व्यवस्था नको. अपारथाइड म्हणजे वर्णद्वेषी राजवटीची मागणी अशी होती की, गौरवर्णीयांना व कृष्णवर्णीयांना समान; पण वेगळ्या सुविधा असाव्यात. प्रत्यक्षात त्या वेगळ्या असतच, पण कृष्णवर्णीयांसाठीच्या सुविधा दुय्यम दर्जाच्या असत. सुलिवान यांच्या संहितेचं पालन करणं भौतिकदृष्ट्या सोपं होतं. थोडीफार बांधकामं वाढवायची किंवा नव्याने करायची होती. पण आम्हाला मात्र बऱ्याच आव्हानांना तोंड द्यावं लागलं.

आमच्याकडे दोन श्रेणीतले कर्मचारी होते. एक होते मॅनेजर, ज्यांना महिन्याच्या महिन्याला पगार मिळे आणि दुसरे होते जे मॅनेजर नाहीत ते. त्यांना दर आठवड्याला पगार मिळे. मॅनेजर नसलेले सर्व कर्मचारी कृष्णवर्णीय होते. याउलट मॅनेजरमध्ये ५० टक्के गोऱ्या व अन्य वंशीय लोकांचं प्रमाण ५० टक्के होतं. अन्य वंशीयांमध्ये आशियाई लोकांचाही समावेश होता. दक्षिण आफ्रिकेतले वर्गीकरणाचे कायदे इतके क्लिष्ट होते की, कित्येकदा एकाच कुटुंबातील दोन मुलांचं वर्गीकरण दोन वेगळ्या गटांमध्ये होत असे. प्रत्येकाचा रंग व केसांचा कुरळेपणा या आधारावर ही वर्गवारी होत असे.

सुलिवान संहितेच्या शब्दश: अंमलबजावणीत त्याच्यामागचं उद्दिष्ट, थोडक्यात त्याचा आत्मा संभाळणं महत्त्वाचं होतं. आमच्या कंपनीतल्या गोऱ्या कर्मचारी महिला रस्त्यापलीकडील दुसऱ्या कंपनीतील, खास गोऱ्या बायकांसाठीच्या प्रसाधनगृहाचा उपयोग करीत असल्याचं आमच्या लक्षात आलं. मी माझ्या व्यवस्थापनातील सहकाऱ्यांना बरोबर घेऊन आदर्श उदाहरण प्रस्तुत करायचं ठरवलं. आम्ही कॅफेटेरियात बसायला लागलो. यासाठीचा गट मिश्र हवा असायचा. मग एकाच टेबलवर काळे आणि गोरे चहासाठी बसू लागलो. एक दिवस आमचा मानव संसाधन विकास विभागाचा प्रमुख माझ्याकडे आला. मला माहिती दिली की, सेवा देणाऱ्या लोकांनी लाच घेतली आहे. लाच देणाऱ्यांनी गोऱ्या लोकांसाठीच्या एका गटासाठी वेगळ्या प्लेट्स व त्यासाठी वेगळी स्वच्छता व्यवस्था वगैरे चालू केलं आहे. मला वाटलं, गोऱ्या लोकांना द्यायच्या प्लेट्स खास राखीव असतील. पण शोध घेताना असं आढळलं की, या प्लेट्सना खाली नेलपॉलिश लावलं आहे आणि फक्त आशियाई

लोकांसाठीच ती ताटं वापरली जातात.

यानंतर वर्णभेदाच्या सरकारी नियमांचं पालन होतंय की नाही, हे पाहण्यासाठी सरकारी अधिकाऱ्यांच्या आमच्याकडे भेटी असायच्या. त्या अधिकाऱ्यांना व्यक्तिश: मला भेटायचं असे. ते मला वर्णभेदविषयक कायदा अगदी बारकाव्याने उद्धृत करून सांगत की, तो कायदा आम्ही मोडल्याबद्दल आम्हाला दंड लागू झाला आहे. शिवाय मला त्याबद्दल सश्रम कारावासाची शिक्षा होऊ शकते. मी त्यांच्या या टिप्पणीवर हस्तांदोलन करत हे मान्य करत असे की, कायद्याचं उल्लंघन झालंय हे निश्चित आणि मग पुन्हा असं घडण्याची वाट पाहात असे. वर्णभेद हळूहळू क्षीण होत चालला होता. सत्य परिस्थिती अशी होती की, कोका-कोलाच्या उच्चपदस्थ अधिकाऱ्याला कारावासात टाकणं ही खळबळजनक आंतरराष्ट्रीय बातमी होऊ शकत होती. गौरवर्णीयांसाठी राखीव सरकारी यादीतही मोठे घोटाळे होते. या वर्गीकरणाचं वारंवार उल्लंघन कित्येक परदेशी व दक्षिण आफ्रिकन कंपन्यांनी केल्याची प्रकरणं मला माहीत होती. त्यासाठी वर्णभेदी शासनाने नवे कायदेकानू या घटनांना पाठीशी घालण्याकरता केले होते, हेही मला माहीत होतं. वंशभेदाचं समीकरण बरोबर करण्याचा शक्यतो प्रयत्न मी केला. माझ्या अखत्यारीत असताना कोकचा दक्षिण आफ्रिकेसाठी पहिला कृष्णवर्णीय सेल्स मॅनेजर अर्नेस्ट मचुनु याला नेमला. कोकने कृष्णवर्णीय रूट मॅनेजर नेमायला यापूर्वीच सुरुवात केली होती. पण त्या वेळी सर्व सेल्स मॅनेजर मात्र गोरे होते. त्यांच्या अधिकारक्षेत्रात कृष्णवर्णीय वसाहतीसुद्धा असत. जोहान्सबर्गमध्ये शिकत असताना अर्नेस्ट आणि मी कापडाच्या दुकानात एकत्र काम करत असू. व्यवस्थापकीय कौशल्य त्याच्यामध्ये आहे, याची मला चांगलीच माहिती होती. सुलिवान याच्या तत्त्वावर चालताना कोकमध्ये आम्ही अर्नेस्टला 'पब्लिक रिलेशन्स ऑफिसर' म्हणून आणलं. आमच्या व्यवसायातील 'कृष्णवर्णीयांचं प्रतिनिधित्व' असं त्याचं स्वरूप होतं. कंपनीच्या दैनंदिन व्यवहारात त्याला पुढे आणण्यात आलं. यामागे एकच उद्देश्य होतं, आमच्या कंपनीत कृष्णवर्णीय व्यवस्थापकही आहेत. त्यांच्यासाठीचं पददेखील आकर्षक नाव असलेलं होतं. पण त्या पदाला खऱ्या अर्थानं अधिकार दिला गेला नव्हता. त्याच्या हाताखाली कोणी कामही करत नव्हतं. तो चांगलं काम करू शकेल, असं मला सांगावासं वाटत होतं. म्हणून सोवेटोमध्ये मी त्याला सेल्स मॅनेजर म्हणून नेमलं.

अर्नेस्टसाठी हे कठीण काम होतं. जनसंपर्क कार्यामध्ये त्याला जोहान्सबर्गच्या उत्तमोत्तम उपहारगृहांमध्ये जेवण मिळत होते. अटलांटाचे पाहुणे आणि कोकच्या उच्चपदस्थ अधिकाऱ्यांमध्ये त्याची ऊठबस होत होती. पण सेल्स मॅनेजर म्हणजे प्रत्यक्ष काम करण्याचं पद होतं. पहिल्यांदा मी जेव्हा त्याला हे काम देऊ केलं तेव्हा त्यानं सपशेल नकार दिला. मी त्याला म्हणालो, ''मित्रा, तुझा फक्त उपयोग करून

घेतला जातोय. तुला खरीखुरी कारकिर्द हवी की गोऱ्या लोकांनी आपल्या फायद्यासाठी पाळलेला कृष्णवर्णीय चेहरा व्हायचंय? जर समजा आत्ता तू हा अनुभव घेतला नाहीस तर जनरल मॅनेजर पदापर्यंत तू कधीच पोहोचणार नाहीस.'' मी ही गोष्ट त्याच्या बायकोजवळही बोललो. मग त्यानं हे काम स्वीकारलं. दुर्दैवाने जेव्हा मी दक्षिण आफ्रिका सोडली तेव्हा माझ्या जागी एक पुराणमतवादी प्लान्ट मॅनेजर आला. अर्नेस्ट आणि त्याचं काही जमलं नाही. मग अर्नेस्ट नोकरी सोडून युगांडात पेप्सीच्या प्लान्टवर काम करायला निघून गेला. पण तोपर्यंत त्याला मिळालेल्या अमूल्य अनुभवामुळे शीतपेय उद्योगासाठी तो एक मौल्यवान माणूस ठरला.

दक्षिण आफ्रिकेत प्रथम मी सरकारी किंमत नियंत्रणाचा अनुभव घेतला. मुक्त बाजारपेठ व्यवस्थेवर सरकारी हस्तक्षेपाचा परिणामही बघितला.

चलनवाढ रोखण्यासाठी दक्षिण आफ्रिकी सरकारने किमतींवर निर्बंध घातले होते. खराखुरा परिणामकारक किंमत नियंत्रक हवा असेल, तर खुल्या बाजारात सशक्त स्पर्धा हवी. पण इथे आपल्या उत्पादनाची किंमत वाढवायची असल्यास कंपनीला सरकारदफ्तरी बारकाव्यासकट फायदा-तोटा पत्रक दाखल करावं लागे. कोका-कोला कंपनीचा याला पाठिंबा नव्हता; पण आश्चर्यकारकरीत्या या पद्धतीचा आम्हाला फायदा झाला. सॉफ्ट ड्रिंक बाजारपेठेत अगदी छोटा हिस्सा असलेल्या बऱ्याच दक्षिण आफ्रिकी कंपन्या होत्या. त्यापैकी 'सेवन अप'चा पुरवठा करणारी एक कंपनी 'गोल्डबर्ग ॲन्ड झेफेट' ही होती. कोका-कोलाच्या किमतीपेक्षा १५ टक्के कमी किंमत ठेवण्याची, त्यांची रणनीती होती. पण या प्रकारामुळे त्यांना मिळणारा फायदा अतिशय कमी असे. यामुळे गोल्डबर्ग ॲन्ड झेफेट कंपनीलाच आमच्या अगोदर किंमतवाढीसाठी कागदपत्रं सरकारदरबारी दाखल करायला लागत असत. कोका-कोलाच्या फायद्याचं प्रमाण नेहमीच भरपूर होतं. पण जेव्हा-जेव्हा सरकार भाववाढीला परवानगी द्यायचं, आमच्यासाठी उपलब्ध असलेली भाव ठरण्याची आधार पातळी वाढलेली असायची. पण जर सरकारने भाववाढीला परवानगी नाकारली असती तर गोल्डबर्ग ॲन्ड झेफेटसारखे छोटे उद्योगधंद्यातून बाहेर फेकले गेले असते. सरकारी नोकरशाहीपुढे असणारे निर्णय अगदी सोपे होते. भाववाढ करू द्यायची की छोट्या व्यवसायांना धंद्यातून बाहेर फेकून द्यायचं? त्यांनी भाववाढीला परवानगी दिली की, आमच्यासारख्या मुख्य व्यवसायिकांची चांदी होत असे. हे एक उद्बोधक उदाहरण आहे. हा यातील महत्त्वाचा भाग आहे. नैसर्गिकरीत्या मुक्त बाजारपेठेत सरकारने हस्तक्षेप केला की काय होतं; याचा वस्तुपाठ आहे. शेवटी परिणाम म्हणून दक्षिण आफ्रिकेतील सर्वसामान्य ग्राहकाला सॉफ्ट ड्रिंकसाठी जास्त पैसे मोजायचा भुर्दंड पडला. 'सरकारी भाव नियंत्रण पद्धती क्वचितच कार्य करू शकतात.' या माझ्या मताचं हे जिवंत उदाहरण होतं.

जोहान्सबर्गमध्ये आल्याच्या पहिल्या दिवसापासून माझ्या मनात एक भावना होती, ती म्हणजे हे काम माझ्यासाठी तात्पुरतं आहे, यात बदल होईल. जर इथे सर्व व्यवस्थित चाललं तर जागतिक स्तरावर आफ्रिकेच्या बाहेर कुठेतरी मी कारकिर्द घडवण्यासाठी पाठवला जाईन. जनरल मॅनेजर पद घेतल्यावर वर्षभरातच मला याची खातरी पटली. कोकच्या अशिया विभागाचा प्रमुख इयान विल्सनचा मला अटलांटामधून फोन आला. विल्सन आता कोका-कोलाच्या अंतर्गत विश्वसनीय वर्तुळातील एक होता. त्या वेळी तो कंपनीचे अध्वर्यू रॉबर्ट डब्ल्यू वूडरफ यांच्या जॉर्जियामधल्या इचाऊवे या वनराईत त्यांच्या सोबत पक्षी निरीक्षण करत होता. या वर्षी वूडरफ विल्सनला त्याच्या वाढदिवसादिवशी गुलाबाचं फूल पाठवणार होते. कोकच्या आतल्या वर्तुळातील उच्चपदस्थांना ते नेहमीच वाढदिवसाला गुलाब पाठवत असत. विल्सनने मला विचारलं, ''नेव्हिल, दक्षिण आफ्रिकेच्या बाहेर पडायला तयार आहेस का?'' मी नकार दिला आणि म्हटलं, ''बाहेर पडण्यापूर्वी प्लान्टवर अजून जरा अनुभव मिळायला हवा.'' तो म्हणाला, ''जेव्हा तू तयार होशील तेव्हा मला फोन कर.''

सरत्या १९७९ सालच्या वार्षिक कामगिरीचा आढावा घेत असताना संपूर्ण दक्षिण आफ्रिकेतील बॉटलिंग प्लान्टचा प्रमुख म्हणून मला संधी देण्यात येत होती. खरंतर ही मोठी बढती होती. पण मला ते नको होतं. जागतिक अनुभव प्राप्त करण्यासाठी दक्षिण आफ्रिका सोडायला मी तयार झालो. मग अटलांटामध्ये मी विल्सनला फोन केला. त्यानं नॉर्थ अव्हेन्यू टॉवरमध्ये ही माहिती फिरवली. १९८० सालच्या शरद ऋतूत मला अटलांटाला बोलवण्यात आलं. ऑस्ट्रेलियात कोका-कोलाचा जनरल मॅनेजर म्हणून विल्सनने मला काम देऊ केलं.

सिडनीमध्ये एक कंपनीचा बॉटलिंग प्लान्ट होता. तिथला जो प्रमुख होता त्यानं मला रिपोर्टिंग करायचं होतं. इतर बॉटलर हे फ्रँचायझी होते. ही एक रिजनल मॅनेजरची जबाबदारी होती. एका वर्षात मी डिव्हिजन मॅनेजर पदापर्यंत जाण्याचं आश्वासन मला देण्यात आलं. या डिव्हिजनमध्ये ऑस्ट्रेलिया, न्यूझीलंड आणि आसपासच्या बेटांचा समावेश होता. जगामध्ये कंपनीच्या १८ डिव्हिजन्स आहेत. ऑस्ट्रेलिया त्यापैकी एक. व्हिसा मिळवण्यासाठी मी अटलांटामधून न्यू यॉर्कला विमानाने गेलो. तिथून मग ऑस्ट्रेलियाला माझ्या नव्या जागेवर जाताच मला माझ्या कामासंबंधी थोडक्यात माहिती सांगण्यात आली. त्या एका आठवड्यातच मी जोहान्सबर्ग ते अटलांटा, अटलांटा ते न्यू यॉर्क, न्यू यॉर्क ते सिडनी आणि तिथून जोहान्सबर्ग एवढा प्रवास केला.

दक्षिण आफ्रिका सोडताना आमचं अंत:करण सद्गदित झालं होतं. आजही आमचं त्या राष्ट्रावर प्रेम आहे. या देशातच मी खऱ्या अर्थाने जाणकार व अनुभवी

झालो. २६ वर्षांनंतर 'आपला' खंड सोडून जाताना पामेलासुद्धा दु:खी झाली होती. दरवर्षी आम्ही आफ्रिका खंडाला भेट देऊन इथल्या कित्येक स्वयंसेवी बिगर सरकारी संघटनांना साहाय्य देत राहू.

आम्ही सिडनीला गेलो तो १९८०चा सुरुवातीचा काळ होता. आमची कॅरा फक्त दोन वर्षांची होती. सिडनीमध्ये वारंवार दक्षिण आफ्रिकेची आठवण यायची. माझ्यामते जगातील अतिशय सुंदर शहरांची जर यादी काढली तर केप टाउन व सिडनी ही दोन्ही शहरं त्यात येतील. आमच्यासाठी घर शोधताना आमच्या भव्य-दिव्य कल्पना होत्या. समोर समुद्र असावा. चालत जाण्याच्या अंतरावर समुद्रकिनारा असावा. रोज सकाळी पोहायला जाता यावं वगैरे. पण त्या घरासाठी लागणाऱ्या आमच्याजवळच्या रकमेत पाच लाख डॉलरची कमतरता होती. मग आम्ही दोन लाख डॉलर्समध्ये केप कोड इथे एक घर घेतलं. तिथं डेक आणि पोहोण्याचा तलाव होता. सभोवताली मस्त वनराई होती. हे ठिकाण शहरापासून दहा मैलांच्या अंतरावर होतं. बीचपासून आम्ही वीस मिनिटांच्या अंतरावर होतो. आम्ही वरचेवर बीचवर जाताना कूलरमध्ये झिंगे, ऑयस्टर आणि बिअरची बाटली घेऊन जात असू. सूर्यास्त पाहून बराच वेळ रात्रीचं पोहून मग घरी यायचो. तिथं ऑपेरा, बॅले, घोड्यांच्या शर्यती पाहायला जायचो. बदकं तसेच 'बिल्ड प्लॅटिपस' या विशेष प्रजाती; यांच्यासाठी निधी उभारण्यासाठी आयोजित केलेल्या बॉलडान्समध्ये आम्ही सहभागी होत असू. तिथं आम्हाला बरेच मित्र भेटले. त्यातले अगदी जवळचेही होते. लिन व माइक हॉल हेही त्या जवळच्या लोकांपैकीच. ऑस्ट्रेलियात राहणारे आमचे नातेवाईकही भेटले.

भौतिकदृष्ट्या सिडनी अतिशय सुंदर शहर आहे. पण आम्हाला ते काही प्रमाणात असभ्य व कर्मठ, क्षुद्र मनोवृत्तीचं शहर वाटलं. तिथं खऱ्या अर्थाने आम्ही आनंदी केव्हाच होऊ शकलो नाही. आता ते आंतरराष्ट्रीय शहर आहे. पण त्या काळी ते असं नव्हतं. ऑफिसच्या बाहेरील लोकांशी मैत्री जोडणं त्यामुळे खूपच अवघड गेलं म्हणण्यापेक्षा जमलंच नाही.

रोजचं जीवन आणि उद्योगधंदा अव्यवस्थित करणारे कामगारांचे संप तिथं वरचेवर होत असत. सर्वसामान्य जीवनासाठी लागणारा खर्च दक्षिण आफ्रिकेपेक्षा दहा टक्क्यांनी जास्त होता. कचरा गोळा करणं, माळीकाम किंवा मुलांचा संभाळ यांसारख्या सेवांना तर त्यापेक्षाही जास्त पैसा मोजावा लागे.

आमची कंपनी आणि बॉटलर्स यांच्यामध्ये इथे तीव्र मतभेद असल्यानं माझ्या पदाची स्थिती खूप अडचणीची होती. ब्रिस्बेनमध्ये प्लान्टचा संचालक आर्थ बॉल होता. अतिशय कडक बेधडक व्यक्तिमत्त्व. व्यवहारचतुर; पण सभ्यता आणि सुसंस्कृतपणा कशाशी खातात हे अजिबात माहिती नाही.

मी ऑस्ट्रेलियाला जाण्यापूर्वी हा बॉल आणि अन्य बॉटलर्स जोहान्सबर्गच्या प्लान्टला भेट देण्यासाठी येऊन गेले होते. त्या वेळी आमच्या घरी मी त्या सर्वांसाठी सायंभोजन ठेवलं होतं. आमच्या घराच्या विक्रीचं काम त्या वेळी चालू होतं, कारण आम्ही लवकरच सिडनीला जाणार होतो. बॉलनं एका कोपऱ्यात पामेलाला गाठलं आणि म्हणाला, "हे घर तुम्ही विकताय ही घोडचूक करताय. नेव्हिलबरोबर ऑस्ट्रेलियन बॉटलर्स जे काही वागतील त्यामुळे सहा महिन्यांतच तुम्हाला या घराची पुन्हा गरज लागणार आहे.'' हे वाक्य तो पुरेशा गांभीर्याने सांगत होता.

नव्या देशात आल्यानंतर सर्वांत पहिलं काम होतं की, इथल्या गिऱ्हाइकांच्या व बॉटलर्सच्या प्रत्यक्ष मुलाखती. यासाठीचा प्रवास मोठा रंजक होता. त्यातून एक गोष्ट लक्षात आली की, इथे समरसता नव्हती. इथल्या प्रत्येक प्रांताला, शहराला स्वत:ची अशी ऐतिहासिक पार्श्वभूमी होती, भिन्न संस्कृती होती, तसंच भिन्न वातावरणही होतं. ठिकाणानुसारही इथे वेगळेपणा होता. ब्रिस्बेन ही क्वीन्सलँड विभागाची राजधानी. प्रमुख ऑस्ट्रेलियन शहरांपैकी एक, पण नुसती बजबजपुरी. क्वीन्सलँडच्या ऊस उत्पादक राज्याच्या दर्जामुळे या शहराला अधिकच रांगडेपणा आणि अडगेपणाची किनार लाभली आहे. आजकालच्या प्रवाशांच्या सातत्यानं होणाऱ्या भेटींमुळे या रांगडेपणात थोडसं मार्दव आलंय, नाही असं नाही, पण मूळ तेच आहे. तर बॉल हा पूर्वी ऊस कापणारा होता आणि त्याला त्याचा अभिमानही होता. आता तो बॉटलिंग प्लान्टचा मॅनेजर होता. त्याच्या लांबलचक भाषेतून आणि राजकीय अपरिपक्वतेतून हे स्पष्टच होत होतं. माझी ब्रिस्बेनला पहिली भेट होती त्या वेळी त्यानं हिल्टन हॉटेलच्या सुंदर दृश्य दिसू शकणाऱ्या एका खासगी रूममध्ये माझ्यासाठी सायंभोजन आयोजित केलं. या पार्टीसाठी प्रमुख ग्राहक, घाऊक विक्रेते, मोठ्या पर्यटन संस्थांचे मालक, कुत्र्यांच्या शर्यती घेणाऱ्या ट्रॅक्सचे मालक – जे बॉलचे अतिशय जवळचे लोक होते – त्या सर्वांना बोलावलं होतं. या पार्टीला प्रचंड प्रमाणात मद्य आणि भरपूर व चविष्ट असं 'सी फूड' उपलब्ध होतं. या पार्टीत या लोकांनी मला त्यांच्या जगाविषयीच्या भावना आणि दृष्टिकोन सांगितला. तोही सभ्य पद्धतीनं म्हणता येणार नाही अशा रितीने. शुद्ध आहे त्याविषयी त्यांना संपूर्ण अरुची होती. अगदी त्यांच्याच शब्दात मांडायचं तर ते शुद्ध व सभ्य जगातल्यांना 'पूफर्स' म्हणत असत.

त्या संध्याकाळी मी कसातरी वाचलो. आमच्या विचारांमधली दरी भरून काढण्यासाठी मी खेळाच्या विषयाबाबत बोलत राहिलो. ऑस्ट्रेलियात खेळ ही गोष्ट मात्र दिमाखात चालत राहिली आहे. कारण हा देश खेळाच्या वेडानं झपाटलेला होता आणि आहे. घराबाहेरील जीवनपद्धतीचं हे प्रत्येकाच्या जीवनातील प्रतिबिंब आहे. अगदी बेडरातल्या बेडर ऑस्ट्रेलियन माणसाबरोबर मजेत राहायचं असेल, तर

त्याच्या आयुष्यातील हा प्रेमाचा झरा ओळखायला हवा. मी तर स्वत:च खेळवेडा असल्याने मीही त्यांच्यातलाच एक झालो.

त्या दिवशी मध्यरात्रीच्या सुमारास पार्टी संपली. मला खातरी पटली की, त्यांचा माझ्यावर चांगलाच प्रभाव पडला होता. मला चांगलीच चढली होती. इतकी की, माझ्या खोलीची चावी मला सापडेना. बऱ्याच प्रयत्नांनंतर ती सापडली; पण झोपायला जाण्यापूर्वी एक किस्सा घडला. पाचच मिनिटांनंतर माझ्या दरवाजावर कोणीतरी 'टकटक' वाजवलं आणि मी मोठ्यानं ओरडलो, ''थांबा.'' तोपर्यंत माझ्या नग्न देहाभोवती गुंडाळायला मी टॉवेल शोधायला लागलो. उंच शरीरयष्टीमुळे हॉटेल्समधले गाउन मला पुरेसं झाकू शकत नसत. मी दार उघडलं. एक सुंदर, तरुण, गहिऱ्या रंगाच्या केसांची एक स्त्री मिनीस्कर्टमध्ये उभी होती. तिने मला अभिवादन करताना चक्क 'नेव्हिल' म्हणून नामोल्लेख केला. मी नम्रपणाने तिला विचारलं की, 'आपण कोण आहात?' तिनं विचारलं, 'मी आत येऊ का?' मी थोडा सटपटलो. माझं चित्त स्थिर केलं. ती म्हणाली, 'आर्चनी मला पाठवलंय आणि यासाठी सारे पैसे त्यांं आधीच देऊन टाकलेत.' आता आपल्या सर्वांनाच माहिती आहे दारूमुळे सारासार विचार नष्ट होतो. जगातील निष्पाप मंडळींपैकी मी आहे, असा माझा कुठेही दावा नाही. पण मला निश्चितपणे एवढा तरी सारासार विचार होता. नम्रपणे मी तिला नकार दिला आणि तिच्या तोंडावर 'गुड नाइट' म्हणून दार लोटलं. ती एक परीक्षाच होती आणि मी त्यात उत्तीर्ण झालो. माझ्याजवळ आर्चचा नंबर होता. त्यानंतर एका महिन्यात माझ्या व्यक्तिगत जीवनातील एक उत्तम मित्र आणि कोकमधला ऑस्ट्रेलियन डिव्हिजनचा मार्केटिंग मॅनेजर सहकारी माइक हॉल याने कंपनीतील दोन कर्मचाऱ्यांना वर्तन संहितेच्या भंगाबद्दल काढून टाकलं. हे दोघे जण आर्चबरोबर जरा जास्तच 'चांगलं' जमवून असलेले होते. त्यांनी वेश्येच्या सेवेची लाच घेतलीये हे मात्र आम्ही कधीच सिद्ध करू शकलो नाही. पण कंपनीचे इतर नीतिनियम त्यांनी तोडले होते हे मात्र नक्की. कारण एखाद्या विशिष्ट बॉटलरवर मर्जी दाखवणं हे नियमाविरुद्ध होतं.

१९८० सालच्या उन्हाळ्यात मी इयान विल्सनला आमच्या ऑस्ट्रेलियातील व्यवसायवृद्धीची पहिली योजना सादर करण्यासाठी टोकियोला गेलो. आता इयान कंपनीचा व्हाइस चेअरमन – उपाध्यक्ष होता. लवकरच तो कंपनीचा अध्यक्ष व प्रमुख कार्यकारी अधिकारी होणार असल्याची आनंदाची बातमी होती. सध्याचे प्रमुख पॉल ऑस्टिन लवकरच निवृत्त होणार होते. इयानने त्याच्या हॉटेल स्वीटमध्ये आयोजित केलेल्या धन्यवाद व्यक्त करण्याच्या 'पेय पार्टी'ला मला बोलावलं. त्याचा कार्यकारी सहकारी पीटर जॉर्ज मला दरवाजात भेटला. इयानला व त्याला 'चढली' होती हे जाणवत होतं. यामागचं कारण असं होतं की, अटलांटामधून

त्याला नुकताच फोन आला होता की; त्याच्या बढतीचं नियोजन बदललं आहे. त्याच्याऐवजी क्यूबामधून मियामीला सुटीवर आलेला एक क्यूबन, रॉबर्ट गोइझुएटा हा कंपनीचा नवा अध्यक्ष व प्रमुख कार्यकारी अधिकारी होणार होता. त्या संध्याकाळी खूप दुखावलेल्या, कडवट झालेल्या इयानबरोबर मी त्याच्या हॉटेलच्या खोलीत बसून राहिलो. त्याची कोकमधली कारकिर्द अशा पद्धतीने समाप्त झाली. त्याच्या सगळ्या कहाण्या आणि मनातील कडवट जहर बाहेर पडत होतं. ऑस्टिनने इयानच्या नावाचा प्रस्ताव ठेवला होता. त्यानंच हा आनंद साजरा करणाऱ्या सायंभोजनचं आयोजन केलं होतं. यामध्ये पत्नी व पती या दोघांनाही आमंत्रणं होती. पण तरीही रॉबर्ट डब्ल्यू वूडरफ यांनी गोइझुएटाच्या पक्षात आपलं वजन वापरून ऑस्टिनचं म्हणणं उडवून लावलं होतं. इयानने मला सांगितलं की, एखाद्या दक्षिण आफ्रिकी माणसाला कंपनीचं प्रमुखपद द्यायची वूडरफची अजिबात इच्छा नव्हती.

वर्णद्वेषी राजवट संपल्यानंतर १९९४मध्ये दुखावलेल्या इयानने दक्षिण आफ्रिकेत पेप्सीची फ्रँचायझी उघडली. पण त्याच्या प्रयत्नाला प्रचंड अपयश आलं. पुढे 'अरोरा फूड्स' नावाची कंपनी त्यानं स्थापन केली. त्या कंपनीच्या फायनान्शियल स्टेटमेंटमध्ये चुकीची माहिती दाखवून भागधारकांची फसवणूक केल्याचं केल्याची कबुली दिल्यानंतर यूएसच्या कोर्टाने त्याला दोन वर्षांपिक्षा अधिक काळासाठी कारावासाची सजा ठोठावली.

त्या रात्रीच्या अत्यंत विचित्र परिस्थितीनंतर मी टोकियो सोडलं. माझ्या भविष्याबाबतचे अस्थिर विचार माझ्यासोबत त्या वेळी होते. ऑस्ट्रेलियामधल्या माझ्या येण्यामागे आणि ऑस्ट्रेलिया डिव्हिजनचा मी अध्यक्ष होण्यामागे कर्ताधर्ता इयानच होता आणि आता तोच कंपनी सोडत होता.

१९८१ सालच्या सुरुवातीलाच अशिया खंडासाठीचा प्रमुख म्हणून विल्सनच्या जागी एक इजिप्शियन माणूस आला. त्याचं नाव होतं सॅम अयूब. तो एकदा सिडनी भेटीवर आला होता. रिवाजाप्रमाणे मी त्याच्यासाठी अमेरिकन क्लबमध्ये सायंभोजन आयोजित केलं. ऑस्ट्रेलिया डिव्हिजनचा प्रमुख रॉबर्ट पॅटरसन, ज्याच्या जागेवर मी वर्षात जाणार होतो, तो माझा बॉसही या वेळी आला होता. हा माणूस तसा उपद्व्यापी म्हणून कुप्रसिद्ध होता. शिवाय संध्याकाळी लवकर सगळं काम संपवायचं अशी त्याची मागणी असायची. कंपन्यांची पार्टी वगैरे रात्री नऊच्या पुढे चालू नये, अशी त्याची सक्त ताकीद असायची. तर या पॅटरसनला उचकवायचं म्हणून अयूब म्हणाला, ''जेवणानंतर सगळ्यांनी स्लॉट मशीनवर खेळायचं.'' पॅटरसनने सपशेल नकार दिला. पण सॅम आणि मी निर्धार करून पुढे गेलो. आमचं नशीब आजमावायचं ठरवलं. आम्ही तिथं उभे राहून मशीनचे हँडल्स ओढत होतो तेव्हा अयूब म्हणाला, ''रॉबर्टकडून तुमच्या हाती सूत्रं देण्याची योजना अजूनही जिवंत आहे. मी रॉबर्टला

अटलांटाला घेऊन जात आहे. तू इथे डिव्हिजन प्रेसिडेंट होशील.'' कोणीतरी नव्या माणसाने यायलाच हवं होतं. इथल्या व्यवसायाच्या सध्य स्थितीचं गंभीर निरीक्षण करता इयाननं केलेली योजना उत्तम होती. मी सुटकेचा नि:श्वास सोडला.

काही आठवड्यांनंतर मी आणि रॉबर्ट पॅटरसन न्यू कॅसलमध्ये एका बॉटलरला भेटायला गेलो असताना सॅमचा फोन आला. तो मंगळवारचा दिवस होता. त्यानं मला गुरुवारपर्यंत मनिलामध्ये भेटायला सांगितलं. संपूर्ण आठवडा मी जॉन हंटरसोबत घालवायचा होता. जॉन हंटर हा रिजनल मॅनेजर होता. कोका-कोला कंपनीच्या दोन प्रिन्सिपल ऑफिससपैकी एक जण तो होणार होता. शिवाय प्रेसिडेंट डॉन कियो यांनी पुढच्या अध्यक्ष व सीईओ पदासाठी त्याची निवड केली होती. रॉबर्टला मी सांगितलं की, सॅमने मला गुरुवारी मनिलामध्ये हजर राहायला सांगितलं आहे. ''कशासाठी?'' रॉबर्टने विचारलं.

''मला माहीत नाही. पण कुठल्यातरी एकत्र नव्या उपक्रमासंबंधात हे असावं,'' मी म्हणालो. ''जाऊ नकोस,'' रॉबर्ट म्हणाला. तरी त्याला ठाऊक होतं ही ट्रिप मला करायलाच हवी होती. ''हा सौदा म्हणजे शुद्ध वेडेपणा आहे,'' रॉबर्ट म्हणाला.

मी लगेचच सिडनीला परतलो. थोड्याच वेळात फिलिपाईन्सच्या मनिलाला जाणाऱ्या विमानात बसलो. जेव्हा आम्ही स्क्रफी विमानतळावर पोहोचलो तेव्हा जॉन स्वत: विमानाच्या पायऱ्यांजवळ उभा होता.

कोका-कोलाने माझ्यासाठीच्या योजना नाट्यमयरीत्या बदलल्या. मी आणि हंटर, आमच्या दोघांची कारकिर्द आनंदाने गुंफली, विणली जात होती.

फिलिपाईन्समध्ये पेप्सीवरचा विजय

फिलिपाईन्समध्ये कोका-कोला कंपनीची पीछेहाट चालू होती. तिथे कंपनीच्या हटण्यामुळे जगभरात कंपनीच्या पराभवाची नांदी सुरू होण्याची लक्षणं होती. जागतिक स्तरावर कंपनीच्या शेवटाची सुरुवात असावी इतकी ती तीव्र धोक्याची घंटा होती.

१९८१ साली जगातील सॉफ्ट ड्रिंक बाजारपेठेत फिलिपाईन्सचा दहावा नंबर लागत होता. पण पेप्सी कंपनी आमच्या पुढे दोनास एक प्रमाणात बाजारपेठेत घुसली होती. (राजधानीच्या मनिला शहरात तर इतर ठिकाणच्या दुपटीपेक्षा जास्त प्रमाणात पेप्सीच पुढे होती.) इथला कोक बॉटलिंग प्लान्ट हा प्रसिद्ध बिअर उत्पादक 'सॅम मिग्युएल कॉर्पोरेशन' कंपनीच्या मालकीचा होता. दरवर्षी ५० लाख डॉलर्सचा तोटा नोंदवत होता. त्यांनी धोक्याची सूचना दिली होती की, त्यांच्या कंपनीला तोटा सहन होत नाहीये. जर कोक कंपनीने या तोट्यात सहभाग घ्यायचं ठरवलं नाही, तर सॅन मिग्युएल बॉटलिंगचा प्लान्ट बंद करेल अशी धमकीही दिली होती.

अटलांटामध्ये असलेल्या कोकच्या मुख्यालयात चिंता व्यक्त होत होती की, जागतिक बाजारपेठेत यूएस डॉलरच्या भाववाढीमुळे सातत्यानं घट नोंदवली जात होती. यामुळे परकीय बाजारपेठेतून येणाऱ्या फायद्यामध्ये मोठ्या प्रमाणावर तूट नोंदवली जात होती. कोकच्या नव्या फायनान्स ऑफिसर, जॉन कॉलिन्सने एक धाडसाचं वाक्य केलं, "कंपनी नको इतकी आंतरराष्ट्रीय बाजारपेठेवर अवलंबून आहे. खरंतर उद्दिष्ट असं असायला हवं की, आपल्या उत्पादनांची आपल्याच देशात, म्हणजे यूएसमध्ये विक्री वाढवायचे उपाय योजायला हवेत. ही फायद्याची वाढ इथे ५० टक्क्यांहून अधिक असायला हवी. यासाठी नव्याने इतर छोट्यामोठ्या कंपन्या विकत घ्यायला हव्यात.'' या दिशेने प्रवास करताना मग कोकने 'कोलंबिया

पिक्चर्स' कंपनी विकत घेतली. तसंच दारू उद्योगातही मोठ्या प्रमाणावर गुंतवणूक केली.

फिलिपाईन्समध्ये जॉन हंटर कोका-कोलाचा प्रमुख होता. मागाहून तो आंतरराष्ट्रीय कोका-कोलाचा प्रमुख झाला. उच्चपदस्थ व्यवस्थापकांना त्यानं जीव तोडून हे पटवलं होतं की, जगातील मोठ्या बाजारांतील पहिल्या दहा बाजारांत प्रविष्ट होणं अतिशय घातक ठरू शकेल. या त्याच्या दृष्टिकोनाला कंपनीच्या नव्या प्रेसिडेंचा पूर्ण पाठिंबा होता. यामध्ये स्वत: अध्यक्ष डॉन कियो, आशिया विभागाचा प्रमुख सॅम अयूब, जो विल्सनच्या जागी आला होता, त्यांचा समावेश होता.

गेली कित्येक दशकं सोरियानोस फॅमिली सॅन मिग्युएल कंपनीच्या प्रमुख भागधारकांपैकी एक होते. त्यांना या गोष्टी पटवून सौदा करणं, यात हंटरने अत्यंत महत्त्वाची भूमिका बजावली. यामध्ये कोका-कोलाचे ३० टक्के बॉटलिंग व्यवहार ३ कोटी डॉलर्सना विकायचे होते. आज हे पैसे फार जास्त वाटत नाहीत. पण त्या काळी ते खूप होते. तर त्यानंतर कोकने पुढील पाच वर्षांत एक अब्ज डॉलर्स फिलिपाईन्समध्ये खर्च करायचं ठरवलं. त्या काळात एखाद्या परक्या देशात केली जाणारी कोकची ही सर्वांत मोठी एकरकमी गुंतवणूक होती.

रॉबर्टो गोइझुएटाने बोर्ड ऑफ डायरेक्टर्सचा प्रस्ताव स्वीकारला. अध्यक्ष आणि सीईओ म्हणून हा त्याचा पहिला निर्णय होता.

त्या वेळी जे बोर्ड होतं त्यातले बरेचसे लोक दक्षिणेकडचे होते. त्यातले बरेचसे लोक वयस्कर होते. पण ही काही नवीन गोष्ट नव्हती. याचा प्रत्यय मला अठरा महिन्यांनंतर प्रत्यक्षातच आला की, बोर्डाच्या मीटिंगमध्ये लोक होला होच करत असतात. मला माहीत नाही रॉबर्टोने त्या बोर्ड मेंबर्सना कसं पटवलं. त्याला कदाचित बराच त्रासही पडला असावा. त्या वेळी फिलिपाईन्समध्ये हुकूमशहा फर्डिनांड मार्कोसचं राज्य होतं. भले ते उताराला लागलं असलं तरी जिथं भविष्य अस्थिर व प्रश्नांकित आहे तिथं एवढी गुंतवणूक करणं; खरंतर मुळातच धोकादायक गोष्ट होती. रॉबर्टोनं मला नंतर सांगितलं की, रॉबर्टोचा मान राखायचा म्हणून कित्येक बोर्ड मेंबर्सनी त्याच्या प्रस्तावाच्या विरोधात मतदान करणं टाळलं इतकंच. पण त्यांनी प्रस्तावाच्या बाजूनेही मत दिलं नाही.

हंटरने सोरियानोस परिवाराला हे पटवलं की, नव्या एकत्रित उपक्रमामध्ये एक अनुभवी, कोका-कोलाच्या बॉटलिंगचा अनुभव असलेला, नियंत्रक असा प्रेसिडेंट हवा. त्यामुळे या उपक्रमाचा पहिला प्रेसिडेंट म्हणून माझं नाव प्रस्तावित करण्यात आलं. पण माझ्यासोबत दक्षिण आफ्रिकेतील बॉटलर्सची इतरही दोन नावं होती.

माझा एक्झीक्युटिव्ह असिस्टंट रोमी डलांडन हा सॅन मिग्युएलचा होता. तो मला कंपनीचे धागेदोरे समजावणार होता. एवढंच नाही; तर माझ्यावर नजर ठेवून

कंपनीचे ७० टक्क्याचे मालक असलेल्या भागधारकांना माझ्याबाबत रिपोर्टिंगही करणार होता. माझ्यासाठी हे एक आव्हान होतं आणि मला हे दाखवून द्यावं लागणार होतं की, मी सोरियानोस कुटुंब किंवा कोक कंपनी यांच्यापेक्षा स्वतंत्र रितीने काम करत आहे. शिवाय माझ्या कार्यपद्धतीमुळे दोन्ही पक्षांना फायदा होत आहे. हे खरंच अवघड काम होतं. त्याच्यातली क्लिष्टता अशी होती की, आम्ही पूर्वीच्या सॅन मिग्युएलच्या महत्त्वाच्या, म्हणजे केंद्रीकृत खरेदी व्यवहाराच्या सेवांसारख्या सेवा स्थगित केल्या होत्या.

फिलिपाईन्समधलं काम फार सोपं असेल अशी अपेक्षा पहिल्या दिवसापासूनच नव्हती. यापूर्वीसुद्धा कोकने आपला व्यवसाय सावरून वाढवण्याचा प्रयत्न केला होता, पण तो अयशस्वी ठरला होता. पेप्सीच्या फायद्याची एक गोष्ट वरवर पाहता लक्षात येत होती. ती म्हणजे तिथला बॉटलिंग प्लान्ट पेप्सीच्या मालकीचा होता. त्यामुळे बॉटलिंगमधून मिळणारा जो काही नफा होता तो संपूर्णपणे त्यांच्या मुख्यालयाला जात असे. या प्रकारामुळे गुंतवणुकीवरचा परतावा 'गुटगुटीत, सुदृढ' म्हणावा असा होता. याउलट कोकला मिळणाऱ्या फायद्यातील खूप मोठा वाटा सोरियानोस कुटुंबाला द्यावा लागत होता.

हंटरचं मत होतं की, फ्रँचायझी पद्धतीतून फिलिपाईन्समध्ये सर्व काही सुरळीत होईल. मीही त्याच्या मताशी सहमत होतो. कॉन्सन्ट्रेटच्या विक्रीतून मिळणारा नफा हा दुसऱ्याने केलेल्या नुसत्या बॉटलिंगच्या व्यवसायातून मिळणाऱ्या नफ्यापेक्षा जास्त असतो. अर्थात हे सर्व कोकच्या ब्रँडचं यश म्हणायला हवं. बॉटलिंग जर स्वतः केलं तर मात्र बॉटलिंग जास्त यशस्वी होतं. जर दुसऱ्याकडूनच बॉटलिंग करायचं तर मात्र त्यांची फायद्याची मात्रा कमी ठेवायला हवी, तेव्हाच त्यांचं काम प्रभावीपणे होऊ शकतं. हे सर्व करताना कोकला स्वतःचं नावही राखायचं असतं.

पेप्सीची फिलिपाईन्समधली स्थिती याच्या बरोबर उलट होती. दीर्घकाळ यशस्वी बॉटलिंग व्यवसाय चालावा अशा तऱ्हेने त्यांची रचना नव्हती. अर्थात त्यांना हे थोड्या काळानंतर समजणार होतं.

फिलिपाईन्सच्या काही भागांत चारास एक प्रमाणात पेप्सीचा खप म्हणजे आमच्यापेक्षा जास्त होता. या ठिकाणांमध्ये राजधानी मनिलाचा समावेश होता. पण पेप्सीच नव्हे; तर 'माउंटन ड्यू', 'मिरिंडा ऑरेंज', 'सेवनअप' यांनाही खप होता. पेप्सीसाठी फिलिपाईन्स ही जगातील दोन नंबरची बाजारपेठ होती. पेप्सीच्या १९८१ सालच्या वार्षिक जागतिक अहवालामध्ये कोक कंपनीला मागे टाकल्याचं प्रसिद्ध केलं होतं. हे म्हणणं स्पष्ट करण्यासाठी उदाहरण म्हणून फिलिपाईन्स या विषयावर एक लेख प्रसिद्ध झाला होता.

आम्ही नव्याने सुरू केलेला उपक्रम धाडसी होता. या उपक्रमाच्या अपयशाने

अनेक लोकांचं बरंच काही गेलं असतं; माझाही त्या लोकांच्यात समावेश होता. आमच्या कंपनीतल्या बऱ्याच लोकांनी मला परोपरीनं सांगितलं की, या उपक्रमात अपयशाची जवळ जवळ खातरी आहे.

ज्या इयान विल्सनने मला ऑस्ट्रेलियाची संधी दिली आणि ज्याला चेअरमनपद हातात येता येता सोडावं लागलं, त्याला तर खातरीच होती की, मी त्याच्या जवळचा आहे हे कंपनीत माहीत असल्याने मला कंपनीतून काढून टाकायचा डाव साधण्यासाठी मला या दुष्टचक्रात गुंतवण्यात आलं आहे. पण मला तर असं काही वाटत नव्हतं, मला फक्त गोइझुएटाच नव्हे, तर कियो आणि अयूब यांचाही खूप पाठिंबा होता. माझ्या आणि गोइझुएटाच्या पहिल्या भेटीतच त्यानं मला सांगितलं की, या प्रयोगात त्याचं व हंटरचं नाव व प्रतिष्ठा ते पणाला लावत आहेत. पण आपल्याला एक म्हण माहीतच आहे की, 'यशाला अनेक वाली असतात; पण अपयश मात्र बेवारशी असतं.' मला यातला धोका माहीत होता, पण त्यातला आव्हानाचा भाग मात्र मला शांत बसू देत नव्हता. हा धोका पत्करून स्वतःला सिद्ध करून दाखवण्यासाठी मी पुरेसा तरुण होतो. हे सिद्ध करणं जगासाठी नाही तर माझ्यासाठी होतं. एका मोठ्या कंपनीची क्लिष्ट परिस्थितीतून सुटका करून गाडी रुळावर आणणार होतो.

मी जर अयशस्वी झालो असतो तर मला माझा नवा मार्ग शोधावा लागला असता किंवा नोकरी सोडून दुसऱ्या कुठेतरी संधी शोधावी लागली असती. पण धोका पत्करण्यात फायदा असा होता की, मला बोनस म्हणून दोन लाख डॉलर्स टॅक्स-फ्री मिळणार होते. ही नेमणूक पाच वर्षांसाठी होती. त्या दिवसांमध्ये ही रक्कम माझ्यासाठी घबाड होती. पण एवढी मोठी रक्कम हेच सांगत होती की, माझ्या अगोदर प्रयत्न करणारे अयशस्वी झालेले होते. त्यांनी ही संधीच नाकारली होती. कारण धोका होता.

मी मनात एक धारणा धरून बसलोय की, देवाने जेव्हा जग बनवलं तेव्हाच कोक ही नंबर एकची व पेप्सी ही नंबर दोनची कंपनी बनवली आहे. फिलिपाईन्स हा जागतिक बाजारपेठेतल्या थोड्या अपवादांपैकी असा अपवाद होता, जिथं कोकपेक्षा पेप्सी पुढे होते. अर्थात या परिस्थितीत बदल घडवणं शक्य होतं. हा काही माझा अंधविश्वास नव्हता. परिस्थिती मात्र अशी होती की, कोकचे अठरा बॉटलिंग प्लान्ट्स बंद पडले होते आणि इतर काहींना फक्त टाळं लावायचंच बाकी राहिलं होते. पेप्सीच्या तुलनेत कोकचा बाजारपेठेतील हिस्सा २९ टक्क्यांपर्यंत होता. गुणवत्तेच्या बाबतीतही कोकचा गुणवत्ता अंक १००च्या तुलनेत २९च होता.

मग मी पेप्सीचा अभ्यास सुरू केला. मला असं आढळलं की, गुणवत्ता आणि कार्यपद्धतीबाबत तेही काही फार पुढे होते असं नाही. त्यांच्याबाबत एकच मोठी गोष्ट म्हणजे विक्री करण्यासाठी बाजारात त्यांनी आक्रमक रणनीतीचा वापर केला होता. पण जरी ते आक्रमक होते तरी त्यामध्ये शिस्तीचा अभाव होता.

कंपनीच्या कायापालटाची आणि नेतृत्वाची माझी संधी, माझं स्वप्न, पामेलाला सांगितलं; पण तीन दिवसांच्या मनिला भेटीसाठी तिला घेऊन गेलो तेव्हा ते चांगलंच विदीर्ण झालं. विमानतळापासून मनिला शहरात शिरताना रस्त्याच्या कडेची झोपडपट्टी व त्या देशाचं दैन्य व घाण पाहून पामेलाला शिसारी आली. दुर्दैवाने तो रस्ता झोपडपट्ट्यांसोबतच पूर्ण अंतर पार करत होता. आम्ही दोघंही आफ्रिकेतून आलो होतो, पण इथली परिस्थिती तिथल्यापेक्षा खूपच खराब होती. उन्हाळी मोसमी प्रदेशाचं वातावरण, घाण आणि कचरा साचलेला आणि आसमंतात दुर्गंध पसरलेला. ''डार्लिंग, मला काही हे झेपेल असं वाटत नाही.'' पामेला म्हणाली. मला तिची मनातली अढी कळली, अडचणही कळली; पण निर्णय घेण्यापूर्वी तीन दिवसांची आमची ट्रिप तरी पूर्ण करावी यासाठी मी तिला गळ घातली.

मनिला शहराचा व्यावसायिक भाग 'मकाटी'मध्ये आम्ही शिरल्यावर मग तिला जरा बरं वाटलं. तिथं असलेल्या 'पेनिन्सुला हॉटेल'मध्ये आम्ही खोली घेतली. जुन्या मनिला हॉटेलच्या 'शँपेन रूम'मध्ये आम्ही रात्री जेवण घेतलं. जपानी लोकांनी १९४१ साली जेव्हा आक्रमण केलं होतं त्या वेळी जनरल डग्लस मॅकऑर्थर याच ठिकाणी राहिले होते. शेवटी पामेलानं फिलिपाईन्समध्ये काही काळ वास्तव्य करून आजमावायचं मान्य केलं. लवकरच मग आम्ही मार्गस्थ झालो.

कंपनीनं आम्हाला एक फर्स्टक्लास घर देऊ केलं. त्यामध्ये स्विमिंगपूल, काम करण्यासाठी तीन मोलकरणी, एक माळी आणि एक ड्रायव्हर दिला होता. याशिवाय दोन सुरक्षा-रक्षकही होते. अगदी आफ्रिकेच्या पद्धतीनं पाहिलं तरीही इथे नोकरमाणसं जरा जास्तच संख्येनं होती. आमची मुलगी कॅरा हिच्यासाठी अगोदरच एक सेविका होती. तिला 'या या' म्हणत असत. थोड्याच काळात एक नवा कुटुंबाचा घटक जोडला गेला. त्याचं नाव 'सेबॅस्टियन'. हा एक बेसेट हाउंड जातीचा कुत्रा होता. तिथल्या लोकांचं मैत्रीपूर्ण वर्तन आणि आमच्या नव्या लोकांशी मैत्री जोडण्याच्या स्वभावामुळे लवकरच आम्ही एक कुटुंब म्हणून तिथं स्थिर झालो. फक्त एकदाच आम्हाला सुरक्षाविषयक प्रश्न आला, तोही आमच्या एका गार्डला बंदुकीशी खेळताना पायाला गोळी लागली तेव्हा.

फिलिपाईन्स देशामध्ये ७१०० बेटं आहेत. त्यातील बऱ्याचशा बेटांवर वस्ती नाही. त्यातील बऱ्याच मोठ्या भूभागावर वर्षाकाठी शंभर इंच पाऊस पडतो. जेव्हा पाऊस पडतो, तेव्हा तो धो धो कोसळतो. मनिला तर 'टायफून'च्या वादळी पट्ट्यात येतं. या राष्ट्रात कुतूहल वाटावं अशी मिश्र संस्कृती आहे. इथले मूळनिवासी मलाय जमातीचे लोक आहेत. त्यांच्यावर दोनशे वर्षांच्या स्पॅनिश राजवटीचा प्रभाव आहे. त्यानंतर चाळीस वर्ष अमेरिकन कर्नलच्या अधिपत्याखाली ते राहिलेत. साक्षरता बऱ्यापैकी जास्त असून इंग्रजी भाषा मोठ्या प्रमाणावर बोलली जाते. १९८० साली

फिलिपाईन्सची लोकसंख्या पाच कोटी होती. अनेक कारणांनी त्यांची आर्थिक ताकद भरपूर होती आणि भविष्यातला जपान म्हणून त्यांच्याकडे पाहिलं जात होतं. या सर्वांचं मूळ फिलिपाईन्सच्या राजकीय व्यवस्थेमध्ये होतं. पण दुर्दैवाने तसं काही घडलं नाही. खरंतर आजही त्या राष्ट्रामध्ये भरपूर क्षमता आहे. फिलिपाईन्स आणि मेक्सिकोमध्ये एक वैशिष्ट्यपूर्ण साम्य आहे. दोन्ही देशांमध्ये वास्तुरचना व कलांमध्ये खूप सारखेपणा आहे. 'अकॅपुल्को' बेटावरून स्पेन सर्व प्रशासन व नियंत्रण यंत्रणा राबवत असे. अकॅपुल्को बेटावरची जुनी बाजारपेठ व मंडईमध्ये, जिथं मासे व भाजी विकली जाते, ती अगदी मनिलामधल्या मंडईसारखीच दिसते.

या सर्व साम्यावर नजर टाकली तरीही यूएसचा फिलिपाईन्सवरचा प्रभाव मात्र दखल घेण्याजोगा आहे. इथल्या टीव्हीवरचे बरेचसे चॅनल्स व खूपशी वृत्तपत्रं इंग्रजीमध्ये आहेत. बऱ्याच फिलिपिनो लोकांचे नातेवाईक यूएसमध्ये राहतात. हा अमेरिकन संस्कृतीचा वाण, मुक्त बाजारपेठेचं वारं आणि स्पॅनिश संस्कृतीचा मलाय संस्कृतीवर झालेला परिणाम अशी मिश्र जीवनपद्धती इथे आहे. या सर्वांमुळे इथे एक संचलित गोंधळ असलेला आनंदी, हर्षोल्हासित समाज आहे. अगदी गरीब असले तरी लोक इथे आनंदी वाटतात. अर्थात गरिबीचे जे व्हायचे ते परिणाम होतातच. पण आनंद उपभोगणं हा फिलिपिनो माणसाच्या जीवनाचा केंद्रबिंदू आहे. नाश्ता व दुपारच्या जेवणाच्या वेळी खाद्यपदार्थांसंबंधाने पाळावयाच्या रोजच्या रूढी, ज्याला ते 'मेरिंडा' म्हणतात, त्या ते साजऱ्या करतात. त्यासाठी ऑफिसमधलं काम हे लोक थांबवतात. त्यांच्या संस्कृतीचा हा महत्त्वाचा भाग आहे. यामध्ये कोणाचीही लुडबुड ते खपवून घेत नाहीत. फिलिपिनो जीवनात कॅथलिक चर्चचा खूप प्रभाव आहे. सर्व उपदेशपर व राजकीय भाषणांमध्ये त्यांचाच आवाज ऐकायला मिळतो. चर्चचे उत्सव व चर्चमधली हजेरी ह्या मुख्य घटना असतात. दरवर्षी ईस्टरच्या दिवशी अजूनही कित्येक पुरुषांना क्रूसावर ठोकलं जातं आणि त्यांची मिरवणूक काढली जाते. तरीही फिलिपिनो समाजातही, इतर समाजात असतात तसेच अनेक विरोधाभासही आहेत.

इथल्या प्रत्येक शहरात, विशेषकरून मनिलामध्ये 'शॉर्ट्टर्म हॉटेल'सारख्या गोष्टींमधून ही गोष्ट स्पष्ट होते. हा एक किफायतशीर धंदा आहे. 'व्हॅलेंटाईन डे'च्या जवळपास हा धंदा खूप तेजीत असतो. त्याची जाहिरातपण खूप केली जाते. यामध्ये राहण्याचा कालावधी तीन तासांचा असतो. एकदा 'चेकिंग इन' केलं की, एखाद्या मोकळ्या गॅरेजमध्ये तुम्हाला ढकललं जातं आणि पाठीमागे दरवाजा लावून घेतला जातो. तुमची खोली बरोबर गॅरेजच्या वर असते. खाण्यापिण्याची तिथं 'रूम सर्व्हिस' म्हणून सोय केलेली असते. तिथं भरपूर आरसे आणि भगभगीत उजेड असतो. आता तुम्ही मला विचारलं की मला हे सगळं कसं माहीत? तर मी आणि

पामेलाने हा नवीन प्रकार काय आहे याचा पत्ता लावायचं ठरवलं. हा किस्सा नंतर एका मित्राकडे सायंभोजन पार्टीत मी ऐकवला तेव्हा कित्येकांना कुतूहल वाटलं. तरी काही जणांच्या चेहऱ्यावरचे वेगळे भाव मात्र लपले नव्हते.

बाहेरून आलेला माणूस फिलिपिनो समाजात सामावला जाऊ शकतो. जपानमध्ये एखादा माणूस व्यायसायिक निमित्ताने गेला तर क्वचितच त्याला कोणाच्या घरून आमंत्रण असतं. पण इथे फिलिपाईन्समध्ये कोणाच्याही घरचं आमंत्रण नवागताला मिळू शकतं. या बाहेरच्या लोकांत व फिलिपिनो लोकांत एका विशिष्ट पातळीपर्यंत ऐक्य होऊ शकतं. एवढं मिळूनमिसळून जाणं मी आशिया खंडात अन्यत्र पाहिलं नाही.

आम्ही जेव्हा इथे आलो तेव्हा राष्ट्राध्यक्ष मार्कोस यांची फेरनिवड झाली होती. त्यांचा सहा वर्षांचा नवा कालखंड सुरू झालेला होता. राजकीय स्थिती स्थिर वाटत होती. अर्थात परिस्थिती हळूहळू खराब होत जाणार होती. अमेरिकेत तेव्हा रोनाल्ड रीगन यांच्या अध्यक्षपदाच्या कारकिर्दीत उपाध्यक्ष म्हणून जॉर्ज बुश होते. ते सरकारी भेटीसाठी मार्कोस यांच्याकडे आले. विरोधकांकडून होणाऱ्या विरोधाला त्यांनी या भेटीत चिथावणी दिली.

या अशा नवख्या परदेशात मी प्रथमच माझी स्वतःची कंपनी चालवत होतो. एखाद्या मोठ्या जागतिक कंपनीसाठी त्या त्या देशातली संस्कृती पूर्णपणे माहिती असायला हवी, तर त्या कंपनीचा टिकाव लागू शकतो. फिलिपाईन्सच्या अनुभवाने हा धडा माझ्या डोक्यात पक्का कोरला गेला.

ऑस्ट्रेलियात येण्यापूर्वी मी ऑस्ट्रेलियाचा अभ्यास केला नव्हता. त्यामुळे दक्षिण आफ्रिकेसारखंच सांस्कृतिक वातावरण असं समजून चालल्याने घोटाळा झाला होता. पण या चुकीची दुरुस्ती फिलिपाईन्सबाबत शक्य तितकं वाचून घेऊन मी केली. यामुळे इथे येण्यापूर्वी मला साधारण माहिती झाली होती. फिलिपाईन्समध्ये कुटुंबामध्ये खूप प्रामाणिकपणा असतो. तो शाळेतल्या वर्गाच्या बाबत असो, नाहीतर मिलिटरीच्या बॅचमधला असो. हा प्रामाणिकपणा असतोच. नोकरीदाता व नोकरदार यांच्यातल्या नात्यापेक्षाही अन्य नात्यांमध्ये ही भावना जास्त घट्ट असते.

सांस्कृतिक प्रवृत्तीमध्ये काही वैशिष्ट्यपूर्ण प्रवृत्तीचा समावेश होतो. यामध्ये 'उटंग ना लूब' म्हणजे कृतज्ञतेची भावना येते. जर आपण कुणावर उपकार केले तर त्यानं भविष्यात कधीतरी ते फेडायचे असतात. दुसरा आहे 'पाकिकिसामा' म्हणजे सहकार्य व सहनशक्ती. कोणाशीही पहिल्या भेटीत संघर्ष उद्भवू द्यायचा नाही. फिलिपिनो लोक भेटल्यानंतर आपल्यामध्ये नातेसंबंध आहे का, याचा शोध घेतात. अगदी तीन-चार पिढ्यांचा त्यामध्ये समावेश असतो. आपल्या पूर्वजांच्या पिढ्या व त्यांचे आंतरसंबंध या बाबतीतली त्यांची माहिती विश्वकोशाला लाजवेल एवढी असते.

फिलिपिनो संस्कृतीत 'हो' शब्दाचा अर्थ 'मी तुझं म्हणणं ऐकलंय' असा असतो. 'मी तुइयाशी सहमत आहे' असा नसतो. म्हणूनच तुमचा सौदा पूर्ण झालाय हे समजायला काहीही मार्ग नसतो. ही प्रक्रिया अतिशय क्लिष्ट असते आणि सर्वांत 'खतरनाक' गोष्ट म्हणजे जेव्हा तुम्ही चिडून म्हणता, "पण तुम्ही तर हो म्हटलं होतं!" तुमच्या मते ते हो म्हटलेही असतील, पण त्यांच्या मते त्यांनी सहमती दर्शवलेली नसते! थोडक्यात असं आहे की, तुम्ही त्यांच्या संस्कृतीत असल्याने तुम्ही तुमचं बाजूला ठेवून त्यांच्या संस्कृतीप्रमाणे वागा. अर्थात तुमच्या मूल्यांशी तुम्ही तडजोड करा, असं मला कुठेही सुचवायचं नाही. ती एक वेगळी गोष्ट आहे. पण तरीही संस्कृतीच्या वाऱ्यांमधील बदलानुसार वाकणं आणि वागणं हे कोणत्याही राष्ट्रात काम करू शकण्याच्या यशाची गुरुकिल्ली आहे. त्या त्या राष्ट्रातील संस्कृतीबरोबर व तुमच्या चौकटीत राहूनच तुम्हाला तुमची उद्दिष्टं साध्य करता येतात.

फिलिपाईन्समध्ये आल्याबरोबर मला एक गोष्ट जाणवली, ती म्हणजे मला फिलिपिनो मॅनेजर नेमावा लागणार होता. तो माणूस आमचा व्यवसाय व इथली संस्कृती जाणणारा असायला हवा होता. आमची पंचवार्षिक योजना आखणारा जॉन हंटर हा माझ्या या गरजेशी सहमत होता. त्यानंच माझ्या या मागणीला दुजोरा दिला. या पदासाठी आम्हाला मिळालेला माणूस होता 'जीझस सेलडन.' त्याचं टोपण नाव होतं 'किंगकिंग' किंवा नुसतंच 'किंग.'

मनिला पोलोक्लबमध्ये लंचसाठी गेलो असताना त्याची माझी पहिली भेट झाली. शारीरिकदृष्ट्या आमच्यात साम्य फारच कमी होतं. तो होता साडेपाच फूट आणि त्याच्यापेक्षा एक फूटभर उंच मी. मग आम्हा दोघांना टोपणनावं मिळाली 'मट अँड जेफ' (लंबू-बुटक्या). सयामी जुळं जसं पाठीला पाठ चिकटलेलं असतं तसे सारखे आम्ही बरोबर असायचो. आमच्यात फरक होता तो उंचीचाच. प्रत्यक्षात नसलो तरी अलंकारिकरीत्या मात्र आम्ही पाठीला पाठ चिकटल्यासारखे होतो.

किंगकिंगमुळे आमची मूळ प्राथमिक टीम पूर्ण झाली. तो, मी आणि टोनी इमेस हा ऑस्ट्रेलियन आमच्या टीममध्ये होतो. टोनी अटलांटावरून बदली होऊन आला होता. 'कोका-कोला मॅनेजर, फिलिपाईन्स' हे त्याचं पद होतं. जॉन हंटरची बदली हाँगकाँगला झाली आणि त्याच्या जागेवर टोनी आला होता. टोनी आणि मी वयाने तिशीच्या घरात तर किंगकिंग विशीतला. देशाच्या लांबीरुंदीचा आम्ही एकत्रच धांडोळा घेतला. माझ्या यशासाठी 'किंगकिंग' हा 'किंगपिन' म्हणजे प्रमुख साखळी होता. मी रणनीती नेमकी काय ठरवली आहे, हे त्याला चांगलं कळायचं. तो हे म्हणू शकायचा की, 'आयडिया चांगली आहे; पण फिलिपाईन्समध्ये हे चालू शकणार नाही.' पण एवढ्यावर तो थांबायचा नाही, तर परिणाम साधण्यासाठी नेमकं काय करायला हवं हेही तो सांगायचा.

एक उदाहरणच देतो. एकदा आम्ही विक्रेत्यांना देण्याच्या इन्सेन्टिव्हच्याबाबत चर्चा करत होतो. मला असं वाटत होतं की, कर्मचाऱ्यांना दोनशे डॉलर बोनस रक्कम देण्याऐवजी त्यांना चारशे डॉलर किमतीचा फ्रीज द्यावा. कारण मोठ्या संख्येने फ्रीज घेतल्यावर तो चारशेऐवजी दोनशे डॉलरला पडत होता. म्हणजे कंपनीला खर्च तेवढाच, पण कर्मचाऱ्यांना व त्यांच्या कुटुंबीयांना दुप्पट फायदा. पण किंगकिंगला ही कल्पना पटली नाही. तो म्हणाला, ''नाही बॉस, ही कल्पना उपयोगी ठरेल असं वाटत नाही.'' त्यानं मग आम्हाला समजावून सांगितलं. इथल्या संस्कृतीनुसार पगाराचा पैसा कुटुंबासाठी असतो. रोजच्या खर्चासाठी बायको नवऱ्याला पैसे काढून देते. याच्या उलट बोनसचा पैसा कर्मचाऱ्यांचा स्वत:चा असतो. कुटुंबाला तो द्यायचा नसतो. मौजमजेसाठी हा पैसा त्याला हवाच असतो. इथल्या संस्कृतीमुळे माझी योजना चालली नसती. एखादी गोष्ट तात्त्विकदृष्ट्या योग्य असली तरी प्रत्यक्षात योग्य होईलच असं नसतं.

आमच्या उच्चस्तरीय व्यवस्थापकांच्या एका सभेत असाच एक नाजूक सांस्कृतिक मुद्दा झाला. फिलिपिनो एक्झिक्युटिव्हपेक्षा आम्हा परदेशातून आलेल्या मॅनेजर्सचा पगार बराच जास्त होता. माझ्या हाताखाली काम करणाऱ्या आणि थेट मला रिपोर्ट करणाऱ्या लोकांना मी हे समजावलं की, बाहेरची बुद्धिमत्ता व कौशल्यं टिकवून ठेवण्यासाठी हा फरक आवश्यक आहे. मी माझंच उदाहरण देताना म्हटलं, ''दक्षिण आफ्रिकेत डर्बनमध्ये एखाद्या अमेरिकनला छोट्याशा बॉटलिंग प्लान्टवर जेवढा पगार मिळतो त्याच्यापेक्षा कितीतरी कमी पगार मला इथे मिळतोय.'' मला या गोष्टीत काही आनंद वाटत नव्हता. पण हेही पटत होतं की, स्थानिक पगाराच्या पातळीतही तो नव्हता. मी त्यांना पुढे सांगितलं, ''या लोकांना मी घेऊन आलो आहे आणि मला खातरी आहे की, त्यांच्या बुद्धिमत्तेचं इंजेक्शन कंपनीच्या आरोग्यासाठी गरजेचं आहे.'' मी मग त्यांच्यापुढे प्रस्ताव मांडला. मी म्हटलं, ''आपण आता एक महिना अभ्यास करू. तुम्ही काय घेऊन गेला आणि ते काय घेऊन गेले याचा आपण हिशेब मांडू. यासाठी दोघांचे प्रयत्न मात्र एकसारखे असायला हवेत. या गोष्टीला जर तुमचा रुकार नसेल तर मात्र या टीमचे मेंबर तुम्ही होऊ शकणार नाही. परकीय देशातून आलेल्यांच्या जास्त पगाराबद्दल आणि त्यांच्या सुविधांबद्दल असंतोष पेटावा अशी काही माझी इच्छा नाहीये. जर असं नसेल, तर टीममधले परकीय तरी एका बाजूला नाहीतर फिलिपिनो तरी एका बाजूला असं चित्र दिसेल आणि मला ते नको आहे.'' मला हेही माहीत होतं की, परदेशातून आलेल्या 'एक्स्पर्ट' लोकांचा पगार कमी केला जाणार नव्हता. मला एकच सांगायचं होतं की, आम्ही सर्व जण एक 'टीम' होतो. मी आणि माझ्यासारखे बाहेरून आलेले, या तत्त्वाला बांधील होतो.

इकडे कोकची जशी भरभराट सुरू झाली तशा पेप्सीनेही वेगवान हालचाली चालू केल्या. त्यांनीही 'एक्स्पर्ट'ची भरती सुरू केली. आम्ही ज्या दत्ताला घाबरत होतो ती चूक त्यांनी मात्र केली. त्यांनी आणलेले 'एक्स्पर्ट' मनिलाच्या पोलो क्लबमध्ये बिअरचे घुटके ढोसत फिलिपिनो किती आळशी आहेत अशा तऱ्हेने तक्रारी करत बसले. जेव्हा व्यवस्थापनाचा समाजाशी असलेला धागा तुटतो तेव्हा नक्कीच असं होतं. यामुळे अनेक गोष्टींकडे दुर्लक्ष होतं. बाजारपेठ आणि ग्राहक या दोन्हीकडे पाठ फिरवली जाते.

मी फिलिपाईन्समध्ये आल्या दिवसापासून तिथल्या प्लान्ट्सचं आधुनिकीकरण करण्यावर भर दिला. दुसरं म्हणजे आमचा विक्रेतावर्ग सुधारणं हाही महत्त्वाचा मुद्दा होता. या सगळ्या प्रयत्नात टोनी इमस हा प्रमुख माणूस होता. तो आमच्या इथला कोका-कोलाचा रीजनल मॅनेजर होता. जाहिरात असो वा त्या संदर्भातील निर्णय असो, आमच्याशी चर्चा करताना तो कोणताही अहंकार बाळगत नसे. हे खरंतर कोका-कोला कंपनीचं कार्यक्षेत्र होतं. त्या वेळी मुख्यालयानं जाहिरातीसाठी 'कोका-कोला प्या आणि स्मित करा' अशा आशयाची वाक्यरचना केली होती. तेव्हा मनिलामध्ये पेप्सीचा कोकच्या सोबत विक्रीचा अनुपात चारास एक होता. माझं असं मत होतं की, मुख्यालयाच्या वाक्यातील आशयापेक्षा अधिक सशक्त असा संदेश पोहोचायला हवा. शिवाय पेप्सीच्या जाहिरातीत सुप्रसिद्ध गायक मायकेल जॅक्सन होता. फिलिपाईन्समध्ये तो अतिशय लोकप्रिय होता. म्हणून मग आम्ही स्वत:च एक जाहिरात तयार केली. यामध्ये आम्ही फिलिपाईन्समधल्या तारकांना आमंत्रित केलं. या जाहिरातीमध्ये कोका-कोला ब्रॅन्ड व नवीन पॅकेजमधलं उत्पादन यांची जाहिरात केली. एका तऱ्हेने हे कंपनीच्या नियमांचं उल्लंघन होतं. कारण ब्रॅन्डसंदर्भातील जाहिरात ही अटलांटाच्या मुख्यालयात ठरत असे व तिथं मांडणी करून पाठवली जात असे. तरीही टोनीने आम्हाला परवानगी दिली. नव्या 'पॅकेज'ची जाहिरात असल्याने कंपनीच्या नियमांचं उल्लंघन नसल्याचा त्यानं निर्वाळा दिला. यामुळे कोणतीही कारवाई करण्याची गरज नसल्याचं प्रतिपादन त्यानं केलं. याखेरीज अजून एक महत्त्वाची गोष्ट. फिलिपाईन्समधला एकमेव बॉटलर म्हणून नव्या पॅकेजच्या जाहिरातीत आमचा सहभाग असणं व जाहिरातीचा कथाभाग लिहिणं या गोष्टी साहजिक व आवश्यकही होत्या, अशी त्यानं आपली भूमिका स्पष्ट केली होती. त्याचं म्हणणं बरोबर होतं. उत्पादनासंदर्भातील त्यांच्या विचारांचा आम्हीही आदर करतच होतो. खरंतर उत्पादनांविषयी बॉटलर्सचाच अधिकार अधिक असतो. फ्रॅंचायझी व्यवस्था कशी चालायला हवी किंवा चालू शकते, याचा हा एक उत्कृष्ट वस्तुपाठ होता.

जागतिक गुणवत्तेची पातळी गाठणं व त्यासाठी बॉटलिंग प्लान्ट गुणवत्तापूर्ण

करणं यासाठी गुणवत्ता विभाग प्रमुख म्हणून आमच्या गटात जोई ब्रांड सामील झाला. कोकचं म्हणणं असं होतं की, जोईने थेट मलाच रिपोर्टिंग करावं. आमचा फिलिपिनो तांत्रिक प्रमुख रेमन अबोलाला रिपोर्टिंग करण्याची गरज नाही असंही त्यांचं म्हणणं होतं. रेमनला वगळून असं करावं या मताचा मी नव्हतो. यामुळे एक चुकीचा संदेश जात होता. तो असा की हे बाहेरच्या देशातून आलेले कर्मचारी कोणी विशेष लोक आहेत. जोईला मी हे सांगितल्यावर त्यानंही हे समजून घेऊन रेमनला रिपोर्टिंग करायचं मान्य केलं. यामुळे जोईला रेमनपेक्षा पगार जरी जास्त असला तरी आम्ही एक टीम म्हणून काम करतो आहोत हे सिद्ध होत होतं. तीन वर्षांमध्ये जोई एकदाही आपल्या कामात चुकला नाही. फिलिपाईन्समधल्या प्लान्टची गुणवत्ता या कालावधीत सरासरी जागतिक दर्जापेक्षा अधिक उच्च राहिली.

नोकरीसाठी जोईची मुलाखत घेताना मी मकाटी मेडिकल सेंटरमध्ये हाताला सलाइन लावलेल्या अवस्थेत पडलो होतो. अगदी अशक्त आणि लुकडाही झालो होतो. मलेरिया आणि विषमज्वराने माझा पिच्छा पुरवून माझं वजन दहा पौंडानी घटलं होतं. यापूर्वी लहानपणी आफ्रिकेत एकदा मला मलेरिया झाला होता. मी खंगून-खंगून रस्त्याच्या कडेला असणाऱ्या लोकांसारखा सापळा झालो होतो.

बरा होण्यापूर्वी आणि बरा झाल्यावर किंगकिंग, टोनी आणि मी, प्रत्येक वीकेन्डला आम्ही काम करत असू. एका बेटावरून दुसऱ्या बेटावर जाणं, हे यामध्ये ओघानेच येत असे.

दुसऱ्या महायुद्धादरम्यान किंगकिंग गनिमी काव्याने लढणाऱ्या गटात हेरगिरी करण्याचं काम करत होता. हा गट कर्नल वेन्डेल फर्टिंग यांच्या अधिपत्याखाली काम करायचा. जपानी फळीच्या आतल्या खबरा काढायचं त्याचं काम होतं. कर्नल फर्टिंग हे अमेरिकन असले तरी, जनरल मॅकआर्थर ऑस्ट्रेलियाला पळून गेल्यावरही फिलिपाईन्समध्येच राहिले होते.

या माझ्या पुस्तकासाठी मुलाखत देताना किंगकिंग आठवणी सांगताना म्हणाला, "जपान्यांच्या पुढे राहण्यासाठी आणि जीव बचावण्यासाठी आम्ही सातत्यानं जागा बदलत असू.'' एक विख्यात योद्धा म्हणून किंगकिंगच्या शब्दांना 'मिंडानाओ'मध्ये फार किंमत होती. फिलिपाईन्सच्या या बहुसांस्कृतिक बेटांवर दोन भाषांतील दुवा म्हणून त्याचे स्थान होते. अजून एक लक्षवेधक गोष्ट होती. कोकचा माजी सीईओ पॉल ऑस्टिन यानेदेखील गनिमी काव्याने शत्रूच्या फळीमागे काम करणाऱ्या फिलिपिनी सैन्याला मदत करण्याचं काम केलं होतं. या कामाचं स्वरूप होतं, यूएस नेव्हीच्या पीटी बोट कारवाईसाठी माहिती काढण्याचं.

जेव्हा मी फिलिपाईन्समध्ये आलो तेव्हा 'मिंडानाओ' या बेटावर दोन घुसखोरांच्यात पराकोटीचा संघर्ष चालू होता. एका बाजूला 'कम्युनिस्ट न्यू पीपल्स आर्मी' तर

दुसऱ्या बाजूला 'मोरो लिबरेशन फ्रंट.' दोन्ही बाजूंच्या नियंत्रणात बेटावरील बराचसा ग्रामीण भाग होता. तरीही अशा संघर्षमय परिस्थितीत 'मिंडानाओ' ही कोकची मोठी बाजारपेठ होती.

एमएलएफच्या (मनिला लिबरेशन फ्रंट) संघर्षमुळे मुस्लीमबहुल भाग स्वातंत्र्य मागत होता आणि आजही ही मागणी व संघर्ष चालू होता. या संघर्षात यूएस मिलिट्री सामोपचार व समन्वयाच्या भूमिकेतून काम करत होती.

किंगकिंग आणि मी जेव्हा-जेव्हा फिलिपाईन्सच्या मुस्लीमबहुल इलाख्यातून जात असू, तेव्हा आम्ही सशस्त्र गार्ड्स बाळगायचो. माझ्या बेडरूमच्या बाहेर ते तैनात असत. अगदी स्वच्छतागृहांपर्यंतही ते सोबत येत असत. एकदा एका दुर्गम अशा बेटावर आम्ही हेलिकॉप्टरमधून उतरलो. तिथं एक जोडपं होडग्यातून कुठेतरी चाललं होतं. आम्हाला पाहून ते इतके भयचकित झाले की, आम्हाला वाटलं, आम्ही एक हजार वर्षांपूर्वीच्या जगात आलोय. ते जोडपं म्हणजे तिथल्याच जंगली जमातीचे लोक होते. त्यांना दिनांक, वेळ, पैसा आणि पैशांमध्ये त्यांनी पकडलेल्या माशाची किंमत या कोणत्याच गोष्टीची माहिती नव्हती. आम्ही त्यांना आमच्या जवळची सॅन मिग्युएल बिअर व कोक प्यायला दिलं. यापूर्वी त्यांनी अशी चव कधीच चाखली नाही. त्यांनी ती थुंकून टाकली. पण कोक त्यांना फार आवडलं. अशा तऱ्हेने दोन तृप्त ग्राहक आम्हाला मिळाले.

या देशातील मिलिटरीबद्दल असलेल्या ओढ्याचा आढावा घेऊन किंगकिंग, टोनी एम्स व मी यांची एक सेल्स टीम आम्ही काढली. या टीमला नाव दिलं 'टायगर फोर्स'. त्या वेळच्या रॉकी सिनेमातलं गाणं 'आय ऑफ द टायगर' हे आम्ही आमचं 'थीम साँग' बनवलं. अगदी आजही ते गाणं वाजलं की, माझ्या अंगात ऊर्जेचा संचार होतो. त्या वेळच्या त्या संघर्षाच्या थराराचा अनुभव जणू पुन्हा जगायला लागतो.

शनिवार-रविवार आम्ही विक्रेत्यांच्या सभा घ्यायचो. यामध्ये संगीत, उत्तम जेवण, सॅन मिग्युएल बिअर आणि नाटकं यांचा समावेश असायचा. एकदा मी, किंगकिंग आणि टोनी फिलिपिनो जनरलच्या वेषात होतो. माझ्या सैन्याला आदेश देताना बॉटलिंग प्लान्टच्या भिंतीवर (नाटकी) रागाने मी पेप्सीची बाटली आदळून फोडत असे. एकदा एका शहरात तिथल्या बॉटलिंग मॅनेजरची सैन्यातल्या मोठ्या अधिकाऱ्याशी दोस्ती होती. तर त्यानं आमच्या या सभेतल्या नाटकासाठी चक्क खऱ्याखुऱ्या रणगाड्याची सोय केली. आमचं हे व्यावसायिक युद्ध होतं आणि आमच्या शत्रूचा पेहराव होता निळा.

देशभरातील निरनिराळ्या भागांतील विक्रेते लोक आमच्या या सभांना येत. मोसमी उष्णतेत सहा दिवस घाम गाळत ते काम करीत. एका छोट्या दुकानातून

दुसऱ्या दुकानात जाणं, जड क्रेट्स उचलणं, ठेवणं; ठेवताना हेही पाहणं की कोका-कोलाची साइन वाटणारे शब्द दर्शनी राहतील. (पेप्सीपेक्षा कोकचं नाव स्पष्ट दिसावं म्हणून) याशिवाय तेथील कूलर्स व्यवस्थित काम करतात की नाही, हे पाहणं. याशिवाय कंपनीची उत्पादने घेणं व विकणं आणि त्यासाठी दुकान मालकाला उद्युक्त करणं. अशी विविध कामं हेच लोक करत असत. आम्ही नव्यानेच 'मेलो यलो' नावाचं नवीन उत्पादन त्या वेळी लाँच केलं होतं.

'मेलो यलो'ची जाहिरात आम्ही 'जगातील सर्वांत वेगवान सॉफ्ट ड्रिंक' अशी केली होती. विक्रेत्यांना शारीरिक शक्ती व फिटनेसचा मंत्र देण्यासाठी मी स्टेजवरच जोर मारून दाखवत असे. त्यानंतर आम्ही सर्व जण प्लान्टमध्ये चक्कर मारत असू. हा सर्व खटाटोप विक्रेत्यांची ऊर्जा व इच्छाशक्ती वाढावी यासाठी होता. मी हार्वर्ड विद्यापीठात शिकलो म्हणून नाही.

कित्येक लोकांना असं वाटतं की, कोका-कोलाची ताकद त्यांच्या ब्रॅन्डमध्ये आहे. पण माझं तर म्हणणं असं आहे की, रस्त्यांवरचे कोकचे विक्रेते हेच खरंतर कोकची ताकद आहेत. ज्यांची गीतं गायली जात नाहीत असे हिरो आहेत. शब्दार्थाने व अन्वयार्थाने खराखुरा भार उचलण्याचं काम हेच लोक करत असतात. त्या लोकांना प्रेरित करायचं काम आम्ही करत होतो. बाजारपेठेत थोड्याच काळात बदल दिसू लागला. आम्ही वरचेवर तिथल्या छोट्या दुकानांना म्हणजे तिथल्या भाषेत 'सारी सारी'ना भेट द्यायला जात असू. आम्ही आमचं एक ब्रीदवाक्य ठरवलं होतं – 'ज्याबाबत तपास करता येत नाही त्या गुणवत्तेची अपेक्षाही करायची नाही.' पत्र्याचं छप्पर असलेली कित्येक दुकानं असत. माझ्या सहा फूट पाच इंच उंचीमुळे कित्येकदा मान व कंबर वाकवूनही मला त्या दुकानांमध्ये शिरता येत नसे. तरीदेखील कोकचं नाव सर्वत्र झळकायला लागलं. आमच्या जाहिराती आणि उत्पादनं सहज नजरेस पडतील अशा ठिकाणी लावली जायला लागली. देशभरातील बॉटलिंग प्लान्टचा दौरा करण्यासाठी जेव्हा मी जायचो, तेव्हा तिथं 'लंच'चं आयोजन असायचं आणि एक पूर्वनिर्धारित यात्रा घडवली जायची. फॅक्टरी माझ्या भेटीखातर खूप नीटनेटकी झकपक करून ठेवलेली असायची. अशा वेळी मग मी ठरवलेल्या भेटीच्या क्रमात अचानक बदल करून मध्येच कर्मचाऱ्यांची प्रसाधनगृहं किंवा त्यांच्या लॉकर रूम्समध्ये घुसून तिथली पाहणी करत असे. ही ठिकाणं स्वच्छ असायला हवी असं मला वाटे. पण बहुधा ती नसायची. कंपनीला कर्मचाऱ्यांची किती काळजी आहे याची निदर्शक अशी ही गोष्ट आहे. कंपनीचा प्रेसिडेंट आपल्या बाथरूमला भेटी देतोय हे पाहून कर्मचारी आश्चर्यचकित होत. तिथं घाण आहे हा माझा सर्वसाधारण अनुभव असायचा. कंपनीला कर्मचाऱ्यांची काळजी आहे आणि गुणवत्ता म्हणजे आपण ज्या काही गोष्टी करतो, त्या सर्वांमध्ये गुणवत्ता हा एक

संदेश यामधून जात असे. कोणत्याही कृतीतून काही ना काही संदेश जात असतो. उदाहरणार्थ, जुन्या धुरकटलेल्या रंग गेलेल्या चिन्हापेक्षा चिन्ह न वापरणं मी पसंत करेन. आमच्या व्यवसायाकडे आमच्या स्पर्धकाच्या नजरेने पाहणं ही रणनीती मी त्या वेळी वापरत होतो. मनिलामधल्या 'इंटरनॅशनल हॉटेल'मध्ये आमच्या उच्चपदस्थ व्यवस्थापकांची रणनीती संदर्भात मी बैठक घेतली. पेप्सीच्या पोस्टर्सने सजवलेल्या त्या खोलीत जेव्हा ते आत आले तेव्हा आल्या आल्या त्यांना थंडगार पेप्सी प्यायला दिलं गेलं. त्यांना घालण्यासाठी पेप्सीचे टी-शर्ट दिले. कोक नव्हता. हा त्यांना प्रचंड धक्का होता. मी त्यांचा दिवसभर अभ्यासवर्ग घेतला. पेप्सीच्या तुलनेत कोकच्या व्यवस्थेतील त्रुटी कुठे-कुठे आहेत या शोधल्या. त्या दूर करण्यासाठी रणनीती काय असायला हवी, याचा ऊहापोह करून कोकला पेप्सीवर आघाडी कशी घेता येईल, याची रणनीती मांडली. अशा तऱ्हेच्या अभ्यासवर्गात लोकांचं भिरभिरणारं मन आणि विचार शांत व्हायला एक तासभर लागतो. पण शेवटी कर्मचाऱ्यांना आपलं चुकतंय कुठं आणि आपल्याकडे कोणत्या शक्ती आहेत याची यथातथ्य जाण निर्माण होते. यानंतर मिळणाऱ्या डेटाचा मन:पूर्वक अभ्यास होतो आणि परिणामकारक व्यावसायिक रणनीती आखता येते. अशा तऱ्हेच्या अभ्यासवर्गात कित्येक कडवट सत्यं बाहेर येतात. सर्वसामान्यपणे कोणीही मान्य करणार नाही, अशा चुकाही इथे बाहेर पडतात. आमच्या या उपक्रमाला आशीर्वाद देण्यासाठी सीईओ चेअरमन गोइझुएटा खास विमानाने मनिलाला आला. रॉबर्टो क्यूबन असल्याने स्पॅनिश चांगलं जाणत होता. त्याला स्पॅनिश स्वरूपात पाहणं कौतुकाचं होतं. 'सोरियानोस' हे कुटुंब फिलिपिनो स्पॅनिश होतं. त्यांचं मूळ स्पॅनिश असल्याने रॉबर्टोशी ते चटकन मिळूनमिसळून गेले.

आम्ही आयोजित केलेला भोजनाचा कार्यक्रम दीर्घकाळ चालला. त्यानंतर 'सोरियानोस' कुटुंबाबरोबर रॉबर्टो मद्यपानासाठी लुप्त झाला. त्या सायंकाळी त्यांचा एकत्रित वेळ खूप चांगला गेला हे अगदी स्पष्ट होतं. त्या संध्याकाळी एका सुंदर पार्टीचं आयोजन होतं. या पार्टीमध्ये रॉबर्टो, सोरियानोस आणि 'सदैव खराखुरा आपलाच' मी, सामील होतो. आम्ही एक 'टिनिक्लिंग' नावाचं नृत्य केलं. हा एक फिलिपिनी नृत्यप्रकार आहे. यामध्ये दोन महिला दोन लांबलचक बांबू धरतात संगीताच्या तालावर जमिनीवर जवळ-दूर सरकवतात. नर्तकाने त्या बांबूच्या आत-बाहेर, पायाला बांबू लागू न देता, नाच करायचा असतो. रॉबर्टो हा अतिशय शिस्तबद्ध माणूस होता. पण इथे स्पॅनिश संस्कृतीत तो आकंठ बुडाल्यानंतर मजा करताना एकदम वेगळा होता. मी त्याला असा कधीच पाहिला नव्हता.

कोकचा प्रेसिडेंट डॉन कियो आणि कोकचा आंतरराष्ट्रीय विक्री प्रमुख जॉन जिऑर्गस यांना एका विक्रेता सभेसाठी बोलावलं. मी जसा कर्मचाऱ्यांना प्रेरणामंत्र

देण्यासाठी टायगर फोर्सच्या टी-शर्टमध्ये उभा राहत असे, तसंच त्यांनाही मी टी-शर्ट्स घालायला लावले. डॉनने मला नंतर सांगितलं, "त्या दिवशी, त्या गर्दीच्या साहाय्याने आपण खरंच एखादी क्रांती केली असती."

एक वक्ता म्हणून फिलिपाईन्समध्ये खऱ्या अर्थानं माझी क्षमता सुधारू लागली. लोकांच्या सभा घेणं, प्रेक्षकवर्गला कशा पद्धतीने नियंत्रणात आणायचं इत्यादी गोष्टी मी तिथं शिकलो. माझ्या जीवनातील मोठ्या बदलाचा तो काळ होता. गोइझुएटा आणि कियो यांना फिलिपाईन्सच्या दौऱ्यावर असताना माझं वेगळं रूप दिसलं. मला एक जाणवायला लागलं की, फिलिपाईन्समधल्या कोकच्या कायापालटातून मी बहुधा त्यांच्या रडारवर कुठेतरी दिसायला लागलो असेन. नंतर त्यांनी मला अटलांटामधील डायरेक्टर बोर्डाच्या सभेत व कंपनीच्या जागतिक सभेत या बदलावर भाषण करायला आमंत्रित केलं.

याच दरम्यान अध्यक्ष मार्कोस यांच्याशीही माझी भेट झाली. मला असं वाटलं की, त्यांची तब्येत ठीक नसावी. चेहरा सुजलेला दिसला. नंतर तो रोग 'लुपुस' आहे असं निदान झालं. मार्कोस, त्यांची तब्येत आणि त्यांचं राजकीय साम्राज्य या दोहोंना त्या वेळी वेगाने ओहोटी लागली होती. थोड्याच काळात ते सत्ताभ्रष्ट होणार होते. पण या सर्व गोष्टींचा आम्ही पेप्सीला हरवण्याच्या युद्धावर अजिबात परिणाम होऊ दिला नाही.

एका वर्षाच्या आतच कोकने बाजारातील हिश्शाबाबत पेप्सीवर बाजी मारली. यामध्ये 'मेलो यलो'सारखं नवं उत्पादन, उर्जेनं भारलेली विक्रेत्यांची फौज यांचं प्रमुख योगदान होतं. शिवाय कंपनीनं सॅन मिग्युएलचा 'रॉयल टू ऑरेंज' नावाचा ब्रॅन्डही खरेदी केला. हा ब्रॅन्ड पेप्सीच्या मिरिंडापेक्षाही चांगला चालला.

या विकासाच्या लाटेमध्ये नव्या वेष्टनाचा, म्हणजेच नव्या पॅकेजिंगचा सिंहाचा वाटा होता.

पेप्सी त्यांची १२ औंस बाटली आमच्या ८ औंस बाटलीच्या किमतीला विकत असे. आमचा कॉन्सन्ट्रेट विक्रीचा फायदा जरी इकडे वळवला असता तरी या अनुदानातून तसं करणं कोकला शक्य नव्हतं. सॅन मिग्युएल मुळात तोट्यातच चाललं होतं. त्यामुळे १२ औंस बाटलीमध्ये बदलाव करून आणणं शक्य नव्हतं. मग कोकने हा बदल करायचं ठरवलं. तरीदेखील सॅन मिग्युएलची काच उत्पादनाची क्षमता मर्यादित होती. काच आयात करण्याचा खर्च खूपच जास्त होता.

मूळ योजनेनुसार आठ औंसाच्या सर्व बाटल्या पेप्सीप्रमाणे काढून टाकायच्या होत्या. पण कमी किमतीचं सॉफ्ट ड्रिंक ठेवण्याची गरज लक्षात घेऊन मी आठ औंसाच्या बाटल्या ठेवल्या. पेप्सीला त्यांची बारा औंसाची बाटली तेव्हा ज्या किमतीत होती त्या किमतीत विकणं कठीण होत होतं. कारण महागाईच्या वाढीने

त्यांची फायद्याची पातळी कमी होत होती. आठ औंस बाटली ठेवल्याने आम्हाला मात्र फायदा होता, असं लक्षात येत होतं की, हा फायदा दुहेरी होता. कमी प्रमाणातील कोकला मिळणारी जास्त किंमत आणि दुसरं म्हणजे नव्या बाटल्या तयार करण्याचा खर्च व खटाटोप वाचला. नवा भाव आम्हाला मिळणार नव्हता. तेव्हा आहे या भावात कमी माल दिल्यामुळे आमचा नफा चांगलाच राहिला. शिवाय १२ औंसाच्या नव्या बाटल्या ज्या बनवून घ्याव्या लागणार होत्या त्या अगदी कमी होत्या. त्यासाठी लागणारे नवे क्रेट्ससुद्धा कमी लागले. याच वेळेला पूर्वी वापरले जाणारे, कुजणारे लाकडी क्रेट्स आम्ही मोठ्या प्रमाणावर बदलत होतो. मोसमी हवामानात टिकाव धरणारे प्लास्टिक क्रेट्स आम्ही घेऊ लागलो होतो. सर्वांत महत्त्वाचं म्हणजे १२ औंस बाटल्यांची संख्या मर्यादित होती. ८ औंस बाटल्या ठेवण्याचा अर्थ असा होता की, जे आक्रमक विक्रीचं तंत्र आम्ही अवलंबलं होतं ते खंड न पडता एक वर्षभर तरी रेटता येणार होतं. वर्षभरानंतर १२ औंसाच्या नव्या बाटल्यांची फौज दिमतीला येणार होती.

आज प्लास्टिक बाटल्या व कॅनच्या जमान्यात आता कल्पनाही करणं कठीण आहे की, त्या काळी परत येणाऱ्या काचेच्या बाटल्यांचं महत्त्व किती होतं. बॉटलरच्या गुंतवणुकीचा मोठा हिस्सा त्या वेळी काचेच्या किमतीत गुंतलेला असायचा. म्हणून कंपन्या बाटल्यांसाठी अनामत रकमा आकारायच्या. कंपन्या तेव्हा खातरी करून घेत की, वापरलेल्या बाटल्या फेकून दिल्या न जाता परत येतील.

फिलिपाईन्समध्ये आल्यावर नोंद घेतलेल्या गोष्टींपैकी एक गोष्ट होती की, पेप्सी आणि कोक यांमध्ये एकमेकांच्या बाटल्या 'चोरण्याचा' एक खेळ चालू होता. यामध्ये प्रतिस्पर्ध्याच्या बाटल्यांचं 'भांडवल' आटवण्याचा हेतू असायचा. याचा परिणाम प्रतिस्पर्ध्याला काचेतली गुंतवणूक वाढवायला लागायची. दोन्ही कंपन्यांकडे मोकळ्या जागेत रचून ठेवलेल्या प्रतिस्पर्ध्याच्या बाटल्यांच्या राशींच्या राशी होत्या. तिथे भरपूर पाऊस पडायचा. तण, गवत वाढायचं. बाटल्यांत पावसाचं पाणी जाऊन शेवाळं साचायचं. झाडंझुडपं, वेली आणि गवत इतकं वाढायचं की, या राशी संपूर्णपणे झाकल्या जायच्या. जगातल्या इतर देशांतही कंपन्यांनी एकमेकांच्या बाटल्या चोरल्याचं मी पाहिलंय, पण फिलिपाईन्समध्ये या चोरीचं प्रमाण प्रचंड होतं. मी ताबडतोब हा प्रकार आमच्या बाजूकडून थांबवायचा आदेश दिला. यामुळे पेप्सी कंपनीने किंगकिंग, टोनी एम्स व मला 'बॉय स्काउट्स' असं टोपणनाव देऊन टाकलं. परिणाम म्हणून शांतपणे त्यांनीही आमच्या बाटल्या चोरण्याचं प्रमाण कमी केलं.

मोठ्या बाटलीसाठी कमी किंमत घेऊनही पेप्सीला फायदा कसा होतो हे आम्हाला आश्चर्य वाटत होतं. आम्हाला संशय आला की, याचा बाटलीसाठी

घेतल्या जाणाऱ्या अनामत रकमेशी काहीतरी संबंध असावा.

ही अनामत रक्कम सर्वसामान्यपणे दोन्ही कंपन्यांच्या उभयपक्षी चर्चेनंतर ठरत असे. त्याचा बाटलीच्या किमतीशी, गुंतवणुकीशी काहीही संबंध नसे. पण तरीही संपूर्ण बाटलीच्या किमतीच्या जवळपास ही रक्कम असे. डिपॉझिट आणि संपूर्ण बाटलीच्या किमतीतला फरक हा कंपनीच्या जमाखर्चात व बॅलन्स शीटमध्ये बाटलीची किंमत म्हणून दाखवला जात असे. बाटलीच्या आयुष्यावर ही किंमत विभागून दिली जायची. प्रत्यक्षात अनामत व बाटलीची खरी किंमत यात बरीच तफावत होती. त्यामुळे बाटलीची किंमत बरीच असूनही थोडी वजा झाल्याने नफा जास्त दिसत असे. उदाहरणार्थ, बाटलीची कंपनीला पडणारी किंमत पन्नास सेंट आहे असं गृहीत धरू. किरकोळ विक्रेता ग्राहकाकडून डिपॉझिट म्हणून दहा सेंट्स घेतो. याचा अर्थ कंपनीला चाळीस सेंटचा तोटा होतो. आता हा तोटा कंपनीने बॅलन्स शीटमध्ये तोटा म्हणून दाखवायला हवा. तर कंपनी काय करते, त्या बाटलीचं अपेक्षित आयुष्य जितकं आहे त्याच्यावर हा तोटा लावून त्या कालावधीवर भागून सध्याच्या कालावधीत येणारा तोटाच आत्ता मांडते.

मी फिलिपाईन्समध्ये आल्या-आल्या महागाई वाढल्याने लगेचच एका मीटिंगमध्ये पेप्सीशी आम्ही ठराव पास करून बाटलीची अनामत वाढवली होती. माझ्या मते अनामतची रक्कम इतकी कमी होती की, त्यामुळे ग्राहकाला बाटली परत द्यायची पुरेशी इच्छाशक्ती निर्माण होत नव्हती. थोड्या दिवसांनी डिपॉझिटची रक्कम बाटलीच्या किमतीपेक्षा जास्त असावी असा प्रस्ताव घेऊन पेप्सीवाले माझ्याकडे आले. पण तोपर्यंत पैशांची किंमत घसरली होती. या डिपॉझिटच्या रकमेतील वाढ पेप्सी त्यांचा फायदा वाढवण्यासाठी वापरत होते. याच फायद्याचा वापर ते कोका-कोलाबरोबरच्या युद्धात वापरत होते. मला हे कळलं आणि मग दुसऱ्या वेळी डिपॉझिटच्या रकमेत वाढ करायचं मी नाकारलं. त्यापाठोपाठ पेप्सीचा नकली नफा नाहीसा झाला. मला त्या वेळी हे लक्षात येत नव्हतं की, जेव्हा-जेव्हा डिपॉझिटची रक्कम वाढत असे, पेप्सी त्यांच्या स्थानिक व्यवस्थापनातून हरवलेल्या बाटल्यांची किंमत वजावट करत असे. यामुळे त्यांच्या चोरीला गेलेल्या, खराब झालेल्या बाटल्या खर्चातून वगळून टाकत असे आणि मग मिळालेला फायदा ते उत्पादनाचा नफा म्हणून दाखवत असत. पेप्सीला एकदा बळजबरीने आठ कोटी पन्नास लाख डॉलर्सचा नफ्याचा अधिभार दाखवावा लागला. यातील बरीचशी रक्कम मेक्सिकोशी संबंधित दाखवावी लागली. अशा प्रकारचे प्रघात त्या भागात प्रचलित होते. याचा परिणाम म्हणून नवीन आलेल्या व्यवस्थापनाला डिपॉझिटची रक्कम कमी करण्याचा निर्णय घ्यावा लागला. त्याचा परिणाम असा झाला की, ज्यांच्या स्टोअरमध्ये बाटल्या भरलेल्या आहेत, त्यांच्या हाती येणारा पैसा कमी झाला. थोडक्यात म्हणजे अशा डीलरला

बाटलीमागे पन्नास सेंट कमी मिळाल्यामुळे त्याला आता फक्त पस्तीस सेंटची मिळकत झाली. यामुळे किरकोळ विक्रेत्यांमध्ये असंतोष निर्माण झाला होता.

स्पर्धात्मक राहण्यासाठी आम्हीही डिपॉझिटच्या रकमेत घट घडवून आणली. नाहीतर विक्रेता त्याची इन्व्हेन्टरी अशा वेळी वाढवायचा प्रयत्न करतो. कमी डिपॉझिट घेतल्याने पेप्सीला कमी किमतीचा फायदा मिळत होता. पण डीलरला मात्र कमी किंमत आणि कमी डिपॉझिटचा फटका बसत होता. लोकांनी जर पन्नास सेंट डिपॉझिट दिलं तर त्यांना परत आलेल्या बाटलीमागे पन्नास सेंट देता येत, नाहीतर न आलेल्या बाटलीतले पन्नास सेंट त्यांना कंपनीला घ्यावे लागत. डीलरकडे रोख रक्कम कमी राहत असे. यावरून धडा घेत आम्ही मात्र जुन्या बाटल्यांसाठी जास्त दरानेच डिपॉझिट आकारायला सांगत होतो. ज्या मुळात त्यांच्याकडे स्टॉकमध्ये होत्याच. नव्या बाटलीला नवा कमी दर व जुन्या बाटलीला जुना वाढीव दर यांमुळे ५० सेंट डिपॉझिट आलं, तर परत आलेल्या नव्या बाटलीला ५० सेंट्सपेक्षा कमी देत असत. यामुळे आमच्या कंपनीला १० लाख डॉलर्सचा तोटा होत होता. ही बरीच मोठी रक्कम होती. यामुळे त्या दिवसांत वर्षाकाठी आमचा नफा फक्त वीस लाख डॉलर्स इतका होत होता. यानंतरचा फायद्या-तोट्याचा निर्णय मात्र बाजारपेठेच्या लहरीवर फिरू लागला. थोड्याच दिवसांत बाजाराची पेप्सीवर खप्पामर्जी झाली. त्यांच्या विक्रेत्यांशी त्यांची अनबन वाढायला लागली. आमच्या त्या निर्णयानंतर आमचा खप वाढायला लागला. एका वर्षात आम्ही ही वाढ १० लाख डॉलर्सच्या घरात नेली. या सर्व यशाचं श्रेय आमच्या फिलिपिनो खजिनदार चितो गोन्साल्वेज याला जाते. आम्ही केलेल्या अभ्यासातून आलेल्या आकड्यांच्या आधारावरच हा निर्णय घेणं योग्य होईल असं त्यानं रेटा देऊन सांगितलं होतं. संघभावना आणि ऐक्याचा हा विजय होता.

पेप्सीकडून अजून एक घोडचूक घडली. मिंडानाओ बेटावरील कोकच्या बाजारपेठेतील हिशशावर त्यांनी हल्ला चढवला नाही. मिंडानाओमध्ये कोकची मोठी बाजारपेठ असल्याने आम्ही जास्त किमतही लावू शकत होतो. इथे मिळालेल्या फायद्याचा वापर करून आम्ही मनिलामधली बाजारपेठेतील मागणी वाढवायचा प्रयत्न करत होतो. तिथं पेप्सी अजूनही चारास एक प्रमाणात आमच्या पुढे होते. यासाठी मनिलासारख्या राजधानीत आम्ही खर्च केलेल्या एका डॉलरच्या गुंतवणुकीमागे त्यांना चार डॉलरची खर्चाची बाजू उठवणं आवश्यक होत होतं. आम्ही मिंडानाओमध्ये वापरलेली रणनीती जर त्यांनी मनिलात वापरली असती तर आमचा भरपूर फायदा देणाऱ्या ठिकाणाचा त्यांनी गळा घोटला असता. काहीतरी कारणाने पेप्सीने मिंडानाओमध्ये आम्हाला गांभीर्याने आव्हान कधीच दिलं नाही. हा पेप्सीच्या अजून एका मोठ्या घोडचुकीचा नमुना होता.

अशा तऱ्हेने १९८३मध्ये कोकने पेप्सीच्या पुढे पाऊल टाकलं. कंपनीच्या इतिहासात मोठ्या बाजारपेठेत वेगवान घूमजाव करत आक्रमकपणाने परत आगमन होण्याची ही पहिली वेळ होती. यादरम्यान दिवसेंदिवस मार्कोस यांचं राज्य व आसन डळमळीत होत होतं. दिवसेंदिवस आंदोलनं, राजकीय गदारोळ वाढत होता. एकदा मी आर्थिक राजधानी 'मकाटी'मधून अशाच गदारोळातून चाललो होतो. मनिलाच्या महापौरांच्या अंगावर, ते एका ठिकाणी भाषण करत असताना, कोणीतरी सतराव्या मजल्याच्या खिडकीतून टाइपरायटर फेकला. त्याच्यातून ते कसेतरी बचावले.

या सर्व दंगा-दंगलीमुळे मनिला व फिलिपाईन्सकडे येणाऱ्या विदेशी गुंतवणुकीचा ओघ आटायला लागला. तरीही कोकची पेप्सीपेक्षा आगेकूच चालू होती. आमचा नफा दिवसेंदिवस वाढतच होता. आम्ही मनिलामध्ये नवा बॉटलिंग प्लान्ट चालू केला. इतरही चार प्लान्ट्समध्ये मोठ्या प्रमाणावर सुधारणासत्र चालू केलं. आमच्या गुणवत्तेच्या अंकाची २९पासून सुधारणा होत, ती पातळी ९०पेक्षा जास्त झाली. १९८५ साली सर्वसाधारण जागतिक स्तरापर्यंत ही पातळी आली.

आमच्या कौटुंबिक आयुष्यातही बरेच बदल या काळात घडत होते. कॅरा मॉंटेसरीतून मनिलाच्या ब्रिटिश स्कूलमध्ये दाखल झाली. तिच्या बोलण्यातले फिलिपिनी हेल जाऊन ती ब्रिटिश लहेजामध्ये बोलू लागली.

फिलिपाईन्समधल्या कुठल्या ना कुठल्या सुंदर समुद्रकिनाऱ्यावर आम्ही बहुतांश वीकेन्ड्स घालवत असू. खासकरून आम्ही तिथल्या 'माथा माथा' बीचवर वरचेवर जात असू. तिथले 'निपा पाम हट्स', बांबूची जमीन आणि दक्षिण चिनी समुद्राचा सुंदर समुद्रकिनारा यांचा आम्ही भरपूर आनंद लुटत असू. डॉलरच्या तुलनेत येन जसजसा वधारत असे तसतसा आम्हाला फायदा होई. कारण आम्ही याच्यावर 'बेटिंग' करायचो. तो फायदा इतका होता की, त्यावर आम्ही एक स्पीडबोट विकत घेऊ शकलो होतो. या बोटीच्या साह्याने आम्ही समुद्र धुंडाळत असू. निरनिराळे किनारेही आम्ही शोधून काढले. या सर्वांमुळे माझं 'वॉटर स्कीइंग'चं कौशल्यही चांगलंच वाढलं.

फिलिपाईन्सचं आव्हान स्वीकारण्याचा बोनस दोन लाख डॉलर्स इतका होता. तो आम्ही फ्रान्समध्ये घर खरेदी करण्यासाठी वापरला. त्या वेळी फ्रान्सची अर्थव्यवस्था ढेपाळली होती. 'फ्रॅंक'ची किंमत कमी झाली होती. मी या परिस्थितीचा फायदा घेतला. हा सर्व अर्थव्यवस्थेचा बोजवारा उडण्याचं कारण सोशलिस्ट सरकारचा तिथल्या कम्युनिस्ट पार्टीबरोबरचा राज्यकारभार होता. आम्ही विकत घेतलेलं फार्महाउस अठराव्या शतकात बांधलेलं होतं. एक फूट जाडीच्या दगडी भिंती या घरासाठी बांधल्या होत्या. त्याच्या पाठीमागे दाट जंगल होतं. आम्हाला फिलिपाईन्स आवडलं होतं. पण तरीही पश्चिमी संस्कृतीतही आपलं वास्तव्य असावं असा माझा दृष्टिकोन होता. उन्हाळ्यातल्या

तीन-चार आठवड्यांच्या सुट्टीत मनिलातल्या पंधरा तासांच्या अविरत श्रमांच्या कित्येक दिवसांनंतर विश्रांतीचं ठिकाण म्हणून मी त्याकडे पाहत होतो.

फिलिपाईन्समध्ये असताना जास्त ताण देणारं अजून एक काम मला करावं लागायचं, ते म्हणजे न्यायाधीशाचं. अमेरिकी राजदूत व इतर अन्य काही लोकांसोबत ज्यांना स्त्री शरीर व 'त्या' आकाराबाबत विशेष 'नजर' आहे अशांबरोबर मनिलात होणाऱ्या सौंदर्यस्पर्धेत मला न्यायाधीश म्हणून काम करावं लागे. 'मिस फिलिपाईन्स' ठरविण्याची ही स्पर्धा असे. 'दू-फॉर-द-रोड' नावाचा एक लाइव्ह कार्यक्रम फिलिपाईन्स टीव्हीवरून प्रसारित होत असे. त्यात मी व प्रमुख राजदूत सहभागी होत असू. या चर्चात्मक कार्यक्रमाचं संचालन 'एलविरा मानाहान' नावाची एक पत्रकार करत असे. चर्चेचा विषय होता 'मिस फिलिपाईन्स सौंदर्य स्पर्धा'. 'आमचं फिलिपिनी स्त्रियांबद्दलचं मत काय?' असा चर्चेचा विषय होता. हा शो फिलिपाईन्समध्ये फार लोकप्रिय होता. वर्षभरानंतर आम्हाला पुन्हा आमंत्रित करण्यात आलं होतं. आम्ही या शोमध्ये सहभागी व्हायचं मान्य केलं. पण स्टेजवर पाहुणे म्हणून नाही, तर प्रेक्षकांमध्ये बसून, अशी आम्ही अट घातली. त्यांनी ते मान्यही केलं. पण मध्येच आश्चर्यजनक रितीने या लाइव्ह शोमध्ये एलविराने 'सरप्राइझ सेगमेंट' जाहीर केला. अचानक ती माझ्या जवळ आली आणि आमची ओळख करून दिली. एवढ्यावर न थांबता तिने मला एक प्रश्न विचारला. प्रश्न कसला, ते एक कोडं होतं. ती म्हणाली, "हे बघा महोदय, तुम्ही इतके उंच आहात तर स्त्रियांशी तुम्ही कसं 'जमवून' घेता?" तो लाइव्ह शो होता. काहीतरी बोलणं भाग होतं. मग मी प्रश्नाला बगल देत उत्तरलो, "हे पहा, माझी बायको चांगली पाच फूट अकरा इंच आहे. त्यामुळे असा काही फार मोठा उंचीत फरक वगैरे काही नाही." या माझ्या उत्तरावर ती काही हार जायला तयार नव्हती. ती म्हणाली, "नाही नाही, तसं नाही आम्हा फिलिपिनी स्त्रियांबाबत मी म्हणतीये."

माझ्या हजरजबाबीपणाचा मला कित्येकदा त्रास होतो. विचार न करता मी कित्येकदा उत्तर देतो आणि अडचणीत येतो. अशापैकीच हाही एक प्रसंग होता. मी म्हणालो होतो, "याचं उत्तर बघा दृष्टिकोनावर अवलंबून आहे." माझ्या चेहऱ्यावर रुंद स्मितहास्य आणत मी पुढे म्हणालो, "तुम्ही फक्त उभ्या असलेल्या अवस्थेचा विचार करताय, पण आडव्या झोपलेल्या अवस्थेत असा प्रश्नच उद्भवतच नाही."

दुसऱ्या दिवशी माझा फोन घणघणला. काही लोकांना सगळा कार्यक्रम खूप विनोदी वाटला. तर काहींना कोका-कोलाच्या बॉटलर्सच्या अध्यक्षाने जसं बोलायला हवं होतं तसं न बोलल्याने लक्ष्मणरेषा ओलांडल्यासारखं वाटत होतं. या प्रसंगाने एक मोठा धडा मिळाला की, सार्वजनिकरीत्या मी काय बोलतो याच्यामध्ये जास्तीत जास्त शिस्तपालन अपेक्षित आहे.

माझ्या फिलिपाईन्समधल्या काळातील अजून एक विलक्षण अनुभव म्हणजे मी

'मानसिक शस्त्रक्रिया' पाहिली. ही पद्धती फिलिपाईन्स व ब्राझीलमध्ये मोठ्या प्रमाणात वापरात होती.

मी आणि पामेला एका तरुण अध्यक्षांसाठीच्या सभेमध्ये बसलो होतो. या संस्थेत व्यापारिक व उद्योग जगतात अध्यक्षपदावर चाळीस वर्षांखालील लोकांची मांदियाळी होती. मनिला हॉटेलात ही सभा होती. मनोरंजनाचा कार्यक्रम म्हणून इथे 'मानसिक शस्त्रक्रियेचा' कार्यक्रम होता.

त्या हॉटेलच्या अंधूक प्रकाशात आम्ही एकत्र बसलो होतो. त्या 'शस्त्रक्रियाविशारदा'पासून दूर एका टेबलावर आमच्याच गटातील एक कॅन्सरपीडित महिला झोपली होती. 'सर्जन' त्यांच्या हातानेच सर्व काम करत होता. तिचं पोट चोळून त्यानं सुरुवात केली. ती स्त्री संपूर्ण वेळ जागृत होती. चेहऱ्यावर कोणतीही वेदनेची निशाणी नव्हती. थोड्या वेळाने 'डॉक्टर' कोणत्याही शस्त्राविना हातानेच तिचं रक्त व मांस वेगळं काढत होता आणि बाजूच्या बादलीत टाकत होता. तिच्या पोटातील कॅन्सरची वाढ काढून टाकल्याचा त्याचा दावा होता. या शस्त्रक्रियेत कोणताही जखमेचा व्रण राहिला नाही, तर सर्जनच्या चोळण्याने पोट फक्त लाल झालं होतं. हा प्रकार सर्वसामान्य जादूगार करतात तसलाच होता. कित्येक लोकांनी या 'शस्त्रक्रिये'नंतर बरं वाटलं, रोगमुक्त झाल्याचा दावा जरी केला तरी माझ्यामते 'शरीरावर मनाचा विजय' अशा तऱ्हेचा हा प्रयोग होता. रोगावर विजय मिळवण्यासाठी मानसिक शक्तीचा वापर असं याचं रूप होतं.

ज्या स्त्रीवर हे 'ऑपरेशन' झालं, तिच्या नवऱ्याने या 'शस्त्रक्रिये'त वापरलेला टॉवेल चक्क चोरला. त्यानं तो युनायटेड स्टेट्समध्ये आणला व त्याची तपासणी केली. रक्ताचा डाग हा मानवी रक्ताचाच असल्याचं सिद्ध झालं. पण ते रक्त त्या स्त्रीचंच होतं की नाही; हे मात्र कळण्यासाठी लागणारा कालावधी उलटून गेला होता. दुर्दैवाने त्या स्त्रीचा कर्करोग या प्रकारात काही बरा झाला नाही.

अजून एक मोठा आश्चर्यकारक किस्सा मनिला हॉटेलमध्ये घडला. त्यामध्ये 'प्लेबॉय क्लब' आणि फर्स्ट लेडी इमेल्डा मार्कोस यांचा समावेश होता. यामध्ये पादत्राणं अर्थात 'जोड्यां'ची काहीच भानगड नव्हती. हा सगळा प्रकार १९८५मध्ये डॉन कियो आणि जॉन जॉर्गेंस यांच्या भेटीदरम्यान घडला होता.

मार्कोस यांचे सहकारी डांडिंग कोजुआंगको यांनी 'सॅन मिग्युएल'वर नियंत्रण मिळवलं होतं. या प्रकारात 'सोरियानो' परिवाराला त्यांनी हाकलून लावलं होतं. 'सॅन मिग्युएल'सोबतच्या आमच्या सभेदरम्यान कोजुआंगको यांनी बॉटलर्स सोबत रात्रीचं जेवण व पारितोषिक वितरण समारंभाला उपस्थित राहण्याची इच्छा प्रदर्शित केली.

फिलिपिन्सच ते! कोजुआंगको एक तासभर उशिरा आले. त्यांच्यासोबत त्यांच्या सुरक्षा-रक्षकांचा फौजफाटा होता. 'कियो' यांच्याभोवती कोकच्या सुरक्षा-रक्षकांचा

घेरा होता. कारण ते कंपनीचे अध्यक्ष होते. दोन्ही पक्षांचे सुरक्षा-रक्षक एकमेकांकडे संशयाने पाहत होते. दोन्ही पक्ष सशस्त्र होते. तरीही त्या सायंकाळी सर्वकाही आलबेल राखण्यात आम्ही यशस्वी झालो. पण तेवढ्यात कोजुआंगको यांना एक फोन आला. तो फोन इमेल्डा मार्कोस यांचा होता आणि त्यांनी आम्हाला राष्ट्रपतिभवनावर बोलावलं होतं. आम्ही नम्रतेनं हे निमंत्रण नाकारलं आणि आमचा पारितोषिक वितरण व सायंभोजनाचा कार्यक्रम असल्याचं त्यांना सांगितलं. यावर इमेला यांनी आमच्यात सहभागी होण्याचा निर्णय स्पष्ट केला. थोड्याच वेळात त्यांच्या सुरक्षा-रक्षकांसह त्या हॉटेलवर दाखल झाल्या. आता आमच्याकडे स्वतंत्रपणे काम करणाऱ्या सुरक्षा-रक्षकांच्या तीन तुकड्या हजर होत्या.

प्रथम महिला इमेल्डा यांच्याशी भेटीसाठी आम्ही खास एक वेगळी खोली तयार ठेवली होती. पामेला व कियो यांची पत्नी, तसंच जॉर्गेस यांच्या बायकोवर इमेल्डा यांनी थोड्याच वेळात छाप बसवली. ती एक आधुनिक हॉटेलची खोली होती. पण तिथे प्रकाशयोजनेची मात्र कमतरता होती, पण इमेल्डा यांच्या आगमन व संचाराने मात्र तिथल्या वातावरणात जणू विद्युतभारितता आली. त्यांनी फिलिपाईन्स व त्यांच्या नवऱ्याचं भवितव्य या विषयावर सर्वप्रथम जोरदार भाषणं दिली. अर्थात मार्कोस वारंवार आजारी पडत होते आणि वर्षभरातच त्यांची सत्ता जाणार होती, तरी भाषण मात्र प्रभावी झालं. इमेल्डा यांनी मग व्यावसायिक भागीदारीला शुभेच्छादर्शक ठराव मांडून उत्तेजनार्थ मद्याचा पेला उंचावून शुभेच्छा व्यक्त केली. याला 'टोस्ट प्रपोज करणं' असं म्हणतात. यासाठी त्यांनी 'सॅन मिग्युएल बिअर' व कोका-कोला हे अर्धअर्ध एकत्र केलं. आम्हीसुद्धा मग झकत भिडेपोटी तसंच 'बेचव मिश्रण' तयार केलं. या मिश्रणात कोका-कोलाचा स्वाद आणि सॅन मिग्युएलची चव या दोन्हीचा चुथडा झाला. प्रथम महिलेच्या राजकारणी सवयीचा हा एक नमुना होता.

सायंभोजनानंतर आम्ही 'प्लेबॉय क्लब'मध्ये जायचं होतं. उत्साहाच्या भरात इमेल्डा म्हणाल्या 'मी पण येते.' या उत्साहाचं कारण असं होतं की, आमच्या या कार्यक्रमात फिलिपिनो पॉप स्टार फर्नांडिस व मार्टिन निवेरा हे सहभागी होणार होते. कोका-कोलाच्या जाहिरातीत या दोघांचाही सहभाग होता. या सगळ्यात एक अडचण अशी होती की, आमच्या विक्री प्रतिनिधींसोबत नृत्य प्रमुख पाहुण्यांच्या जाण्यानंतरच होणार होतं. याचं कारण, इतक्या महिलांच्या उपस्थितीचा गैरअर्थ निघण्याची शक्यता होती. म्हणून मग जोपर्यंत इमेल्डा या प्लेबॉय क्लबमध्ये आहेत, तोपर्यंत या महिलांना दृष्टिआड ठेवण्याची मी व्यवस्था केली होती. दरम्यान आम्ही वरच्या मजल्यावर गेलो. माझ्या डोळ्यांसमोर चित्र दिसतं. कियो आणि इमेला गप्पा मारत वरच्या मजल्यावर जातायत आणि त्यांच्यामागे 'प्लेबॉय बनी' उभा आहे.

थोड्याच वेळात तीनही सुरक्षा-रक्षक तुकड्या आत दाखल झाल्या. कोणीतरी नृत्य मंचावर लोखंडी खुर्ची फेकली होती. सुरक्षा-रक्षकांनी आपापल्या बंदुकींना हात घातल्याचं मी पाहिलं. फिलिपिनी राष्ट्राध्यक्षाची पत्नी, सॅन मिग्युएलचे अध्यक्ष आणि कोकचे अध्यक्ष उपस्थित असलेल्या ठिकाणी बंदुकांच्या फैरींचा फक्त विचार करून पहा. माझ्या डोळ्यांसमोर तर माझ्या सर्व कारकिर्दीचा अंत तरळून गेला. काही क्षणच गेले असतील, पण मला मात्र ते अर्ध्या तासाइतके मोठे वाटले. तेवढ्या वेळात सुरक्षा-रक्षकांना कळले की, फक्त खुर्चीच पडलीये, मग त्यांचे हात शस्त्रावरून खाली आले. ती वेळ मला प्रचंड घाबरून टाकणारी होती.

सगळा मनोरंजनाचा कार्यक्रम झाला तरी इमेला रेंगाळतच होत्या. दुसऱ्या दिवशी सकाळी सहा वाजता कियोला त्याची फ्लाइट होती. मी त्याला लवकर आवरीन असं आश्वासन दिलं होतं. तेवढ्यात इमेल्डा म्हणाल्या, ''चला, आपण कॉफी प्यायला जाऊ.'' जिथं आम्ही रात्रीचं जेवण घेतलं तिथं आपण जाऊ असं मी सुचवलं. पण वैतागलेले सॅन मिग्युएलचे एक अधिकारी दरवाजा अडवून म्हणाले, ''नाही, नाही, आपल्याला तिथं जाता येणार नाही.'' मग त्यानं आम्हाला सांगितलं की, आमंत्रित केलेल्या नृत्यांगनांना त्याच खोलीत बंद करून ठेवलं होतं, जिथं मान्यवरांच्या प्रस्थानाची वाट बघत शेजारच्याच खोलीत आमचा विक्रेता कर्मचारीवर्गही थांबला होता. हुशश! अशा तऱ्हेने माझ्या कारकिर्दीचा अंत ठरणारी दुसरी घडी हुकली.

मग आम्ही त्या सायंभोजनाच्या खोलीऐवजी हॉटेलच्या रेस्तरॉंमध्ये गेलो. हा कार्यक्रम पहाटे दोनपर्यंत चालला. या सर्व वेळेत इमेला यांनी आपल्या नवऱ्याच्या थोरपणाचे किस्से व त्यांच्या स्वत:वर फिलिपिनो जनतेचं प्रेम कसं आहे, याच्या कहाण्या ऐकवून आमचं मनोरंजन केलं. विनम्रता हा काही त्यांच्या स्वभावातला स्थायिभाव निश्चितच नव्हता.

फिलिपाईन्समध्ये आमचा व्यवसाय चांगला बहरत चालला होता. कोकच्या व्यवसायाचा स्थानिक अर्थव्यवस्थेवर काय होतो आणि त्याचे अन्य परिणाम काय होतात, याच्याकडे लक्ष द्यायला मी प्रथम फिलिपाईन्समध्ये शिकलो. छोट्या दुकानांमध्ये कोकची विक्री ही त्यांच्या संपूर्ण विक्रीच्या वीस टक्के होती. जर आपण हजारो कोकचे कर्मचारी, छोटे दुकानदार आणि अन्य विक्रेते यांचा विचार केला तर फिलिपिनी अर्थव्यवस्थेवर कोकच्या व्यवसायाचा मोठा परिणाम होत होता. गरिबी निर्मूलन, रोजगाराची संधी हे ते प्रमुख परिणाम होते. भांडवलशाहीच्या शक्तीवर त्यामुळेच माझा विश्वास दृढ झाला.

माझी फिलिपाईन्समधली कारकिर्द संपण्याच्या सुमारास पेप्सी कंपनीच्या आंतरराष्ट्रीय प्रमुखासोबत नाश्त्याचं मला आमंत्रण मिळालं. स्पर्धकांशी चर्चा व भेटण्यामध्ये कोणताही धोका नसतो, असा माझा पक्का विश्वास होता. अर्थात अशा भेटींमध्ये

कोणत्याही कायदेशीर बाबींवर चर्चा नसावी. अशा तऱ्हेच्या भेटींमध्ये आपल्या उद्योगविश्वात काय चाललंय याची देवाणघेवाण, चर्चा, विचार-विनिमय अशा गोष्टी होतात. यामुळे व्यक्तिगत स्तरावर स्पर्धकाबाबत एक भरोसा निर्माण होतो. उभयपक्षात चांगलं आणि मोकळं वातावरण निर्माण होतं. या गोष्टींवर माझा विश्वास होता.

मला अभिप्रेत असलेली भेट मात्र काही झाली नाही. केप टाउनमधल्या बॉटलिंग प्लान्टची १० टक्के मालकी मला देऊ करण्यात आली. पण मला यासाठी पेप्सीबरोबर तीन वर्षांचं कंत्राट सही करून द्यावं लागणार होतं. या तीन वर्षांत मी त्यांचा तिथला व्यवसाय स्थिरस्थावर करून देण्याचा प्रयत्न करायचा होता. पेप्सीचा तिथला व्यवसाय चांगलाच डबघाईला आला होता. फोर्ब्ज नावाचा तिथला कोकचा बॉटलर पेप्सीला खूपच भारी पडत होता. पण पेप्सीचा हा प्रस्ताव मी जागीच नाकारला. मी कोकशी खूपच प्रामाणिक होतो. दुसरं कारण एका म्हणीत व्यक्त होतं – 'जी गोष्ट तुम्हाला पटत नाही आणि ज्याच्यावर तुमचा विश्वास नाही अशी गोष्ट विकू नका.' म्हणूनच माझ्या अखंड कारकिर्दीत मी चार वेळेला सिगारेट कंपन्यांकडून आलेले प्रस्ताव फेटाळले आहेत आणि सर्वांत शेवटचं कारण म्हणजे जर कसंही करून मी तो प्रस्ताव स्वीकारलाच असता असं समजू; त्या परिस्थितीत मी जर आमच्या आजच्या स्पर्धकाच्या बाजूने केप टाउनमध्ये अवतीर्ण झालो असतो, तर मी हरावं यासाठी कोकने काय वाट्टेल ते केलं असतं. मला ही गोष्ट करायची इच्छा नव्हती, पण तसं करायचं प्रयत्न करणंही मूर्खपणाचं ठरणारं होतं.

१९८५ सालच्या सुमारास पश्चिम जर्मनीला कोकचा प्रमुख म्हणून जाण्याची संधी चालून आली. फिलिपाईन्समध्ये येऊन एव्हाना चार वर्षं झाली होती. प्रत्यक्षात या पदभाराखाली मध्य युरोपचा समावेश होता. खरंतर माझ्या या बदलीला सॅन मिग्युएलच्या अधिकाऱ्यांचा तीव्र विरोध होता. आमच्या ठरावानुसार माझं अजून एक वर्ष फिलिपाईन्समध्ये पूर्ण व्हायचं बाकी होतं. डॉन कियोनं मला तिथून जाऊ देण्यासाठी त्यांना पटवलं. अशा तऱ्हेनं मी पूर्वी कधीच भेट न दिलेल्या देशात चाललो होतो. तिथं एक वेगळं आव्हान माझी वाट पाहत होतं.

फिलिपाईन्स सोडण्यापूर्वी मी 'मायामाया' किनाऱ्यावर एक अखेरची फेरी मारली. तिथं मनसोक्त पाण्यावरचे खेळ खेळलो. वॉटर स्कीइंग केलं. 'चेरी ब्लॉसम' आणि 'डिस्ने लँड' दाखवायला केरला घेऊन जपानला गेलो. आल्यानंतर आम्ही जर्मनीला जायला सामानाची बांधाबांध केली. आमचा बेसेट हाउंड जातीचा कुत्रा सेबॅस्टियन बरोबर घेऊन आम्ही निघालो.

जेव्हा मी फिलिपाईन्स सोडलं तेव्हा फिलिपाईन्सच्या प्रचंड बाजारपेठेत कोकला पेप्सीपेक्षा दोनास एक प्रमाणात बढत मिळवून दिली होती. जिथं दरवर्षी ५० लाख

डॉलर्सचा तोटा होत होता, तिथं आता ते ४० लाख डॉलर्सचा नफा मिळवत होतं. आता फिलिपाईन्समध्ये दर माणशी कोकचा वार्षिक वापर हा १३४ बाटल्यांपर्यंत वाढला. थायलंडमध्ये हा वापर ३९ बाटल्या प्रतिव्यक्ती प्रतिवर्ष होता, तर इंडोनेशियामध्ये प्रतिवर्ष प्रतिव्यक्ती १० बाटल्या असा होता. माझ्या फिलिपाईन्समधल्या मागच्या पूर्ण वर्षात, म्हणजे १९८४ साली, कोकचा खप ११ टक्क्यांनी वाढला. खरंतर या दरम्यान सॉफ्ट ड्रिंक्सची मार्केटमधली विक्री पाच टक्क्यांनी कमी झाली होती. फिलिपिनी अर्थव्यवस्थेतही राष्ट्रीय उत्पादनात (GDPमध्ये) पाच टक्क्यांची घट नोंदवली गेली होती. बॉटलर्सला कोका-कोला कॉन्सन्ट्रेटचा खप मोठ्या प्रमाणावर होत होता. आमच्या जॉइंट बॉटलर व्हेंचरमध्ये कोकची किंमत चांगलीच वाढली होती. जेव्हा मी फिलिपाईन्समध्ये आलो तेव्हापेक्षा जॉइंट व्हेंचरमधल्या कोकची पत किंवा किंमत मी आल्यानंतरच्या वर्षामध्ये अर्धा अब्ज डॉलर्सपर्यंत पोहोचली. ही वाढ चक्क पाचपट होती.

मार्कोस सरकार गडगडायला सुरुवात झाली तसा मी पळ काढायला सुरुवात केली. १९८६ सालच्या फेब्रुवारी महिन्यात मार्कोस यांना सक्तीने पायउतार व्हावं लागलं. कारण म्हणजे विरोधी पक्षाचे नेते निनॉय अक्विनो यांची हत्या झाली होती. अज्ञातवासातून ते परत येताना विमानतळावरच ही हत्या झाली. मार्कोस हे लगेचच हवाई बेटांवर परागंदा झाले. १९८९मध्ये तिथंच त्यांचं निधन झालं. कोरॅझॉन या अक्विनो यांच्या विधवा पत्नीने फिडेल रॅमोस यांच्या साहाय्याने 'ईडीएसए' क्रांतीचं रणशिंग फुंकलं. दोघांनाही राष्ट्राध्यक्ष व्हायचं होतं. अक्विनोचा मुलगा बेनिग्नो हा आजचा राष्ट्राध्यक्ष आहे. मार्कोस यांनी राष्ट्रपतिपद सोडण्यापूर्वी मार्कोस विरोधकांनी 'सॅन मिग्युएल'ला हल्ल्याचं लक्ष्य केलं होतं. यामुळे 'सॅन मिग्युएल'च्या शेअरच्या किमतीमध्ये तात्पुरती २० टक्क्यांची घट होती.

सिंहावलोकन करताना असं वाटतं, माझ्या फिलिपाईन्समधल्या काळापासून घेता येणारा महत्त्वाचा आणि मोलाचा व्यावसायिक धडा म्हणजे व्यक्तीला समुदायाची सभा घेण्याची क्षमता अंगी असायला हवी. तो मुख्य गुण आहे. तुम्ही उत्कृष्ट हिशेबनीस असा, उत्तम तंत्रज्ञ असा, जागतिक दर्जाचे रणनीतितज्ज्ञ असा नाहीतर आठवड्याला शंभर तास देणारी व्यक्ती असा, पण कंपनीच्या बाजारपेठेत काम करणाऱ्या कर्मचाऱ्यांना तुम्ही जोपर्यंत प्रेरणा देऊ शकत नाही तोपर्यंत व्यवसायामध्ये तुमचं नेतृत्व सिद्ध होऊ शकत नाही. अर्थात इतकंही ते सोपं नाही. याव्यतिरिक्तही अनेक गुण व्यावसायिक नेतृत्वासाठी लागतात. त्या गोष्टी व गुण म्हणजे अधिक सशक्त रणनीती, नवनव्या खेळ्या, सुदृढ 'बॅलन्स शीट' आणि सर्वांत महत्त्वाचं म्हणजे जगातला नाव लौकिक असलेला सर्वांत मोठा 'ब्रॅन्ड'– 'कोका-कोला'. हे सर्व असूनही एक गोष्ट लागतेच, ती म्हणजे हा सर्व उद्योग ज्याच्यासाठी आहे ते म्हणजे 'लोक'.

माझ्या डोळ्यांसमोर अजूनही मी स्टेजवर 'पुशअप्स' काढतोय हे चित्र तरळून जातं. मी जनरलचा युनिफॉर्म घातलेला असतो. रणगाड्यावर बसलेल्या अवस्थेत मध्येच उतरून दगडावर पेप्सीची बाटली फोडून टाकत असतो. पार्श्वभूमीवर 'आय ऑफ द टायगर' गाण्याचे शब्द लहरत असतात. वातावरण प्रभारित असतं. नंतरच्या कालावधीतल्या बोर्डरूम मीटिंगच्या वातावरणापेक्षा हे वातावरण भिन्न असतं. या बोर्डरूमच्या मीटिंगसाठी मी खूप महागाचे सूट परिधान केले. जगातील मोठमोठ्या शक्तिशाली उद्योगपती लोकांनाही भेटलो; पण त्या दिवसांतली मजा काही औरच.

मला आता खातरी पटली आहे की, फिलिपाईन्सच्या त्या मोसमी हवामानाच्या बेटांवर लोकांना उद्युक्त करण्याची जी कौशल्यं मला शिकायला मिळाली त्यांच्याविना 'कोका-कोला'च्या सर्वोच्च स्थानावरून कंपनीला यशस्वी करणं कदापिही शक्य झालं नसतं.

मागे वळून पाहताना अजून एक गोष्ट ध्यानात येते. त्या वेळेला कंपनीला सावरून व्यवसायाच्या मुख्य प्रवाहात आणण्याचा, 'कॉर्पोरेट टर्न अराउंड'चा अनुभव मला तेव्हा मिळाला असल्यानं वीस वर्षांनंतर कंपनीचा अध्यक्ष व प्रमुख सीईओ झाल्यावर मला त्या अनुभवाचा फायदा झाला. त्या कालावधीत मी धोका पत्करला होता हे खरं आहे. पण कोणत्याही व्यवसायातील अधिकाऱ्याने धोका पत्करला तरच ती त्याच्यासाठी संधी होऊ शकते. अशा तऱ्हेची संधी छोटा कालावधी व दीर्घ कालावधी या दोन्ही स्तरांवर उपलब्ध आहेत. तोटा होणाऱ्या क्रियांना बदलून फायदा होणाऱ्या क्रियांमध्ये रूपांतर करण्याच्या कामांपेक्षाही ही गोष्ट अधिक महत्त्वाची आहे. ती म्हणजे धोक्यातून अल्पकालीन व दीर्घकालीन संधी. फिलिपाईन्सने माझी कारकिर्द घडवली.

पश्चिम जर्मनीतील खुंटलेली वाढ

पश्चिम जर्मनी आणि फिलिपाईन्स यांच्यामध्ये दोन ध्रुवांइतका फरक आहे. फिलिपाईन्सचं वातावरण संथ, मोकळं, मौजमजा व आनंदप्रिय असं होतं, तर पश्चिम जर्मनीत थंड, पावसाळी, अतिशय सुधारलेलं, पण तितकंच घुसमटलेलं होतं. आमचा प्रवास बेशिस्तीकडून शिस्तबद्धतेकडे, अनौपचारिकतेकडून औपचारिकतेकडे, म्हणजे एका टोकाकडून दुसऱ्या टोकाकडे झाला.

मी अटलांटामध्ये परत एकदा आठ आठवड्यांच्या प्रशिक्षणासाठी आलो होतो. खरंतर या आठ आठवड्यांत मी कोका-कोला कंपनीतून बाहेर वेगळ्याच विश्वात गेल्याचं मला वाटत होतं. तसं पाहिलं तर तांत्रिकदृष्ट्या यापूर्वीच्या चार वर्षांच्या कालावधीत मी कोका-कोला कंपनीमध्ये नव्हतोच. पण त्यादरम्यान पामेला डुसेलडॉर्फला प्रवास करून पोहोचली खरी, तर ते शहर त्या वेळी हिमवर्षावाखाली गाडलं गेलं होतं. एका आठवड्यातच तिने राहण्यासाठी भाड्याचं घर आणि केरासाठी शाळा शोधून काढली. माझ्या कारकिर्दीला यशस्वी करणारं, बळ देणारं तिचं मोठं आश्चर्यजनक कौशल्य होतं ते हेच. तिथून ती फिलिपाईन्सला परत गेली. जर्मनीला जाण्यासाठी सामानाची बांधाबांध केली. केरा फक्त सात वर्षांची होती आणि या वयातच त्रिखंडातील चार राष्ट्रांत तिचं राहून झालं होतं.

जर्मनीतल्या कोका-कोलाचा प्रमुख म्हणून काम करणाऱ्या लोकांमध्ये, १९३३ पासून जर्मन नसलेला प्रमुख असा मीच पहिला होतो. जर्मनी तेव्हा सर्वांत मोठी डिव्हिजन होण्यासाठी जपानबरोबर स्पर्धा करत होता. कंपनीच्या आंतरराष्ट्रीय मांडणीमध्ये ही तुल्यबळ स्पर्धा होती. मागे उल्लेख केलेल्या मनिला हॉटेलच्या 'प्रसिद्ध' भेटीमध्ये डॉन कियोने माझ्याबरोबर या नव्या कामाचा प्रस्ताव ठेवला होता. इथला फायदा

देणाऱ्या, परंतु थांबलेल्या, वाढ खुंटलेल्या बाजारपेठेला गदगदून हालवणारा आणि त्यामध्ये उत्साह, ऊर्जा भरणारा कोणीतरी बाहेरचा माणूस त्यांना हवा होता. आव्हान स्वीकारण्यासाठी मी तयार होतो. न्यू यॉर्कमध्ये मी जर्मन भाषेचा एक आठवड्याचा वर्ग घेतला होता. तरीही मी फारच थोडी जर्मन भाषा बोलू शकत होतो.

माझी नवी भूमिका 'मध्य युरोपच्या डिव्हिजनचा प्रमुख' अशी होती. यामध्ये जर्मनीसह ऑस्ट्रिया व स्वित्झर्लंडसह बराच भाग होता. कोका-कोलासाठी हे वर्ष बरंच गडबड, गोंधळ पण उत्साहाचं वर्ष होतं. या वर्षी कंपनीने अधिक गोड, नवा फॉर्म्युला बाजारात आणला. १९८५ सालच्या वसंतात तो 'न्यू कोक' म्हणून बाजारात दाखल केला गेला.

ग्राहकांचा रोष सहज जाणवण्यासारखा होता. जर्मनीला जाण्यापूर्वीच्या तोंडओळख प्रशिक्षणासाठी जात असताना सॅवानामध्ये बॉटलर्सची एक रिस्ट्रक्चरिंग मीटिंग होती. विमानाने अटलांटामधून निघालो. माझ्या सामानावर कोका-कोला कंपनीचं चिन्ह असलेले टॅग्ज लावले होते. तिथला फ्लाइट अटेंडंट मला म्हणाला, ''मला तुमचा खूप तिरस्कार वाटतो. माझा लाडका कोका-कोला तुम्ही काढून घेतलात! माझ्या आयुष्याचं तुम्ही मातेरं केलंत.''

मुख्यालयातदेखील अशाच आशयाच्या तक्रारी येऊन तणाव उत्पन्न झाला होता. अगदी बॉटलर्ससुद्धा अशीच तक्रार करत होते की, त्यांना तिथल्या त्यांच्या त्यांच्या शहरातल्या क्लब्जमधून काढून वाळीत टाकलं गेलं होतं. कोकच्या नेतृत्वानं जगभरातील अधिकाऱ्यांना बोलवून घेतलं. प्रत्येकाला अगदी स्पष्ट शब्दात त्यांनी समज दिली की, 'न्यू कोक'वर टीका आणि बात करायची नाही. मुख्यालयाकडून येणाऱ्या संदेशासाठी सज्ज राहायचं.

यूएसमध्ये 'न्यू कोक' लाँच केल्यावर थोड्याच दिवसांनी जर्मनीमध्ये 'न्यू कोक' लाँच व्हायचा होता. जर्मन बॉटलर्सच्या बरोबर माझ्या पहिल्याच भेटीमध्ये त्यांनी मला, ''नव्या कोकचं आम्हाला काहीही नको! अगदी एक घोटसुद्धा!'' असं ठणकावून सांगितलं. मग मला असा पत्ता लागला की, जर्मनीमध्ये 'चेरी कोक' नव्याने लाँच व्हायचा होता. म्हणून मग या आधारावर मी मुख्यालयाला 'न्यू कोक' लाँच करण्याचा कार्यक्रम थोडा लांबवायची विनंती केली. सांगताना मी हे सांगितलं की, 'न्यू कोक'मध्ये खराब काही नाही (हळूच डोळा मारला मनातल्या मनात) पण दोन नवीन उत्पादनं एकदम बाजारात दाखल करणं, म्हणजे खूप अवघड काम आहे. वेळ काढण्यासाठी मी वापरलेली युक्ती यशस्वी झाली.

अनेक वर्षांच्या संशोधनातून तयार झालेलं आमचं नवं उत्पादन म्हणजे 'न्यू कोक' हे होतं. बऱ्याच ग्राहकांनी त्याची चव आवडल्याची खातरीही दिली. शिवाय जुन्या कोक फॉर्म्युल्याला मारक असं त्यात काही नाही, हेपण सिद्ध झालेलं होतं.

पण जुन्या कोकमध्ये असं काहीतरी होतं की, दशकानुदशकं तो ब्रॅन्ड लोकांच्या मनात, आठवणीत जाऊन बसला होता. लोकांना तोच आवडत होता. कियो मागाहून बोलताना एकच म्हणाला, ''मूळच्या फॉर्म्युल्याशी लोकांच्या तरुणपणाच्या बऱ्याचशा आठवणी जोडलेल्या होत्या आणि आता कोक त्याच काढून घेत आहे अशी सार्वत्रिक भावना होती.'' काहींना तर असं वाटत होतं की, नव्या कोकचं अपयश ही विक्री व विपणनासाठी खेळलेली नवी चाल आहे. कारण या घटनेनंतर जुन्या कोकच्या विक्रीने एकदम उचल खाल्ली. एवढंच नाही तर कोकला विसरून गेलेले ग्राहकही परत आले. त्यांचा लाडका ब्रॅन्ड त्यांनी परत आपलासा केला. कियो नेहमीच सत्य काय आहे हे ओळखायचा. तो म्हणाला, ''आपण काही फार मूर्ख नाही तसेच फार शहाणे आणि स्मार्टही नाही.'' बाजारपेठ संशोधन ज्याला 'मार्केट रिसर्च' म्हणतात, त्याचा हा एक उत्तम नमुना होता. या अभ्यासात आपल्याला योग्य वेळी योग्य संदर्भात योग्य प्रश्न विचारावे लागतात. यासाठी योग्य पद्धत आणि व्यक्तीही योग्य असावी लागते. आमच्या या नव्या उत्पादनाविषयी कोणताही अभ्यास केला गेला नव्हता. जुन्या फॉर्म्युलाच्या जागी नवा कोक पुरवला तर काय होईल, ग्राहकांची प्रतिक्रिया काय असेल हे पाहिलं गेलं. या सर्व प्रकारातून एक महत्त्वाचा धडा आम्हाला मिळाला – तो म्हणजे 'ब्रॅन्ड'वर हक्क असतो तो ग्राहकांचा. आमच्या उत्पादनाचा फॉर्म्युला कडेकोट बंदोबस्तात होता हे जरी खरं होतं, तरी त्याची चव ग्राहकांच्या डोक्यात फिट बसली होती. ती त्यांच्या मनाच्या कड्याकुलपांत बंद होती. थोडक्यात कंपनीपेक्षा ब्रॅन्ड मोठा होता. इतिहासात अनेकदा हे सिद्ध झालं होतं की, ग्राहक कोणीही असो, नेहमी कोक पिणारा किंवा कधीतरी क्वचित कोक पिणारा, ब्रॅन्ड हा त्यांचाच आहे.

जुन्या फॉर्म्युलाला आता लोक 'क्लासिक कोक' म्हणून ओळखायला लागले. दहा आठवड्यांत बाजारातून 'न्यू कोक' काढून घेण्यात आला आणि क्लासिक कोकच बाजारात वितरित केला जाऊ लागला. परिणामी जर्मनीत 'न्यू कोक' लागू करण्याच्या लफड्यातून मी वाचलो.

येऊ घातलेलं वादळ आपोआप टळल्यामुळे मी माझ्या नव्या कामात स्थिरावू लागलो. आमचं घरगुती जीवनही स्थिरावू लागलं. या गोष्टी सुरुवातीला काही सोप्या नव्हत्या, पण स्थानिक संस्कृतीसोबत जुळवून घेण्यासाठी आम्ही अतोनात कष्ट घेतले.

बरेचसे बाहेरून आलेले लोक अमेरिकन आंतरराष्ट्रीय शाळेजवळ राहणं पसंत करीत. पण आम्ही मात्र संपूर्ण जर्मन लोकवस्तीत राहणं पसंत केलं. मात्र कॅरला अमेरिकन आंतरराष्ट्रीय शाळेत घातलं होतं. कोणी येऊन दार ठोठावून स्वत:हून ओळख करून घेतील अशी परिस्थिती नसल्यानं सुरुवातीचे दिवस तसे अवघडच

गेले. आमची सोडा, त्यांची एकमेकांशीही पुरती ओळख नव्हती. आम्ही आल्यावर मला थेट रिपोर्ट करणाऱ्या लोकांना मी सहकुटुंब सायंभोजनाला बोलावलं. बऱ्याच वरिष्ठ अधिकाऱ्यांच्या बायका एकमेकींना कधीच भेटल्या नव्हत्या. सहकारी कर्मचाऱ्यांसोबत सामाजिक संबंध असावे अशी काही इथली संस्कृती नव्हती. पण हे सायंभोजन मात्र जर्मन वक्तशीरपणाचा एक धडा ठरला. ठरवलेल्या आगमनाच्या वेळेआधी दहा मिनिटं अगोदरच मोटारी येऊन पार्किंगसाठी कडेला घेतल्याचे आवाज आम्ही ऐकले. ठरलेल्या वेळेआधी दोन मिनिटं कारच्या दरवाजाच्या उघडझापीचे आवाज आले. बरोबर ठरलेल्या ठोक्याला घराची बेल वाजली. दरवाजा उघडल्यावर सर्व आमंत्रित दरवाजासमोर उभे असलेले दिसले.

ऑफिसमध्ये, सर्व व्यवस्थापक मंडळी आपापल्या केबिनची दारं बंद ठेवत. जर्मन मानसिकतेचं हे एक अजून उदाहरण आहे. जर्मन संस्कृती आणि इथल्या यम-नियमांबाबत मी वाचलं होतं. पुरातन अमेरिकन पद्धतीनुसार संस्कृतीला फाटा देणारे बदल घडायला हवे, पण ती इथे एक मोठी चूक ठरते. या तऱ्हेचं बंद वातावरण माझ्या पद्धतीला सुयोग्य ठरत नव्हतं. मग बदल करायचा तो मी फक्त माझ्यापुरता केला. मी माझ्या ऑफिसची दारं उघडी ठेवू लागलो. बस्स! अपेक्षा होती इतरांनी माझा कित्ता गिरवावा. फिलिपिनी किंगकिंगचा समकक्ष हेइंझ बैझोरेक नावाचा जर्मन मनुष्य माझ्यासोबत देण्यात आला. अधिक मोकळं वातावरण निर्माण करण्याचा प्रयत्न मी जरूर केला. वरिष्ठ व्यवस्थापक वर्ग रोजचं जेवण एक्झिक्युटिव्ह डायनिंग रूममध्ये घेत असत. तिथं माझ्या खुर्चीजवळ टेबलाखाली 'बझर'चं बटण बसवलं होतं. इथल्या ऑफिसच्या पद्धती अगदी यंत्रमानवी होत्या. जेव्हा सर्वांचा जेवणातील पहिला कोर्स (पाश्चात्त्य भोजन पद्धतीत निरनिराळे पदार्थ एकापाठोपाठ वाढतात. याला जेवणाचा पहिला, दुसरा वगैरे कोर्स असं म्हणतात. उदाहरणार्थ सूप हा पहिला कोर्स, सॅलड्स व जेवणाचा मेन कोर्स, त्यानंतर गोडाचा म्हणजेच डेझर्टचा कोर्स वगैरे) झाल्यावर मी, म्हणजे प्रमुख टेबलाखालील बटण दाबणार. तत्क्षणी किचनचा दरवाजा उघडून वाढपी स्त्रिया शिस्तबद्ध पद्धतीने येऊन पहिल्या प्लेट्स गोळा करणार आणि दुसरी सेविका जेवणाचा पुढचा कोर्स प्रत्येकापुढे मांडणार. अशा तऱ्हने 'श्री कोर्स मील' वाढलं जायचं. थोड्या काळाने मी एक्झिक्युटिव्ह डायनिंग रूम बंद करून टाकायचं ठरवलं. यामागे उद्दिष्ट असं होतं की, एक्झिक्युटिव्ह लोकांनीसुद्धा कँटिनमध्ये इतर सर्वांसोबत जेवावं. मी सर्वांची ऑफिसेससुद्धा पांढऱ्या व कोका-कोलाच्या खास लाल रंगात पेंट करून घेतली. पूर्वीची मळभ दाटवणारी, मन उदास करणारी तपकिरी रंगाची निशाणी मिटवून टाकली. गाड्यांच्या पार्किंगमधला अधिकारानुरूप भेदांचा, जागेबाबत असलेला रिवाजही मोडीत काढला. हे बदल कदाचित फार छोटे वाटतील, पण मला हव्या असलेल्या अधिक मुक्त संस्कृतीच्या

दिशेने ही सांकेतिक वाटचाल होती. आपण काय बोलतो त्यापेक्षा आपण काय करतो याच्यावरून लोक आपलं मूल्य ठरवत असतात, असा माझा दृष्टिकोन होता.

त्या काळात जर्मनीतला एक अतिरेकी गट 'जर्मन रेड आर्मी फॅक्शन' या नावाने जास्त कुप्रसिद्ध होता. नावाजलेल्या व्यावसायिक उद्योगपतींना पळवणं आणि ठार मारणं अशी कामं हा गट करत होता. 'डॉइश बँके'चे अध्यक्ष आल्फ्रेड हरहॉझेन, जे कोका-कोलाच्या सल्लागार मंडळावरही होते, दुर्दैवाने ते रेड आर्मी फॅक्शनचे बळी ठरले. मला खातरीशीरपणे माहिती मिळाली की अतिरेक्यांच्या यादीत माझंही नाव होतं. माझ्या घरात एक 'पॅनिक बटन' होतं, जे स्थानिक पोलीस स्टेशनशी जोडलेलं होतं. त्याचा मला फक्त एकदाच उपयोग करावा लागला. त्या दिवशी एक दारूडा झिंगत आमच्या दरवाजापाशी येऊन अर्वाच्य शब्दांत मोठ्याने शिव्या देऊ लागला. आम्ही बटन दाबल्यावर नव्वद सेकंदांत पोलीस हजर झाले. दररोज कॅराला शाळेत सोडण्यासाठी व आणण्यासाठी कंपनीने एक खास ड्रायव्हर नेमला होता. रोज वेगळ्या रस्त्यांं जाऊन-येऊन तो हे काम करत असे. शाळेतल्या बऱ्याच पालकांचा असा गैरसमज झाला होता की, कॅराचा पिता तोच आहे. ड्रायव्हर्सना इंग्रजी चांगलं बोलता येत नव्हतं, पण त्यांना सगळं समजत मात्र होतं. मला हे समजायला बऱ्याच महिन्यांचा कालावधी जावा लागला. यामुळे त्यांच्याशी एक चांगला नातेसंबंध मला प्रस्थापित करता आला. एरसेनपासून मोटारीने दोन तासांच्या अंतरावर फ्रँकफर्ट विमानतळ होता. अटलांटाहून येणाऱ्या पाहुण्यांना घेऊन येण्याचं काम ड्रायव्हर्स करत असत. त्या वेळी पाहुणे मंडळी मागच्या सीटवर आरामात बसून आमच्या व्यवसायाबाबत व माझ्याबद्दल निर्धास्तपणे बोलत. त्यांना वाटे आपण काय बोलतो हे ड्रायव्हरला कळत नाही. पण त्यांना ते संभाषण संपूर्णपणे कळत असे. जवळजवळ एक वर्षभरानंतर त्यांनी मला या सगळ्या कथा सांगायला सुरुवात केली. अशा रितीने अपघाताने मला हेरगिरीची कामगिरी करणारी मंडळी मिळाली. माझ्याबद्दल अटलांटामधली अधिकारी मंडळी नेमकं काय बोलतात आणि काय विचार करतात, हे मला कळलं. या घटनेचा धडा असा होता की, 'ड्रायव्हर्सनाही कान असतात!'

जर्मनीमध्ये माझ्यासाठी एकदम वेगळं व्यावसायिक आव्हान होतं. फिलिपाईन्सपेक्षा त्याचं वेगळं स्वरूप होतं. जर्मनीमध्ये कोक हे प्रभावी पेय होतं. खपही भरपूर होता. परिणामत: फायदासुद्धा भरपूर होत होता. पण जो काही खप होता तो आणि मिळणारा नफा हे दोन्ही स्थिर होते. त्यात वाढ नव्हती.

या खुंटलेल्या वाढीवर उपाय होते. त्यापैकी एक उपाय होता, तो म्हणजे पश्चिम जर्मनीतले एकशे सोळा बॉटलर्स एकत्रित आणणं. दुसऱ्या महायुद्धानंतर पश्चिम जर्मनीत बॉटलिंगची व्यवस्था निर्माण झाली होती. युद्धभूमीवर अमेरिकी

सैनिकाला कोका-कोला खातरीने मिळावा, यासाठीची साधनसामग्री व यंत्रणा आजही वापरली जात होती. युद्धकाळात कोका-कोला जर्मनी ही मॅक्स केईथ यांच्या अधिपत्याखाली चांगली टिकली. युद्धामुळे कित्येकदा 'कोका-कोला कॉन्सन्ट्रेट' आणणे सहज शक्य नसे. केईथने स्वत: एक नवीन उत्पादन तयार केलं. त्याचं नाव 'फँटा'. हे कंपनीचं पहिलं कोला नसलेलं 'उत्पादन' आजचं आघाडीचं ऑरेंज ड्रिंक प्रॉडक्ट आहे. संत्र्याच्या स्वादाचं हे उत्पादन बरंच प्रसिद्ध झालं. अर्थात याच्याबाबत थोडं दुमत आहे. इटालियन यांच्याबाबत दावा करतात की, ते याबाबत पुढारलेले आहेत. असो, युद्धानंतरच्या काळात छोटे छोटे बॉटलिंग प्लान्ट्स असणं वाजवी होतं. कारण मोठ्या गुंतवणुकी शक्य नव्हत्या. तसंच बरेच रस्ते, पूल हे बॉम्बवर्षावामुळे उद्ध्वस्त झालेले होते. एरसेन ते डुसेलडॉर्फ हा रस्ता आता वीस मिनिटांचा आहे. पण युद्धानंतरच्या काळात त्याच प्रवासाला दोन तास लागत असत. त्या वेळी उत्पादनाच्या किमतीपेक्षा वितरणाची किंमत जास्त होती. म्हणून त्या काळी देशभरात छोटे छोटे बॉटलिंग प्लान्ट्स उभारणं ही गरज होती. एसेन आणि डुसेलडॉर्फ या दोन्ही ठिकाणी बॉटलिंग प्लान्ट्स होते.

छोटे बॉटलिंग प्लान्ट, त्यांची स्थानिक मालकी यामुळे जर्मन बॉटलिंग सिस्टिम ही जगातल्या उत्तम व्यवस्थेपैकी एक होती. जगातील उत्तम व्यवस्थांमध्ये जपान आणि यूएस नंतर जर्मनीचाच क्रमांक होता. स्थानिक मालकांमध्ये कित्येकदा विशेष स्थानप्राप्त लोक होते. यामध्ये मॅक्स श्मेलिंग या माजी बॉक्सिंग चॅंपियनचा समावेश होता. जागतिक स्तरावरील सर्वांत जास्त वजन गटातील तो बॉक्सर होता. तो १९३६ सालच्या जूनमध्ये जोई लुईसला हरवून बर्लिनला 'हिंडेनबुर्ग' नावाच्या विमानाने तो विजयी होऊन आला होता. अर्थात दोनच वर्षांनी लुईसबरोबरच्या स्पर्धेत तो पुन्हा हरला. हिंडेनबुर्ग विमानाचा १९३७ साली मोठा अपघात होऊन कोणीही वाचलं नव्हतं. मॅक्सने पामेलाला सांगितलं की, अपघाताच्या वेळी खरंतर त्या विमानात मॅक्ससाठीचं सीट राखीव होतं, पण ऐनवेळी योजना बदलल्याने तो प्रवास करायचा राहिला आणि वाचला. नाझी पार्टीत सामील व्हायला मॅक्सने नकार दिला होता. दोन ज्यू मुलांना आपल्या बर्लिनमधल्या घरात लपवून त्यानं त्यांचा जीव वाचवला होता. या त्याच्या सर्व कर्तृत्वामुळे त्याच्या उत्तरायुष्यात जर्मनीतला तो एक हिरो होता.

जर्मन व्यवस्था एवढी नाणावलेली असली तरी मी यायच्या वेळेपर्यंत खूप खर्चिक झाली होती. एकत्रीकरणाने जेवढा खर्च लागला असता त्या पातळीच्या कितीतरी पटीने अधिक खर्च चालला होता. शिवाय कितीतरी बॉटलिंग प्लान्टचे मालक आता आपला कारभार मुलांकडे सोपवून मोकळे झाले होते. ही मुलं मुळातच श्रीमंत होती. कित्येकांकडे फेरारी, मर्सिडीज बेंझसारख्या गाड्या उडवायला होत्या.

पण त्यांच्या पालकांसारखी कोका-कोलाच्या व्यवसायावर त्यांची पकड किंवा नजरही नव्हती. परिवाराच्या मालकीच्या व्यवसायातील त्रुटी आणि त्या अनुषंगाने येणाऱ्या अयोग्य गोष्टींचं हे एक मासलेवाईक उदाहरण आहे.

पेप्सीसोबत तुलना करता कोकचा खप सहास एक एवढा पुढे होता. ब्रॅन्डचं सामर्थ्य लक्षात घेता पेप्सीच्या तुलतेन उत्पादनाचा वीस टक्के जास्त वाढवला असता तरी खपावर विशेष परिणाम झाला नसता. पण दूरगामी परिणामांचा विचार करताना असं करणं योग्य ठरलं नसतं. आयात केलेली पेयं आणि पेप्सीकडून आम्हाला आधीच स्पर्धा होती. म्हणूनच या व्यवस्थेचा विचार करून व्यवस्थेचा खर्च कमी आणणं हे महत्त्वाचं होतं.

बॉटलर्सच्या एकत्रीकरणासाठी मी आणि हेइंझनी प्रयत्न सुरू केला. जर्मनीतील आदेश व्यवस्था किंवा अधिकारांची श्रेणीगत रचना मला विचित्र वाटली. कित्येकदा मला त्यामध्ये अडचणीचं वाटायचं. मी तीन जर्मनांच्या मध्ये कातरीत, पेचात अडकलो होतो. क्लाउस पटर, क्लॉस हॅले आणि एरिक क्रेयुश. पटर हा 'कोका-कोला युरोप'चा प्रमुख होता. हॅले हा आंतरराष्ट्रीय अध्यक्ष होता आणि दोघंही अटलांटामध्ये बसत असत. त्या दोघांमध्ये अनबन होती. तांत्रिकदृष्ट्या पटर माझा बॉस होता. पण माझ्या पहिल्या दिवसापासून हॅलेने मला सूचना दिली होती की, मी थेट त्यालाच रिपोर्टिंग करावं. या सगळ्यात गुंता वाढला तो क्रेयुशचा. तो माझ्या आधी 'कोक जर्मनी'चा प्रमुख म्हणून काम करत होता आणि मी सूत्रं सांभाळ्यावरही तो त्याच पदावर राहिला. त्यालाच बॉटलर्सच्या एकत्रीकरणाचं काम सोपवलं गेलं. तिथली बॉटलिंग व्यवस्था आणि बॉटलर्स या दोन्हींना तो चांगलं ओळखत असल्यानं कामाची ही वाटणी चोख होती. जर्मन कायद्यांच्या क्लिष्टतेचीही त्याला चांगली जाण होती. जर्मन व्यवसायाच्या दैनंदिन व्यवस्थेची काळजी मी आणि हेइंझ घेतच होतो.

जर्मन व्यवस्थापन रचनेमध्ये उच्चपदस्थ अधिकाऱ्यांना किंवा मॅनेजर्सना, 'गेशाफट्स फ्यूरर' अशा नावाने संबोधतात. या शब्दाचा अर्थ 'व्यावसायिक नेता' किंवा 'दुकान मालक' असा आहे. हे लोक माझ्यासाठी 'अनबेकनोन्स्ट' म्हणजे 'लक्ष न देण्याजोगा' असा शब्द वापरत.

क्रेयुश हा तिथल्या बॉटलर्ससमोर स्वतःला प्रमुख व्यावसायिक नेता, म्हणजे 'हेड गेशाफट्स फ्यूरर' म्हणवून घ्यायचा, कारण वक्ता तोच असायचा. खरंतर त्याची पदावनती केली होती आणि कोका-कोलाच्या व्यवस्थेत मला तो रिपोर्टिंग करत होता. एवढंच नाही तर जर्मन बॉटलर्ससमोर तो स्वतःला 'माझा बॉस' म्हणवून घ्यायचा. शेवटी नाइलाजाने मला अटलांटाला जावं लागलं. हॅलेला मी सर्व काही नीट समजावून सांगितलं. क्रेयुश माझ्या अधिकारांना डावलून पायमल्ली

करत असल्याची तक्रार करून त्याला काढून टाकण्याची मी परवानगी मागितली. हॅलेने मला तशी परवानगी दिली आणि नंतर मी पटरकडूनही या परवानगीवर दुजोरा घेतला.

माझं नवीन काम सुरू करणं एक अवघड गोष्ट होती. मला ती भाषा येत नव्हती. महत्त्वाचा अधिकारी माझ्या माघारी त्याला हवे ते उद्योग करत होता आणि मी अशा दोन वरिष्ठांच्या कातरी सापडलो होतो की, ज्यांनी एका काळातच बरोबरीने जर्मनीत व्यवसाय सुरू केला होता, पण दोघांचे संबंध बिघडलेले होते.

माझं यापुढचं कामही असंच अप्रिय होतं. मुख्य कार्यालयातल्या शंभर खर्चिक पदांना मी हटवलं. इथे जास्त माणसांचा भरणा होता आणि खूप बाबूगिरी माजली होती. बाजारपेठेत आमची गुंतवणूक होतच नव्हती. फक्त खर्चच चालू होता. म्हणूनच आमची जैसे थे अशी परिस्थिती होती. निधी मोकळा होण्यासाठी खर्चांना कातरी लावायला हवी होती. एखाद्या कर्मचाऱ्याला कामावरून काढून टाकणं जर्मनीमध्ये खूप अवघड असतं. त्यासाठी 'वर्क कौन्सिल'मध्ये प्रकरण घालावं लागतं. ही फार किचकट पद्धती आहे. आमच्या मानवसंसाधन विभागाचे प्रमुख, कायदेशीर सल्लागार आणि अन्य काही जणांनी हे एक अशक्य काम आहे, असं सांगितलं. पण एकाच वर्षात आम्ही ते केलं आणि वाचलेला पैसा मार्केटिंगकडे वळवला. माझ्या कारकिर्दीतील प्रत्येक ठिकाणचं साम्य जर काही असेल तर हेच की, हरेक ठिकाणी मी अनाठायी होणारा खर्च थांबवून पैसा मार्केटिंगकडे वळवला. (मी कित्येक ठिकाणी असं पाहिलंय की, मार्केटिंगव्यतिरिक्तच्या मूळ खर्चासाठीची तळरेषा उंचावण्यासाठी व आपले आकडे व्यवस्थित दिसावेत म्हणून अनेक व्यवस्थापक मार्केटिंगच्या खर्चात कपात करतात. पण दीर्घकालीन दृष्टीने ही गोष्ट व्यवसायाच्या हिताची ठरत नाही.) माझ्या या कृतीचा परिणाम असा झाला की, 'मार्केटिंगच्या खर्चावर वचक न ठेवू शकणारा अधिकारी' अशी माझी प्रसिद्धी झाली. मी हे मान्य करतो की, या तऱ्हेने मार्केटिंगला अधिक वाव देताना थोडा खर्च हा वाया जात असतो. पण शेवटी हे पाहायला हवंच की, मार्केटिंग ही व्यवसाय व ब्रॅन्डच्या उन्नतीसाठीची अतिशय महत्त्वाची क्रिया आहे.

जर्मन बॉटलर्ससमोरच्या माझ्या पहिल्या भाषणात मी त्यांना सांगितलं, "तुम्ही फिलिपाईन्समधून आलेल्या एका आयरिश माणसाकडे पाहता आहात, ज्याला जर्मनीची काडीमात्र माहिती नाही. तुम्ही माझ्याकडे बघून म्हणत असाल की, हा माणूस कोण आहे आणि इथे काय करतोय? तर मी तुम्हाला मी इथे का आहे आणि काय करतोय हे सांगू इच्छितो. मी सांगू इच्छितो की, आपण जो करताय तो व्यवसाय खूप मस्त आहे. पण दुर्दैवाने तो आता चांगला चाललेला नाहीये. तुम्ही अजूनही भूतकाळात वावरताय आणि गरज आहे ती भविष्यकाळाकडे पाहण्याची."

जगातले सर्वोत्तम बॉटलर्स तेच आहेत, असा त्यांना वाटत होतं; पण तरीही विकास किंवा वाढ दिसत नव्हती ही मात्र स्पष्ट गोष्ट होती. काही लोकांचा असाही समज झाला होता की, आपण विकासाची परमावधी गाठली आहे.

''मी आपल्यासाठी व तुमच्यासाठी विकास घेऊन आलो आहे.'' मी पुढे म्हणालो, ''पण माझ्याजवळ तुमच्यासाठी एक चांगली आणि एक वाईट बातमी आहे. चांगली बातमी अशी की, मी स्वत: एक बॉटलर आहे आणि तुमचा व्यवसाय मला चांगला कळतो आणि वाईट बातमी अशी आहे की, मी स्वत: एक बॉटलरच आहे आणि मला तुमचा व्यवसाय चांगलाच कळतो!''

बॉटलर्सनी समोरच्या बेंचवर मुठींनी ठोकून माझ्या वाक्याला पसंती व्यक्त केली. आमचं नातं तात्पुरतं एकरूप झालं. तरीही अजून कित्येक बॉटलर्ससोबत भांडणं बाकी होतं. जर्मनीतले बॉटलर्स खूप शक्तिशाली होते. त्यांची एक संघटना क्लॉस मॉर्स नावाचा बॉटलर चालवत होता. क्लॉस आणि मी चांगले मित्र झालो. तो एक अतिशय हुशार पण कडक, मुत्सद्दी, चर्चा करू शकणारा माणूस होता. याशिवाय एक अतिशय आदरणीय व्यक्तिमत्त्व म्हणूनही तो थोर होता. नंतर जेव्हा मी चेअरमन व सीईओ झालो, तेव्हा त्या जुन्या दिवसांत निर्माण झालेल्या विश्वासाचा मला खूप फायदा होणार होता.

हेईंझ आणि मी बॉटलर्सच्या एकत्रीकरणाचं काम बघायला लागलो तसं आमच्या एक लक्षात आलं, ते म्हणजे कोका-कोला कंपनीला यासाठी खूप घासाघीस करावी लागणार आहे. जर्मन बॉटलर्सना 'कॅनिंग' करण्यात मुळीच रस नव्हता. म्हणून मग कंपनीने सर्वच्या सर्व कॅनिंग ऑपरेशनसाठी स्वत:चे प्लान्ट्स उभारले. थोडक्यात जर्मनीतल्या कॅनिंग ऑपरेशनची मालकी कंपनीकडे आली. जसाजसा काळ गेला तशी 'कॅनिंग केलेल्या कोका-कोलाची' मागणी वाढत गेली. शेवटी बॉटलर्सना आपल्या कॅनिंग न करण्याचा पश्चात्ताप झाला. आपल्या हातून एक चांगला फायदा देणारा उद्योग आपल्या चुकीमुळे गेल्याची ती चुटपुट होती. कंपनीला नफ्याचे दोन मार्ग होते. नेहमीप्रमाणे एक होता कॉन्सन्ट्रेट विक्रीचा आणि दुसरा म्हणजे कॅन केलेल्या उत्पादनांना विकण्याचा. कॅनच्या वितरणासाठी बॉटलर्सना नाममात्र फायदा मिळत असे. त्या लोकांपैकी काही जणांचे मात्र कॅनिंग प्रोजेक्टमध्ये शेअर्स होते. त्यामुळे त्यांना बऱ्यापैकी फायदा मिळत असे.

हेईंझने आणि मी एक योजना बनवली. त्यानुसार ११६ बॉटलर्सना एकत्र करून नवी बॉटलिंग कंपनी काढायची. यामध्ये कॅनिंग करणारीही कंपनी सामील करायची. बॉटलर्सना त्यांच्या प्लान्टच्या बदल्यात या नव्या कंपनीचे शेअर्स द्यायचे. आजच्या छोट्या बॉटलिंग प्लान्टपेक्षा शेअर्सची किंमत निश्चितच जास्त होती. याचं कारण एवढंच नव्हतं की, कॅनिंग ऑपरेशन्सही यात सामील झालेली आहेत. तर एकत्रीकरणातून

बऱ्याचशा वायफळ खर्चांना कातरी लागून नफ्याचं प्रमाण भरपूर वाढणार होतं.

माझी जर्मन भाषा आणि मॅक्सचं इंग्लिश दोन्ही अतिशय तोडकंमोडकं होतं. पण तरीही मॅक्स शूलिंगशी माझं घट्ट नातं निर्माण झालं. त्याला बॉटलर्समध्ये मानही होता. मॅक्सच्या ऐंशीव्या वाढदिवशी मी त्याला एक शिल्प भेट दिलं. हे शिल्प होतं बॉक्सिंगचा ग्लोव्ह घातलेला हात आणि त्यात धरलेली कोका-कोलाची बाटली. हे शिल्प एकदम उत्तम 'क्रप' कंपनीच्या पोलादापासून बनवलेलं होतं. यामध्ये जर्मनीचं ऐक्य आणि मॅक्सचं बॉक्सर, तसंच बॉटलर म्हणून आयुष्य हे व्यक्त केलं होतं. मला खातरी आहे मॅक्सने आपल्या बॉटलर-बंधूंना हे समजावून सांगितलं असावं की, एकत्रीकरणाचे माझे प्रयत्न प्रामाणिक आहेत. १९८७ सालच्या उन्हाळ्यात अटलांटाकडून मला माझी योजना बॉटलर्सना समजावून सांगण्याची परवानगी मिळाली. आमच्या आरंभीच्या सभांमध्ये आम्हाला वाटलं त्यापेक्षा मोठ्या प्रमाणावर कल्पनेचा स्वीकार जाणवला. पण तो काही सार्वत्रिक स्वीकार नव्हता. ४० टक्के लोक आमच्या बाजूने होते. ३० टक्के लोकांना आम्ही समजावू शकलो नाही आणि ३० टक्के लोक ठाम विरोधात होते. आमच्या सामोपचाराच्या बऱ्याच प्रयत्नांनंतरही या योजनेमुळे चांगलीच रणधुमाळी सुरू झाली. एकत्रीकरणाने खर्च वाचतो हे सोपं व्यावसायिक तत्त्व असून आणि प्रत्येकाला यातून भरपूर नफा मिळण्याची खातरी असूनही लोकांमध्ये भावनेच्या लाटेवर स्वार होण्याची प्रवृत्ती बळावली.

आपल्या स्वतःच्या कंपनीवरील नियंत्रण गमावण्याचा तोटा हा मिळणाऱ्या आर्थिक फायद्यापेक्षा कित्येकांना जास्त मोठा वाटला. या पुस्तकासाठी हेइंझची जेव्हा भेट घेतली तेव्हा तो म्हणाला, "कित्येक बॉटलर्स मुळातच श्रीमंत होते. त्यामुळे थोड्या अधिक पैशांचं त्यांना आकर्षण नव्हतं. खरंतर त्या पैशांसाठी कोका-कोलाची फ्रँचायझी गमावायची हा त्यांना मोठा तोटा वाटत होता."

आम्ही त्या लोकांना सांगायचो की, तुम्ही सध्या वर्षाला पन्नास लाख डॉलर कमावता तर नव्या मार्गाने तुम्ही सत्तर लाख डॉलर्स वर्षाकाठी कमवाल. हेइंझला त्यावर लोक काय म्हणायचे ते आठवतं. लोक म्हणायचे, "त्या पन्नास लाख डॉलर्सचंच काय करायचं हा प्रश्न आहे. आम्ही श्रीमंत आहोत. आमचं कुटुंब चैनीत जगतंच आहे. अशा परिस्थितीतून तुमचे ते जास्तीचे वीस लाख डॉलर्स घेऊन आम्ही करू तरी काय?"

यानंतर मग बॉटलर्स आमच्या तक्रारी सांगण्याकरिता थेट अटलांटाशी संपर्क करू लागले. आम्हाला याची कल्पना होतीच. आमचा कयास होता की, हे प्रकरण आम्ही हाताळू शकू, पण आमचा अंदाज चुकला. म्युनिकमध्ये एका सभेत मी आणि हेइंझ होतो. तेव्हा हॅले म्हणाला, "तुम्हाला तुमची योजना बंद करायला हवी. आता यापुढे जायचं नाही. हे सर्व ताबडतोब थांबवा."

मी आणि हेइंझ त्या संध्याकाळी हॉटेलात भेटलो. मला तर वाटत होतं की, आमची कारकिर्द संपली. मुख्यालयानं आमच्याकडे पूर्ण दुर्लक्ष केलं होतं. आम्हाला आता नोकरी सोडून जावं लागतंय असंच वाटत होतं. दुसऱ्या दिवशी सकाळी आपण राजीनामा द्यायचा असं आम्ही ठरवलं. पण झोपून उठल्यावर आम्ही ठरवलं, नको राजीनामा द्यायला. जरी आम्हाला मुख्यालयानं डावललं असलं तरी इतक्या सहजासहजी सोडून देणं, हार मानणं आम्हाला पटेना. आमच्या उद्दिष्टांसाठी वेगळा मार्ग अवलंबायचं आम्ही ठरवलं.

थोड्या काळाने आम्ही बॉटलर्सशी चर्चा केली. खर्च कमी करण्यासाठीची नवीन योजना आम्ही तयार केली. यानुसार बॉटलिंग प्लान्टची संख्या मूळ योजनेनुसार एकावर नाही तर तीसपर्यंत खाली आणायची असं आम्ही ठरवलं. त्यासाठी आम्ही मध्यवर्ती विक्री कार्यालय उभं केलं. मोठ्या ग्राहकांसाठी हे कार्यक्षम आणि सोपं होतं. या सोयीमुळे त्यांना विविध बॉटलर्सकडे मागणी नोंदवण्यासाठी धावावं लागत नव्हतं. याशिवाय आम्ही काही ठिकाणच्या उत्पादन सुविधा बंद केल्या तर त्या बदल्यात काही ठिकाणी कॅनिंगची कामं बाहेर दिली. यासाठी त्यांचा प्रॉडक्ट डिस्काउंट मात्र थोडा कमी केला. ही एक तडजोड होती. अन्य प्रकारच्या तडजोडीप्रमाणे याच्यातही थोडा गोंधळ होताच. तरीपण अटलांटामध्ये या रणनीतीचा गोषवारा हा 'यश' म्हणूनच मानला जात होता. दरम्यान ऑस्ट्रिया आणि स्वित्झर्लंडमधील बॉटलिंग प्लान्टचं एकीकरण करण्याची 'व्यवस्था' मी केली. जर्मनीसाठी आम्ही ठरवलेल्या उद्दिष्टाच्या निम्म्या रस्त्यापर्यंतच पोहोचू शकलो. अर्धा रस्ता म्हणजे पुरेसा उद्दिष्टपूर्तीचा भाग नव्हता. आमचा फायदा वाढला, व्यवसाय वाढला, पण अजूनही खूप वाव होता. हे अर्धवट राहिलेलं काम मी जेव्हा चेअरमन व सीईओ झालो तेव्हा तडीस लावलं. आज संपूर्ण जर्मनीतील पुरवठा एका बॉटलरद्वारा चालवला जातो.

माझ्यामते, आमचं अजून एक कर्तव्य आहे. हेइंझ व मी, आम्ही दोघांनी दीड लिटरची प्लॅस्टिकची, परत केली जाणारी बाटली बाजारात नव्याने दाखल केली. आजही अनेक राष्ट्रांमध्ये ती वापरली जाते. हेइंझ आठवण सांगत होता. "अटलांटामधून होकार मिळाला नव्हता; तरीही आम्ही या बाटलीचा शोध लावला." हा हेइंझच माझ्यानंतर जर्मनी डिव्हिजनचा प्रमुख झाला. तो पुढे म्हणाला, "आम्ही व्यवसायाच्या अन्य भागातून पैसे वाचवले आणि बाटलीच्या विकासासाठी वापरले. प्लॅस्टिकची असल्याने ही बाटली वजनाला हलकी होती. जाहिरातीत आम्ही 'न फुटणारी बाटली' अशी जाहिरात केली. ही बाटली पराकोटीची यशस्वी ठरली. पर्यावरणाच्या दृष्टीनेही ती दशकांनी पुढे होती. जुन्या एक लिटरच्या काचेच्या बाटलीपेक्षा दीडपट जास्त मालामुळे किरकोळ व्यापाऱ्यांनी ही बाटली प्रेमाने आपलीशी केली. डिपॉझिटसाठी

बाटल्या परत करण्याची जर्मनांना सवय होती. ते सर्वच बाटल्या परत करत. मग त्या सॉफ्ट ड्रिंकच्या असोत, मिनरल वॉटरच्या असोत की बिअरच्या. त्यांच्या संस्कृतीचाच तो भाग होता म्हणा हवं तर. या नव्या प्लॅस्टिक बाटल्या धुवून, निर्जंतुक करून पुन्हा पुन्हा वीस वेळा वापरता येत होत्या. यामुळे प्लॅस्टिक वापराचं प्रमाणही कमी होतं.

या माझ्या यशाबरोबरच असेही काही क्षण आले ज्यामुळे मला माझी कोका-कोलामधली कारकिर्द संपली असं वाटलं.

फ्रान्समधल्या नाइस इथे एकदा सुपरमार्केटच्या अधिकाऱ्यांची बैठक होती. माझा युरोपमधला समकक्ष राल्फ कूपर आणि कंपनी प्रेसिडेंट डॉन कियो दोन दिवसांसाठी तिथं आले होते. मला असं लक्षात आलं की, डॉनने राल्फला सायंभोजनाचं आमंत्रण दिलं आहे; पण मला बोलावलं नाही. मला असं वाटलं, बॉटलर्सच्या पुनर्रचनेमुळे 'डॉन' दुखावला गेला आहे. तो त्याच्या सहकाऱ्याशी, जॉन व्हाइटशी बोलताना व्यक्त झालाच होता. व्हाइटने अखेरच्या लंचसाठी कसंतरी मला आणि डॉनला एकत्र आणण्याची व्यवस्था केली. तरीही नॉर्थ ॲवेन्यूमधून (मुख्यालयाकडून) माझ्याकडे दुर्लक्ष केलं जातंय अशी माझी भावना होती.

नाइसच्या विमानतळावर मायकेल जे ओकॉनर या सुपरमार्केट व्यवसायातल्या दिग्गजांपैकी एकाशी माझी गाठ पडली. तो कियोचा चांगला दोस्त होता. यूएसमध्ये 'रिटेल रिसर्च कौन्सिल' या छोट्या किरकोळ विक्रेते उद्योगावर संशोधन करणाऱ्या संस्थेची त्यानं स्थापना केली होती. युरोपमध्ये या संस्थेशी संबंधित काम करताना माझी मायकेलशी चांगली गट्टी जमली. मी माझ्या मनातल्या कित्येक गोष्टी त्याच्याजवळ मोकळेपणाने बोलत असे इतका तो विश्वासू झाला.

"नुकताच डॉन माझ्याशी खूप कडक वागला," मी मायकेलला म्हणालो. "मला वाटतं माझी कारकिर्द बहुधा संपली."

याच कालावधीदरम्यान इतर बऱ्याच कंपन्या माझ्याशी संपर्क साधत होत्या. मला खरंच मोहात पाडतील अशा पदांचेदेखील प्रस्ताव त्यामध्ये होते. 'गिनिज बिअर'च्या साम्राज्याचा अध्यक्ष बनण्याची संधी त्यामध्ये होती. ज्यात मी लंडनमध्ये राहणं अपेक्षित होतं. मी मायकेलला म्हणालो, "मला वाटतं मी आता अन्यत्र संधी शोधायला लागायला हवं."

मायकेलने मला धीर दिला आणि समजावलं की, मी चुकीचा विचार करतोय आणि माझ्या करिअरची गाडी व्यवस्थित रुळावर आहे. तो म्हणाला, "तू या कंपनीचा भविष्यकाळ आहेस. नेहमी सोबत रहा."

त्याचं म्हणणं बरोबर होतं. इथे एक व्यावसायिक पाठ आपल्याला मिळतो, 'तुमच्या कारकिर्दीसाठी अतिसंवेदनशीलता घातक ठरू शकते. जसजसे तुम्ही

अधिकारश्रेणीत वरवर चढत जाता तसतसं तुमच्या आसपास भुतं वावरणारच. ती जर तुमच्या कल्पनेतली असतील तर ती तुम्हाला बरबाद करू शकतात. बहुतांश वेळेला ही भुतं तुमच्या कल्पनेतीलच असतात. वास्तवापेक्षा कल्पनाच अधिक काळ अधिराज्य गाजवतात.'

मला जरी असं वाटलं की, डॉन मला अवहेलनात्मक वागवतोय तरी प्रत्यक्षात मात्र ते फक्त दुर्लक्ष होतं. एक वर्षानंतर डॉननेच मला ब्राझीलमधल्या कोक ऑपरेशनचं मूल्यांकन करणाऱ्या समितीचा प्रमुख बनवलं. त्यानंतर या समितीचं व्यवस्थापन जॉर्गे जिग्ॉटी याच्याकडे गेलं. नॉर्थ अव्हेन्यूच्या मुख्यालयाने नंतर तक्रार केली की, जॉर्गे संपर्क साधत नाही, अहवाल देत नाही. त्यांची मोठी तक्रार अशी होती की, दिवाळं निघालेल्या ब्राझीलच्या फुटबॉल टीमला जॉर्गे प्रायोजकत्व देत आहे. ही मोठी घोडचूक आहे. या सर्वांमागे एकच कारण होतं. ते म्हणजे विकास खुंटला होता. मी रियोला जेव्हा गेलो तेव्हा जॉर्गेला त्याचं म्हणणं मांडायला सांगितलं. त्यावर तो म्हणाला, "सगळं तर व्यवस्थित चाललंय. मी दर महिन्याला मुख्यालयात फोन करीत असतो.''

चर्चेच्या पहिल्या एका तासातच मला अडचणींचा गाभा सापडला. संपर्काची अनुपस्थिती हा तो प्रश्न होता. आम्ही तिथं एक आठवडा घालवला. फुटबॉल टीमला प्रायोजक होणं ही खरंतर छान आयडिया होती. ती कल्पना पटवणं हा महत्त्वाचा मुद्दा होता. ते मी केलं. फक्त १० लाख डॉलर खर्चून संपूर्ण ब्राझीलची फुटबॉल टीम कोका-कोलाचं चिन्ह असलेले कपडे खेळादरम्यान घालणार होती. हे ब्राझील होतं. ब्राझीलमध्ये फुटबॉलचा खेळ म्हणजे जीव की प्राण. असं प्रायोजकत्व दवडलं असतं तर आमच्यासारखे मूर्ख आम्हीच ठरलो असतो. केवळ विश्वास आणि संपर्काच्या कमतरतेमुळे जॉर्गे आणि मुख्यालय यांनी या चांगल्या संधीवर बरेच ढग दाटून आणले होते. जॉर्गेच्या फक्त एका निर्णयाशी मी असहमत होतो. तो निर्णय म्हणजे कोक बॉटलर्सना बिअर विकण्याची परवानगी देणं. तिथल्या एका बॉटलिंग प्लान्टला भेट दिल्यावर तर माझं हे मत ठाम बनलं. तिथं प्लान्टबाहेर उभे असलेले बिअरचे नवे ट्रक चकाकत होते, तर कोकचे ट्रक अतिशय दयनीय अवस्थेत होते. चेपलेले, रंग उडालेले असं त्यांचं रूप होतं. जॉर्गे आणि इतर काही बॉटलर्स हे जणू या 'बिअर' नावाच्या नव्या स्कर्टला भुलले होते आणि किफायतशीर व टिकाऊ 'कोका-कोला'ला दुर्लक्षित करत होते.

कंपनीच्या वरिष्ठ व्यवस्थापन समितीसमोर अटलांटामध्ये मी माझ्या ब्राझील दौऱ्यातील सापडलेल्या गोष्टींचं सादरीकरण केलं. या समितीत कियो आणि हॅलेचा समावेश होता. मी समितीला निवेदन केलं, "ही अगदी साधी गोष्ट आहे. या प्रश्नाचा अर्धा भाग जॉर्गे आणि उरलेला अर्धा भाग तुम्ही व्यवस्थापन समिती आहात. तुम्ही

एकमेकांना टाळून बोलता आहात. सरतेशेवटी सत्य काय म्हणाल, तर एवढंच आहे.'' इतरही अनेक मुद्द्यांवर मी एकेक करून विस्ताराने बोललो. ब्राझीलच्या रणनीतीशी मी बऱ्याच अंशी सहमत होतो.

मी पुढे हेही सांगितलं की, जॉर्गेने नियमितपणे दर आठवड्याला मुख्यालयाला संपर्क करण्याचं मान्य केलं आहे. यामुळे गोष्टी पारदर्शक राहतील. तो काय करतो हे कळेल. सर्वांत शेवटी मी म्हणालो, ''ही रणनीती छान काम करेल.'' मी म्हटलो तसंच झालं. निर्णय तत्त्वावर आधारितच असतात असं नाही, तर विश्वास आणि संपर्क हेसुद्धा निर्णयासाठी भागीदार असतात.

जर्मनीतील वास्तव्याच्या पहिल्या वर्षात मी आणि माझं कुटुंब दु:खिकष्टी होतो. पण जसा लोकांमधला आत्मीयतेचा भाव आम्हाला कळायला लागला, तसं हे चित्र बदललं. जर्मन मैत्रीमध्ये वरवरचा तोंडदेखलेपणा नसतो. जर्मनांची मैत्री ही खरी असते. आम्हाला तिथं असे काही मस्त मित्र मिळाले, की आजदेखील आमची मैत्री अभंग राहिली आहे. तिथं एक प्रथा आहे. जेव्हा तुम्ही जवळचे मित्र व्हायला लागता, तेव्हा ते कुटुंब तुम्हाला शब्दश: प्रस्ताव मांडतं की, ''आपण आमचे 'ड्यू फ्रेंड' होता का?'' ड्यू म्हणजे जर्मन भाषेत (खूप जवळचे) 'तुम्ही'. जर्मन भाषेत हा शब्द आप्तांसाठी राखीव आहे. जेव्हा नातेसंबंध औपचारिक असतात तेव्हा त्यांच्यासाठी शब्द वापरतात 'साई'. जेव्हा तुम्हाला विचारलं जातं की, 'ड्यू फ्रेंड' होता का, तेव्हा दोन्ही दाम्पत्यं दोन्ही हात हातात घेतात व जर्मन 'सेकट' म्हणजे शॅम्पेनचा ग्लास उचावून टोस्ट करतात. हा एक मोठा समारंभच असतो म्हणा ना! आम्हाला तिथं असताना असे तीन 'ड्यू फ्रेंड्स' मिळाले आणि हे तीनही कोका-कोला परिवाराच्या बाहेरचे होते.

एकदा अशाच एका 'ड्यू फ्रेंड' कुटुंबाबरोबर आठवणीत राहील अशा सायंभोजनासाठी आम्ही 'काउंट ऑफ थुर्न ऊंड टॅक्सिस' यांच्या बव्हेरियन गढीवर गेलो होतो. काउंट हे राजघराण्याशी संबंधित होते आणि जर्मन पोस्टल सर्व्हिस सुधारणेमध्ये त्यांनी भरपूर कमाई केली होती.

काउंटना वंशज हवा होता म्हणून त्यांनी एका अतिसुंदर, तरुण 'ग्लोरिया वॉन थुर्न ऊंड टॅक्सिस' नावाच्या स्त्रीबरोबर लग्न केलं होतं. जवळजवळ प्रत्येक जर्मन मासिकावर तिची छबी झळकत असे. ती विशीतली होती आणि तिने स्वत:चे केस गुलाबी रंगात रंगवून घेतले होते. काउंट साहेब तिच्यापेक्षा चाळीस वर्षांनी मोठे होते.

ती टेबलावरची जेवणासाठीची रचना कलापूर्ण मेणबत्त्यांच्या स्टॅन्डने सजवलेली होती. ते एक औपचारिकतापूर्ण सायंभोजन होतं. तिथं सेवा देणारे सेवक दरबारी पोशाखात होते. जेवणानंतर गढीच्या तळघरात आम्ही गेलो. तिथं जुनी लाकडी 'बोलिंग ऑले' होती. तिला वापरलेलं लाकूड जुनं वाकड्यातिकड्या गाठी व

वळणाचं असावं. तिथं भिंतीवर, ज्यांनी संपूर्ण 'स्ट्राइक' स्कोअर केला, त्यांचे फोटो टांगले होते. अगदी जुन्यात जुने फोटो अठराशे सालातीलही होते. त्यातल्या राजघराण्यातील लोकांची नावं सोनेरी अक्षरात लिहिली होती. सर्वसामान्यांची नावं काळ्या अक्षरात होती. काउंट तिथं कोपऱ्यात झिंगलेल्या अवस्थेत बसले होते. एक तरुण खुशमस्कऱ्या त्यांना हरभऱ्याच्या झाडावर चढवत होता. त्यांची तरुण बायको एका पॉप बॅन्डमध्ये गायिका होती. तिने आपल्या नवऱ्यासाठी एक गाणं गायचं ठरवलं. यामध्ये काही उपहासात्मक लैंगिक संदेश होता. त्या ठिकाणी बरेच सभ्य व्यावसायिक अधिकारी आणि उच्चस्तरीय जर्मन असा समाज नृत्यासाठी उपस्थित होता. अशा परिस्थितीत मग आम्ही पहाटे साडेतीन वाजता कसेतरी सटकू शकलो. जर्मन आयुष्याची अनेक आकर्षक अंगं आम्ही त्या वेळी पाहिली. पण आम्ही त्याचा भाग नव्हतो.

जर्मनीची शिस्त आणि पद्धत आम्हाला आवडली. शनिवारी दुपारी सर्व दुकानं बंद व्हायची, ही गोष्ट मात्र आम्हाला अगदी तिरस्करणीय वाटायची. उदाहरणार्थ, आमच्या घराजवळ एक डबकं होतं. तिथं आम्ही ताजा 'ट्राउट' नावाचा 'सामन' जातीचा मासा विकत घ्यायला नेहमी जात असू. पण हे रविवारी कधीच शक्य व्हायचं नाही, कारण रविवारी अख्खा बाजार बंद असायचा. आमचं फ्रान्समधलं घर ड्रायव्हिंग करत तिथून बारा तासांच्या अंतरावर होतं. बऱ्याचदा आम्हाला तिथं आणि अन्य युरोपीय शहरांत अधिक वेळ घालवणं शक्य होत होतं. पामेलाला मर्सिडीज दोनशेऐंशी एस.एल.सी. गाडीचं मॉडेल हवं होतं. मग आम्ही त्या मॉडेलची एक गाडी विकत घेतली. तरी काही लोकांनी आम्हाला सांगितलं की, कोणीतरी 'लेडी ऑफ दी इव्हिनिंग' नावाची प्रसिद्ध व्यक्ती याच मॉडेलची कार चालवते. तरीही ते मॉडेल पामेलाला आवडलं म्हणून मग आम्ही खरेदी करायचा निर्णय घेतला. यामुळे मला करविरहित उत्पन्न वापरायला मिळालं.

ऱ्हाइन नदीच्या किनाऱ्यावर आम्ही कित्येक वीकेन्ड घालवत असू. एखाद्या चित्राच्या पुस्तकातील दृश्यासारखी निसर्गराजी तिथं नटलेली होती. एकदा आम्ही बाराव्या शतकात बांधलेल्या गढीत जाऊन राहिलो. त्या गढीची नुकतीच डागडुजी व आधुनिकीकरण केलं होतं. त्या गढीच्या मालकाबरोबर राहताना तर असं वाटत होतं की, हे लोक थेट बाराव्या शतकातून इथे आले आहेत. असाच एक वीकेन्ड लक्षात राहिला, तो म्हणजे 'सायलट'चा. इथल्या उत्तर समुद्रातलं हे एक बेट आहे. इथल्या जवळजवळ प्रत्येकाने त्याला भेट दिली आहे. इथल्या बीचवरून हिंडताना लोकांना ओळखणं आणि लक्षात ठेवणं सोपं आहे. इथे चालताना आपण असहायपणे पाहतो म्हणजे ते लोकांच्या अंगावरील पोहण्याच्या कपड्यांची अनुपस्थिती. काही लोक इथे संपूर्ण पोशाखात असतात, जसे आम्ही, पण बाकीचे लोक अंगावर

वस्त्राचं चिरगुटही न घेता वावरत होते. पामेलानं अजून एक गोष्ट लक्षात आणून दिली, ती म्हणजे, अशा नग्न अवस्थेतले लोक बरेचसे वयस्कर असल्यामुळे त्यांच्याकडे बघून काही उत्सुकता, उत्कंठा, ओढ वाटावी असं काही नव्हतं. मला आठवतं, आइसक्रीम घेण्यासाठी संपूर्ण कपड्यात मी लाइनमध्ये उभा होतो. माझ्यापुढे आणि मागे मिळून दोन नग्न स्त्रिया माझ्याशेजारी होत्या. त्यांची शरीरं गडद तपकिरी झालेली होती आणि थोडीफार ढेरीसुद्धा सुटलेली होती. दोन वयस्कर जोडपी संपूर्ण नग्न अवस्थेत एकमेकांकडे गेली. बहुधा ते मित्र असावेत. भेटल्यावर त्यांनी एकमेकांच्या गालांवर चुंबनं दिली आणि स्वागत केलं. पण या सगळ्यात एक त्रयस्थता होती. त्यांच्या वर्तनात थोडे दुराव्याचे भाव होते. ते एकमेकांचे 'ड्यू फ्रेंड्स' नसावेत.

१९८७ सालच्या हिवाळ्यातील एका थंड दिवशी आम्ही 'बर्लिन वॉल'च्यामागे एका दिवसाच्या ट्रिपसाठी गेलो. आमचा कोकमधला एक सहकारी, जॉर्ज फ्लेशर पत्नी व मुलीसह तिथं राहत असे. मी, केरा व पामेला तिथं गेलो. दुसऱ्या महायुद्धानंतर काटेरी तारांचं कुंपण ओलांडून तो इकडे पळून आला होता. आमच्या पूर्व युरोपीय देश व तुर्की या छोट्या भागाचा तो डिव्हिजन प्रमुख होता. कम्युनिस्ट राष्ट्रातील चलन जगाच्या बाजारात बदलता येत नसल्याने वस्तुविनिमय पाहण्याची जबाबदारी तो सांभाळत होता. या व्यवस्थेमध्ये कम्युनिस्ट राष्ट्राने बनवलेले उत्पादन पश्चिमेकडच्या बाजारात विकून आम्ही नफा मिळवत असू. आम्ही विकलेल्या मालाच्या बदल्यात त्या मालाच्या सममूल्य असलेल्या किमतीचं क्रेडिट आम्ही त्यांना द्यायचो. आमच्या ब्रॅंडच्या उत्पादनासाठीचं कॉन्सन्ट्रेट या क्रेडिटमधून त्यांना मिळायचं. पाश्चिमात्य बाजारात विकली जाऊ शकतील अशी फार थोडी उत्पादनं पूर्वेकडच्या राष्ट्रांमध्ये बनत असत. (याच्यामध्ये नोंद घेण्याजोगा अपवाद होता तो रशियन व्होडका, स्टोलिचनाया हे होतं, पण दुर्दैवाने ही उत्पादनं पेप्सीच्या हातात पडली होती.)

पश्चिम जर्मनीतून पूर्व जर्मनीत जाताना सरहद् ओलांडावी लागायची. तिथं दोन चार्ली चेक पॉइन्ट्स, म्हणजे तपासणी केंद्रं होती. एक जर्मनांसाठी आणि दुसरं बाहेरच्या राष्ट्राच्या लोकांकरिता. आम्ही पार जाण्याकरता दोन गाड्या ठरवल्या होत्या. एकात जॉर्ज आणि त्याचं कुटुंब तर दुसऱ्यामध्ये आम्ही बसलो होतो. हे चार्ली तपासणी केंद्र कुख्यात होतं. तिथली तपासणी हा भीतिदायक अनुभव असायचा. चाळीस-पंचेचाळीस मिनिटं तणावदायक तपासणी प्रत्येकाची व्हायची. जवळ असलेले सर्वच्या सर्व पैसे पूर्व जर्मनीच्या मार्क्समध्ये बदलून घ्यावे लागत. जर ते पैसे खर्च न करता राहिले तर ते परत बदलून मिळत नसत. किंवा पूर्व जर्मनीच्या मार्कचं चलन पश्चिम जर्मनीत आणूही दिलं जात नव्हतं.

जॉर्जचं बालपण जिथं गेलं त्या जागेकडे तो आम्हाला घेऊन गेला. युद्धात

बॉम्बवर्षाव झाला होता तिथे. पण उद्ध्वस्ततेच्या खुणा आजही चाळीस वर्षांनंतर तशाच दिसत होत्या. पूर्व बर्लिनमध्ये जॉर्जच्या दोन बहिणी राहत असत. आता कम्युनिस्ट पक्षातील उच्चपदस्थ अधिकाऱ्यांशी त्या दोघींचं लग्न झालं होतं.

"तात्त्विकदृष्ट्या विचार केला तर इथे उतरून कोपऱ्यावर वळून आपण चालत चाललो तर तुझ्या बहिणींकडे व मेहुण्यांकडे चालत जाऊ शकतो. त्यांना भेटू आणि बोलू शकतो, किंवा असं जर झालं की आपण अचानक भेटलो, तर तू काय करशील?" मी जॉर्जला विचारलं. "आम्ही एकमेकांना ओळखही न दाखवता रस्त्यातून आपापल्या दिशांनी निघून जाऊ." तो म्हणाला. पुढे त्यानं पुस्ती जोडली, "मी असंच वागणं सध्या इथे कोका-कोला कंपनीच्या हिताचं आहे. तसंच त्यांच्याही हिताचं आहे. मी त्यांच्याशी कोणत्याही तऱ्हेचा संपर्क करणं धोक्याचं आहे." माझ्यासाठी ही भावना गोठवून टाकणारी होती. स्वतःच्या बहिणीसमोरून ओळख न दाखवता जावं लागणं हा पराकोटीचा जुलूम, अन्याय होता. जेव्हा मागाहून बर्लिन भिंत तोडून टाकण्यात आली त्यानंतर मी जॉर्जला विचारलं होतं की, त्यानं आपल्या कुटुंबासोबत संबंध पुन्हा प्रस्थापित केले का? तो म्हणाला, "हो." पण पुढे तो म्हणाला, "पण आता आम्ही काही एकमेकांकडे जात नाही. आमचामध्ये समान असा काही धागा उरलेला नाही. आता आम्ही अगदी भिन्न झालो आहोत."

आम्ही पूर्व बर्लिनमध्ये फेरफटका मारला. तिथल्या नावाजलेल्या हॉटेलात जेवणासाठी गेलो. तिथलं जेवण हलक्या प्रतीचं आणि अपुरं होतं. परतण्यापूर्वी आम्हाला आमचं 'पूर्व जर्मन मार्क्सचं चलन' खर्च करून टाकायचं होतं. पण तिथं खरेदी करता येणाऱ्या वस्तूंची कमतरता होती. मग आम्हाला थातुरमातुर वस्तू आठवणीकरता मिळाल्या. या सगळ्या घटनांमुळे प्रामुख्याने एक गोष्ट माझ्या लक्षात आली की, पूर्व जर्मनीमध्ये अर्थव्यवस्थाच अस्तित्वात नव्हती. कोणताही आशेचा किरण नव्हता, वातावरण नव्हतं. सारं जग जणू अंधारलेलं आणि व्यवस्था जराजर्जर झालेली होती. मला खूप मोठा प्रश्न पडला तो हा की, हे लोक जगतात कसे? अशा अव्यवस्थेत तगतात कसे? तिथल्या सरहद्दीवरून परत आल्यावर मी सुटकेचा निःश्वास सोडला व माझा जीव भांड्यात पडला. बर्लिन भिंतीपलीकडे अगदी गुदमरायला होत होतं.

वयाच्या नवव्या वर्षी कॅराने अचानक इंग्लिश बोर्डिंग स्कूलमधली 'इंग्लिश गर्ल' होण्याचा निर्णय घेतला. मग तिला इस्टबोर्नें इथल्या 'मोईरा हाउस स्कूल'मध्ये आम्ही दाखल केलं. तिची अनुपस्थिती आम्हाला खूप जाणवायला लागली. मग आम्ही जवळजवळ प्रत्येक वीकेन्डला तिला जाऊन भेटायचो. एवढ्यात १९८९ सालच्या सुमारास अजून दुसऱ्याच खंडावर जाऊन राहण्याची वेळ आली. या वेळी कॅराच्या भाषेचा खास ब्रिटिश लहेजा जाऊन दक्षिण युरोपीय पद्धतीचा ओढत बोलण्याचा

लहेजा आला.

माझ्यामते मी पश्चिम जर्मनीत काही अंशी अपयशी ठरलो होतो. बॉटलर्सच्या एकीकरणाचं उद्दिष्ट अर्धवट राहिलं होतं. पण अटलांटामध्ये मुख्यालयाची मात्र याबाबत वेगळी भूमिका होती. १९८८ सालच्या हिमवर्षाव काळात माझी अजून नव्या खंडावर निघण्याची वेळ झाली होती. हेडक्वार्टर्स आणि ब्राझीलमधला संघर्ष संपवल्याच्या तीनच महिन्यांनंतर मला अटलांटामधील संपूर्ण पूर्व व उत्तर युरोप, सोविएत युनियन, आफ्रिका आणि मध्य पूर्वेसह ७९ देशांच्या गटाचा प्रेसिडेंट म्हणून काम करण्याचा प्रस्ताव देण्यात आला.

जर्मनी सोडतानाही आम्हाला वाईट वाटलं. आम्ही तेव्हा जणू तिथलेच झालो होतो. पण आता दक्षिण आफ्रिकेनंतर प्रथमच आमचं स्वत:चं घर असणार होतं. पामेला आणि माझ्या प्रत्येक अमेरिका भेटीत आमचं नेहमी एकमत असायचं की, अटलांटा आम्हाला आवडतं. अमेरिकेच्या सर्वांत सुंदर शहरांपैकी ते एक आहे असं आमचं मत होतं. वर्षभर तिथलं वातावरण उबदार असायचं. भरपूर झाडं, तळी आणि दक्षिण भागात आढळणारं अगत्य तिथं जाणवायचं.

जर्मनी सोडण्यापूर्वी आता मला थेट रिपोर्टिंग करणारा जॉर्ज, मला तुर्कस्तानात टूरवर घेऊन गेला. तुर्कस्तान आता माझ्या नव्या अखत्यार क्षेत्रात येणार होतं. प्रत्यक्षात नेमक्या कोणत्या ठिकाणी नव्या संधी उपलब्ध आहेत आणि त्या कशा घेता येतील या बाबतीतला हा अभ्यासदौरा होता. तसंच जॉर्जला ज्या माणसाविषयी अतीव आदर होता अशा माणसाला या भेटीत भेटायचं होतं. तो माणूस म्हणजे तरुण, नव्याने त्या प्रांतामध्ये उभरून येणारा प्रांत मॅनेजर मुहतार केंट होता. हा मुहतार लवकरच आपला विश्वासू, सर्वांत महत्त्वपूर्ण लेफ्टनंट होणार आहे, हे मला त्या वेळी माहीत नव्हतं.

माझ्यासाठी जग आता लवकरच बदलणार होतं.

बेलफास्ट येथे वयाच्या तिसऱ्या वर्षी माझ्या पालकांसोबत– वडील एडवर्ड आणि आई मार्गरिट. माझे वडील 'रॉयल अल्स्टर कॉन्स्टॅब्युलरी' या खात्यात बोटांचे ठसेतज्ज्ञ होते. शिवाय ते एक रग्बी खेळाडू होते. उत्तर आयर्लंड सोडण्याची त्यांना खूप इच्छा होती. मला कॉलेजचं उच्च शिक्षण घ्यायचं त्यांचं स्वप्न होतं.

एक

उत्तर आयर्लंडमध्ये लाडक्या बंटी
कुत्र्यासोबत.

केप टाउन विश्वविद्यालयाच्या वतीने रग्बी खेळताना. माझ्या
आयुष्यात रग्बी खेळाला मोठं स्थान आहे. या खेळाने मला खूप
धडे शिकवले. त्यांचा मला उद्योगाच्या कठीण व धडपडणाऱ्या
जगामध्ये खूप उपयोग झाला.

दोन

माझ्या आयुष्यातील महत्त्वपूर्ण भेट. झांबियातील लुसाकामध्ये माझी व पामेलाची भेट झाली. १० जानेवारी, १९७० रोजी आमचा विवाह झाला. आता आमच्या विवाहाला ४१ वर्ष पूर्ण झाली आहेत.

तीन

फिलिपिन्समध्ये पेप्सीवर विजय. जीझस सेल्ड्रान ऊर्फ किंगकिंग
सोबत. किंगकिंग फिलिपिन्समधील कोकच्या विजयातील महत्त्वपूर्ण
व्यक्ती होती. हा फोटो जनरल डग्लस मॅकॉर्थर यांच्या स्मारकासमोर
फिलिपिन्समधील 'लिट'मध्ये घेतला आहे.

१९८९मध्ये मॉस्कोमधील पुष्किन चौकामध्ये कोका-कोलाच्या
साइनबोर्डसमोर. बर्लिन भिंत पडल्यानंतर थोड्या कालावधीतच
रशियातील पहिलं मॅकडोनल्ड्स उघडलं होतं. मॉस्को शहरातील ती
पहिली व्यावसायिक साइन होती. भांडवलशाहीचं पहिलं द्योतक.

मुहतार केंट (मध्ये) आणि कोका-कोलाचे प्रमुख कार्यकारी अधिकारी (सीईओ) रॉबर्ट गोइझुएटा यांच्यासोबत बर्लिन भिंत पडल्यानंतर पूर्व युरोपात वेगाने घोडदौड करत मुसंडी मारताना.

भारतात ताजमहालाच्या पार्श्वभूमीवर जय राजासोबत. भारतातील पुन:प्रवेशाच्या वेळी जय आमचा तिथला स्थानिक प्रतिनिधी होता.

१९९३मध्ये दक्षिण आफ्रिकी अध्यक्ष नेल्सन मंडेला यांना 'फुलब्राइट पारितोषिका'ने सन्मानित करताना.

मे, २००४मध्ये प्रमुख कार्यकारी अधिकारी व अध्यक्ष म्हणून माझी नेमणूक जाहीर झाल्यावर अटलांटामधील मुख्यालयात कोका-कोलाच्या कर्मचाऱ्यांशी संवाद साधताना.

प्रिन्स चार्ल्स यांच्यासोबत मी व पामेला. विनाफायदा एकत्रीकरणाच्या विषयावर मी राजपुत्राशी असहमती दर्शवली. त्यामुळे मागाहून शाही ख्रिसमसच्या यादीतून माझं नाव वगळण्यात आलं.

बार्बाडोसमधील माझ्या दुसऱ्या निवृत्तीनंतरचे आनंदी क्षण. सोबत पामेला, आमची मुलगी कॅरा, जावई झॅक ली आणि नातू रोरी.

...आणि भिंत कोसळली!

अटलांटाला आल्यानंतर थोड्याच दिवसात सौदी अरेबियाचे राजकुमार फैझल यांच्या भेटीसाठी मी विमानाने निघालो. १९६८मध्ये सौदी अरेबियाने कोका-कोलाला बाहेरचा रस्ता दाखवला होता. इस्त्राईलशी व्यवहार करणाऱ्या सर्व कंपन्यांवर बहिष्कार घालण्यासाठी अरब राष्ट्रसंघाची ती कृती होती. हा बहिष्कार हळूहळू विरत होता आणि फेब्रुवारी, १९८९ साली सौदी अरेबियात होणाऱ्या जागतिक फुटबॉल स्पर्धेचं प्रायोजकत्व घेण्यासाठी ही भेट होणार होती. या प्रायोजकत्वाच्या मार्गात एक अडथळा होता. तो म्हणजे सौदी अरेबियात एक बॉटलिंग प्लान्ट उभा करण्यातली कायदेशीर भांडणं. स्पर्धेसाठी कॉन्सन्ट्रेट आणण्यासाठी आम्हाला आयात परवानगी द्यावी लागणार होती.

कोकवर बंदी लादण्यापूर्वी सौदी अरेबियामध्ये कोकची फ्रँचायझी आणि बॉटलिंगचे अधिकार 'काकी' परिवाराकडे होते. त्यांचं असं म्हणणं होतं, ते आजही अधिकारधारक आहेत. याबाबत कोका-कोलाचा वाद होता. ही कायदेशीर केस खूप क्लिष्ट होती. कारण कोका-कोला जेव्हा नव्हतं तेव्हा या परिवाराने स्वतःचा एक ब्रॅन्ड 'काकी-कोला' या नावाने सुरू केला होता. दुर्दैवाने अशाही परिस्थितीत कोकने त्यांना कॉन्सन्ट्रेट पुरवलं होतं. अर्थात हे कॉन्सन्ट्रेट हे मूळ फॉर्म्युलाचं नव्हतं.

आता बंदी उठवल्यावर कोका-कोलाने फ्रँचायझीचे अधिकार एका श्रीमंत व नामचीन 'ओलायन' परिवाराकडे सुपुर्द केले होते. दरम्यान काकी परिवाराशी कायदेशीर केस चालू होती आणि केसची प्रगती अगदी संथ होती. त्या वेळी मध्यपूर्वेच्या कोकच्या कामांचा प्रमुख जिऑफ अनस्वर्थ होता. हा माणूस मला अजिबात आवडत नव्हता. तो वारंवार 'व्हाइट हाउस'च्या प्रेस सेक्रेटरी मर्लिन

फिट्सवॉटर यांचं वाक्य वारंवार म्हणायचा. ते वाक्य होतं, 'एखादी गोष्ट मध्यपूर्वेत घडण्यासाठी किमान दोन हजार वर्ष वाट पाहावी लागते.' मला मात्र हा कालावधी अंमळ जास्तच वाटत होता.

राजकुमार फैझल यांना आम्ही त्यांच्या कार्यालयात भेटलो. अतिशय प्रशस्त व राजेशाही अशी ती खोली होती. त्यांचं टेबल हे उंच व आसनही उच्चासन होतं. त्यांच्याकडे बघून बोलताना आम्हाला मान उंचावावी लागत होती. तिथं गेल्यावर त्यांनी आम्हाला व्याख्यान झोडायला सुरुवात केली. त्यांचं म्हणणं असं होतं की, आत्ता या फुटबॉलच्या स्पर्धेनिमित्तानं कोका-कोलाने सौदी अरेबियात प्रवेश करणं ठीक आहे. (यासाठीचे आदेश प्रिन्स फैझल देणार होते.) पण कायमस्वरूपी कोका-कोलाचा सौदी अरेबियातला प्रवेश तोपर्यंत शक्य नाही, जोपर्यंत कोक कंपनी सुलतानांच्या मर्जीतल्या खास लोकांशी भागीदारी करत नाही. त्यासाठी ओलायन परिवाराशी आम्ही कोणताही करार करू नये असं त्यांचं म्हणणं होतं. राजकुमारांना स्वत:लाच व्यवसाय हवा होता. शिवाय कंपनीशी शत्रुत्वाच्या भूमिकेतून ते वागत होते. आमच्या संभाषणादरम्यान त्यांनी छुप्या धमक्यासुद्धा दिल्या. आम्ही या गोष्टीची खबर ओलायन्सन दिली. तसेच कंपनीचे हितचिंतक असलेले सुलिमान ओलायन यांनी आम्हाला भरवसा दिला की, आम्ही काळजी करायचं कारण नाही. पुढे त्यांनी सांगितलं की, 'जागतिक युवा स्पर्धा' त्यांना फक्त चालवायला दिली आहे. खरंतर हा राजकुमार फार बलशाली नाही. पुढे ते म्हणाले, "ये भी दिन जाएंगे.''

पुढे काही महिन्यांनी राजकुमारनी आमच्याशी संपर्क साधला, पण त्यांच्याशी भेटीला आम्ही काही वेळ देऊ शकलो नाही. नंतर मात्र त्यांनी कधीच संपर्क साधला नाही. सुलिमान यांचं म्हणणं खरं ठरलं. तो कठीण काळ संपला. काकी कुटुंबासोबतचा कज्जा रडतखडत रखडत चाललाच होता. सौदी कोर्टात आम्ही एकदा सौदी न्यायविभागाच्या मंत्र्यांसमोर पेश झालो. ओलायन कुटुंबाच्या ज्येष्ठ सदस्यांसोबत आम्ही दोन तास वाट पाहत असताना मंत्रिमहोदय इतर केसेसची सुनावणी घेत राहिले. त्यातल्या बऱ्याचशा अतिशय दु:खदायक होत्या. एका अठरा वर्षांच्या मुलीचा खूप म्हाताऱ्या माणसाशी बळजबरीने विवाह करण्यात आला होता. तिची तक्रार होती, त्यानं तिला निष्ठुरपणे मारलं होतं. पण मंत्रिमहोदयांनी कशाचीही दखल न घेता तिला घरी परत पाठवून दिलं. मध्ययुगीन न्यायालयासारखा हा प्रकार होता.

जेव्हा आम्हाला बोलावण्यात आलं तेव्हा मंत्र्यांनी आम्हाला काही प्रश्न विचारले आणि शेवटी आमच्या बाजूने निर्णय दिला. आजमितीला ओलायन कुटुंबाकडेच बॉटलिंग फ्रँचायझीचे अधिकार आहेत. सुलिमानची मुलगी लुबना हा सगळा व्यवसाय सांभाळते. सौदी अरेबियामध्ये असताना आम्ही एका घरात गेलो जिथं जॉनी वॉकर ब्लॅक लेबल आणि इतरही प्रकारची मद्यं वाहत होती आणि पोहोण्याच्या तलावाभोवती सर्व

जण मद्यपान करत उभे होते. समाजातील दुटप्पी वागणूक स्पष्टपणे दिसत होती. या पुरातन मुस्लीम देशात कायद्यांचे दोन प्रकार होते. सौदी अरेबियाशी परिचयाची ही पहिलीच वेळ होती. पण एवढा काही सकारात्मक भाव या वेळी निर्माण झाला नाही. खरोखरीच कोकसाठी सौदी हे खूप अवघड बाजारपेठ म्हणून सिद्ध झालं. इस्रायली मार्केटमध्ये पेप्सीने १९९२ साली प्रवेश केला. त्या वेळी, जेव्हा कोकला हाकलून दिलं होतं, तेव्हा मध्यपूर्वेतील सौदी अरेबियासारख्या बाजारपेठेत पेप्सी चांगलंच मुरून जुनं झालं होतं आणि त्याला बदलणं अवघड होतं.

जसा बहिष्कार संपला तसं सुरुवातीला आम्ही सौदी बाजारपेठेत २० टक्के वाढीचं उद्दिष्ट ठेवलं, पण त्यात आम्ही अपयशी ठरलो. पण हे अपयश फक्त नऊ टक्क्यांनी कमी उद्दिष्ट गाठल्याने आले होते. याचं कारण होतं – आमचा नवा मोठा बॉटलिंग प्लान्ट त्याच्या क्षमतेपेक्षा कमी वापरला जात होता. माझंच गणित यामध्ये चुकत होतं. आमचा बराच पैसा वाया जात होता खरा; पण माझा विचार असा होता की, या अरब राष्ट्रांच्या समुदायातील पेप्सीचं फायदा मिळणारं केंद्र म्हणजे सौदी अरेबिया, इथे जर आपण वचक बसवू शकलो तर या परिसरातील पेप्सीच्या इतर गुंतवणुकीवर निश्चित परिणाम होईल. यामध्ये जॉर्डन, बहारिन, दुबई यांसारख्या राष्ट्रांचा समावेश होता. याही राष्ट्रांमध्ये कोकचे नव्याने उभे करण्याचे प्रयत्न चालू होते. पुढच्या काही वर्षांमध्ये मध्यपूर्वेत माझ्यासाठी अजून बरीच नवी डोकेदुखी निर्माण होणार होती. यापैकी बऱ्याच राष्ट्रांमध्ये आजही कोक पेप्सीच्या मागे आहे. इजिप्तमध्ये मात्र आम्ही बॉटलर्सच्या खासगीकरणाचा विषय चर्चा करून प्रस्ताव मांडला होता, तिथं मात्र आम्ही आमच्या उद्दिष्टांमध्ये सफल झालो. सौदी अरेबियासारख्या राष्ट्रातील पेप्सीचं सामर्थ्य कमी लेखण्यात मात्र माझी चूक झाली होती.

अरब जगतातील बहिष्काराामुळे १९६७ साली कोकला इजिप्तने बाहेरचा रस्ता दाखवला होता. 'कॅप डेव्हिड' इथल्या १९७९ सालच्या करारानंतर मात्र तिथं कोकचं पुनरागमन झालं. अजूनही तिथं सॉफ्ट ड्रिंक व्यवसायावरील नियंत्रण सरकारच्याच हातात होतं. राजधानी कैरोमध्ये पेप्सी पुढे आणि राजधानीव्यतिरिक्त ठिकाणी कोक पुढे असं चित्र होतं. काही काळानंतर इजिप्तने या उद्योगाचं खासगीकरण केलं. या आव्हानाचा अभ्यास करण्यासाठी मी मग कैरोचा दौरा केला. त्याचबरोबर कंपनीच्या मालमत्ता व 'अॅसेट'चंही निरीक्षण या दौऱ्यात करायचं होतं. सरकारकडून हे अॅसेट विकत घेण्यासाठी आम्ही अलहक परिवारासोबत भागीदारीत संयुक्त उद्योग सुरू करत होतो. इजिप्तमधलं हे पहिलं खासगीकरण होतं. नासेर यांच्या काळातील राष्ट्रीयीकरणांचं वारं समाप्त झालं होतं. कैरोमधल्या बॉटलिंग प्लान्टची अवस्था अतिशय दयनीय होती. मी जेव्हा फिलिपाईन्समध्ये गेलो, त्या वेळी तिथल्या प्लान्टची जी होती, त्यापेक्षाही ही खराब अवस्था होती. प्लान्टच्या शेजारची कोका-

कोलाचं मोठं आकाशचिन्ह असलेली इमारत आम्ही पाहत होतो. इजिप्शियन सरकारी अधिकारी म्हणाला, ''ती पहा, ती अजून एक मालकीची इमारत आहे.'' तरीपण त्याच्या आवाजात खास काहीतरी होतं ज्यामुळे माझ्या मनात संशयाची पाल चुकचुकली. मग मी अधिक तपास केला आणि असं निष्पन्न झालं की, त्या इमारतीत कुंटणखाना चालवला जात होता. बॉटलिंग प्लान्ट चालवण्यापेक्षा हा धंदा जास्त पैसे मिळवून देणारा असला तरी मी इजिप्शियन अधिकाऱ्याला निक्षून सांगितलं की, कंपनी कुंटणखाना विकत घेणार नाहीये. शेवटी आम्ही बॉटलिंग प्लान्ट विकत घेतला, पण कुंटणखान्याची इमारत घेतली नाही.

आफ्रिका आणि मध्यपूर्वेतील विक्री वाढवण्यावर मी लक्ष केंद्रित केलं. माझ्यामते कोका-कोलाने आफ्रिकेकडे दुर्लक्ष केलं होतं. पण खरंतर तिथं विक्रीमध्ये वाढ व्हायला खूपच वाव होता. उद्दिष्ट गाठायला बरीच मेहनत लागली तरी माझं म्हणणं खरं असल्याचा मला प्रत्यय आला.

१९८९ सालाच्या सुरुवातीला वर्णभेदी-वंशभेदी दक्षिण आफ्रिकी राजवट संपुष्टात येण्याची चिन्हं दिसू लागली. अध्यक्ष एफ.डब्ल्यू.डी. कर्क यांनी आपली भूमिका मऊ केल्याचं दिसत होतं. तरीही अजूनही 'फक्त गोऱ्यांचं सरकार' आणि 'नेल्सन मंडेला तुरुंगात' अशीच परिस्थिती दिसत होती. १९८६ मध्ये आपलं चंबुगबाळं आटोपून जवळच्या स्वाझीलँडमध्ये कोकने त्यांचा कॉन्सन्ट्रेट प्लान्ट हलवला होता आणि ती एक स्वतंत्र दक्षिण आफ्रिकन कंपनी झाली होती. नव्या कंपनीचं नाव 'नॅशनल बेवरेज सर्व्हिस' असं ठेवलं होतं. करारानुसार जेव्हा वंशभेद व वर्णभेद संपुष्टात येईल तेव्हा कोकला आपली मालमत्ता परत विकत घेता यावी अशा तरतुदी करून ठेवण्यात आल्या होत्या.

'नॅशनल बेव्हरेजेस'चं व्यवस्थापन कोकचा माजी कर्मचारी अधिकारी सॅन्डी ॲलन पाहत होता. तो एक उत्साही, माहीतगार (पण हट्टी) माणूस होता. मला असं वाटतं की, या गृहस्थाला त्याच्या सगळ्या 'आय'वर टिंब आणि 'टी'वर फुल्या मारता आल्या नव्हत्या. (अहंकार झाकता आला नव्हता आणि हट्टीपणा सोडता आला नव्हता.) यामुळेच त्याला आयुष्यात पुढे युरोपीय कमिशनमध्ये स्वतःच्या विरोधातील अविश्वासाच्या ठरावाला सामोरं जावं लागलं. मी जर्मनी सोडून अटलांटाला निघण्यापूर्वी सॅन्डीला माझ्या नव्या 'ग्रुप प्रेसिडेंट'च्या पदाबाबत सांगायला फोन केला होता. त्यामध्ये मी म्हटलं की, नॅशनल बेव्हरेजशी कंपनीचे नातेसंबंध मी नव्याने पर्यवेक्षित करणार आहे. त्यावर त्यानं उत्तर दिलं होतं, ''नाही, तू असं करणार नाहीस. असं कोणीच करू शकत नाही.''

जसजसं दक्षिण आफ्रिकेतील राजकीय वातावरण थंड होत गेलं तसतशी त्याची स्वातंत्र्याची भाषाही हळूहळू कमी व्हायला लागली आणि कोका-कोला पुन्हा

व्यवसाय सुरू करण्याचं कलम वापरण्याची शक्यता तो समजायला लागला. १९८९ मधील मार्चच्या सुमारास मी त्याला अटलांटाला बोलवून नॅशनल बेवरेजच्या परिस्थितीचं परीक्षण सादर करायला सांगितलं. दक्षिण आफ्रिकेतल्या सगळ्या बॉटलर्सना मी ओळखत होतो. त्या सगळ्यांची तक्रार होती की, सॅन्डी खूप हुकूमशाही प्रवृत्तीने वागतोय. नव्या व्यवस्थापनासह कोकने पुनरागमन करावं, अशी त्यांची मागणी होती. कोका-कोलाने स्थापित केलेल्या दक्षिण आफ्रिकी फाउंडेशनमध्ये त्याच वेळी कोका-कोलाचा माजी जनसंपर्क अधिकारी आणि अटलांटा नगर परिषदेचा माजी सदस्य कार्ल वेअर हा डेसमंड टुटू यांच्यासह विरोधी पक्षात कार्यरत होता. या माध्यमातून कार्लला दक्षिण आफ्रिकेतील राजकीय वाऱ्यांची चांगली माहिती होत होती. कार्ल एक आफ्रिकन-अमेरिकन होता. शिवाय त्यानं अतिशय महत्त्वपूर्ण व शक्तिशाली राजकीय संबंधही जोडलेले होते. याचा कंपनीला खूप फायदा होईल, असा माझा अंदाज होता. सॅन्डीचं ॲलनशी संघर्षाचं हेच कारण होतं. पण कंपनी नव्यानं दक्षिण आफ्रिकेत येण्यासाठी दुहेरी मार्गाचा अवलंब करण्याच्या विचारात होती. कार्ल आणि त्याच्या कामाशिवाय कंपनीचं स्थान धूसर होत होतं, म्हणून कार्लशी मी जवळचे नातेसंबंध राखले. एकदा मी अर्धेलीनं कसायला घेतलेल्या दक्षिण जॉर्जियामधील शेतातील घरी गेलो होतो. आता ते शेत व घर त्याच्याच मालकीचं झालं आहे. कार्ल दररोज शाळेपर्यंतचं पाच मैल चालत जात-येत असे. रस्त्यातून जाताना गोऱ्या विद्यार्थ्यांना घेऊन जाणारी बस त्याला मागे टाकून जात असे. ते विद्यार्थी नेहमीच त्याला अपशब्द वापरत असत. पण तिथल्या गोऱ्या शेतकऱ्यांशी त्याच्या वडिलांचे असलेले चांगले संबंध तो आठवत असे.

मी एकदा आफ्रिकेच्या दौऱ्यावर गेलो होतो. पामेला माझ्यासोबत होती. आम्ही सदिच्छा भेटीसाठी झांबियात गेलो, तर तिथून तिला परत यावं वाटेना. पण त्याच वेळी तिथे असताना तिला खूप वाईटही वाटत होतं, कारण आम्ही इथून गेल्यानंतरच्या सोळा वर्षांत झांबियाची खूपच दाणादाण उडाली होती. अत्यंत दयनीय अवस्था आणि मनावर दडपण आणणारी परिस्थिती झाली होती. एक अतिशय समृद्ध आणि सुंदर भूमी अयोग्य व्यवस्थापनामुळे उजाड झाली होती. तरीही माझ्या जुन्या सहकाऱ्यांशी भेट हा एक हृद्य प्रसंग होता. मला भेटून काही जणांना अश्रू आवरले नाहीत. माझे कित्येक मित्र मृत्युमुखी पडल्याचं ऐकून मला धक्का बसला. संपूर्ण आफ्रिका खंडात एचआयव्ही/एड्स रोगाची लागण होण्यापूर्वीचे हे दिवस होते. सामान्य जीवनकाळ तसाही कमीच होता. आमचे कित्येक मित्र हयात नाहीत हा धक्का तर होताच, पण त्यामध्ये दुःखही बरंच लपलं होतं.

नैरोबीतल्या बॉटलर्सच्या सभेत मी अगदी मनातलं बोलत होतो. तिथं मी अटलांटामधून आलेला कोका-कोलाचा भेट देणारा प्रतिनिधी नव्हतो. आयुष्यातील

उमेदीची सव्वीस वर्ष आफ्रिकेत काढलेला तो माणूस होता.

माझा ऑस्ट्रेलियातील मार्केटिंग मॅनेजर माइक हॉल आता आफ्रिकेचा प्रमुख होता. माझ्या आगोदर त्याचं अतिशय प्रभावशाली भाषण झालं होतं. त्याच्यानंतर भाषण करणं, हे कठीण काम होतं. म्हणून मग पोडियमच्या मागे उभे राहण्यापेक्षा मी स्टेजवर अगदी कडेला पाय मोकळे सोडून बसलो.

''मी घरात आलोय,'' मी बॉटलर्सना म्हणालो. ''माझं घर झांबिया आहे. म्हणजेच आफ्रिका माझं घर आहे. आफ्रिकेचं गारूड माझ्या मनावरून कधीच उतरू शकत नाही. गेल्या चार महिन्यांत पावसाचा थेंबही न पडलेल्या कोरड्या मातीच्या गंधाची जादू या गारूडात सामावली आहे. माझ्यासाठी हा पुनर्जन्म आहे. पाऊस पडल्यावर मक्याचे दाणे उगवावेत, कणसं वाऱ्यावर डुलावीत तसा आपला व्यवसाय आपण फुलवणार आहोत.''

अनपेक्षितपणे टाळ्यांचा कडकडाट झाला. अतिशय प्रभावशाली क्षण होता तो. पामेला आणि मी, आमच्या घडणीच्या काळात आफ्रिकेत वाढल्यानं, आम्ही आफ्रिकन झालो नव्हतो, पण आफ्रिकेची बाळं म्हणून आम्ही निश्चितच लहानाचे मोठे झालो होतो. या खंडावर सुटीसाठी आलो नाही असं एखादं वर्ष क्वचितच जातं.

त्या सभेनंतर मी, माइक हॉल आणि कोका-कोलाचा आफ्रिकेतला दुसरा अधिकारी जॉन बेल्चर इथिओपियाला गेलो. एरिट्रिया विभागाच्या स्वातंत्र्यलढ्यातून इथिओपिया नुकताच सावरत होता. या युद्धादरम्यान 'अस्मारा'च्या समुद्रकिनाऱ्यावरचा कोका-कोलाचा प्लान्ट उद्ध्वस्त झालेला होता. एरिट्रियाचा स्वातंत्र्ययोद्धा 'इसाईयास अफवर्कीशी' आमची मुलाखत ठरलेली होती. आमचा उद्योग पुन्हा चालू करण्यासाठी ही भेट होती. अफवर्की एरिट्रियाचा नवा अध्यक्ष होणार होता. नव्या राष्ट्राची अस्मारा ही राजधानी होणार होती.

इथिओपियाची राजधानी आदिस अबाबा इथे आम्ही विमानाने गेलो. युद्धसमाप्ती नुकतीच झाल्याने अजूनही यूएसचा राजदूत इथे आलेला नव्हता. क्रांतीनंतर या भूमीवर उतरणारं पहिलं अमेरिकी विमान आमचंच होतं.

विमानतळावरून हिल्टन हॉटेलपर्यंत येताना रस्त्यात आम्हाला जळणारे रणगाडे आणि मोटारगाड्या दिसल्या. तरुणांच्या हातात एके-४७ होत्या. आमच्याच गाडीत सुरक्षा-रक्षकांकडे एके-४७ होत्या. हिल्टनमध्ये जॉनने आमची एका मध्यस्थांशी भेट घडवून आणली. आफ्रिकेतील हे 'मिस्टर फिक्सिट' होते. (कोणतंही काम करू शकणारे गृहस्थ) अमेरिकेने अजून राजदूतसुद्धा पाठवला नाही; तरीही आम्ही इथवर पोहोचलो याचं त्यांनी आश्चर्य व्यक्त केलं. अजूनही हा भूभाग धोकादायकच होता.

शेवटी एका जुन्या मर्सिडीज बेंझ गाडीत आम्ही बसलो. या गाडीचा एक शॉक अॅबजॉर्बर काम करत नव्हता. माइक हॉल, जॉन बेल्चर आणि मी आम्ही मागे

बसलो. पुढे ड्रायव्हर, 'मिस्टर फिक्सिट' आणि एके-४७ वाला माणूस असे कोंबून बसले. सहा फूट उंच कुंपणाच्या भिंतीवर चार फूट काटेरी तारांनी वेढलेल्या घरात आम्ही आलो. लोखंडी मोठा दरवाजा या कुंपणाला होता. अफवर्कीला भेटण्याची वाट पाहायला आम्हाला एका खूप मोठ्या पण अंधाऱ्या, कमी उजेडाच्या खोलीत बसवण्यात आलं. वीस मिनिटं झाली. मी अस्वस्थ व्हायला लागलो होतो. माझ्या तळहातांना घाम सुटत होता. इथे येण्यात आपण चूक केली असं माझ्या मनानं घ्यायला सुरुवात केली. शेवटी अफवर्की आला. आम्ही हस्तांदोलन केलं. मला वाटलं होतं, या हस्तांदोलनानंतर माझा हात कोरडा होईल. पण प्रत्यक्षात त्याच्या हाताला माझ्यापेक्षा जास्त घाम आला होता. माझ्या मग लगेच लक्षात आलं की, तो जाम घाबरलेला आहे. त्यानं मला सांगितलं की, यापूर्वी तो कोणत्याही परदेशी उद्योगपतीला भेटला नाही.

या मुलाखतीचा प्रमुख मीच आहे, असं मला थोड्या वेळात जाणवायला लागलं. माझी आफ्रिकेबद्दलची मतं आणि या खंडाला कसं उज्ज्वल भविष्य आहे हे सांगायला लागल्यावर तो थोडा स्थिरस्थावर झाल्याचं स्पष्ट दिसत होतं. अस्मारामध्ये आमचा प्लान्ट चालवण्यासाठी आम्हाला काय काय लागणार याची यादी जॉन बेल्चर सांगत होता. यामध्ये जमीन, प्लान्टचे सुटे भाग आणि कंपनीचं विमान या त्या गोष्टी होत्या. आमचा सौदा पक्का झाला. आम्ही हस्तांदोलन केलं आणि आनंदाने त्या भिंतींच्या कुंपणातील त्या घरातून बाहेर पडलो. आठ आठवड्यांनंतर आमचं अस्मारात उत्पादन सुरू झालं होतं.

दोनशे देशांत काम करणाऱ्या कोका-कोलाला अशा तऱ्हेच्या मीटिंग्ज प्रत्येक प्रांतात घ्याव्या लागत. या दरम्यान अनेक नैसर्गिक आणि मानवनिर्मित अडचणी येत असत. कधी क्रांती तर कधी युद्धं असत. सामान्यपणे कोका-कोला कंपनी सहजपणे कोणत्याही प्रांतातून बाहेर पडत नाही आणि बाहेर पडलीच तर लवकर परत येण्याची खातरी असते. कंपनीच्या या रेकॉर्डवर सर्वच जण खूश आहोत. कंपनीच्या अधिकाऱ्यांना तर याचा विशेष अभिमान आहे. अर्थात असं जरी असलं तरी काळजी वाढवणारे बरेच प्रसंग असतात.

नायजेरियाच्या बाजारपेठेत सर्वांत जास्त त्रास आहे, याचा मला शोध लागला. बॉटलिंग प्लान्ट्सची तिथली अवस्था अत्यंत वाईट, म्हणजे जणू समुद्राच्या पातळीपर्यंत पोहोचली होती. एखाद्या चांगल्या प्लान्टचा गुणवत्तेचा आकडा नेहमी नव्वदच्या वर असतो. पण लागोसमधल्या प्लान्टची गुणवत्ता पातळी सहा होती. हा सर्वांत हीन दर्जा होता. या नायजेरियन बॉटलिंग प्लान्टची मालकी अँड्र्यू डेव्हिड नावाच्या एका ग्रीक सायप्रस बेटावरच्या गृहस्थाकडे होती. त्याला मात्र गुणवत्ता अंकाबाबत आमचं म्हणणं पटत नव्हतं. त्याच्या म्हणण्यानुसार त्याच्या गुणवत्ता निरीक्षकाने गुणवत्ता पातळीचा

अंक ऐंशीपेक्षा जास्त असल्याचं सांगितलं होतं. तो म्हणाला, ''तुम्हाला असं म्हणायचं आहे का की, आमचे लोक खोटारडे आहेत?'' मी त्याला आव्हान दिलं आणि त्याला हीपण जाणीव व ताकीद दिली की, माझ्याजवळ त्याचा प्लान्ट बंद करून टाकण्याचादेखील अधिकार आहे. मग थोडं मवाळ होत, दोघांनी मिळून प्लान्टचं निरीक्षण करायचं मान्य केलं. त्यासाठी आम्ही तंत्रज्ञांचा एक संघ बरोबर घेतला. आम्ही मोटारीने तिथं जात असताना रस्त्यात दोन माणसांची कलेवरं पडलेली होती. दोन ड्रायव्हर्संपैकी कोणीही गाडी थांबवायची तसदी घेतली नाही, याचा अर्थ हे नेहमींचंच दृश्य असावं. निरीक्षणातून अँड्रू सांगत असलेले गुणवत्तेचे अंक चुकीचे असल्याचं सिद्ध झालं. दुसऱ्या दिवशी सकाळी नाश्त्याच्या वेळी त्याचा चेहरा जणू दगडाचा झाला. दुसऱ्या प्लान्टवर आम्ही जात असताना एका शब्दानेही तो बोलला नाही. त्याच्या पुढच्या दिवशीही नाश्ता एकत्र घेण्यावर मी भर दिला आणि मग एकदाचा बांध फुटला. व्यवसाय पुन्हा पूर्वपदावर आणून सुधारण्यासाठी मग आम्ही एक योजना आखली. यानुसार बॉटलर व कोक या दोन्ही बाजूंनी नवीन व्यवस्थापन आणायचं आम्ही ठरवलं. त्या संघर्षानंतर अँड्रू आणि मी चांगले मित्र झालो. युरोपात बॉटलर्सच्या एकीकरणासाठी नंतर मी त्याच्यासाठी कामही केलं. अथेन्समध्ये त्याच्या मृत्यूनंतर, शेवटच्या क्रियाकर्मात करावयाच्या उत्तरक्रिया करण्यासाठी, यादीत माझं नाव टाकण्यात आलं होतं. हा सर्व प्रकार दुःखदायक होता. तो एक चांगला कोक बॉटलर आणि चांगला मित्र होता.

अँड्रूच्या उदाहरणाने मला एक धडा शिकवला. उद्योगप्रमुखाने भांडणाला घाबरता कामा नये आणि भांडणातून नेहमीच चांगलं प्रामाणिक व अधिक चांगलं विचारपूर्वक उत्तर शोधावं, उगाचच साठमारी करत बसू नये. माझ्या कारकिर्दीत मी बैलाच्या धडकेच्या खेळातील बैलाच्या भूमिकेत होतो. पण ती चूक होती हे मी आता मोकळेपणाने मान्यही करतो आणि पश्चात्तापही व्यक्त करतो.

इकडे घरी अटलांटामध्ये माझ्या कुटुंबाने चटकन बदलांशी स्वतःला मिळवून घेतलं. केरा आता नव्या शाळेत, 'पेस ॲकॅडमी'मध्ये, चांगलीच चमकत होती. मी अजून एका गोष्टीची इथे नोंद घेतली की, इथे कोका-कोलाच्या कर्मचाऱ्यांमध्ये, कामाच्या अथवा कार्यालयाच्या बाहेर कोणताही संबंध नव्हता. याउलट आम्ही जिथं जिथं बाहेर राहिलो तिथं तरी हा संबंध चांगला होता. हे तर कोकचं माहेरघर होतं. पण कोकचे कर्मचारी त्यांच्या शाळा, चर्च किंवा लोकवस्तीत मिसळून गेले होते, म्हणूनच कदाचित त्यांना एकमेकांच्या आधाराची गरज नव्हती. मी आता कंपनीच्या अधिकार श्रेणीत बराच वरपर्यंत पोहोचलो होतो. कंपनीच्या खालच्या थरातील कर्मचारी माझ्याशी वागताना कसा प्रतिसाद देतात, ही अगदी जाणवणारी गोष्ट होती. मी जोहान्सबर्गमध्ये असताना ख्रिसमस पूर्वसंध्येला मी माझ्या सहकाऱ्यांसोबत ड्रिंक्स घेत राजकारणावर कशा गप्पा मारायचो ते आठवतं. ह्या सगळ्या गोष्टी सनीसाइड पार्क हॉटेलमध्ये घडत

असत. तशा प्रकारची मैत्री आणि भातृभाव आता ग्रुप प्रेसिडेंट झाल्यावर अनुभवायला मिळत नव्हता. 'उच्चपदी आपण एकटेच असतो' या म्हणीतलं तथ्य खरंच असल्याचा अनुभव मी घेत होतो. उच्च पदावर खरंच एकटेपणा येतो.

माझ्या अखत्यारीत आइसलॅंडपासून दक्षिण आफ्रिका आणि विस्ताराच्या दृष्टीने संपूर्ण रशिया येत असल्याने माझ्या वेळातील निम्मा वेळ अटलांटाच्या बाहेरच जात असे. प्रवास खूप खडतर असे आणि पामेला व कॅरापासून, घरापासून दूर, वेळ खूप कठीण जात असे. ११ जुलै, १९८९ रोजी माझ्या डायरीत पामेलाने माझ्यासाठी संदेश लिहून ठेवला – 'मला तुझी खूप आठवण येते.' प्रवास आणि कष्टाचं काम यातूनही शक्य तेवढा वेळ कुटुंबासोबत मजेत घालवायचा मी प्रयत्न करत असे. कॅराच्या तेराव्या वाढदिवसाला मी तिच्यासोबत राहायचं वचन दिलं होतं; पण नेमकं त्याच दिवशी मला लंडनमध्ये एका मीटिंगला हजर राहणं अगदी आवश्यकच होतं. मग त्या वीकेन्डला कॅराच्या लंडन विमान प्रवासाची मी व्यवस्था केली. कॅरा सोळा वर्षांची झाली तेव्हा मी तिला घेऊन युगांडाला मुक्त अवस्थेतले गोरिला पाहायला गेलो.

कोका-कोलाचं प्रतिनिधिक कार्यालय उभारण्यासाठी मी पहिल्यांदा मॉस्कोला गेलो. या दौऱ्यात उद्दिष्ट प्राप्त झाल्याच्या आनंदाप्रीत्यर्थ आनंद व्यक्त करणारं सायंभोजन आम्ही आयोजित केलं होतं. मी ज्या ठिकाणी राहत होतो तिथल्या परिस्थितीमुळे मला झांबियातल्या 'क्रेस्टेड क्रेन' हॉटेलची आठवण आली. ज्या ठिकाणी अनेक वर्षांपूर्वी मला माझ्या सहकाऱ्यासोबत एकाच पलंगावर झोपावं लागलं होतं आणि एकाच चामड्याच्या तुकड्याचं सूप सायंभोजन म्हणून आणि दुसऱ्या दिवशी न्याहारीला घ्यावं लागलं होतं. त्यापेक्षा मॉस्कोचं हे हॉटेल कोणत्याही दृष्टीने चांगलं नव्हतं. खाजणाऱ्या पाठीसाठी टॉवेल खरखरीत छान होते, पण पाणी शोषून घेण्याच्या नावानं मात्र ठणाणा होता. खोलीमधले पडदे उजेड रोखायचा अजिबात प्रयत्न करत नव्हते!

त्या काळात रशियासोबत आर्थिक देवाणघेवाणीपेक्षा वस्तुविनिमय होई. कोक कंपनी थोडं कॉन्सन्ट्रेट रशियातील सरकारी मालकीच्या बॉटलिंग प्लान्ट्‌सना निर्यात करत असे. त्याच्या मोबदल्यात रशियन बनावटीच्या 'लाडा' मोटारी आम्हाला मिळत असत. त्या गाड्या आम्ही ब्रिटनमध्ये रोखीने विकायचो. या कार्सची बांधणी इतक्या हलक्या दर्जाची असायची की, विक्री करण्यापूर्वी तीन दिवस ब्रिटनमध्ये त्याच्यावर मॉडिफिकेशन्स करावं लागायचं. पेप्सीच्या सुदैवाने त्यांना रशियाचं खूप चांगलं खपणारं उत्पादन वस्तुविनिमयात मिळत होतं. ते म्हणजे 'स्टोलिचनाया व्होडका'. या वस्तुविनिमय भानगडीत आमचा खूप तोटा होत होता. पण भविष्यकाळात रशियात आपलं अस्तित्व राखावं, यासाठी ही गोष्ट चालू ठेवावी लागणार होती. थोड्याफार फरकाने पूर्व युरोपीय राष्ट्रांमध्येही अशीच परिस्थिती होती.

ज्या भविष्याची आम्ही वाट पाहत होतो तो भविष्यकाळ ९ नोव्हेंबर, १९८९ रोजी वर्तमानकाळ झाला. या दिवशी बर्लिनची भिंत कोसळली.

इतरांप्रमाणे मी ही घटना 'सीएनएन'वरून पाहिली. त्या वेळी माझ्यानंतर जर्मनीतला रिजनल प्रमुख झालेला हेईंझ विझोरेक अमेरिकेत प्रवास करत होता. पण कंपनीच्या पश्चिम जर्मनीतल्या दोन बॉटलर्सनी या ऐतिहासिक घटनेला, पूर्व जर्मनीतील लोकांना मोफत कोका-कोलाचे क्रेट्स वाटून उत्स्फूर्त आणि तातडीचा प्रतिसाद दिला. पूर्व जर्मनीतल्या लोकांचे तांडेच्या तांडे पश्चिम जर्मनीत त्यांच्या शब्दश: प्लॅस्टिकपासून बनवलेल्या छोट्या 'टॅबिस' नावाच्या कार्समधून येत होते. त्यांच्यासाठी या बॉटलर्सनी आपली कोकची गोडाउन मुक्त केली. "हजारो कार्स आमच्या वेअरहाउसभोवती घिरट्या घालत होत्या. याचा अर्थ स्पष्ट होता की, त्यांना कोकची खूपच प्रचंड भूक आहे.'' हेईंझ आठवण सांगत होता.

प्रश्न हा होता की, पश्चिम जर्मनीतले बॉटलर्स नव्याने वाढलेल्या पूर्व जर्मनीच्या भूभागाला सेवा देण्यास समर्थ होते का, की कंपनीला पूर्व जर्मनीसाठी वेगळा बॉटलर्सचा समुदाय किंवा बॉटलर नेमावा लागणार होता? जुना, बॉटलर्सच्या एकत्रीकरणाचा प्रश्न पुन्हा एकदा ऐरणीवर आला.

जानेवारी, १९९०मध्ये मी जर्मनीत आलो. आठवण म्हणून बर्लिन भिंतीचा तुकडा मी कॅरासाठी घेतला. वातावरणातला बदल अविश्वसनीय होता. युरोपमधला कोकचा प्रमुख त्या वेळी डाऊग आयव्हेस्टर होता. तो आणि मी पूर्व जर्मन अधिकाऱ्यांना भेटलो. त्या सर्व जणांनी आपले राजीनामे सादर केले होते आणि तात्पुरत्या स्वरूपात हंगामी अधिकारी म्हणून काम पाहत होते. स्थित्यंतरावर त्यांचं काम चालू होतं. १९८७ सालच्या आमच्या बर्लिन भिंतीपलीकडील भेटीत आम्ही पाहिलं होतं, तिथं लोक कम्युनिस्ट अधिकाऱ्यांना घाबरत होते. आता कम्युनिस्ट अधिकारी घाबरत होते. आमच्या मुलाखतीदरम्यान त्यांना दरदरून घाम सुटला होता. नव्या व्यवस्थेतील त्यांच्या भूमिका अस्पष्ट होत्या. बदल होईपर्यंत ते प्रभारी कार्यभार सांभाळत होते. "पश्चिम जर्मनीतल्या बॉटलर्सना मी पूर्व जर्मनीत विक्रीचा अधिकार दिला असता, तर बॉटलर्सना ते नक्कीच आवडणार होतं. पण संपूर्णपणे पूर्व जर्मनीचा व्यवसाय विकत घ्यायला एकही जण तयार नव्हता.'' हेईंझ सांगत होता. तो पुढे म्हणाला, "परिणाम असा झाला असता की, पुन्हा या सर्व व्यवस्थेचे तुकडे झाले असते. ज्या एकत्रीकरणाच्या उद्देशाने काम करत होतो ते दूरच राहिलं असतं. मूळ अपेक्षेच्या विरुद्ध पाऊल उचललं गेलं असतं.''

पश्चिम जर्मनीतल्या बॉटलर्सनी पूर्व जर्मनीत विक्रीला सुरुवातही केली होती. कधी तात्पुरत्या तंबूतून तर कधी मोकळ्या पार्किंग लॉटमधून. हेईंझ अटलांटात आला आणि पूर्व जर्मनीत कंपनीच्या मालकीचा प्लान्ट उभारण्यासाठी ४५०

दशलक्ष डॉलर्स मागू लागला. माझी हेइंझला सहमती होती. आमची मागणी आयव्हेस्टरनेही चांगलीच लावून धरली. पण तरीही 'नॉर्थ ॲव्हेन्यू'कडून सुरुवातीला जरा विरोधच झाला. आठवणी सांगताना हेइंझ सांगू लागला, "डॉन कियो मला म्हणाला, पश्चिम जर्मनीतल्या बॉटलर्सना विकून टाक, गुंतवणूक कशाला करत बसतोयस?''

डॉनची ही अगदी खास व्यवस्थापन शैली होती. कोणत्याही मोठ्या गुंतवणुकीला पाठिंबा देण्यापूर्वी तो असे कठीण प्रश्न विचारायचा. योजनेतील त्रुटी अथवा शंका, संशय जाणून घेण्यासाठीची त्याची ती रीत होती. तो सुरुवातीला अस्वलासारखा मागे मागे जाई. पण एकदा निर्णय घेतला की, प्रत्यक्षात तो तुम्हाला पुरेपूर पाठिंबा देई. जरी निर्णयाचे परिणाम तुमच्या अंदाजाच्या विपरीत गेले तरी त्याचा पाठिंबा कायम असे. हा माझ्यासाठी खूप मोठा धडा होता. आयुष्यभर तो किता गिरवायचा मग मी प्रयत्न केला.

पूर्व जर्मनीतील नवं साहस मी युरोप गटाच्या ताब्यात दिलं. त्या वेळी पूर्व जर्मनीचं चलन मार्क हे बदलून घेण्याची अजिबात सोय नव्हती. म्हणून हा सर्व व्यवहार धोकादायक होता. शिवाय जेव्हाकेव्हा हे चलन बदलण्याजोगं होईल तेव्हा त्याला नेमकी काय किंमत येईल याचा अंदाज बांधणं अवघड काम होतं. हा धोका पूर्व युरोपातल्या सगळ्याच राष्ट्रांसोबत व्यवहार करताना होता.

डॉन व त्याच्या अधिकारी गटाचा सर्व विरोध, ते जेव्हा पूर्व जर्मनीचा दौरा करत होते तेव्हा मावळला. या भेटीमध्ये काही आठवड्यांतच कंपनीच्या विक्रीने घेतलेली भरारी त्यांनी प्रत्यक्ष पाहिली. व्हेंडिंग मशीन आणि फाउंटन डिस्पेन्सर्स यांनी या नव्या देशाचा भूभाग वेगाने पादाक्रांत करायला सुरुवात केली होती. कोका-कोला कंपनीने पूर्व जर्मनीत गुंतवणूक करायचं जाहीर करताच कोकच्या शेअरची बाजारातील किंमत कित्येक पॉइन्ट्सनी वाढली. वॉल स्ट्रीटवरची ही 'उसळी', जेव्हा शेवटी पूर्व जर्मनीचं चलन बदलता येण्याजोगं झालं, तेव्हा सार्थ ठरली.

हेइंझ आठवण सांगत होता, "बँकामध्ये आमचे खूपच पैसे पडून होते. एकदा क्लॉस हॅले माझ्याजवळ येऊन काय बोलला ते मला आठवतंय. तो म्हणाला, तुझ्या बँकेत तुझ्या खात्यावर ७३ दशलक्ष पूर्व जर्मन मार्क्स पडून आहेत हे तुला माहीत आहे का?''

बर्लिन भिंत पडल्याच्या उण्यापुऱ्या तीनच आठवड्यांनंतर मी मॉस्कोमध्ये नव्या बदलत्या काळाचं चिन्ह साजरं करायला गेलो होतो. शून्याखाली तपमान असलेलं वातावरण होतं. कपड्यांच्या आत माझे पाय थंडीमुळे थरथरत होते. पण त्या वेळी पुष्किन चौकात २० बाय ४० फूट आकाराचा कोका-कोलाचा निऑन साइन बोर्डचा स्विच दाबून सोविएत युनियनमधला पहिला निऑन साइन चालू केला. या वेळेपर्यंत

सोव्हिएत रशियामध्ये जाहिरातींचं कारणच नसायचं. कारण सर्व उद्योग सरकार संचलित होते. भविष्य खरंच उज्ज्वल झालं होतं.

३१ जानेवारी, १९९० रोजी सोव्हिएत युनियनमधल्या पहिल्या 'मॅकडोनल्ड्स' शाखेच्या उद्घाटनाला मी हजर होतो. हे रेस्तराँ पुष्किन चौकातच कोका-कोलाच्या निऑन साइनच्या बरोबर समोर होतं. हा फक्त साधासुधा कार्यक्रम नव्हता, तर या कार्यक्रमातून पूर्वेला असलेली पश्चिमेची ओढ व्यक्त करणारी घटना होती. 'मॅकडोनल्ड्स'मध्ये प्रवेश मिळावा म्हणून हजारो ग्राहक गोठवणाऱ्या थंडीत रांग लावून उभे होते. त्या पहिल्या एका दिवसातच तीस हजार लोकांना मॅकडोनल्ड्सने सेवा दिली. मॅकडोनल्ड्सच्या इतिहासातलं ते एक रेकॉर्ड असावं आणि ही गर्दी कशानंच हटत नव्हती. एका वर्षानंतरही, कोणता ऋतू आहे याचा विचार न करता रोज कमाल पाच हजार ग्राहक बाहेर रांगेत ताटकळत उभे राहिलेले असत. मॅकडोनल्ड्स आणि कोका-कोलासाठी हा मोठा विजय होता. पण तो फक्त त्यांच्यापुरताच मर्यादित नव्हता, तर सर्व पाश्चिमात्य उद्योगांसाठी एक नवं दालन उघडलं गेलं. या सर्व नव्या व्यवसायाचा शिल्पकार होता जॉर्ज कोहेन. कोहेन हा कॅनेडियन होता आणि 'मॅकडोनल्ड्स'चा अधिकारी होता. माँट्रियलमध्ये १९७६मध्ये ऑलिंपिकसाठी रशियन अधिकारी आलेले असताना त्यांच्याशी त्याची गाठभेट झाली होती.

पहिल्यांदाच परदेशी व्यक्तींना प्रेसिडेंट हॉटेलमध्ये राहण्याची परवानगी मिळाली होती. या सर्वांमागे कोहेनची मेहनत होती. पाश्चिमात्य श्रेणींचा विचार करता हे सर्वसाधारण हॉटेल होतं. पण इतर दुर्लक्षित केलेल्या हॉटेलच्या तुलनेत हे बरं होतं. मागच्या वेळी तशा भंगार हॉटेलात मी राहिलो होतो. तिथे प्रत्येक मजल्यावर तुमची चावी द्यायला व घ्यायला, तसंच तुम्ही रूम सोडतानाची वेळ नोंद करायला एक एक महिला नेमली होती.

प्रत्येक मजल्यावर हॉल-वेच्या शेवटी एक खोली असायची. तिचं दार नेहमी जरी बंद असलं तरी कधीतरी चुकून उघडंपण असायचं. तिथं एखादा माणूस डोक्यावर हेडफोन लावून बसलेला असायचा. प्रत्येक खोलीत बसवलेल्या मायक्रोफोनवरून सगळीकडचं संभाषण तपासायचं काम करत बसलेला असायचा. त्यामुळे एखाद्या महत्त्वाच्या विषयावर चर्चा करायची असली की, शब्दशः बाहेर फिरायला जाऊन बोलावं लागे.

मॅकडोनल्ड्सने त्यांच्या नव्या फॅक्टरीचा दौरा आयोजित केला होता. तिथंच सोव्हिएत युनियनसाठीचा त्यांचा प्रादेशिक व्यवस्थापक विलि व्हॅन युपेनची भेटही ठरली. कोका-कोलाच्या अधिकाऱ्यांना घेऊन जाण्यासाठी त्यांनी लिमोजीन गाडी भाड्याने आणली होती. यामध्ये कोकचे अध्यक्ष डॉन कियो यांचा समावेश होता.

आमच्या सर्वांत मोठ्या ग्राहकांपैकी एक 'मॅकडोनल्ड्स'ने आमच्यासाठी खास केलेल्या या प्रचंड खर्चाने आम्ही दबून, भारावून गेलो. दुसरी गाडी भाड्याने घ्यायला वेळ नसल्याने आम्ही दोन चौक दूर लिमो थांबवली आणि बर्फातून चालत फॅक्टरीपर्यंत गेलो आणि लिमो लपवली.

त्या संध्याकाळी क्रेमलिनमध्ये खूप मोठ्या सायंभोजनाचं आमंत्रण दिलं गेलं होतं. या कार्यक्रमात शेवटी फॅशन शो आणि क्रेमलिन गार्ड्सद्वारा संगीत जलसा कार्यक्रम होता. मी डॉन कियो व अन्य अधिकाऱ्यांसोबत कोकची टीम बनवून बसलो होतो. तेवढ्यात जॉर्ज कोहेनचा मुलगा क्रेग, जो अटलांटामधील फाउंटन डिव्हिजनला कार्यरत होता, तो माझ्याकडे आला. त्यानं एका रशियन मॉडेलशी संपर्क केला होता. तिला त्यानं असं भासवलं होतं की, तो स्वत: अमेरिकन सिनेमातील सम्राट आहे. या त्याच्या नाटकात त्यानं मला सामील करून घ्यायची इच्छा प्रदर्शित केली. मी त्याच्या कल्पनेला होकार देऊन त्या नाटकात सामील झालो आणि दुसरी एक रशियन मॉडेल पकडली. आम्ही डान्स फ्लोअरवर डान्ससाठी उतरलो. क्रेमलिन बॅन्डने बीटल्सच्या 'ए हार्ड डेज नाइट' या गाण्याचे सूर व धून आळवायला सुरुवात केली. रशियामध्ये बीटल्सच्या धूनवर नाचायला मजा येत होती. नाचता-नाचता माझी नजर वर गेली. तिथं एक सुंदर स्त्री माझ्याकडे बघून हात हलवत होती. ती सोनेरी केसवाली सुंदरी दुसरीतिसरी कोणी नाही तर माझी पत्नी होती. लाजेनं चूर होत मीही अगदी नाइलाजाने हात हालवला.

सायंभोजनानंतर पामेला आम्हाला येऊन मिळाली. आम्ही हॉटेलच्या बारवर जमा झालो होतो. त्यामध्ये मॉडेल्स होत्या, मॉस्को नगरपरिषदेचे सभासद होते, डॉन कियो व अन्य अधिकारीही होते. पामेला रात्री एक वाजता कंटाळून निघून गेली. मी साधारण अडीच वाजता खोलीवर गेलो. डॉन कियो, क्रेग कोहेन व त्यांचा भाऊ, रशियन मॉडेल्स यांचा फोटो आजही माझ्याकडे कुठेतरी आहे. जे काही कपडे आम्ही त्या वेळी घातलेत ते अगदी खराब दिसतंय; पण महत्त्वाची गोष्ट ही होती की, रशियासोबतचे संबंध सुधारत होते. सोविएत अधिकार श्रेणीतील उच्च अधिकाऱ्यांसाठीच्या या राखीव हॉटेलात आम्ही मजा मारत होतो. ज्याची लज्जत आमच्याच 'टूर गाइड्स'ना चाखता येत नव्हती. मॉस्कोच्या पुष्किन चौकात मॅकडोनल्ड्सची शाखा कोका-कोलाच्या निऑन साइनसह उघडणं हे येणाऱ्या चांगल्या दिवसांचं शुभसूचक चिन्ह होतं.

सोविएत युनियनमधली जुनी व्यावसायिक प्रथा म्हणजे 'व्होडका टोस्ट'. ही प्रथा व त्याचं तंत्र मला चटकन शिकावं लागलं. या प्रथेत व्होडका (व्होडका ही प्रसिद्ध कडक रशियन दारू आहे) भरलेला ग्लास हाताच्या एका कडेला तोलून आपल्या ओठापर्यंत उचलायचा आणि थेंबही न सांडता खाली घ्यायचा असतो.

पहिल्यांदा जेव्हा ते 'टोस्ट' उचलतात तेव्हा तुम्ही कदाचित तो ग्लास पिऊन टाकाल. पण मग तुम्हाला पुढचा 'टोस्ट' करावा लागेल आणि मग हे सत्र डझनावारी वेळ चालेल. याच्या मागे कल्पना असते ती तुम्हाला झिंगवून टाकायची. झिंगलेला माणूस बरळतो, वेडे चाळे करतो. हा 'टोस्ट' प्रकार दिवसा किंवा रात्री केव्हाही चालतो. परकीय आर्थिक व्यवहाराच्या मंत्रिमहोदयांसोबत मी व डॉन किये यांची क्रेमलिनमध्ये भेट होती. तो मॅकडोनल्ड्स सुरू झाल्याचा दुसरा दिवस होता. (क्रेमलिन हे रशियन सरकारचं कार्यालय, मुख्यालय आहे). सकाळी साडेसात वाजता मंत्रिमहोदय म्हणाले, ''आपल्याला 'टोस्ट' करायला हवा.'' नाश्त्यापूर्वीच टोस्ट करण्यासाठी त्यांनी त्यांच्या खणातली ब्रॅन्डी काढली आणि मग टोस्टच्या फैरी झडल्या.

या सर्व प्रकारात तगून राहण्याची मी एक युक्ती शोधली. प्रत्येक जण टोस्टमध्ये, टोस्टनंतर जळजळ कमी करायला पाणी पीत होता. मी मात्र कोकची मागणी करत होतो. पहिल्या दोन वेळा मी नेहमीप्रमाणे पेल्यातील मद्य संपवलं. पण त्यानंतरचे ग्लास मी पाण्याच्या पेल्यात चुळा करून टाकत होतो आणि सामान्य वाटावं म्हणून कोका-कोला प्यायचो. इतरांपेक्षा निम्मंच मादक पेय मी प्यायलो. (कदाचित त्याहीपेक्षा कमी). मला आठवतंय, एका रशियनाने यावर माझी स्तुतीसुद्धा केली. तो म्हणाला, ''क्या बात है, तुम्ही तुमची व्होडका संपवली? खरंच तुम्ही सशक्त माणूस आहात!''

भांडवलाशाही स्वीकारण्याबाबत रशिया अगदी सावकाश चालला होता. पण अन्य पूर्व युरोपीय राष्ट्रांमध्ये भांडवलाशाही व्यवस्था वेगाने मूळ धरू लागली होती. या सर्वांमधला हिरा होता रुमानिया. कोका-कोला आणि पेप्सीकरता ही अस्पर्श भूमी होती. फेब्रुवारी, १९९०मध्ये रुमानियाचे कम्युनिस्ट अध्यक्ष निकोलाय सियाऊस्कू यांचं शासन उलथून पाडलं गेलं होतं. त्यानंतर दोन महिन्यांनी रॉबर्ट गोइझुएटांच्या टेबलावर इयान स्टामिनिची यांचं एक पत्र आलं. इयान रुमानियाच्या सरकारी मालकीच्या बॉटलिंग प्लान्टचे प्रमुख होते. त्यांना स्वतःला कोका-कोलाची फ्रॅंचायझी पाहिजे असं ते पत्र होतं. ते पत्र माझ्याकडे आलं आणि मी ते मुहतार केंटकडे पाठवलं. त्या वेळी मुहतार जर्मनी डिव्हिजनचा डेप्युटी प्रेसिडेंट होता आणि एसेनमध्ये राहत होता.

आम्ही स्टामिनिची यांची मुलाखत घ्यायचं ठरवलं. भेटीत त्यांनी व्यवस्थित प्रभाव पाडला. स्टामिनिची सियाऊस्कूंच्या पुढे कधीही झुकले नव्हते, तरीही ते आपल्या पदावर टिकू शकले होते. त्यांनी जे प्लान्ट्स चालवले होते ते जुने आणि मोडकळीस आले होते. त्याच्यामधून कोलाची निर्मिती होत नव्हती. तर फक्त विविध चवींची पेयनिर्मिती होऊ शकत होती. आमच्या दारात चालून आलेली ती पहिली

संधी होती. जॉर्ज फ्लेशर आणि मी, दोघांनी डॉन कियोकडे ८५ लाख डॉलर्सची मागणी संयुक्त उद्यमासाठी केली. आमच्या मागणीच्या समर्थनार्थ आम्ही हेही सांगितलं की, दोन कोटी लोकसंख्येच्या या युरोपीय राष्ट्रांतली ही अगदी थातुरमातुर गुंतवणूक आहे. डॉनने टेबलवर हात आपटला. तसा तो बऱ्याचदा आदळतो असं सर्वांना ठाऊक आहे.

"तुम्ही मला कोका-कोला कंपनीचे ८५ लाख डॉलर्स रुमानियात गुंतवायला सांगताय. पण पहिलं मला हे सांगा की, केलेल्या या गुंतवणुकीची परतफेड तिथून, रुमानियातून तुम्ही कशी आणणार?"

"सांगतो डॉन," मी उत्तरलो, "माझा विश्वास आहे वातावरण बदलतंय. बाजारपेठ ताब्यात घेऊन पेप्सीच्या अगोदर तिथं पोहोचण्यासाठी हे ८५ लाख अत्यावश्यक आहेत आणि ती योग्य गोष्ट आहे. कारण हा नेतृत्वाचा मुद्दा आहे आणि आपणच नेतृत्व घेतलं पाहिजे."

डॉनने माझ्याकडे पाहिलं आणि म्हणाला, "ठीक आहे. करून टाका तुमच्या म्नात आहे ते. हात-पाय गाळू नका." डॉन एक हुशार व्यवस्थापक होता. त्याला फक्त इतकीच खातरी करून घ्यायची होती की, मी कटिबद्ध आहे की नाही. या व्यवहारात डॉनचं स्वतःचं मत काय, यापेक्षा त्याला याच गोष्टीचं महत्त्व होतं. त्याला मी हे काम करू शकतो आणि ते निश्चित सफल होईल याची खातरी हवी होती. मग मी त्याला म्हणालो, "डॉन, निश्चिंत राहा, आम्ही निश्चितच फायदा करून देऊ." खरंच माझ्या म्हणण्यानुसार रुमानियाची बाजारपेठ कोकसाठी खूप फायदेशीर ठरली. एवढंच नव्हे, तर पेप्सीच्या तुलनेत आमचा यशाचा अश्व पुढे धावत होता.

जेव्हा आम्ही पूर्व युरोपीय देशांमध्ये लागोपाठ आणि चटकन गुंतवणूक करत होतो, तेव्हा मुहतार प्रत्यक्षात माझा उजवा हात म्हणून काम करत होता. आठवणी सांगताना मुहतार म्हणाला, "पूर्व युरोपीय राष्ट्रांमध्ये कंपनीचं काम वेगानं व्हावं यासाठी आम्ही काही धोके पत्करले होते, पण जे काही आम्ही करत होतो त्याची आमच्या कंपनीतील वरिष्ठांना पूर्ण कल्पना देऊनच करत असू. वरिष्ठांना अंधारात ठेवलं तर नसते प्रश्न उपस्थित झाले असते. आम्ही यामध्ये प्रशासनालाही गोवलं होतं. थोडक्यात सांगायचं तर सगळेच यात गोवले होते. जणू आगगाडीला सगळे लटकत होते."

मुहतार पुढे सांगतो, "कोकने रुमानियात गुंतवणूक करण्याचा निर्णय तेव्हा घेतला जेव्हा त्या देशाचा परकीय गुंतवणूक विषयक कायदा अजून जन्माला यायचा होता. आम्ही एक कारखाना विकत घेणार होतो. आमचा समभाग म्हणून दोन वर्षांच्या कॉन्सन्ट्रेटचा पुरवठा आम्ही करणार होतो. तर डॉनने विचारलं, "मग या दोन वर्षांनंतर तुम्ही काय करणार आहात?" आमचा विश्वास होता की, एवढं पुरेसं होतं. पुढे सर्व सुरळीत चालणार होतं. त्या सर्व राष्ट्रांबाबत आमचा हा अगदी

प्रामाणिक विश्वास होता. जशी बर्लिनची भिंत कोसळली तशी सर्व ठिकाणी भांडवलशाही व्यवस्थाच दृढ होणार होती. कुठे आधी तर कुठे थोडं नंतर एवढाच काय तो फरक होणार होता. या नाहीतर त्या मार्गाने आणि सर्व राष्ट्रांना परदेशी गुंतवणूक लागणार होती. आता जर्मनीला स्वतंत्र चलनाचीही गरज होती, अशा वेळी अशी गुंतवणूक हा एक धोका होता, पण तो पत्करायला हरकत नव्हती.''

प्रत्येक राष्ट्राची एक स्वत:ची अशी वेगळी कहाणी होती. प्रत्येकाचे स्वत:चे नेते व नेतृत्व होतं. प्रत्येकाची स्वत:ची व्यवसाय करण्याची पद्धती होती.

पोलंडमध्ये कोणाचीच मालकीची जमीन नव्हती. मुहतार पुढे सांगू लागला, ''यापूर्वी युरोपीय राष्ट्रांत कोका-कोला कंपनीचा स्वत:चा प्लान्ट कसा बनणार हा प्रश्न होता. मग आम्ही कॅथलिक चर्चसोबत सौदा जमवला. कारण तिथे चर्चच सर्वांत मोठे जमीनमालक होते. ही व्यवस्था अनेक शतकांची होती. रशियाने पोलिश सरकारवर कितीही दबाव आणला असला तरी पोलिश सरकारला चर्चच्या ताब्यातली जमीन काढून ताब्यात आणता आली नव्हती. रशिया सरकारनं तसं केलंही नसतं, कारण तसं करणं म्हणजे सरकारची प्रतिमा कळसूत्री बाहुली म्हणून झाली असती.''

''आम्ही चर्चसोबत पहिल्या बॉटलिंग प्लान्टसाठी भाडेतत्त्वावर करार करून जमीन 'लीज'ने घेतली,'' मुहतार म्हणाला.

आम्ही आमचा नवा प्लान्ट 'ग्दायनिया' या ठिकाणी उभारला. हे पोलंडचं जहाज उभारणी केंद्र आहे. 'ग्दान्स्क' या ठिकाणी 'सॉलिडॅरिटी' (ऐक्य) या चळवळीचा प्रारंभ झाला. या उद्घाटनासाठी अटलांटाहून डॉन आणि अन्य अधिकारी आले होते. ही एक मोठी घटना होती की, पूर्व युरोपीय राष्ट्रांत कंपनीचा स्वत:चा प्लान्ट उघडत होता. त्यानंतरच्या रविवारी सकाळी डॉनने जाहीर केलं की, आम्ही सर्व जण ऐतिहासिक सेंट ब्रिजिड चर्चमध्ये सामूहिक प्रार्थनेसाठी जात आहोत. या चर्चचा समावेश काही मोजक्या चर्चेसमध्ये होतो. सॉलिडॅरिटी चळवळीचे सर्वेसर्वा लेक वालसा याच चर्चचे सदस्य होते. या चर्चचे पॅस्टर (पुजारी) हेन्रिक जानकोव्हस्की होते. ते सॉलिडॅरिटी पक्षाचे होते. खचाखच गर्दीने भरलेल्या चर्चच्या पहिल्या रांगेत कोकच्या प्रतिनिधी गटाला त्यांनी बसवलं. जानकोव्हस्की यांच्या प्रवचनातील एकही शब्द आम्हाला कळला नाही, पण त्या प्रवचनात 'कोका-कोला'चा उल्लेख मात्र वारंवार येताना कळत होता. जणू काही ते असं सांगत होते की, जर लोकांनी दररोज सकाळी कोका-कोलाचा एक ग्लास प्यायला नाही तर त्यांना निरंतर रौरव नरकाची त्रिकालाबाधित शिक्षा मिळेल. आम्हाला मागून कळलं की, त्यांच्या प्रवचनात ते नव्या प्लान्टच्या उभारणीमुळे त्या भागाचा आर्थिक विकास कसा होईल, याचा लेखाजोखा सांगत होते. समाजासाठी नव्या रोजगाराच्या संधी कॅथलिक चर्चच्या माध्यमातून मिळणार होत्या. भांडवलशाही व्यवस्थेचं प्रशिक्षणच मिळत होतं.

थोड्याच वेळात चर्चसाठी दानाची थाळी फिरवण्यात आली. अमेरिकी कॅथलिक ख्रिश्चन असलेल्या डॉनने थाळीत अमेरिकन डॉलर दान म्हणून टाकले आणि हसत थाळी माझ्याकडे दिली. मी आयर्लंडमधला एक प्रोटेस्टंट, मीपण माझं दानाचं योगदान त्यात टाकून जॉर्ज फ्लेशरकडे थाळी सरकवली. तो जर्मन-लिथुआनियन होता. त्यानंतर ग्रीक पुराणमतवादी अँड्र्यू डेव्हिड, जो बॉटलरही होता, आणि पूर्व युरोपातील गुंतवणुकीवर लक्ष ठेवण्याचं काम त्याला सोपवण्यात आलं होतं. त्यानं थाळी मुहतारकडे पाठवली. तो अमेरिकेत जन्मलेला तुर्की मुसलमान होता. त्यानंही आपलं दान त्यात टाकून शिष्टमंडळातील शेवटचा सदस्य, अमेरिकन ज्यू असलेल्या डॅनी मस्कोविट्झ याच्याकडे थाळी सरकवली. कोका-कोलाचं हे जागतिक भ्रातृभाव असलेलं शिष्टमंडळ जागतिकीकरणासारखंच होतं. कोका-कोला कंपनी एवढी आश्चर्यकारक असल्याचं हेही एक कारण आहे. ही कंपनी जणू एक संयुक्त राष्ट्रच आहे. इथे फायदेशीर काम करणारा व फायदा कमावणारा (याला पोसावं लागत नाही, स्वयंपूर्ण आहे) यांचा हा संघ आहे. पूर्व युरोपातील देशांमागून देश बदलत चालले होते. या रचनाविहीन व संपूर्णपणे नव्या अशा भूभागाचं नेतृत्व मुहतार करत होता. आठवणी सांगताना तो म्हणाला, "या भागात प्रवास करणं हे नेहमीच खडतर असायचं. एकदा अल्बनियातल्या एका चिनी माणसासोबत आम्ही खोली वाटून घेतली. मी खोलीत गेलो. दिवा लावला तर खोलीत दुसऱ्या बिछान्यावर एक माणूस बसलेला. मग मी परत खाली आलो आणि विचारलं तर ते म्हणाले तीच तुमची खोली.''

आम्ही 'उद्योगजगतातले काउबॉइज' म्हणून पत्रकार जगतात प्रसिद्ध होतो. काहींनी तर मला 'कोका-कोलाचा इंडियाना जोन्स' अशी उपाधी दिली होती. "खुली बाजारपेठ, मुक्त अर्थव्यवस्थेला व भांडवलशाहीला विरोध कमी करणाऱ्या मुक्त वातावरणाचे आम्ही अध्वर्यू होतो.'' मुहतार त्याच्या आठवणी सांगत होता. "ती नुकतीच सुरुवात होती. आता चीनमध्येही तेच घडतंय. मला विश्वास नव्हे, खातरी आहे की, या शतकाच्या दुसऱ्या दशकामध्ये आफ्रिकेतही याचीच पुनरावृत्ती होईल. एक अब्ज तरुणांच्या त्या भूभागात पुन्हा एकदा तेजीची लाट येईल.''

पूर्व युरोपीय राष्ट्रं खुली होत होती तेव्हा मी आणि मुहतार, दोघांनाही एका तुर्की बॉटलरसोबतच्या संबंधात एक बाई-झटका खावा लागला होता. त्याचा किस्सा ऐका. एखाद्या बॉटलरकडून फ्रँचायझी काढून घेण्याची घटना कोकबाबत क्वचितच घडते. एखाद्या टोकाच्या प्रसंगातच अशी कारवाई केली जाते. कंपनीचा प्रयत्न प्रश्न सोडवण्याचा असतो. तुर्कस्तानचा ८० टक्के व्यवसाय 'हास' गटाकडे होता. हा एक तुर्की बॉटलर्सचा गट होता. या गटाचा प्रमुख व मालक एक यशस्वी उद्योजक होता. त्याच्या निधनानंतर तिथल्या कामाची गुणवत्ता ढासळायला लागली. मृत व्यावसायिकाच्या विधवेने व्यवसायातील भागीदाराकडे सर्व सूत्रं सुपुर्द केली होती.

आम्ही जसजशी त्याला सुधारण्यासाठी मदत करत होतो तशातशा त्याच्या शत्रुत्वाच्या भूमिकेत जास्त वाढ होत होती. मी आणि मुहतार अशाच एका मुलाखतीसाठी इस्तंबूलला गेलो. त्या वेळी भागीदाराच्या टेबलावर त्यानं पिस्तूल ठेवलं होतं. नि:संशय आम्हाला घाबरवण्याचा तो प्रयत्न असावा असं मला वाटलं.

परत आल्यावर मी, जे बॉटलर्स मालक आहेत अशा बॉटलर्सना आमंत्रण देऊन अटलांटामध्ये बोलावलं. तिथल्या सुरक्षा-रक्षकांना स्वच्छ सूचना दिली की, त्यांच्यासाठीचा प्रवेश, (दिलाच तर) तळघरातल्या दरवाजाने, बारकाईने तपासणी केल्यावरच द्यायचा. मोठ्या बॉटलरसाठी जे नेहमीचं आगतस्वागत असतं, तसलं काही या भागीदारांसाठी द्यायचं कारण नाही. त्याला हे समजायला हवं होतं की, आमचा त्याच्यावर अजिबात विश्वास नाही.

या दरम्यानच मुहतारची बीएमडब्ल्यू मोटार गाडी इस्तंबूलच्या बॉम्ब हल्ल्यात नेस्तानाबूत झाली. सुदैवाने गाडीत तो नसल्याने त्याला कसलीही इजा पोहोचली नाही. या घटनेचे धागेदोरे काही त्या तुर्की बॉटलरपर्यंत काही पोहोचत नव्हते. काहीही असो, ते दिवस खरेखुरे तणावाचे होते. एवढं कमी होतं म्हणून की काय, मूळ बॉटलरची विधवा स्त्री, तुर्की प्रेसिडेंटच्या पत्नीसोबत दबावगट निर्माण करायला लागली. अध्यक्षांच्या पत्नीचं नाव होतं तुरगत ओझल. त्या आता बॉटलरच्या पत्नीच्या वतीने मुहतारशी बोलणी करू लागल्या. मुहतारने अध्यक्षांशी आमची भेट ठरवली. १७ जून, १९९१ रोजी, ज्या वेळी अमेरिकेने इराकवर आपल्या विमानांनी हल्ला सुरू केला होता. हा गल्फ युद्धाचा पहिला भाग होता. ओझलसुद्धा सीएनएन वाहिनीवर युद्धचित्रं पाहतच होते.

आम्हा तिघांना त्यांनी व्हिस्की दिली. आम्ही तिघंही पाहत होतो. मुहतारला आठवलं, ''त्या वेळी त्यांना प्रेसिडेंट बुशकडूनसारखे टेलिफोन कॉल्स येत होते. आमच्यासमोरच दोनदा ते बुश साहेबांशी बोलले. पहिल्यांदा बोलताना अर्धवट असतानाच संपर्क मध्येच तुटला म्हणून पुन्हा फोन आला. यादरम्यान आम्ही त्यांना हे पटवायचा प्रयत्न करत होतो की, आम्ही तुर्कस्तानच्या भल्याचा विचार करत होतो. कोणालाही काहीही इजा पोहोचवण्याचा आमचा हेतू नसून गुंतवणूक करणं एवढंच उद्दिष्ट आहे.''

मी जेव्हा अध्यक्ष ओझल यांच्याशी बोलत होतो तेव्हा पाहिलं की, ते सीएनएन वाहिनी पाहत होते. मग मी प्रश्न विचारला, ''तुम्ही सीएनएन का पाहता?'' यावर हसून ते म्हणाले, ''अहो, मीच नाही तर तुमचे अध्यक्ष बुशसुद्धा सीएनएन पाहतायत. त्यांचं म्हणणं आहे 'व्हाइट हाउस'च्या प्रशासनाकडून मिळणारी खबर उशिराने मिळते, पण या वाहिनीवरच्या बातम्या तेज असतात.''

शेवटी कोकने तुर्कस्तानमधील फ्रँचायझी काढून टाकली. हॅज गटाबरोबरचे

आपले मतभेद कंपनीने शांततापूर्ण मार्गाने मिटवले आणि मग कंपनीने स्वत:चा बॉटलिंग प्लान्ट उभा केला. आजमितीला तुर्कस्तान ही कंपनीची मोठा खप असलेली बाजारपेठ आहे.

एवढ्या मोठ्या पातळीवरचं बॉटलरसोबतचं भांडण माझ्या कारकिर्दीत अजून एकदा झालं. ते म्हणजे १९९० सालच्या मध्यावरती स्वीडन आणि नॉर्वेच्या बॉटलरशी. नॉर्वेच्या एका भागातील बॉटलर ओर्केला यांच्याबाबतची कथा मी वर्तमानपत्रात वाचली. ती म्हणजे त्यांनी 'प्रिस्प ब्रेवरी' नावाची कंपनी विकत घेतली. ही कंपनी स्वीडनमधली बॉटलर कंपनी होती. कोका-कोलाने या विक्रीच्या प्रस्तावाला कधीच मान्यता दिली नव्हती. हा प्रकार म्हणजे उघड-उघड कराराचा भंग होता. याच्यावर कडी म्हणजे ओर्केला यांना स्वीडनमधली फक्त कोकचीच फ्रँचायझी हवी होती. त्यामध्ये त्यांना फँटा, स्प्राइट वगैरे नको होतं. त्याऐवजी ते आपले स्वत:चे ब्रॅन्ड्स विकणार होते. आम्ही हा प्रस्ताव नाकारला. यामुळे ओर्केलांनी आमच्या विरोधी प्रचार सुरू केला. याच्यात त्यांनी कामगार संघटनेचा पाठिंबा घेतला. आम्ही स्वीडिश फ्रँचायझी काढून घेत आहोत असा आरोप त्यांनी केला. मी ताबडतोब रशियातल्या सेंट पीटर्सबर्ग शहरातून रवाना झालो. तिथं नव्याने रुजू झालेल्या कोकच्या नव्या अध्यक्षांची, डौग आयव्हेस्टर यांची भेट घ्यायला मी गेलो होतो. तिथे जाऊन आल्या आल्या मी स्वीडनची राजधानी ऑस्लो येथे आलो. या नव्या युद्धाचा सामना करण्याची मी तयारी सुरू केली.

ओर्केला यांना ड्रायव्हर लोकांच्या युनियनचा पाठिंबा होता. त्यामुळे कोका-कोलाचं नॉर्वेमधलं वितरण ठप्प झालं होतं. टीव्हीवरच्या बातम्यांत दाखवल्या जाणाऱ्या चित्रफितींमध्ये हे दाखवत होते की, युनियनचे सदस्य दुकानांच्या मांडण्यांमधून कोका-कोलाची उत्पादनं काढून टाकून मांडणी रिकामी करत होते. नॉर्वेमधील इतर बॉटलर्सशी संपर्क साधून आम्ही ही कमतरता भरून काढायचा प्रयत्न करत होतो. पण त्याला म्हणावं तितकं यश येत नव्हतं. कोका-कोलाच्या ऐक्यावर आणि फ्रँचायझी प्रणालीवर हे आक्रमण होतं. या ठिकाणी पड खाणं चालणार नव्हतं. अगदी गरज पडली असती तर आम्ही नॉर्वे आणि स्वीडनमधून बाहेर पडायलासुद्धा तयार होते. डौग आयव्हेस्टरचा मला याबाबत पूर्ण पाठिंबा होता.

कर्मधर्मसंयोगाने माझा 'रीटेल रिसर्च कौन्सिल'शी (किरकोळ व्यापार संशोधन मंडळ) संबंध असल्याने व तेथे काम केलेले असल्याने नॉर्वेमध्ये किरकोळ व्यापाऱ्यांची साखळी उभारणाऱ्या स्टेईन एरिक होगेन या माणसाशी माझी दोस्ती होती. एरिक कोका-कोलाच्या उत्पादनांचा मोठा खरेदीदार होता. एवढंच नाही, तर बिअरचाही मोठा खरेदीदार होता. तो म्हणाला, ''ही गोष्ट तू माझ्यावर सोड, मला ठाऊक आहे हा प्रश्न नक्की कसा सोडवता येईल ते.''

जेव्हा ओर्कलाने आम्ही वितरण करणार नाही असं सांगितलं, त्याच वेळी एरिकने खूप मोठी कोकची मागणी नोंदवली. जेव्हा ओर्कलाने असमर्थता व्यक्त केली तेव्हा एरिकने त्याला उलट कळवलं, "जर कोक देणार नसाल तर बिअरही पोहोचवायची तसदी घेऊ नका." हा मात्र ओर्कलाला प्रचंड मोठा आर्थिक फटका होता. अगदी साधा असा हा तोडगा होता. पण चुटकीसरशी आमचा प्रश्न सोडवला गेला. हा तोडगा अल्पकालीन होता. आमची सर्व उत्पादनं दुकानांच्या मांडण्यांवर परतली. या उदाहरणातून किरकोळ विक्रेत्यांची शक्ती प्रत्ययाला तर आलीच, पण चांगला ग्राहकसंपर्क व नातेसंबंधाचंही हे उत्तम उदाहरण ठरलं. ती वेळ स्टेईन एरिकने निभावून नेली; पण दीर्घकालीन उत्तर शोधण्यासाठी आम्ही स्टॉकहोम आणि ऑस्लो या दोन्ही ठिकाणी कंपनीच्या मालकीचे बॉटलिंग प्लान्ट्स उभारले. मग ओर्कला यांच्याकडून फ्रँचायझी काढून घेतली. त्यांनी आमच्यावर दाखल केलेल्या कायदेशीर दाव्याचा परामर्ष घेत आम्ही ती भानगड मिटवली. फ्रँचायझी प्रणालीची एकात्मता टिकवणं अशा तऱ्हेने यशस्वीपणाने शक्य झालं. या गोष्टीचा मला सीईओ म्हणून काम करताना फायदा झाला. माझ्या त्या कार्यकालादरम्यान मी जर्मन बॉटलर्सचं एकीकरण केलं. माझ्या सभ्य, मऊ, मुलायम स्वभावाशी परिचित असलेल्यांना माझ्या व्यक्तित्वाची कठोर बाजूही या निमित्ताने पाहायला मिळाली.

याच काळात हंगेरी, झेकोस्लोव्हाकिया यांसारख्या पूर्व युरोपीय राष्ट्रातीलच नव्हे, तर बेलारूसससारख्या रशियातल्या छोट्या-छोट्या देशांमध्येही आमचा व्यवसाय प्रचंड वेगाने विस्तारत होता. आम्ही प्लान्ट्स उभारणी व गुंतवणुकीचा धडाका लावला होता.

रशियाची बाजारपेठ कळणं हे तसं अवघड काम होतं. मॉस्कोमध्ये मॅकडोनल्ड्स उघडल्यापासून जी सुरुवात झाली ती फार काही पुढे सरकली नाही. कोका-कोलाची लाल मोठी निऑन तर लागलीच होती. इतर राष्ट्रांच्या तुलनेने रशियामध्ये भांडवलशाही आणि साम्यवाद यांच्यामधला वाद जरा जास्तच काळ टिकून राहिला होता. साम्यवादातील अर्थव्यवस्था इतकी प्राथमिक अवस्थेत होती की, अजूनही तिथली कोकची व्हेंडिंग मशीन्स काचेच्या ग्लासात कोका-कोला देत असत आणि ते ग्लाससुद्धा साखळीने बांधलेले असत. त्या साम्यवादी रचनेमध्ये कागदाचे कप्ससुद्धा दुर्मीळ होते. या व्हेंडिंग मशीन्सची नाणी स्वीकारण्याची यंत्रणा तुटलेली होती. कपमध्ये कोका-कोला देऊन पैसे स्वीकारण्यासाठी माणसाला उभं राहावं लागायचं. साखळी लावलेल्या काचेच्या ग्लासमधून प्रत्येक ग्राहक कोक पीत असे. त्याच्यानंतरच्या गिऱ्हाइकालाही त्याच, न धुतलेल्या ग्लासमधून प्यावं लागे. अजूनही आम्हाला बराच मोठा पल्ला गाठायचं बाकी होतं.

रेनॉल्ड्स ऑल्युमिनियमसोबत आम्ही देवाणघेवाणीचा सौदा टिकवण्यासाठी खूप धडपड केली. 'कॅन'साठी लागणारा पत्रा आम्ही कोकच्या बदल्यात घेऊ असा

कंपनीने करार केला. यामध्ये कंपनीने दोन कोटी डॉलर्सच्या मालाची खरेदी वर्षाकाठी करण्याचं मान्य केलं. पण रेनॉल्ड्स कंपनीला तंत्रज्ञान वापराचं शुल्क मोजण्याचं कारण काय? याचा मात्र उलगडा रशियनांना होत नव्हता. आपल्या राष्ट्राच्या अंतराळ कार्यक्रमासाठी उत्कृष्ट पोलादाची निर्मिती व रचना केल्याचा त्यांना सार्थ अभिमान होता, त्याबद्दल ते नेहमी बोलत असत. आम्ही असे उत्कृष्ट पोलाद उत्पादक असताना एखाद्या बाहेरच्या कंपनीला कॅनच्या तंत्रज्ञानासाठी शुल्क देणं यामागची कल्पना त्यांना पटत नव्हती. खरंतर ही कल्पनाच त्यांच्यासाठी संपूर्ण नवीन होती. भांडवलशाही अर्थव्यवस्थेची मूल्य अंगीकारणं त्यांना खूपच कठीण जात होतं. एखादी वस्तू फायदा मिळवून विकणं ही संकल्पनाच त्यांना नवीन होती. काही सरकारी अथवा तत्सम संस्थांचे कायदे त्या वेळी खासगी गुंतवणुकीला सामावून घेऊ शकत होते.

१९९१ सालाच्या सुरुवातीला कंपनीने मॉस्कोजवळ कंपनीच्या मालकीचा प्लान्ट १२ दशलक्ष डॉलर्समध्ये उभारण्याचं ठरवलं. पण त्या काळी तिथं परदेशी कंपनीने जागा खरेदी करणं बेकायदेशीर होतं. यामुळे पाश्चात्त्य कंपन्या एखाद्या रशियन माणसासोबत भागीदारीत संयुक्त प्रकल्प उभारीत असत. गुंतवणुकीचा आपला हिस्सा म्हणून जमीन दिली जात असे. आम्ही जमीन भाडेपट्टीच्या करारावर घेऊन संपूर्णपणे स्वत:च्या कंपनीचा व्यवसाय उभारण्याचा प्रयत्न करत होतो. भागीदारी टाळत होतो. हे असं करणारी किंवा करायचा प्रयत्न करणारी आमचीच पहिली पाश्चिमात्य कंपनी होती. जमीन भाडेपट्टीच्या कराराने देण्यासंबंधातील कायदा अद्याप लिहिला जात होता आणि त्याला निश्चित असं स्वरूप प्राप्त झालं नव्हतं. तिथल्या सरकारी अधिकाऱ्यांनाही कल्पना नव्हती की, ती जमीन नेमकी कोणाच्या मालकीची आहे. प्रत्यक्ष मालक सोविएत राष्ट्र, रशियन गणराज्य की मॉस्को नगर परिषद? यांच्यापैकी नक्की कोणाच्या मालकीची ती सरकारी शेतजमीन होती? की कोणत्या संस्थेच्या मालकीची ती मिळकत होती? याचा कोणालाही पत्ता नव्हता.

इतके सर्व अडथळे होते तरी आम्ही काम पुढे रेटलं. शेवटी मॉस्को शहर निगमशी चर्चा करून हे शक्य झालं. आम्ही त्यांना हे मुद्दे पटवून सांगत होतो की, सरकार चालवणं आणि उद्योग व्यवसाय चालवणं या गोष्टी वेगवेगळ्या आहेत. आणि तसं वेगवेगळं करण्यासाठी आम्ही तुम्हाला मदत करत आहोत. मग आमच्या डोळ्यांदेखत मॉस्को शहराचं संपूर्ण रचनात्मक रेखन संपूर्ण बदलून गेलं. त्यापाठोपाठ ऑगस्ट, १९९१मध्ये लष्करी उठाव फसला. यामुळे जुन्या सोविएत युनियनचा अंत झाला. या उठावाच्या क्रांतिकारक प्रयत्नानंतर मॉस्कोचे महापौर गॅवरिल पॉपॉव्ह यांनी साम्यवादी प्रणाली संपूर्णपणे नष्ट करून टाकली आणि शहराचं व्यवस्थापन संपूर्ण भिन्न तऱ्हेने चालवायला सुरुवात केली. निर्णयप्रक्रिया संपूर्णपणे बदलून टाकल्यावर आम्हाला हे समजेना की, आमच्या जागेवर जे बांधकाम चाललं होतं त्यासाठी नेमका जबाबदार

माणूस अथवा संस्था कोणती आहे? नव्या सरकारसोबत आमचे संबंध नव्याने बळजबरीने जुळवण्यात आले. याशिवाय शहराच्या खासगीकरणाची समिती, रशियन जमिनीबाबतचा संघराज्य आयोग, अध्यक्ष बोरिस येल्त्सिन यांचे कर्मचारी आणि सामाजिक कृती गट आदी सर्वांशी बळेच संबंध जोडले गेले. आम्हाला या सर्व कामांसाठी अकरा वकील नेमावे लागले. त्यांनी आमच्या करारपत्रात पंधरा वेळा निरनिराळ्या बदलांसह आवृत्त्या काढल्या. सर्वांत शेवटी चौदा-पंधरा तासांची, आमच्या सहनशक्तीचा अंत पाहणारी मुलाखत मॉस्को शहर परिषदेसोबत घेतली.

मॉस्कोपासून पंधरा मैल बाहेर अंतरावरची जागेची किंमत मॉस्को शहर परिषदेत पत्रास लाख डॉलर्स ठरवली. याशिवाय दरवर्षी भाडेपट्टीची रक्कम भरायचीच होती. यामुळे या जागेची किंमत मॅनहॅटनमधल्या मोक्याच्या जागेवरील महागड्या ऑफिससाठीच्या जागेइतकी झाली. अतिशय चीड आणणारी ही किंमत होती. आम्ही शेवटी करार न करताच मॉस्को नगरपरिषदेच्या कचेरीतून बाहेर पडलो.

ज्याच्या वडिलांनी मॉस्कोमध्ये मॅकडोनल्ड्स स्थापन करण्यात अतिशय महत्त्वाची भूमिका गाजवली होती, तो केग कोहेन मग याच्यात उतरला. त्यानं अमेरिकेला जाण्याच्या दहा तासांच्या विमान प्रवासात महापौर पोपॉव्हच्या पुढ्यातली जागा मला मिळेल, अशी व्यवस्था केली. कोका-कोलामुळे मॉस्को शहराच्या मूल्यात वाढ होईल हे महापौरांनी मान्य केलं आणि मुळात सांगितलेली ५० लाख जागेची किंमत कमी करून आठ लाख डॉलर्सपर्यंत उतरवायचं मान्य केलं. शिवाय भाडेपट्टीचा करार कमी भाड्याने ४९ वर्षांसाठी करण्याचंही मान्य केलं.

१६ ऑक्टोबर ते २५ ऑक्टोबरपर्यंत अजून दहा वेळा भाडेपट्टीचा करार बदलत राहिला. शेवटी कंपनीने ते आठ लाख डॉलर्स विश्वविद्यालयात विद्यार्थ्यांसाठी आंतरराष्ट्रीय शिष्यवृत्तीसाठी द्यायचं ठरलं. मॉस्कोच्या आंतरराष्ट्रीय विद्यापीठात शिष्यवृत्ती लागू होणार होती. त्यानंतर मुलांच्या दवाखान्याला औषधांचा पुरवठा करणं हेदेखील त्या करारात आलं. त्यानंतर पुन्हा चर्चा झडल्या आणि पुन्हा सहा वेळा करार बदलला गेला. मग सरतेशेवटी १७ डिसेंबरच्या संध्याकाळी पाच वाजता आवश्यक असलेल्या सगळ्या सह्या झाल्या. नाताळच्या सुट्ट्या सुरू होण्यापूर्वी शेवटच्या दिवसाचं ते शेवटचं मिनिट होतं.

अजून आमचं काम बाकी होतं. जोपर्यंत जमिनीच्या उताऱ्यावर भाडेकराराची नोंद होत नव्हती तोपर्यंत हा सौदा अपूर्ण होता. आणि सह्या होत नव्हत्या. खासगीकरण समितीला असे उतारे आणि अभिलेख बनवायला आम्ही जानेवारीचा संपूर्ण महिनाभर मदत केली. कारण मॉस्कोमध्ये म्हणा की रशियामध्ये, असे उतारे व अभिलेख असा प्रकारच नव्हता. मार्च, १९९२मध्ये असे अभिलेख आणि उतारे एकदाचे तयार झाले आणि रशियाच्या केंद्रीय बँकेने जेव्हा या भाडेपट्टीच्या करारावर व भूमी अभिलेखावर

सह्या केल्या, तेव्हा कुठे ती जमीन आमच्या ताब्यात मिळाली. म्हणजे ती मालमत्ता कोका-कोलाच्या मालकीची झाली. मग आम्ही करारात ठरल्यानुसार वैद्यकीय उपकरणे मागवली. शिवाय मॉस्को विश्वविद्यालयात शिष्यवृत्ती देण्यासाठी रक्कम त्यांच्या खात्यांवर भरून टाकली. इकडे बांधकाम सुरू झालं. पण अजून आमची कथा काही संपली नाही. आमच्या जागेसाठी अन्य सुविधा पुरवण्याचा करार कलमांचं पालन करायचं काम मात्र शहराच्या अधिकाऱ्यांनी आदरपूर्वक अमान्य केलं. कंपनीला त्या सुविधांसाठी पाच लाख डॉलर अतिरिक्त मोजावे लागणार होते किंवा सुविधा मिळण्यासाठी अजून उशीर सहन करावा लागणार होता.

वेळ, श्रम आणि संसाधनं हे खूप मोठ्या प्रमाणात जुन्या सोविएत रशियात वापरावं लागायचं. काही का असेना, संधी पण मोठ्या प्रमाणात उपलब्ध होती.

आमच्यापेक्षा पेप्सीचा खप दहापटीने जास्त होता. साम्यवादी सरकारसोबत त्यांची गहिरी दोस्ती व राबता होता. जसजशी केंद्रीय साम्यवादी सरकारची पकड अशक्त होत गेली आणि सरकारी मालकीच्या बॉटलिंग प्लान्ट्सचं खासगीकरण होत गेलं, तसतसा पेप्सीचा वट कमी होत गेला. आम्ही लाखो डॉलर्सची गुंतवणूक दहा कारखान्यांमध्ये करत सुटलो, जिथं बिअर, कॉग्नॅक (एक प्रकारची दारू) व सॉफ्ट ड्रिंक्स बाटल्यांमध्ये भरण्याची व्यवस्था होती. आमच्यासाठी ते एक खेळातलं दान पडलं होतं. कारण त्या वेळी आमचा कायदेतज्ज्ञ चमू रशियामधली पहिली काही खासगी करारपत्रं तयार करत होता. ही करारपत्रं कितीही व्यवस्थित शब्दांकित केली असली, तरी इथल्या न्यायव्यवस्थेत एखाद्या मतभेदाच्या, झगड्याच्या परिस्थितीत त्याचा कराराच्या अंमलबजावणीबाबत कितपत उपयोग होईल याची काहीच खातरी नव्हती. पेप्सीच्या दृष्टीनं पाहिलं तर हे असे करार-मदार म्हणजे शुद्ध वेडेपणा होता. पण सत्य परिस्थिती अशी होती की, तेथील केंद्रीय सरकारचा प्रभाव किती वेगाने दिवसेंदिवस कमी होत चालला आहे याची त्यांना जाणीव होत नव्हती. बॉटलिंग प्लान्ट्सना लागणारे सुटे भाग पुरवण्याइतकेही पैसे आता लवकरच केंद्र-सरकारजवळ असणार नव्हते. एक सोडून बाकी सर्व बॉटलिंग प्लान्ट्समध्ये आम्ही गुंतवणूक वाढवली. आमचा तोटा फक्त एकाच ठिकाणी झाला. तिथला प्लान्टमालक घशाच्या कॅन्सरने वारला. त्याच्या मुलाला तिथल्या स्थानिक 'माफिया' टोळ्यांनी पैसे दिले, ते त्यानं परत केले नाहीत. माफियाने मग करारनाम्याचा आदर केला नाही यात नवल काहीच नाही.

रशियातील नवीन मॅनेजर म्हणून मी मायकेल ओनीलची नेमणूक केली. जर्मनीत त्याची माझी पहिली भेट झाली. आमच्या मुली तिथे एकाच शाळेत होत्या. आयर्लंडचा कामगार प्रतिनिधी म्हणून तो पूर्वी काम करत असे. १९७०च्या सरत्या दशकात तो इथे रशियात येऊन स्थायिक झाला होता. त्याला रशियन भाषा अतिशय सहजपणे बोलता येत असे.

जेव्हा मी पुष्किन चौकातील कोका-कोलाची निऑन साइन चालू केली त्या वेळी तिथं छतावर मायकेल कुडकुडत उभा होता. खाली गर्दीवर तो निऑन साइन बोर्ड पडू नये किंवा ऐनवेळी वीज जाऊ नये याची काळजी तो तिथं राहून घेत होता.

मायकेल ब्रिक डाचा इथे राहत होता. हे ठिकाण मॉस्कोपासून पंचेचाळीस मिनिटांच्या अंतरावर होतं. ते जर्मन युद्धकैद्यांनी बांधलं होतं.

एकेकाळी स्टालिन तेथे राहत असे. मी एकदा 'डाचा'ला भेट दिली होती. तिथं गेल्यावरच रशियाच्या खऱ्या जीवनाची जाणीव होऊ लागली. बर्चच्या झाडांचं घनदाट अरण्य तिथं पसरलं होतं. थंडीचे दिवस होते. सगळीकडे हिमवर्षाव होऊन बर्फ साचलं होतं. पण आकाश निरभ्र असल्याने रात्री तारे स्पष्ट दिसत होते. चंद्र आकाशात विलसत होता. बर्फाची जाड चादर सगळीकडे पसरली होती. 'डॉक्टर झिव्हॅगो' सिनेमातल्या दृश्यांप्रमाणे सर्व काही दिसत होतं. 'डॉक्टर झिव्हॅगो' कथेचा लेखक तिथंच दोन मैलांपेक्षा कमी अंतरावर थडग्यात चिरविश्रांती घेत होता. रशियाची भूमी कडक व कणखर आहे; पण सुंदरही आहे. या भूमीविषयीची खोल भावना रशियन मनात, आत्म्यात कशी रुजते याचं प्रत्यंतर इथे पाहायला मिळतं, समजून येतं.

रशियामध्ये माझ्यासोबत कित्येकदा पामेला आणि कॅरा येत असत. त्यांचं आवडतं ठिकाण म्हणजे 'ओपन एअर मार्केट'. कॉकेशस पर्वतातील मऊशार दुलया आणि घोंगड्या इथे स्वस्तात मिळत. कॅराने एकदा शंभर डॉलरमध्ये अशा दोन दुलया घेतल्या आणि लगेचच त्यातली एक स्वत:च्या अंगाभोवती, बोचऱ्या रशियन थंडीपासून संरक्षण करण्याकरिता घट्ट लपेटून घेतली.

एकदा मी आणि मायकेल, व्यवसायिक नेत्यांच्या मोठ्या गटासोबत बोटीवर सहलीला जायचं ठरलं होतं. ठरल्या वेळेच्या बरेच लवकर आम्ही पोचल्याने मायकेल म्हटला, "लेनिनग्राड महामार्गावर दोन-चार किलोमीटर अंतरावरच्या कॉग्नॅक प्लान्टला भेट देऊन याव्ं." मी सल्ला मान्य केला, कारण मॉस्कोमधला कोका-कोलाच्या बाटल्या भरणाऱ्याचा कारखाना सुरू होण्यापूर्वी ही सुविधा पाहता आल्यास बरंच होणार होतं. मॉस्कोतलं बांधकाम अजून चालूच होतं. आम्ही तिथं गेलो तेव्हा फॅन्टाची, त्या दिवसाची पहिली बॅच नुकतीच बाहेर पडत होती. तिथल्या असिस्टंट मॅनेजरने 'टोस्ट'चा प्रस्ताव ठेवला. मग आम्ही फॅंटा प्यायलो. त्यानंतर रशियन सॉसेजेस, ब्रेड खाल्ले आणि मिनरल वॉटर आणि कॉग्नॅक प्यायलो. नंतर त्यानं त्याच्या तीन-चार सुपरवायझर्सना बोलावलं. या सगळ्या महिला होत्या. जुन्या सोविएत युनियनमध्ये ही गोष्ट सामान्य होती. मायकेल हा आमच्यात दुभाष्याचं काम करत होता. नव्या रशियातील आयुष्याबाबत आम्ही बोलू लागलो. त्यात आम्ही इतके रंगून गेलो की, बोटीवरच्या सफरीला आम्ही पूर्ण फाटा दिला.

मुळापासून जुन्या पद्धतीत पूर्णपणे रुळलेली एक महिला साम्यवादाच्या जुन्या

आठवणीत हरवून गेली होती. नव्या व्यवस्थेबाबत बोलताना ती म्हणाली, ''आता मी माझ्या मुलांना उन्हाळ्यातल्या सुटीसाठी कुठे पाठवणार? उन्हाळी शिबिरांना मुलांना पाठवण्याचा खर्च पूर्वी सरकार करत असे. पण आता मी काय करू? माझी मुलं आता रस्त्यावर खेळतायत. त्यांच्या सुटीसाठीचा खर्च आता मलाच करावा लागणार. सगळ्या ठिकाणची भाडेवाढ झाली आहे.''

त्यामानाने तरुण निरीक्षक स्त्रीचं मत अगदी वेगळं होतं. बाजारपेठेतील नव्या बदलांचा दीर्घकालीन परिणाम तिला समजू शकत होता. त्याच्यातून निर्माण होणाऱ्या विकासाच्या संधी आणि शक्यताही तिला खातरीशीर वाटत होत्या. या रशियात झडणाऱ्या सर्वसामान्य चर्चा होत्या आणि वयानुसार त्यातल्या भूमिकाही ठरलेल्या होत्या. अगदी कोका-कोला कंपनीतल्या वयस्कर आणि तरुण कर्मचाऱ्यांमध्येही हा वाद होता. वयस्कर मंडळी बदल स्वीकारायला तयार नसत.

कॉग्नॅक प्लान्टवरच्या आमच्या त्या मुक्तचर्चेमुळे माझ्या आयुष्यातील ती संध्याकाळ अगदी संस्मरणीय ठरली. दुर्दैवाने त्यानंतर सहा महिन्यांतच त्या प्लान्ट मॅनेजरला माफिया टोळीने गोळीबार करून मारून टाकलं.

या पुस्तकासाठी मायकेलने दिलेल्या मुलाखतीत सांगितलं की, ''त्या मॅनेजरला माफियांनी त्यांच्यासाठी कॉग्नॅकच्या बाटल्या भरायला सांगितल्या आणि त्यानं नकार दिला, म्हणून त्याला गोळ्या घालून ठार मारण्यात आलं. गुंड त्यांना म्हणाले होते, 'आम्ही फक्त दोनदा विचारू, तिसऱ्यांदा नाही.' एके दिवशी सकाळी त्यानं आपलं घर सोडलं, पण बिचारा त्याच्या मोटारीपर्यंत काही कधीच पोहोचू शकला नाही.''

मॉस्कोच्या रस्त्यावर गोळीबाराचा आवाज म्हणजे काही नवलाईची गोष्ट नव्हे. मधूनअधून अशा घटना घडत असत. मॉस्कोच्या नवीन बॉटलिंग प्लान्टच्या वेळी मी आणि डाउग आयव्हेस्टर सोबत जात होतो, तेव्हा मला या गोष्टीचा शोध लागला. डाउगने माझ्या अगोदर जवळजवळ अर्धा तास हॉटेल सोडलं होतं. मी माझी खोली सोडायच्या तयारीत असताना रस्त्यावर गोळ्या झाडल्याचा आवाज ऐकला.

दोन माफिया टोळ्यांच्या युद्धाच्या गोळीबारात कोका-कोलाचा ड्रायव्हर अडकला आणि गंभीररीत्या जखमी झाला. केवळ तीस मिनिटांच्या अवकाशाने आयव्हेस्टर वाचला.

जेवढा जास्त काळ मी रशियात काढला तेवढा मी, रशियन सरकारमध्ये जास्त गुंतत गेलो. तसंच तिथले उद्योग, तिथल्या संस्कृतीतही माझा वावर वाढला. रशियाच्या परराष्ट्र व्यवहार सल्लागार मंडळावर माझी नेमणूक झाली. पंतप्रधानांशी आमची भेट दर सहा महिन्यांनी होत असे. तसंच मंत्रिमंडळाशीही भेट व्हायची. या सल्लागार मंडळावर पंतप्रधानांनी अन्य मोठ्यामोठ्या आंतरराष्ट्रीय कंपन्यांचेही प्रतिनिधी नियुक्त केले होते. यामध्ये 'ब्रिटिश पेट्रोलियम', 'मित्सुबिशी'सारख्या कंपन्यांचा

समावेश होता. हे सर्व प्रतिनिधी म्हणजे त्या त्या कंपनीचे सीईओ होते. आम्ही तिथले कर, न्यायालयं, तिथल्या रूढी, शिवाय आयात-निर्यातविषयक गोष्टींबाबत चर्चा करत असू. तिथंच माझ्या ओळखीपाळखी वाढल्या, नातेसंबंध दृढ झाले आणि रशियाबाबत मी जाणकार होत गेलो. बॉब स्ट्रॉसनंतर रशिया-अमेरिका औद्योगिक सल्लागार मंडळाचा मी अध्यक्ष झालो. व्यावसायिक संबंधातून सांस्कृतिक संबंध दृढ झाले आणि सेंट पीटसबर्ग येथील हर्मिटेज वस्तुसंग्रहालयाच्या आंतरराष्ट्रीय संचालक मंडळावर माझी नेमणूक झाली. जगातील सर्वांत जुन्या वस्तुसंग्रहालयांपैकी ते एक आहे. १७६४मध्ये राणी 'कॅथरीन द ग्रेट' हिने त्याची पायाभरणी केली. संचालक मंडळाचा प्रतिनिधी म्हणून मिळणारा विशेष फायदा मला मिळाला. यामुळे सर्वसामान्य जनतेला पाहायला खुल्या नसलेल्या कलात्मक वस्तू – ज्या वस्तुसंग्रहालयाच्या तळघरात जपून ठेवल्या आहेत – त्याही मला पाहायला मिळाल्या. तो क्षण मोठा अमूल्य व अविस्मरणीय होता.

कोकच्या रशियातल्या वाढत्या व्यवसायमुळे अटलांटामधील मुख्यालयाला रशियन बॉटलरसच्या भेटींची संख्या वाढली. लवकरच आम्हाला असं शिकायला मिळालं की, जेव्हा रशियन बॉटलरसची भेट असेल तेव्हा हॉटेलातल्या छोट्या बार मध्ये फक्त कोका-कोला आणि बिअर ठेवायला हवी. नाहीतर एकाच दिवसात सगळी दारू ते संपवून टाकतात. शिवाय जाताना बाटल्या आपल्या सामानातून घरी घेऊन जातात. यामुळे मिनी बारचं बिल हॉटेलच्या खोलीच्या भाड्यापेक्षाही जास्त होई.

अटलांटामधील 'गोल्ड क्लब' नावाच्या डान्सिंग क्लबमध्ये एकदा क्रेग कोहेन भेटीला आलेल्या शिष्टमंडळाला घेऊन गेला. तेथे नग्ननृत्य असे. तिथला खर्चाचं बिल त्यांनं कंपनीला दिलं. कित्येक हजार डॉलर्सचं ते बिल होतं. अंतर्गत लेखापरीक्षकाला या नियमाच्या उल्लंघनाचा संताप आला. त्याचं म्हणणं होतं की, क्रेगला काढून टाकावं. आम्ही शेवटी तोडगा असा काढला की, क्रेग त्याच्या खिशातल्या पैशातून हे बिल भरेल. क्रेग आता 'सर्क्यु-द-सोलेल'चा उपाध्यक्ष आहे आणि ती पावती त्यांनं त्याच्या घरातील बाथरूममध्ये फ्रेम करून आजही टांगून ठेवली आहे.

सेंट पीटर्सबर्गचा महापौर अनातोली साबचेक एकदा अटलांटा भेटीसाठी आला होता. कंपनीच्या भेटवस्तू दुकानातून त्यांनं एक अंतर्वस्त्र खरेदी केलं. आणि एका भर सभेत त्यांनं आपली विजार उतरवून खास रशियन पद्धतीनं आपली बॉक्सर अंडरपँट सर्वांना दाखवली.

सेंट पीटर्सबर्ग इथे आम्ही एक प्लान्ट एका पोलादी डोळ्याच्या, तरुण, माजी केजीबी एजंटसोबत उभारण्याचं मान्य केलं होतं. त्याचं नाव होतं ब्लादिमिर पुतिन. शहराच्या विदेशी आर्थिक संबंध विभागाशी संबंधित चर्चा वगैरे तोच पाहत होता.

थोड्याच काळात पेप्सीपेक्षा कोका-कोलाचा खप वाढला. नेमका आपण कुठे

फटका खातोय हे या निळ्या फौजेच्या (पेप्सी) लक्षात येत नव्हतं. १९९४मध्ये कोकच्या दसपट खप असलेलं पेप्सी झपाट्यानं मागे पडलं व कोक पुढे गेलं आणि आजमितीलाही कोक पुढेच आहे. मायकेल म्हणाला, ''ते झोपले होते!''

पूर्व युरोप व रशियाला कोका-कोलाने भांडवलशाहीची देणगी दिली. आम्हाला असा शोध लागला की, एखादी कंपनी यशस्वी कशी होते हे जाणून घेण्याची त्यांना भूक होती. त्यांच्या हे लक्षात आलं होतं की, त्यांना ज्या तात्त्विक कल्पना शिकवल्या गेल्या होत्या, त्या शेवटी फोल ठरल्या आहेत. बर्लिन भिंत कोसळ्यानंतरच्या पहिल्या काही वर्षांत या बदलामध्ये सहभागी होण्यासाठी आवश्यक पुरेशी संसाधनं आणि सोशिकपणा छोट्या परदेशी कंपन्यांमध्ये नव्हता. हा धोका पत्करायला कोका-कोला पुरेशी मोठी होती. तरीही एकदा पथप्रवर्तक म्हणून कोका-कोला आलं की, आपोआप बाकीच्यांचा मार्ग सुकर होईल आणि तसा तो झाला. तेही फक्त नव्या उद्योगांसाठी नव्हे, तर इतर देशांसाठीही.

परकीय सहकार्याचा एक अतिशय सक्षम मार्ग म्हणून भांडवलवादावर माझा पक्का विश्वास आहे. सामाजिक विकासावर सरकार जो अब्जावधी रुपयांचा खर्च करतं, त्याऐवजी गरीब देशात गुंतवणूक करणाऱ्या कंपन्यांना तेवढीच जर करामध्ये सवलत दिली तर खूपच फरक पडेल. म्हणून सरकारांनी याविषयी विचार करणं गरजेचं आहे. सामाजिक विकासाच्या उपक्रमापेक्षा व्यवसायात केलेल्या गुंतवणुकीचे परिणाम बहुआयामी आणि गुणित प्रमाणात असतात. परिणामत: अधिक मोठ्या फायदेशीर कंपन्या यामुळे तयार होतात. त्यामुळे जनतेची दारिद्र्यामधून शब्दश: सुटका होते.

पूर्व युरोपात घडणाऱ्या वेगवान बदलांसोबत अजून एक ऐतिहासिक प्रसंग या दरम्यान घडला. ११ फेब्रुवारी, १९९०मध्ये नेल्सन मंडेलांना तुरुंगातून मुक्त करण्यात आलं. सत्तावीस वर्षांच्या प्रदीर्घ कारावासानंतर हा मुक्तीचा क्षण आला होता. दक्षिण आफ्रिकेतील वर्णद्वेषी सरकारचे दिवस भरले होते. 'आफ्रिकन नॅशनल काँग्रेस'चे मंडेला व त्यांचे अनुयायी थाबो मेबिकी व युसूफ सुरती यांची सुटका झाली. त्यांच्या सन्मानार्थ, आमच्या कंपनीच्या दक्षिण आफ्रिका विभागाचा कार्ल वारे याने जोहान्सबर्गला एका भोजनाचा समारंभ आखला होता. हा वारे कोकचा दक्षिण आफ्रिका विभागाचा १९९१मध्ये उपाध्यक्ष होता. युसूफला माझ्या जोहान्सबर्गच्या दिवसांपासून मी ओळखत होतो. मी उंच असल्यामुळे माझे कपडे शिंप्याकडूनच शिवायला लागायचे. युसूफ हा माझा शिंपी होता. तो ते काम एका दिवसात करायचा. पण आफ्रिकन नॅशनल काँग्रेसचा सदस्य म्हणून हा आकर्षक तरुण काम करत असेल असं मात्र चुकूनही वाटलं नव्हतं. हळूहळू मंडेलांच्या खास माणसांपैकी तो एक झाला होता.

या माझ्या मंडेलांबरोबरच्या पहिल्या भेटीत आपणही वर्णद्वेषाला केलेल्या विरोधाचा उल्लेख प्रत्यक्ष वा अप्रत्यक्ष पद्धतीने करण्याची मला गरज वाटली. माझ्या कॉलेजमधल्या दिवसांतील माझ्या कृतिशीलतेची गोष्ट मी सुरू करताच मंडेलांनी त्यांचा हात माझ्या मनगटावर ठेवला. शांतपणे पण जाणीवपूर्वक ते म्हणाले, ''मिस्टर इझडेल, काळजी करू नका. आम्हाला तुमच्या बाबतीत सर्व काही ठाऊक आहे.'' माझ्या भाषणातील अस्वस्थपणाकडे लक्ष न देता मंडेलांना ते चालू ठेवू देता आलं असतं, पण त्यांच्याजवळ खऱ्या अर्थानं दुसऱ्यांना जाणून घ्यायची क्षमता होती.

युसूफने नक्कीच मंडेलांना माझ्याबाबत माहिती दिली होती. तो माझ्याकडे पाहून हसला. दक्षिण आफ्रिकेतील कोका-कोलाचं व दक्षिण आफ्रिकेचं भविष्य याबाबत मी अधिक आश्वस्त झालो.

१९९३ सालच्या ऑक्टोबर महिन्यात पहिले 'जे. फुलब्राइट' पारितोषिक मंडेलांना प्रदान करण्याचा बहुमान मला मिळाला. आंतरराष्ट्रीय सामंजस्यासाठीचं हे पारितोषिक म्हणजे पन्नास हजार डॉलर्सची रक्कम आहे. याचे प्रायोजकही कोका-कोला कंपनी आहे. हा एक अतिशय हृद्य आणि तेवढाच सामर्थ्यपूर्ण असा प्रसंग होता.

पुरस्कार प्रदान करतानाच्या भाषणात मी माझ्या कॉलेजच्या दिवसांत वर्णद्वेषाच्या विरोधात व मंडेलाच्या सुटकेसाठी केलेल्या आंदोलनांचा उल्लेख केला. ३० वर्षांपूर्वीच्या त्या घटनांच्या स्मृती माझ्या मनात ताज्या होत्या. त्यामुळे तीच भावनोत्कटता मी अनुभवत होतो. माझ्यासारख्या लाल केसांच्या आयरिश तरुणाच्या संस्कारक्षम मनावर उमटलेल्या त्या आठवणी ताज्या होत्या. दक्षिण आफ्रिकेतील संघटित अन्यायाच्या विरोधात उभं ठाकताना आपल्या प्राणांचीही पर्वा न करता धारिष्ट्य दाखवणाऱ्या अनेकांच्या आठवणी मला सतत स्फूर्ती देत राहिल्या.

१९७४मध्ये दक्षिण आफ्रिकेत येऊ घातलेल्या प्रथम सार्वत्रिक लोकशाही निवडणुकांविषयी मंडेला बोलले. ते म्हणाले, ''वयाच्या ७५व्या वर्षी सार्वत्रिक निवडणुकीत भाग घेण्याचं भाग्य मला मिळणं ही खूप उत्साहजनक गोष्ट आहे. असं कधी होईल असं वाटलं नव्हतं. अनेक दशकांच्या राजकीय संघर्षाचं हे अंतिम पर्व आहे. व्यक्तिशः माझ्या जीवनातील हे एक अंतिम उद्दिष्ट होतं. यासाठीच इतकी वर्षं मी निरंतर झगडा केला आहे.''

त्या निवडणुकीत मंडेलांनी फक्त मतदान केलं असं नाही, तर दक्षिण आफ्रिकेचे ते नवनिर्वाचित अध्यक्षही झाले. खरोखरी तो ऐतिहासिक मैलाचा दगड होता.

मंडेलाच्या पाठोपाठ मेबिकी अध्यक्ष झाले. त्या वेळी कोका-कोला आफ्रिकाचा प्रमुख कार्ल होता. माझ्यासाठी आता नवीन आव्हान होतं – जवळपास एक अब्ज लोक!

परत भारतात

वर्णद्वेषाच्या विरोधात कोका-कोला कंपनी दक्षिण आफ्रिकेतून बाहेर पडली. इस्त्राईलमध्ये आमच्या उत्पादनांची विक्री केली म्हणून मध्यपूर्वेतून आम्हाला बाहेर फेकलं गेलं होतं. भारतातून आम्हाला बाहेर काढण्याचं कारण मात्र वेगळं होतं. ते म्हणजे 'सीक्रेट फॉर्म्युला.'

१९७७ साली निवडून आलेल्या सरकारने आम्हाला एखाद्या भारतीय कंपनीशी भागीदारी करायला फर्मावलं. तेही एका अटीवर. ती अट म्हणजे आमचा गुप्त फॉर्म्युला काय आहे हे सरकारला सांगण्याच्या अटीवर. आम्ही या गोष्टीला असहमती व्यक्त केली होती. परिणाम म्हणून लोकसंख्येत जगातील दुसऱ्या क्रमांकाच्या देशातून – भारतातून आम्हाला गाशा गुंडाळावा लागला. ज्यांचा असा विश्वास आहे की, 'सीक्रेट फॉर्म्युला' वगैरे नुसतं मार्केटिंगचं थोतांड आहे, त्यांच्यासाठी भारताचं उदाहरण ज्वलंत आहे. आमच्या गुप्त फॉर्म्युलाच्या संरक्षणार्थ आम्ही एक अब्ज लोकांच्या बाजारपेठेतून चालते झालो होतो. 'आयबीएम कंपनी'नेही आपल्या सोर्स कोडची मागणी झाल्यावर असंच केलं होतं.

१९९०च्या दशकाच्या सुरुवातीला भारताने आपली अर्थव्यवस्था खुली करायला सुरुवात केली. त्या वेळी मनमोहनसिंग हे भारताचे अर्थमंत्री होते. आता ते पंतप्रधान आहेत. त्यांच्या कालावधीत कोकला भारतात परतण्याची संधी मिळाली.

जॉन हंटर यांच्याखाली कंपनीच्या पुनःप्रवेशाची वाटचाल धिम्या गतीने होत होती. १९९३मध्ये भारतभूमी माझ्या वाट्याला आली. जरी कार्ल वारेबाबत माझ्या मनात आदर आणि प्रेम आहे, तरी माझ्या अधिपत्याखाली असलेली कोकची आफ्रिकेची भूमी कार्ल वारेच्या वाट्याला गेली म्हणून मला खूप वाईट वाटत होतं.

आफ्रिकेशी माझे जन्मभराचे ऋणानुबंध होते. शिवाय आफ्रिका हातातून गेल्यावर माझा विक्रीचा पसारा निम्म्यानं पसार झाला. त्या वेळी भारतातील विक्री अगदीच कमी होती. पुन्हा एकदा माझ्याकडे बाजारपेठेच्या कायापालाटाची जबाबदारी सोपवण्यात आली होती.

माझ्या कारकिर्दीला हा एक मोठा तडाखा होता. यापूर्वी एकदा जर्मनीत हेइंझ विझोरेक आणि मी दोघांनी कंपनी सोडण्याची प्रतिज्ञा केली होती. त्यानंतर प्रथमच मी कंपनी सोडण्याचा विचार करू लागलो. त्या वेळेपेक्षा या वेळी फरक असा होता की, मी लवकरच वयाची पन्नाशी गाठत होतो आणि सेवानिवृत्ती अगदी नजरेच्या टप्प्यात आली होती. आता जेवढी करता आली त्या प्रगतीसोबतच जगावं लागणार होतं. मी पामेलाला म्हणालो, ''मी काय करू शकतो हे त्यांना दाखवून देईन. पूर्वी कंपनी जेवढी मोठी होती तेवढी पुन्हा उभी करून दाखवीन.'' जॉन हंटर आणि डॉन कियो यांनी माझ्यावर विश्वास व्यक्त केला. त्यांनी सांगितलं की, हा जो बदल केलाय तो माझ्या कामात कुठे कमी आहे म्हणून नव्हे, तर परिस्थिती तशी आहे म्हणून केला गेला आहे. आणि माझं भविष्य उज्ज्वल आहे याची त्यांनी खातरीही दिली.

भारत हे माझ्यासाठी उत्साहवर्धक, आनंददायक आणि आव्हानात्मक काम ठरलं. भारत हा फारच आश्चर्यकारक देश होता. मात्र यापूर्वी काम केलेल्या अन्य देशांपेक्षा इथे मी जास्त वैफल्यग्रस्त झालो. माझ्या आठवणीतील भारताच्या स्मृती धक्कादायक आहेत. मी आणि पामेला दिल्लीमधल्या 'बीटिंग ऑफ द रिट्रीट'चे स्वर कधीही विसरणार नाही. लष्कराचा हा समारंभ इतका जुना आहे की, त्याचा कालावधी थेट सोळाव्या शतकात पोहोचतो. या कार्यक्रमाचं थिएटर हे तुम्ही कधीही पाहिलं नसेल. संसद भवनासमोर दर जानेवारी महिन्यात सूर्यास्तानंतर हा समारंभ सुरू होतो. उंटांच्या फौजी काफिल्यावर प्रकाशझोत सोडलेले असतात. निरीक्षण स्थळाला सलामी देत सांडणीस्वार आणि सैनिक कवायत करत जातात. उत्कृष्ट मिलिटरी बॅन्ड्स सैनिकी वाद्यपथक वाजवतात आणि त्या तालावर सैनिक शिस्तीत जात असतात. सैनिक बॅगपायपर वाद्य वाजवतात. त्यांनी (विशेष ड्रेस) 'किल्ट' परिधान केलेला असतो. जेव्हा बिगुलवाला 'कॉल फॉर रिट्रीट' (परत येण्याचे सांकेतिक स्वर) वाजवतो त्या वेळी भारतीय ध्वज सावकाशपणे अवरोहण करत असतो. तोपर्यंत वाद्यपथकं सावकाशपणे दूर गेलेली असतात. डोळे मिटल्यावर तुम्हाला वाटतं, अजूनही इथून ब्रिटिशांचं साम्राज्य संपलेलं नाही.

जेव्हा भारताची जबाबदारी मी स्वीकारली तेव्हा कोकचा भारतातील पुन:प्रवेश दोलायमान होता. हंटर यांच्या मार्गदर्शनाखाली ही प्रक्रिया सुरू झाली होती, पण त्याच्यात निश्चितता नव्हती. त्यांनी एका संयुक्त उपक्रमाअंतर्गत राजन पिल्ले यांच्याशी करार केला होता. राजन पिल्ले यांनी यापूर्वी भारतात 'ब्रिटानिया' या बिस्किटं

बनवणाऱ्या कंपनीवर नियंत्रण मिळवलं होतं. 'आर.जे.आर.'चे माजी प्रमुख कार्यकारी अधिकारी एफ. रॉस जॉन्सन हेही त्या समुदायाचे घटक होते. रॉस जॉन्सन डॉन कियोचे मित्र होते.

पिल्ले यांचा सिंगापूरला नाश्त्याचे पदार्थ बनवणारा कारखाना होता. तो त्यांना भारतात नव्या ठिकाणी हलवायचा होता. तिथंच कोक कॉन्सन्ट्रेटसुद्धा बनवण्याची त्यांची कल्पना होती. हा संयुक्त उपक्रम साजरा करण्यासाठी पिल्ले यांनी त्यांच्या मुंबईमधल्या घरी एका मोठ्या पार्टीचं आयोजन केलं होतं. त्यामध्ये मोठमोठे फिल्म स्टार्स जसे आमंत्रित होते तसे नागाचा खेळ दाखवणारे, आग गिळणारे आणि भारतीय झगमगत्या दुनियेतले अनेक लोक बोलावले होते. मी जेव्हा हा सगळा प्रकार पाहिला तेव्हा मला तो कोका-कोला कंपनीच्या 'जुनं ते सोनं' या प्रतिमेच्या विरुद्ध वाटला. मला याच्यात काहीतरी काळंबेरं वाटू लागलं. या पार्टीचा खर्च संयुक्त उपक्रमाच्या खात्यावरून होतोय हे जेव्हा मला कळलं, तेव्हा मला वाटणारा संशय खरा ठरल्याचं मला जाणवलं.

आमचे पिल्ले यांच्यासोबतचे संबंध तोडून टाकण्यासाठी मी लवकरच चर्चा सुरू केल्या. त्या वेळी पिल्लेचं उद्योग-साम्राज्य कोसळत होतं. सिंगापूरमध्ये फसवणुकीचा आरोप त्याच्यावर लावण्यात आला होता. त्याची प्रतिक्रिया म्हणून ते सारखे पळत होते. दिल्लीतल्या ओबेरॉय हॉटेलात एकदा त्याची माझी भेट झाली. त्या वेळी तो एक 'वॉन्टेड' गुन्हेगार होता. अटक टाळण्यासाठी एका हॉटेलातून दुसरीकडे जात होता. एखाद्या जुन्या मित्रासारखा तो मला येऊन भेटला. आम्ही एकमेकांची विचारपूस केली. एका आयरिश म्हणीप्रमाणे तो एक आवडू शकेल असा गुंड होता. १९९५मध्ये दुर्दैवाने तो भारतातच तुरुंगात असताना यकृताच्या आजाराने मरण पावला.

मग आमचं लक्ष 'पारले' पेय उत्पादनांकडे वेधलं. भारतीय सॉफ्ट ड्रिंक बाजारपेठेचा ६० टक्के हिस्सा त्यांच्याकडे आहे. त्यांनी एक प्रचंड लोकप्रिय मसाला-कोला बनवला होता. १९७७मध्ये कोकच्या भारतीय बाजारपेठेतील निर्गमनानंतर 'थम्स अप' या नावाने हे पेय प्रचंड लोकप्रिय झालं.

भारतीय भूमीवर कोकच्या पुनरागमनासाठी प्रयत्न करणारा जय राजा हा माझ्या गटातील माजी मार्केटिंग मॅनेजर होता. 'पारले'शी बोलणी करण्यास तो सुरुवातीला धजावत नव्हता. त्याला अशी भीतीही होती की, मागे कोकच्या भारतातून निर्गमनापाठीमागे पारले गटच असावा अशी त्याची प्रथम धारणा होती. शिवाय १९९२मध्ये कोकच्या भारतातील पुनरागमनाला त्यांनीच विरोध केला होता. 'पारले ग्रुप' गुपचूपपणे पेप्सीसोबत संयुक्त उपक्रम राबवण्याबाबत बोलणी करत आहे असा त्याला संशय होता.

याच वेळेला पारलेचे प्रमुख कोका-कोलाकडे येण्यासाठी जय राजाशी संपर्क साधत होते.

पारलेचे दोन मालक होते. रमेश आणि प्रकाश चौहान. कोक आणि पेप्सी या जागतिक राक्षसी कंपन्यांशी स्पर्धेमध्ये आपण टिकणार नाही याची त्यांना खातरी होती. ''जेव्हा दोन हत्तींची साठमारी चालते तेव्हा काचेचा चक्काचूर होतो.'' असं रमेशने जयला सांगितलं. कोकसाठी सुयोग्य भागीदार खरंतर पारले नव्हता. त्यांच्या बॉटलिंग प्लान्ट्सची अवस्था वाईट होती. त्यात सुधारणा आवश्यक आणि तातडीची होती.

तरीही पारलेचा देशभर पसरलेला विस्तार कोकला वेगवान प्रवेश मिळवून देऊ शकत होता. यामुळे खूप मोठ्या प्रमाणात शक्यता असणाऱ्या भारतीय बाजारपेठेत कोकला मुसंडी मारून लवकर पुढे जाता येणार होतं. पारलेकडे भारतीय बाजारपेठेचा ६० टक्के हिस्सा होता, तो कोकला लगेच मिळाला असता. एकदा का कोक उत्पादनांनी बाजारात पुन्हा प्रवेश केला की, हा हिस्सा वाढवणं शक्य होतं.

पारलेसमोर आम्ही तीन कोटी वीस लाख डॉलर्सना व्यवसाय विकत घेण्यासाठीचा प्रस्ताव ठेवला. देशाचा आकार आणि पारलेचं बाजारातील स्थान लक्षात घेता हा प्रस्ताव भव्य होता. त्या वेळी खरंतर भारतातली सॉफ्ट ड्रिंक बाजारपेठ अगदीच छोटी होती. ''एकट्या अटलांटा शहरात त्या वेळी जेवढं सॉफ्ट ड्रिंक खपायचं तेवढा खप त्या वेळी संपूर्ण भारतात होत असे.'' या सौद्याची अंमलबजावणी करणारा माझा कार्यकारी साहाय्यक जॉन हीटन म्हणाला. ''भारतात लोकांकडे चहा, कॉफी, दूध किंवा अगदी रस्त्याकडेचे फळांचे रस प्यायला पैसे असतात, पण सॉफ्ट ड्रिंकसाठी त्यांच्याकडे पैसे नसतात.''

''त्या वेळी भारतातील सॉफ्ट ड्रिंक वापराचं सरासरी प्रमाण माणशी वार्षिक तीन बाटल्या एवढं होतं.'' हीटन पुढे म्हणाला. १९८४मध्ये जेव्हा मी फिलिपाईन्स सोडलं तेव्हा माणशी वार्षिक सरासरी वापर १३४ बाटल्या इतका होता. याच्यातून एक लक्षात येतं की, भारत हा खरंच किती गरीब देश होता. शिवाय हेही लक्षात येतं की, सॉफ्ट ड्रिंक्सचं विपणनही किती दुर्बल होतं. पण याच नाण्याची दुसरी बाजू म्हणजे विक्री आणि खपाच्या संधी अमर्याद होत्या.

आम्ही चौहान बंधूंना मुंबई आणि दिल्लीच्या काही भागांत फ्रँचायझी देऊ केली. हा प्रस्ताव खरंतर खूप आकर्षक व त्यांना फायदेशीर होता. किमतीच्याबाबत आम्ही खूप झगडलो, तेव्हा कुठे चार कोटी डॉलर्सवर सौदा पटला.

प्रकाशची विक्री करण्याची तयारी होती; पण मोठा भाऊ रमेश मात्र गारठला. 'भारतीय सॉफ्ट ड्रिंकचा बादशहा' ही उपाधी सोडायला काही त्याची तयारी नव्हती.

कित्येक मासिकं-साप्ताहिकांवर त्याचे फोटो वरचेवर झळकत असत. शेवटी रमेशने हेका सोडला, पण आनंदने नाही. अटलांटामध्ये करारावर सह्या करतांना त्याला व त्याच्या पत्नीला हुंदके आवरत नव्हते.

नंतर चौहान कुटुंबाने त्यांच्या मुंबईच्या घरात एक शानदार मेजवानी आयोजित केली. दुर्दैवाने परतीच्या विमानप्रवासात मी खूप आजारी पडलो. ताबडतोब माझ्याजवळची प्रतिजैविक (अँटीबायोटिक) गोळी मी घेतली. अडीनडीच्या अवघड प्रसंगासाठी मी नेहमीच औषधं जवळ बाळगतो. अटलांटाला परतल्यावर माझ्या ड्रायव्हरला माझी गाडी सरळ पिडमॉट हॉस्पिटलला घ्यायची सूचना केली. डॉक्टरांनी मला सांगितलं की, तो एक (अमिबियॉसिस) अतिसाराचा प्रकार होता. त्या प्रकाराचं नाव होतं 'शिगेला.' हा प्रकार मेजवानीच्या अन्नातून बाधला नव्हता, तर त्यापूर्वी केलेल्या हस्तांदोलनातून संसर्ग झाला होता. तेच त्या संसर्गाचं प्रमुख माध्यम होतं. त्यानंतर मला आठवडाभर घरी बसून राहावं लागलं.

चौहानांच्या ज्योतिष्याने त्यांना सांगितलं होतं की, सौदा शनिवारी दुपारी तीन वाजता झालाच पाहिजे. खरंतर ठरलेली तारीख होती ११ नोव्हेंबर, १९९३. त्या दिवशी माझ्या कचेरीत मी काम करत होतो तोपर्यंत जॉन हिटन व जय राजा यांनी सर्व कामांची बाजी लढवली होती. आमच्या नेहमीच्या पद्धतीनं, वेगानं जर काम केलं असतं, तर ज्योतिषीबुवा नाराज होण्याची दाट शक्यता होती. मध्यरात्रीच्या सुमारास जॉनचा प्रयत्न होता की, त्या कागदपत्रांपैकी जे छोटं कागदपत्रं होतं त्याच्यावर सह्या कराव्यात. मग मागाहून उरलेली बाकीची कागदपत्रं सह्या करून घ्यावीत.

बाजारपेठेचा ६० टक्के हिस्सा आम्हाला मिळाला. ही एक मोठी क्रांतीचं होती. भारत म्हणजे खरंतर एक कठीण बाजारपेठ आहे. त्यात भर म्हणून सातत्यानं अगदी छोट्या-छोट्या मुद्द्यांवरून माध्यमं काही ना काही वाद फुलवत होती.

भारतातील आमची पहिली फ्रँचायझी ऑक्टोबर, १९९३मध्ये आग्य्रात अस्तित्वात आली. ताजमहालाचं घर असलेल्या या शहरात आम्ही मोठ्या उत्साहात तो क्षण साजरा केला. समारंभ खूप मोठा होता. अगदी आंतरराष्ट्रीय माध्यमांनी या गोष्टीची दखल घेतली. कोकचा जनसंपर्क अधिकारी माझ्याजवळ आला आणि म्हणाला, ''नेव्हिल, एक मोठा प्रश्न उभा राहिला आहे. एका पत्रकाराला बॉटलिंग लाइनवर एक मुलगा दिसलाय. त्यानं वर्तमानपत्रात एक कथा लिहायची ठरवली आहे की, कोकने भारतात परतल्यावर बालमजूर कामावर लावले आहेत.'' आम्ही त्या पत्रकाराला खातरीनं सांगितलं की, असं काहीही नसून तो मुलगा नेमका कोण, कुठला, तिथं कसा आला याचा तपास करायला सुरुवात केली आहे. शेवटी लक्षात असं आलं की, बालमजूर वगैरे काही नाही. तो प्लान्टवरच्या कर्मचाऱ्याचा मुलगा होता आणि वडिलांचा लॅब कोट घालून मोठ्या अभिमानाने असेंब्ली लाइन पाहत होता. त्या क्षणी मला असं वाटलं की,

भारतात पुन:प्रवेशाच्या आमच्या आनंदाच्या शिखरावरून आमचा कडेलोट होऊन बालमजूर प्रकरणात आमची पूर्ण वाताहत होणार.

इथे भरपूर डोकेदुखी होती. पण त्याचा मोबदलासुद्धा भरपूर येणार होता. प्रश्न फक्त धीर राखण्याचा होता. पहिल्या दोन वर्षांत कोकच्या विक्रीचा विस्तार ५० टक्क्यांपर्यंत झाला. हा बाजारपेठेचा दोन तृतीयांश हिस्सा होता. एवढं यश मिळालं तरी १९९५ सालच्या दरम्यान जय राजाने कंपनी सोडली. त्या बिचाऱ्याची अडकित्त्यातल्या सुपारीसारखी अवस्था झाली होती. दोन वर्ष सलग त्याला दोन बाजूंनी तडाखे खावे लागत होते. एका बाजूला भारतीय माध्यमं एकसारखी त्याला दोष देत धारेवर धरत होती की, थम्स अपसारखं भारतीय उत्पादन त्यानं संपवायचा प्रयत्न चालवला आहे, त्याच्या बदल्यात कोक आणि फँटाचा त्यानं प्रचार चालवलाय. याउलट अटलांटामधील नॉर्थ ॲव्हेन्यूमध्ये बसलेले कोका-कोलाचे अधिकारी त्याच्यावर बरोबर विरुद्ध आरोप करत होते. यामध्ये डग्लस डॉफ्टचा समावेश होता. डॉफ्ट त्या वेळी आशिया विभागाचा प्रमुख होता. 'न्यू कोक'चा जनक सर्गिओ झायमन, जो १९८५मध्ये कंपनी खड्ड्यात गेल्यावर सोडून गेला होता. त्याला १९९३मध्ये परत कामावर ठेवलं होतं. तो त्या वेळी प्रमुख मार्केटिंग मॅनेजर होता. तोच खरंतर थम्स अपच्याबाबत बोटचेपं धोरण बाळगून होता. जय आणि माझ्यासह अनेक अधिकारी मानत होते की, 'थम्स अप संपवणं ही गोष्ट विनाशकारी होऊ शकते.' अगदी कंपनीचा अध्यक्ष डॉन कियोनं कंपनी विकत घेताना हा प्रश्न विचारला होता की, 'थम्स अप ब्रॅन्ड चालू ठेवायचा की नाही? जर चालू ठेवला तर भारतीय बाजारात एकाच वेळी दोन कोला नाही का होणार?' त्यावर उत्तर असं आलं की, थम्स अप हा कोला नसून ते फक्त तिखट पेय आहे. 'डॉक्टर पेपर' या पेयासारखं. डॉनने मला प्रश्न विचारला की, 'भारतीय ग्राहक थम्स अपला का मानतात?' मी उत्तर दिलं की, 'काही ग्राहक त्याला कोला मानतात हे खरं आहे. पण ते चूक आहे, कारण त्यात नावालाही 'कोला' खरंच कुठेही नाही.' डॉन हसला; म्हणाला, 'आपण थम्स अप चालू ठेवू.' आजमितीलाही भारतात थम्स अप हा खपात एक नंबर असलेला कोला आहे.

जयच्या डोकेदुखीत चौहान बंधूंनी अजून भर घातली. गुजरातमधल्या बॉटलिंग कंपनीत चौहान बंधूंची थोडी मालकी होती. हा बॉटलिंग प्लान्ट कोकचा होता. या कंपनीची काही मालमत्ता पेप्सीला विकली होती. त्यामुळे पेप्सीच्या मालकीच्या बॉटलिंग प्लान्टमध्ये कोकचं उत्पादन घेणाऱ्या बॉटलरसोबत जयचा वाद झाला. कोकने त्याच्यावर दावा दाखल केला आणि त्यात ते जिंकले. त्यांनी न्यायालयाकडून मनाई हुकूम आणून गुजरात बॉटलिंग कंपनी (जीबीसी) द्वारे पेप्सीच्या उत्पादनांचं बॉटलिंग बंद करण्याचा आदेश अंमलबजावणीद्वारे लागू केला. भारतातील इतर बॉटलर्सवर धाडी टाकून पुन्हा असा प्रसंग यायचं वाचलं, असा जयचा विश्वास

होता. चौहान बंधूंसोबतचे संबंध 'विनाकारण खराब' केल्याबद्दल डॉफ्टने जयला झापलं.

भारतामध्ये मोठी एकत्रित बॉटलिंग यंत्रणा उभारण्यासाठीही डॉफ्टने जयवर बराच दबाव आणला. 'चीनच्या प्रयोगाची भारतात पुनरावृत्ती करून जागतिक दर्जाची प्रणाली कशी राबवता येते.' हे मी दाखवून देईन, असं डॉफ्ट त्याला म्हणाला. जय सांगत होता, 'दीर्घकालीन विचार केला तर डॉफ्टचं म्हणणं योग्य होतं. भारतीय बाजारपेठ किमतीच्या बाबत अतिशय स्पर्धात्मक आहे. जोपर्यंत बॉटलिंगची व्यवस्था कमी खर्चाची आणि अतिशय कार्यकुशल होत नाही तोपर्यंत इथे फायदा मिळणं शक्य नाही.'

तरीही जय समर्थन करत होता. अर्थात त्याचं बरोबर होतं. त्याचं म्हणणं एकच होतं – मोठी व कंपनीच्या मालकीची, अद्यायावत बॉटलिंग सिस्टिम उभी करण्यासाठी लागणाऱ्या मूलभूत सुविधा अजून तरी भारतात उभ्या राहिलेल्या नव्हत्या. म्हणून तरी अजूनही फ्रँचायझी पद्धतच चालू ठेवावी. फ्रँचायझींना त्यांचे प्लान्ट्स सुधारण्यासाठी सहकार्य करावं असं त्याचं म्हणणं होतं. जयला ही पण चिंता होती की, कंपनीच्या एकाच बॉटलिंग प्लान्टमुळे कंपनीने भारत सरकारला दिलेल्या आश्वासनाचा भंग होईल. कंपनीने भारत सरकारला हे आश्वासन दिलं होतं की, स्वतंत्र भारतीय मूळ असलेल्या उद्योगाला कंपनी साहाय्य करेल. यादरम्यान झायमनने जयच्या, क्रिकेटमधला तारा सचिन तेंडुलकरला साइन करण्याच्या प्रयत्नात खो घातला. तेंडुलकरला कोकचा प्रवक्ता बनवण्याचा तो प्रस्ताव होता. झायमनच्या मते तो पैशाचा अपव्यय होता. तेवढ्यात त्याच कामासाठी पेप्सीने तेंडुलकरशी करार केला. पुढे हाच तेंडुलकर सर्वोत्कृष्ट क्रिकेट खेळाडू म्हणून नावारूपाला आला. २०११ सालाच्या सुरुवातीला कोकने त्याच्याशी करार केला. खरंतर तेव्हा त्याच्या कारकिर्दीचा अखेरचा टप्पा चालू झाला होता.

जयचा राजीनामा ही दुर्दैवी घटना होती. त्याच्याकडे अतिशय मौल्यवान नेतृत्वगुण होते. अनेक महत्त्वाच्या मुद्द्यांवर त्याचं म्हणणं बरोबर असायचं. परिणामत: कोकसाठी सर्जनात्मक नवीन बाजारपेठ ठरेल, अशा गोष्टींचा त्यानंच पाया रचला होता. भारतातील विक्री सावकाशपणाने वाढत होती. आजमितीला भारत ही कोकची एक वेगाने वाढणारी बाजारपेठही आहे. या बाजारात कोकचे पहिल्या चार नंबरचे ब्रँड चालतात. थम्स अप, लिम्का, स्प्राइट आणि फॅन्टा. शेवटी भारतात फायदा मिळू लागण्याला २००९ साल उजाडावं लागलं.

जय जेव्हा नोकरी सोडत होता तेव्हा मी इनचार्ज म्हणून काम पाहत नव्हतो. डॉन कियोनंतर डाउग आयव्हेस्टर आता कंपनीचा अध्यक्ष झाला होता. रॉबर्ट गोइझुएटा यांच्यानंतर तरुण पिढीच्या नव्या अधिकाऱ्यांचं युग आलं होतं त्यानुसारच आयव्हेस्टरकडे

सूत्रं आली होती. आयव्हेस्टरच्या प्रमोशनमुळे जॉन हंटरचे पुढं जाणं रहित झालं. जॉन हा कियोचा लाडका होता. जॉनचं प्रमोशन जरी झालं नाही तरी १९९५पर्यंत तो आंतरराष्ट्रीय प्रमुख म्हणून कार्यरत होता. हंटरच्या कार्यकक्षेतून आयव्हेस्टरने युरोप काढून माझ्या अखत्यारीत दिला. यामुळे माझ्या आणि हंटरच्या संबंधात मोठं अंतर पडलं. खरंतर पूर्वी हंटरच्या हाताखाली आणि नंतर हंटरसोबत मी आनंदानं काम केलं होतं. फिलिपाईन्स सौदा त्यानंच जमवला होता. जो माझ्या संपूर्ण कारकिर्दींतला अत्यंत महत्त्वाचा टप्पा होता. तिथंच संपूर्ण कायापालट घडला. जॉनची अशी पक्की धारणा झाली होती की, युरोप मला मिळावा म्हणून मी बराच दबाव टाकला आहे. पण प्रत्यक्षात तसं नव्हतं. नव्या अध्यक्षांनी मला युरोपचा भार सांभाळायला सांगितला आणि मी स्वीकारला एवढंच. इतकी ती साधी गोष्ट होती. पण त्याचा अर्थ असाही झाला की, मी जॉनचा समकक्ष होऊन सर्व अहवाल मी थेट आयव्हेस्टरला सादर करायचे होते. अमेरिका विभागाचा अध्यक्ष जॅक स्टाहलसोबत आम्ही आता तीन कार्याचे प्रमुख झालो. अजून एक वर्ष जॉन त्या पदावर राहिला. पण हे अगदीच अस्वस्थ करणारं आणि बुजल्यासारखं वाटायला लावणारं होतं. जॉनला थेट रिपोर्ट करणाऱ्या लोकांच्या मासिक सभेला मीही उपस्थित राहत असे, पण मी त्याच्याबरोबर काम करत नव्हतो. त्याला हे अजिबात आवडत नव्हतं. मी एकदा जॉनला म्हटलं, ''मला आशा आहे, या प्रकारातून आपण नक्कीच बाहेर पडू.'' तो म्हणाला, ''मला नाही वाटत असं कधी शक्य आहे.'' काळ हेच औषध आणि काळच जखमा भरतो म्हणतात, ते खोटं नाही. आता पुन्हा एकदा जॉन आणि मी चांगले मित्र झालो आहोत. आता आम्ही कधी भेटतो, सायंभोजनही घेतो. खरंतर तो कंपनीसाठी चांगला प्रभावी नेता झाला असता; पण तसं व्हायचं नव्हतं.

युरोप आता माझ्या अखत्यारीत आल्यावर १९९० सालाच्या सुमारास कंपनीमध्ये मी बऱ्याच उच्चपदापर्यंत येऊन पोहोचलो होतो. कंपनीच्या एकंदरीत नफ्याचा तिसरा हिस्सा माझ्या अधिकारातल्या जागेमधून मिळत होता.

या कामात असतानाच माझ्याजवळ सर्जिओ झायमनबाबत सांगण्याचे किस्से तयार झाले. माद्रिदमध्ये एक मीटिंग होती. वायव्य (उत्तर-पश्चिम) युरोपचा संचालक गाविन डार्बी याने आयव्हेस्टरच्या समोर एक सादरीकरण सादर केलं. आयव्हेस्टर त्या वेळी कंपनीचा अध्यक्ष होता. त्याच्यासोबत अटलांटामधले इतरही अधिकारी होते. गाविनच्या या सादरीकरणाला थोडा जास्त वेळ लागला. सर्जिओने जांभया द्यायला सुरुवात केली. थोड्याच वेळात उठून तो जमिनीवर चक्क झोपला. गाढ झोप लागल्याचं नाटक त्यानं चालू केलं. मी आयव्हेस्टरकडे पाहिलं, पण तो काहीच म्हटला नाही. सर्जिओला हा जणू परवानाच मिळाला होता. आयव्हेस्टरला मार्केटिंगची तशी काहीच पार्श्वभूमी नव्हती, तरी सर्जिओ आयव्हेस्टर त्याच्या

अतिशय जवळचा माणूस होता. शिवाय आयव्हेस्टरनंतर त्याचाच सीईओ म्हणून नंबर लागणार होता. तसा तो रॉबर्टोनंतरही रांगेतच होता. सर्जिओ हा मेक्सिकन होता आणि रॉबर्टो क्यूबावासी होता. दोघंही कंपनीत असताना समारंभात भेटल्यावर स्पॅनिश भाषेत बोलत असत.

मीटिंग संपल्यावर मला भेट असं मी आयव्हेस्टरला सांगितलं. त्यानंतर आम्ही बाहेर फिरायला गेलो. तिथं मी त्याला स्पष्ट सांगून टाकलं, त्याचं हे असं बेताल वर्तन खपवून घेतलं जाणार नाही.

डाउग म्हणाला, ''कुत्र्याबरोबर पिसवाही येतात. तो खूप चांगला कुत्रा आहे. मग आपल्याला पिसवासुद्धा सहन कराव्या लागतील.'' लॅटिन अमेरिकंचं संचलन करणाऱ्या वेल्डन जॉन्सनसोबतही सर्जिओचं भांडण उद्भवलं. वेल्डनला काढून टाकण्यासाठी सर्जिओने दबाव आणला. वेल्डनने कंपनी सोडल्यावर विजयी मुद्रेनं सर्जिओ माझ्या कचेरीत शिरला व म्हणाला 'तुझ्याकडे नाणं असलं तर काढ.' मी त्यानं सांगितल्यानुसार केलं.

नाणं घेऊन तो म्हणाला, ''हे बघ, एका नाण्याला मिळू शकणारा सर्वांत उत्तम सल्ला मी तुला देतो. नोकरी सोड. वेल्डननंतर तुझाच नंबर आहे.'' कोका-कोला कंपनीच्या अधिकारी कचेरीमध्ये आयुष्यात पहिल्यांदाच मी एवढा अस्वस्थ झालो होतो आणि आता बाहेर कसं पडता येईल, याचा विचार करू लागलो. सीईओ पदाची मला कधीच अपेक्षा नव्हती. एकदा नॉर्थ ॲव्हेन्यूच्या मुख्यालयातील डायनिंग हॉलमध्ये दुपारच्या जेवणाच्या वेळी रॉबर्टो मला म्हणाला, ''अध्यक्ष आणि सीईओ पदावर दीर्घकाळ राहण्याची त्याची इच्छा आहे. नंतर आयव्हेस्टर सीईओ आणि रॉबर्टो अध्यक्ष म्हणून अनिश्चित काळापर्यंत राहणार आहे.'' हे अर्धवेळ काम रॉबर्टोला चालून जाणार होतं. कारण रॉबर्टो साधारण रोज सकाळी आठ वाजता कामावर यायचा आणि संध्याकाळी चार वाजता घरी जायचा. तो एक कुशल रणनीतितज्ज्ञ आणि कामाचं विकेंद्रीकरण करून वाटप करण्यात वाकबगार होता. रणनीतीचा एक भाग म्हणून त्यानं गटांच्या अध्यक्षांचे पगार आणि कर्तव्यांमध्ये वाढ केली. त्यापैकी मी एक होतो. कंपनीच्या संचालनामध्ये या गटाध्यक्षांना मोठी कामगिरी यामुळेच मिळाली. पण तरीही कंपनीच्या प्रशासनिक रचनेतही मी होतोच. या व्यवस्थेमध्ये मी काही खऱ्या अर्थाने फुलत नव्हतो. कंपनीच्या राजकारणात मी सक्षम नव्हतो असं नाही, पण राजकारणाने मी अस्वस्थ मात्र नक्की झालो होतो. हे मात्र कधीकधी व्यक्त होत असे. मला माझी स्वत:ची कंपनी चालवायची होती. फिलिपाईन्ससारख्या ठिकाणी, जिथं मी प्रमुख होतो, अशा सर्व परिस्थितीमध्ये मी उत्तम कामगिरी बजावली होती.

मी वयाच्या ५५ ते ५८च्या दरम्यान निवृत्त व्हायचं ठरवलं होतं. आता त्याचा

मी गांभीर्यानं विचार करायला लागलो. माझी त्या संदर्भात तीन उद्दिष्टं मी मनात ठरवली होती. शारीरिकदृष्ट्या क्रियाशील राहणं, बौद्धिक दृष्टीने गुंतलेलं राहणं आणि पामेलासोबत वेळ देणं.

डाउग आयव्हेस्टर आणि रॉबर्टोसोबत मी माझ्या भविष्याविषयी चर्चा केली. माझं मत मी त्यात असं मांडलं की, माझ्या कारकिर्दीची शेवटची वर्षं, ज्या कंपनीत लोकांचे समभाग आहेत अशी 'सार्वजनिक' कंपनी मला चालवायची इच्छा आहे. अशी जर संधी मला मिळाली तर मी ५५व्या वर्षी निवृत्त होईन. त्यासाठी माझ्यासाठीचे खास (कोका-कोलाचे) स्टॉक्स (समभाग) आणि स्टॉक ऑप्शन (समभाग घेण्याची संधी) दोन्ही विकून रक्कम जमा करेन. हा प्रकार आर्थिकदृष्ट्या आकर्षक होता. रॉबर्टो आणि डाउगने माझ्यासाठी एक कंपनी उभी करण्याचं ठरवलं. युरोपातील सर्व बॉटलर्सचं एकत्रीकरण करून 'कोका-कोला बेव्हरेजेस' ही कंपनी माझ्यासाठी स्थापन करण्यात येणार होती. या कंपनीचे शेअर्स लंडनच्या शेअर बाजारात येणार होते. त्याच वेळी हे घडणार होतं. त्यानंतर लगेचच नियमांत बदल झाला व 'रिस्ट्रिक्टेड स्टॉक ऑशन्स' लागू करण्याचं वय ५८ पर्यंत वाढवण्यात आलं.

आम्ही जसजसे कोका-कोला बेव्हरेजेस (या पुढे 'सीसीबी') कंपनीसाठी बारकाव्यांचा विचार करू लागलो, तशी एक गोष्ट सहजपणे ध्यानात येत होती. ती म्हणजे रॉबर्टो एक चेनस्मोकर होता. तो डॉक्टरकडे कधीच जात नव्हता, पण आजारी होता. आम्ही काही काळ त्याचं निरीक्षण करत होतो की, तो दिवसेंदिवस विसरभोळा बनत चालला होता. मासिक सभेमध्ये बऱ्याचदा चिडचिड करत असायचा. त्याची तक्रार असायची, ती म्हणजे आम्ही वरिष्ठ व्यवस्थापक मंडळी महत्त्वाच्या घटना आणि महत्त्वाची माहिती त्याला कळवत नाही. पण प्रत्यक्षात मात्र त्याला आम्ही अशी माहिती न चुकता देत असू. मग डाउग आयव्हेस्टरने प्रमुख अधिकाऱ्यांची महत्त्वाची मीटिंग बोलावली. तो म्हणाला, ''हे बघा, रॉबर्टो आजकाल आजारी असतोय. तुम्ही सर्वांनी हे पाहिलंच आहे. आपण सर्वांनी त्याला मदत करायला हवी. थोडक्यात कंपनीचं संचालन आपल्याला करायला हवं.''

त्यानंतर नऊ महिन्यांनी १८ ऑक्टोबर, १९९७ रोजी रॉबर्टो फुप्फुसाच्या कर्करोगाने निधन पावला. त्या वेळी त्याचं वय ६५ वर्ष होतं. त्याच्या मृत्यूपूर्वी तीन दिवस मी त्याला भेटायला एमोरी युनिव्हर्सिटी हॉस्पिटलमध्ये गेलो होतो. तो मला म्हणाला, ''माझ्या कंपनीची काळजी घे.'' अध्यक्ष आणि सीईओ म्हणून रॉबर्टोने तब्बल सतरा वर्षं काम केलं होतं. या काळात कंपनीच्या बाजारातील किमतीमध्ये त्यानं चार अब्ज डॉलर्सपासून दीडशे अब्ज डॉलर्सपर्यंत वाढ केली होती. एकट्या १९९६ साली स्टॉकहोल्डर्सना ४६ टक्के परतावा मिळाला. आज आता इतक्या

वर्षांनी परत कंपनीची बाजारातील स्टॉक व्हॅल्यू त्या पातळीवर परत आली आहे. अपेक्षेनुसार संचालक मंडळाने आयव्हेस्टरला पुढचा अध्यक्ष व सीईओ म्हणून पसंती दिली.

त्या वर्षाच्या थंडीमध्ये मी लंडनला जाण्याची तयारी केली. १९९७ सालापर्यंत माझ्या अटलांटाच्या कचेरीतील माझी जबाबदारी संपेल, अशी मला आशा होती. प्रत्यक्षात मात्र माझ्या जागी दुसरी नेमणूक करायला आयव्हेस्टरला फेब्रुवारी महिना उजाडला. तांत्रिकदृष्ट्या मी कोका-कोला कंपनी सोडत होतो. कारण 'कोका-कोला बेव्हरेजेस' हे वेगळी नवी कंपनी होती. नॉर्थ अॅव्हेन्यूच्या मुख्यालयातून मी बाहेर पडताना सेक्रेटरी मंडळींनाही कळलं की, कंपनीने माझ्यासाठी कोणत्याही निरोप समारंभाचं आयोजन केलं नव्हतं. मग त्यांनीच धावपळ करून एक छोटा 'गेट टु गेदर'चा कार्यक्रम आयोजित केला. या कार्यक्रमाला आयव्हेस्टर नव्हता. थोडक्यात, कोका-कोला कंपनीकडून औपचारिक रितीने मला निरोप समारंभ असा काही मिळाला नाही.

लंडनमध्ये आम्ही एक छान, दोन बेडरूमचा फ्लॅट भाड्याने घेतला. सगळं घर काही तिथं नेऊ नये, असा मी व पामेलाने निर्णय घेतला. माझ्या कारकिर्दीतील हे अखेरचं प्रकरण असेल अशा भावनेत हा निर्णय घेतला होता. यापूर्वी मात्र प्रत्येक वेळी आम्ही आमचं सामान हलवत असू. आमचा हाही कयास होता की, ही नवी जबाबदारी अल्पकालीन असणार होती. फार फार तर तीन किंवा चार वर्षं. मग पामेला अटलांटामध्येच राहील. मधून-मधून जमेल तेव्हा लंडनला चक्कर टाकेल असं ठरलं. त्या वेळी संपूर्ण जगप्रवासानंतर केरा दक्षिण कॅरोलिना विश्वविद्यालयाची विद्यार्थिनी झाली होती.

पहिल्या दिवसापासून 'सीसीबी' हे धमाल काम होतं. नॉर्थ अॅव्हेन्यूमधल्या विषारी राजकारणी वातावरणापासून मी दूर झालो होतो. लंडनमध्ये मी स्वतंत्र होतो. आयुष्यभरासाठी आर्थिकदृष्ट्यासुद्धा मी स्वतंत्र आणि आश्वस्त होतो. त्यासाठी माझं खासगी वेतन आणि माझे स्टॉक ऑप्शन्स पुरेसे होते. मी माझी स्वतःची कंपनी फक्त चालवत होतो एवढंच नाही, तर नव्याने घडवतही होतो.

माझं काम होतं एकत्रीकरणाचं. कोका-कोला अॅमेटिल या नावाची मूळ ऑस्ट्रेलियन बॉटलर कंपनी होती. त्यांचं इटालियन बॉटलर बिझनेसशी एकत्रीकरण करायचं होतं. त्यानंतर लंडन स्टॉक एक्स्चेंजमध्ये एक नवी कंपनी म्हणून त्याची नोंदणी करायची होती. फेब्रुवारी, १९९८मध्ये मी माझ्या हॉटेलातील खोलीतून एकट्याने काम सुरू केलं. त्यानंतर माझी टीम मी तयार करायला लागलो. सर्वात प्रथम क्रेग ओवेन्सला मी कामावर ठेवलं. तो फ्रान्समधल्या कंपनीच्या मालकीचा बॉटलिंग प्लान्ट चालवत होता. तिथला प्रमुख आर्थिक व्यवहार त्याच्याच अखत्यारीत होता. 'कॅपबेल' सूप कंपनीत सीएफओ, म्हणजे अर्थविभाग प्रमुख म्हणून त्याचं

काम चालू होतं. आमचा प्रमुख कायदेशीर सल्लागार म्हणून जॉन कलहेनला आम्ही अटलांटाच्या मुख्यालयातून बोलावलं. लंडनमध्ये कोकसाठी काम करणाऱ्या सिंथिया मॅककॉगला आम्ही मानवसंसाधन संचालक म्हणून नेमलं. गार्विन बेलला आम्ही गुंतवणूकदारांशी चांगले नातेसंबंध निर्माण करणं व राखणं यासाठी बोलावलं.

आमच्या एक-खोली ऑफिसमधून आम्ही कामाला सुरुवात केली. आमचं भागभांडवल आम्ही हळूहळू वाढवत होतो. जनतेकडून भागभांडवल मागवण्याच्या पातळीवर कंपनी आणण्यासाठी हे चाललं होतं. यामधून उभं राहणाऱ्या भांडवलासंबंधात कोका-कोला ॲमटिलच्या अधिकाऱ्यांशी मी व क्रेग बोलणी करत होतो. भागभांडवलाच्या सुरुवातीच्या किमतीबाबत त्यांची अपेक्षा काय आहे, हे आम्ही जाणून घेत होतो. क्रेग, गार्विन आणि मी मग युरोप आणि अमेरिकेच्या दौऱ्यावर गेलो. तिथं मोठ्या गुंतवणूकदारांकडे व गुंतवणूक कंपन्यांकडे जाऊन आलो. या गुंतवणूकदारांची यादी आम्ही स्टॉक एक्स्चेंजकडून मिळवली होती. आमचे स्टॉक्स खरेदी करण्यात त्यांना किती रस असेल, याचा अंदाज घेण्यासाठी हा दौरा होता. गुंतवणूकदारांना आम्ही थोडक्यात आमच्या व्यवसायाची माहिती देत असू. ज्यांनी आयपीओ (इनिशियल पब्लिक ऑफर – जेव्हा एखादी कंपनी, पब्लिक कंपनी व्हायचं ठरवून जनतेकडून भागभांडवल मागवते, तेव्हा त्या कंपनीचा शेअर बाजारात येतो. प्रतिशेअर १ डॉलर, १० डॉलर, १०० डॉलर किंवा दहा रुपये, शंभर रुपये अशा किमतीच्या शेअरला कंपनीच्या बाजारातील व्हॅल्यूची प्रमाणित किंमत प्रिमियम म्हणून जोडली जाते व सुरुवातीला शेअर बाजारात फक्त शेअरची किंमत अथवा शेअर अधिक सुरुवातीची प्रिमियम किंमत मिळून शेअर पहिल्यांदाच स्टॉक एक्स्चेंजद्वारे बाजारात उतरवला जातो. याला 'इनिशियल पब्लिक ऑफर' म्हणतात.) बाजारात आणण्याचं काम केलं असेल त्यांना माहिती असेल की, हे काम किती क्लिष्ट थकवणारं आणि कंटाळवाणं असतं. आम्ही यासाठी तीन आठवड्यांत ८९ मीटिंग्ज घेतल्या. एकच सादरीकरण वरचेवर सारखं सादर केलं. गुंतवणूकदारांना आमचं व्यवस्थापक मंडळ आवडलं. एक नवीन कोका-कोला कंपनी निघणं, ही गोष्ट त्यांना आवडली. जेव्हा आम्ही बाजारात आमचा शेअर उतरवला तेव्हा तेरापट जास्त मागणी नोंदवली गेली. तो जून, १९९८चा सुमार होता. मग आम्ही गुंतवणूकदार बँकांसोबत सुरुवातीची किंमत किती असावी, या विषयी चर्चेला बसलो. किमतीच्या मोठ्या रेंजला होकार देण्यात माझी मोठी चूकच झाली. मला अंदाज आला नाही की, किमतीच्या एवढ्या मोठ्या रेंजमुळे गुंतवणूकदारांना खूप आकर्षण वाटेल. या संदर्भात जेव्हा आम्ही ॲमटिलच्या सिडनीतल्या अधिकाऱ्यांशी बोललो तेव्हा या तेरापट मागणीमुळे ते खूपच उत्साहित झालेले जाणवले. आपला स्टॉक अजून वरच्या किमतीच्या पट्ट्यात घ्यायला ते तयार झाले. आम्ही ज्या किमतीच्या पट्ट्यात स्टॉक घ्यायला तयार झालो

होतो, त्यापेक्षा ही किंमत बरीच वरची होती. यामुळे त्याच शेअरची किंमत वाढून अधिक महाग व खर्चिक होती. यामुळे माझ्यावरचा ताण बराच वाढत होता. कारण या कंपनीचा अध्वर्यू सीईओ, म्हणजे प्रमुख कार्यकारी अधिकारी मी असणार होतो. वाढीव किमतीचं सुयोग्य समर्थन मला प्रतिशेअर मिळणाऱ्या फायद्याने द्यावं लागणार होतं.

प्रमुख गुंतवणूकदार बँकेच्या प्रतिनिधीने मला एका कडेला घेतलं. एखाद्या मुत्सद्द्यासारखा चेहरा असलेल्या त्यानं मला प्रामाणिकपणाने सांगितलं की, ''तुम्हाला ही सर्व व्यवस्था कशा पद्धतीने काम करते हे कळत नाही असं दिसतं.'' त्यानं पुढे विचारलं, ''हा तुमचा आयपीओ लागू करण्याचा पहिला प्रसंग आहे का? बरोबर बोलतोय ना मी? हे पहा, विकणारे आणि बँकर हेच मिळून किंमत ठरवत असतात. तुमच्या म्हणण्याला इथे काहीच वाव नसतो.''

मी थोडा तडकाफडकी उत्तर दिलं, ''माझ्याशिवाय ही कंपनी चालवायला तुम्हाला कोण मिळणार आहे? जर तुम्ही ठरवलेल्या किमतीच्या पट्ट्याबाहेर जात असाल तर मी कंपनीच चालवणार नाही.'' ते मला ढकलायचा प्रयत्न करत होते आणि मी त्यांना रेटत होतो. शेवटी या युद्धात माझीच जीत झाली. १३ जून, १९९८ रोजी आम्ही ठरवलेल्या पट्ट्यातील सर्वांत वरच्या किमतीला इश्यू ओपन केला. त्या वेळी स्टॉक्सची बाजारातील किंमत दोन अब्ज ७२ कोटी डॉलर्स इतकी होती.

आमच्या स्टॉकच्या उद्घाटनानंतर सहा आठवडे त्याची किंमत चढी राहिली. त्यानंतर अचानक रशियामध्ये गंभीर आर्थिक समस्या उद्भवली. याच्यातून त्यापूर्वीची अशियाई आर्थिक अडचण अधिक गहिरी झाली. त्यामुळे तेल व अन्य वस्तूंची मागणी घटली. रशियातून या वस्तूंची निर्यात जवळजवळ आटली. सुदैवाने सीसीबीचा रशियात कोणताही व्यवसाय नव्हता, पण तरीही या आर्थिक संकटाचे पडसाद जागतिक स्तरावर उमटले. सीसीबीच्या स्टॉकची किंमत उतरली व आमचे नवे गुंतवणूकदार दु:खी आणि नाराज झाले. माझे मित्र, नातेवाईक वगैरे ज्यांनी गुंतवणूक केली होती त्यांचं नुकसान झालं. मी २००१ साली जेव्हा सीसीबी सोडली तेव्हाही कंपनीच्या शेअरची किंमत आम्ही बाजारात दाखल झालो त्या पातळीपर्यंत आलीच नाही. रशियाच्या आर्थिक अधोगतीनंतर १९९९मध्ये बेल्जियममध्ये कोकमध्ये अशुद्धता व अनारोग्यकारकता असलेले घटक सापडल्यामुळे कोकची विक्री खालावली.

बेल्जियममध्ये सीसीबीचा कोणीही बॉटलर नव्हता. नंतर असं सिद्ध झालं की, ही जी भीती होती ती अनाठायी होती. कोकची अशुद्धता व अनारोग्यकारकता शेवटपर्यंत सिद्ध होऊ शकली नाही. पण आयव्हेस्टरला हा वाद चांगल्या पद्धतीने हाताळता आला नाही. परिणामी त्याची कारकिर्द तर धोक्यात आलीच, पण युरोपातील खपावर आणि फायद्यावरही तात्पुरता गैरपरिणाम होऊन खप खालावला.

युरोपातील सर्व बॉटलर्सना एकत्रित करण्याचं माध्यम म्हणून सीसीबीकडे

पाहिलं जात होतं. या एकत्रीकरणाचं प्रमुख लक्ष्य होतं कोका-कोला हेलेनिक ही बॉटलर कंपनी. ही कंपनी ग्रीसच्या अथेन्स शहराजवळ होती. लॅवेंटिस कुटुंब हे या कंपनीचे मालक होते. या कुटुंबाने कोका-कोलाची फ्रँचायझी १९७०मध्ये विकत घेतली होती. आणि मोठ्या प्रमाणावर व्यवसायात यशस्वी झाली. त्यांचे नायजेरिया आणि आयर्लंडमध्येही बरेच प्लान्ट्स होते. तसेचं रुमानिया, रशिया, बल्गेरियासह पूर्ण युरोपात त्यांचे बरेच प्लान्ट्स होते.

अँड्र्यू डेव्हिड बॉटलिंगव्यतिरिक्त बाकीही बरेच कौटुंबिक व्यवसाय चालवत होते. नायजेरियामध्ये तिथल्या बॉटलिंग प्लान्टच्या दुरवस्थेबाबत याच डेव्हिड यांच्याशी माझा संघर्ष झाला होता. नंतर त्यांच्याशी माझी घट्ट मैत्रीही झाली होती. आयर्लंडच्या ट्रिनिटी कॉलेजमध्ये शिक्षण झालं असल्यामुळे अँड्र्यूला आयर्लंडविषयी विशेष आस्था होती. शिवाय रग्बी खेळाचाही तो खूप मोठा प्रशंसक होता. या दोन समान आवडींमुळे इतक्या वर्षांमध्ये आमची मैत्री आता चांगली घट्ट झाली होती.

आम्ही एका गोष्टीवर एकमत झालो होतो की, एचबीसी व हेलनिक या दोन कंपन्या एकत्र करायच्या आणि या नव्या एकत्रित कंपनीला मी चालवायचं. यासाठी आम्हाला ग्रीसच्या स्टॉक एक्स्चेंजमध्ये नोंदणी करावी लागणार होती. नाहीतर हे एकत्रीकरण न होता विक्री ठरली असती. याचा परिणाम म्हणून लॅवेंटिस कुटुंबाला खूप मोठा कर भरावा लागला असता. ऑगस्ट, २०००मध्ये ही एकत्रीकरणाची प्रक्रिया पार पडली. यानंतर निर्माण झालेल्या नव्या कंपनीचं नाव कोका-कोला हेलनिक बॉटलिंग कंपनी असं झालं. जगातील सर्वांत मोठ्या कोक बॉटलिंग कंपनीपैकी ही एक झाली. नव्या कंपनीचे २३ टक्के समभाग लॅवेंटिस कुटुंबाला मिळाले. या सीसीएचबीसीचे २४ टक्के समभाग कोका-कोला कंपनीकडे आले. या एकत्रीकरणानंतर थोड्याच दिवसात दुर्दैवाने अँड्र्यूचं निधन झालं. त्यानंतर त्याचा भाऊ जॉर्ज हा अध्यक्ष म्हणून काम पाहू लागला. त्याच्यामते मी अँड्र्यूला चर्चेत गंडवलं होतं. मला असं कधीच वाटलं नाही. पण काही असलं तरी माझं आणि जॉर्जचं विशेष कधी जमलं नाही. आम्ही कधीच जवळ आलो नाही.

युरोपातील एकत्रीकरणाच्या प्रक्रियेतील अजून एक कोडं म्हणजे कोका-कोला एंटरप्रायझेस. ग्रेट ब्रिटनमध्ये एक फ्रँचायझी होती, त्याचा मालक अटलांटामध्ये राहत असे. सीसीएचबीसीच्या सुरुवातीच्या दिवसांत मी कोका-कोला एंटरप्रायझेसचा सीईओ समरफील्ड जॉन्सनला भेटलो. अँड्र्यू डेव्हिडच्या फ्लॅटवर आम्ही दीर्घकाळ चर्चा केली. समरफील्डला काही विशिष्ट तऱ्हेच्या एकत्रीकरणात निश्चित रस होता. पण नंतर त्यानं फोन करून कळवलं की, अद्याप ही सुयोग्य वेळ नव्हती. मात्र त्यानंतर तो सौदा कधीच पटला नाही.

हंगेरी हे प्रत्यक्षात खूपच अवघड आव्हान होतं. इथे पेप्सीसोबत कोकचं किमतीबाबत

युद्ध चांगलंच पेटलं होतं. पेप्सीने किंमत कमी केली की, प्रत्येक वेळी कोकच्या बॉटलरला किंमत कमी करून पेप्सीसोबत आणावी लागायची. कोंबड्यांच्या झुंजीसारखी ही झुंज होती. या ठिकाणी माझा फिलिपाईन्समधला अनुभव कामी आला. मी तिथल्या व्यवस्थापकाला दिलासा दिला की, किंमत कमी करण्याने आपल्याला जेवढं नुकसान होतं तेवढचं पेप्सीलाही नुकसान होतंय. बाजारात किंमत कमी करण्यासाठी पेप्सी कंपनी कोणत्या ना कोणत्या प्रकारचं अनुदान मूळ कंपनीकडून वापरत आहे. अनुदानावर दीर्घकाळ कोणीही टिकू शकत नाही. मी हंगेरीच्या मंडळींना सांगितलं की, आपण किंमत वाढवायला सुरुवात करू. आम्ही किंमत वाढवताच कोकची विक्री कमी झाली. तीन आठवडे आमची विक्री कमी राहिली आणि मग पेप्सीने त्यांच्याही किमती वाढवल्या. हे तीन आठवडे माझ्यासाठी खूप अस्वस्थतेचे होते.

दरम्यान आम्हाला कोका-कोला कंपनीला सांगून कॉन्सन्ट्रेटची किंमत कमी करण्यासाठी पटवावं लागलं. हे मोठं अवघड काम होतं.

आपल्या आयुष्याच्या अखेरीस रॉबर्टो गोइझुएटाने वॉल स्ट्रीटला जाहीर केलं की, कोका-कोला कंपनीला आता अजून एका नव्या उलाढालीतून पैसे मिळणार आहेत. ते म्हणजे बॉटलर कंपन्यांची खरेदी व विक्री. आम्ही बॉटलर कंपन्या विकत घेत होतो, त्यांच्यात सुधारणा करत होते व विकत होतो. उदाहरणार्थ, आम्ही ज्या पूर्व युरोपीय बॉटलर कंपनीमध्ये गुंतवणूक केली होती, ती कंपनी आम्ही कोका-कोला ॲमटिलला विकली. वॉल स्ट्रीटवर आमचा हा उद्योग लोकप्रिय झाला. आणि मग जुलै, १९९८मध्ये आमच्या शेअरने बाजारात न भूतो न भविष्यति अशी उसळी मारली. प्रतिशेअर ८८ डॉलर्स एवढी ती वधारण्याची पातळी होती. पण या प्रकारात एक अडचण होती. कोका-कोला ॲमटिलसारखी एखादी कंपनी एखाद्या बॉटलर कंपनीची डॉलरच्या वरच्या स्तरावर खरेदी करते तेव्हा अशा बॉटलर कंपनीला खूप मोठ्या प्रमाणावर नफा नोंदवावा लागतो. म्हणजे ती गुंतवणूक सुयोग्य ठरवली जाते. याचाच अर्थ उत्पादनांची किंमत निश्चितपणाने गुणवत्ता सुधारून करता येते व अशा गुणवत्ता सुधारलेल्या उत्पादनाची बाजारात किंमत वाढवताही येते, ज्यामुळे फायद्याचं प्रमाण वाढतं. अशा तऱ्हेने या नव्या कोका-कोला कंपनीने आपली फायद्याची पातळी वाढवण्यासाठी आपल्या उत्पादनांची किंमत वाढवायला हवी होती. किंमत वाढवणं म्हणजे तात्पुरता फायदा वाढवणं होतं. पण मग याच न्यायाने कॉन्सन्ट्रेटच्या किमती वाढवून कोका-कोलाची किंमतही वाढली असती.

परिणामत: हा खेळ शेवटी संपतो. बॉटलरला आपला बाजारपेठेतला हिस्सा गमावल्याशिवाय उत्पादनाची किंमत वाढवता येत नाही. हंगेरीतही हेच झालं. १९९८ सालच्या उत्तरार्धात पूर्व युरोपातही हेच झालं.

अँड्र्यू डेव्हिड आणि मी दोन हजार साली एकत्रच विमानाने अटलांटाला गेलो.

त्या वेळी तो सीसीएचबीसीचा अध्यक्ष होता. नवा सीईओ डग्लस डॉफ्टला आम्हाला भेटायचं होतं. डाउग आयव्हेस्टरच्या अल्पकालीन कारकिर्दीनंतर डॉफ्टनं नव्यानं सूत्रं सांभाळली होती. हंगेरीसाठी कॉन्सन्ट्रेटच्या किमती कमी करण्याची मागणी घेऊन मी गेलो होतो. याच्यातून हंगेरीतील बॉटलर कंपन्यांना आपापल्या पायावर उभं राहण्याची संधी मिळणार होती. डॉफ्टच्या अधिपत्याखाली कंपनीचा नवा अध्यक्ष जॅक स्टाहल होता. त्यानं आमची मागणी प्रथम धुडकावून लावली.

जॅक म्हणाला, ''कोका-कोला कंपनी ही गोष्ट कधीच करणार नाही.'' मी म्हणालो, ''ठीक आहे. तर मग एक दिवाळखोर बॉटलर तुमच्या हाताशी आहे याची खातरी बाळगा.''

डॉफ्टला चांगलंच माहीतही होतं आणि जाणवलंही की, जुनी पद्धती पुन्हा एकदा लादताना त्याच्यातून काही फायदा होणार नाही. मग त्यानं कॉन्सन्ट्रेटच्या किमती खाली आणायचं मान्य केलं. यामुळे त्यांच्या नफ्यावर निश्चित परिणाम झाला, शिवाय कोकच्या स्टॉकवर व डॉफ्टच्या कारकिर्दीवरही त्याचा परिणाम होत होता. वारसा म्हणून ही समस्या त्याला मिळाली. पण ती स्वीकारून योग्य निर्णय घेऊन योजना लागू करण्याचं त्यानं धैर्य दाखवलं.

वयाच्या ५८व्या वर्षी निवृत्त व्हायचं मी पामेलाला कबूल केलं होतं. मी हे स्पष्ट पाहू शकत होतो की, अध्यक्ष जॉर्ज डेव्हिडशी व त्याच्या बोर्डशी, त्याच्या भावाच्या मृत्यूनंतर आमचे नातेसंबंध तणावपूर्ण राहणार होते. म्हणून मी जाहीर केलं की, २००१ सालाच्या शेवटी मी सीसीएचबीसी सोडणार आहे. मला जे करायची इच्छा होती, ते मी करून झालं होतं. युरोपच्या मोठ्या भागाचं एकत्रीकरण करणं आणि एक पब्लिक कंपनी तयार करून चालवणं या त्या दोन गोष्टी होत्या. त्या वेळी सीसीएचबीसी कोका-कोलाकडून विकत घेण्याच्या चर्चेत एक रशियन बॉटलर कंपनी होती. माझ्यानंतर २००२ साली आलेल्या इरियन फिनान याने हा सौदा पक्का केला. त्यासाठी त्यांनं एक कोटी डॉलर्स मोजले. त्यापूर्वी एक वर्ष कोकने कमीत कमी पाच कोटी डॉलर्सची बोली लावली होती. मग शेवटी मी चर्चेतून उठून गेलो होतो. आजमितीला त्या रशियन बॉटलर कंपनीची किंमत साधारण एक अब्ज डॉलर्स इतकी आहे. त्यामुळे ज्या व्यवहारात मी कधी काळी लक्ष घातलं होतं तो सर्वोत्तम व्यवहार होता याचा मला आनंदही वाटतो आणि कोका-कोलासाठी तो वाईट सौदा ठरला याचं वाईटही वाटतं.

पामेला व मी दोघांनी मिळून व्यक्तिगत जीवनासाठी तयारी म्हणून बार्बाडोसमध्ये घर विकत घेतलं. आता हिवाळ्यात बार्बाडोस, उन्हाळा फ्रान्समध्ये आणि शरदऋतूत अटलांटामध्ये असे असणार होतो. अटलांटामध्ये या ऋतूत 'अझालियास' फुलत असे आणि 'मास्टर गोल्फ टूर्नमेंट' चालत असत.

सीसीएचबीसी सोडल्यानंतर काही काळ मी बार्बाडोसमधल्या जागा व घरांच्या

व्यवसायात थोडी मुशाफिरी केली. रिअल इस्टेट डेव्हलपमेंटची एक गुंतवणूक करणारी कंपनी सुरू केली. 'एलसॉट' नावाच्या एका कंपनीचा एक प्रमुख गुंतवणूकदार बनलो. या कंपनीचा व्यवसाय होता – व्यावसायिक वापरासाठीच्या कूलर्समध्ये वापरायचे वीज वाचवणारे थर्मोस्टॅट बनवणं. कोका-कोलाच्या संपूर्ण जाळ्यामध्ये आता यांचा उपयोग होतो. अध्यक्ष आणि सीईओ म्हणून मी जेव्हा कोका-कोलामध्ये परतलो तेव्हा एलसॅटमधली माझी गुंतवणूक मी केवळ तिथं आंधळ्या भरवशांवर सोडून आलो होतो. खासगी जीवनानंतर गोल्फ खेळात मी विशेष प्राविण्य मिळवण्याचा प्रयत्न केला. रोज रोज जगण्याचा हा कमी तणावाचा अनुभव, माझं वजन पंधरा पौंडांनी कमी करून गेला. पामेला आणि मी मग भरपूर हिंडलो. त्यामध्ये ताहिती, न्यूझीलंड, आफ्रिका या ठिकाणी आम्ही भेटी दिल्या. कोका-कोलाचा विषयही माझ्या डोक्यात नव्हता.

ऑगस्ट, २००३ मध्ये मला माझ्या जुन्या मित्राकडून फोन आला. हा माझा मित्र माजी कोक बॉटलर होता. आता तो सल्लागार म्हणून काम करत होता. पूर्व युरोपात पोलंडमध्ये कोकचा पहिला प्लांट उघडल्यावर एका रविवारी सेंट ब्रिगिड चर्चमध्ये आम्ही आनंद साजरा करायला बसलो होतो. त्या अविस्मरणीय क्षणी तोही आमच्याबरोबर होता. तो मला म्हणाला, ''नेव्हिल, आता आमच्यापैकी बरेच जण एकत्र येऊन, डॉफ्टने जावं आणि तू कोकमध्ये परत यावं आणि कंपनी चालवावीस यासाठी दबावगट बनवत आहोत.'' कंपनीचं उत्पन्न घटलं होतं. १९९८ साली कंपनीचा शेअर सर्वांत जास्त पातळीवर होता. त्याच्या निम्म्या किमतीवर तो आला होता. यापेक्षाही महत्त्वाची गोष्ट म्हणजे कंपनीतील उत्साह कमी झाला होता. डॉफ्टची कामातील रुची जणू संपल्यासारखी होतं. तो लोकांना म्हणायचा, ''मला काढून टाकण्यासाठी जे काही करावं लागेल ते मी करत आहे.'' ऐकताना वाटायचं की, तो विनोद करतो आहे. पण ते खरं होतं. डाउग आता थकला होता.

त्या सल्लागाराला मी तुसडेपणाने प्रतिसाद दिला, ''मी हे करणार नाही. मी आता आनंदाने निवृत्त झालो आहे. मी बायकोच्या आवतीभोवती असलेलं तिला आवडतंय. त्यामुळे तू अंधाऱ्या गल्लीत चाचपडतोयस असं मला वाटतं.'' पुढं मी त्याला असंही बजावलं की, माझं नाव तुम्ही पुढं करण्याला माझा कोणताही पाठिंबा नाहीये.

माझ्या या मनाईमुळे माझ्या माघारी व कोणाच्याही नकळत माझं नाव घेऊन सुरू झालेल्या हालचालींना मात्र कोणीही थांबवू शकलं नाही. यंत्रणेमधील इतरही लोकांचे मग मला फोन येत राहिले व प्रत्येकाला मी हेच सांगत राहिलो की, मला आता त्यात रस राहिला नाही. त्यानंतरच्या शरद ऋतूच्या मोसमात प्रत्यक्ष डॉन कियोचा फोन आला आणि आता मात्र बाब गंभीर होती.

❖

कोका-कोलाच्या सर्वोच्चपदी

रॉबर्टों गोइझुएटाच्या मृत्यूनंतर कोका-कोलाची घसरण सुरू झाली होती. आजपर्यंत कंपनीला दोन महान नेते मिळाले होते. ते म्हणजे गोइझुएटा आणि डॉन कियो. पण रॉबर्टोचं निधन झालं होतं आणि डॉन निवृत्त झाला होता. गोइझुएटा आणि कियो यांच्या काळानंतर प्रथम आलेला डाउग आयव्हेस्टर हा पहिला नेता. पण तो जास्त काळ टिकला नाही. दोन वर्षांतच त्यानं राजीनामा दिला. त्यानंतर उणीपुरी चार वर्ष डॉफ्ट तग धरून होता. खरंतर त्यानं आधीच सोडून जायला हवं होतं. पण माझी खातरी आहे; त्याला जसं व जितकं जमलं तेवढा जास्त काळ त्यानं टिकायचा प्रयत्न केला. याचं साधं सोपं कारण म्हणजे, कंपनीची गाडी रुळावर आणण्यासाठी सर्वोच्च पदावर नेमलेली लागोपाठच्या दोन लोकांची निवड चुकल्याचा अपराध संचालक मंडळाच्या नावे येण्याची त्यांना भीती वाटत होती.

रॉबर्टोबद्दल पुरेसा आदर राखून अगदी खरं सांगायचं तर असं म्हणता येईल की, जागतिक अर्थव्यवस्थेतील बदलांमुळे रॉबर्टोचंही कर्तृत्व दीर्घकाळ टिकण्याजोगं नव्हतं. आमच्या क्षमतांचा पुरेपूर वापर करण्यासाठी त्याने आम्हाला खूप ढकललं होतं. वॉल स्ट्रीटवर जाऊन तो म्हणत असे, "या वर्षी आम्ही १५ टक्के विकास साधून प्रतिशेअर परताव्यात तेवढी वाढ दाखवणार आहोत." पुढच्या रांगेत बसलेले आमच्यासारखे म्हणत, ११-१२ टक्के हा आकडा कसा सहज शक्य आणि वास्तविक वाटतो. आम्ही रॉबर्टोला तसं सुचवायचा, सांगायचा प्रयत्नही करत असू. तर त्यावर तो तिथूनच उत्तर द्यायचा, "ठीक आहे. पण वॉल स्ट्रीटची अपेक्षा १५ टक्क्यांची आहे." मग कंपनी आणि कंपनीच्या अधिकाऱ्यांना तेच करणं भाग असायचं. जेव्हा जगातील घटनाक्रम तुमच्या विरोधात असेल, विशेषत:

१९९८ साली घडलं तसं, तर अशी उद्दिष्टं गाठणं खूप कठीण असतं.

आजचा कोकचा प्रमुख आर्थिक अधिकारी गॅरी फेयार्ड हा त्या वेळी नियंत्रक म्हणून काम करत होता. त्याला १९९८ साल चांगलं आठवतंय. तो म्हणाला, "१९९८ सालाच्या पूर्वार्धात कंपनीने विकासदर १२ टक्के राखला. मे महिन्यात अटलांटामध्ये विश्लेषकांची एक महासभा आयोजित केली होती. त्यामध्ये विश्लेषकांची विचारणा अशी होती – कंपनीची उद्दिष्टं अधिक उंचावायला हवीत. तसंच लवकरात लवकर लाभांश जाहीर करून देण्यात यावा. मी गोइझुएटाच्या मागे प्रेक्षागृहात 'फायनान्शियल टाइम्स' वाचत बसलो होतो. त्यात बातमी होती 'एशियन फ्लू – रशिया कोसळतोय – अर्जेंटिना वितळतोय.' अमेरिका सोडून सर्व जग जणू नरकाच्या दारात पोहोचणार होतं. तरीही आमच्या विक्रीची पातळी मात्र सतत वाढत व रुंदावत होती. सर्व बाजूंनी आम्ही कामगारभरती चालवली होती. बॉटलर्स प्लान्ट बांधत होते. पैसे उधार देत होते. विकास सर्वत्र चालला होता.''

पण कोका-कोलाला तळ गाठायला अजिबात वेळ लागला नाही.

"१९९८ सालच्या उत्तरार्धात आमचा विकासदर १२ टक्क्यांवरून शून्यावर आदळला. एका रात्रीत जग जणू ठप्प झालं. आमचा धंदा बसला. पण आम्ही खूप लोकांना कामावर ठेवलं होतं. नव्या कंपन्या विकत घेणं आणि बॉटलिंगचे नवे प्लान्ट उभं करणं यामुळे बॉटलर्स कर्जात होते. त्यांची मोठी शोचनीय अवस्था होती. कंपनीवर ओव्हरहेड्सचा प्रचंड भार होता.'' गॅरीला सर्व आठवत होतं.

१९९९मध्ये आयव्हेस्टरने नवा उपक्रम सुरू केला. तो पुढे डॅफ्टने पूर्ण केला. या उपक्रमाचं नाव होतं 'स्ट्रॅटेजिक ऑर्गनायझेशनल अलाइनमेंट' (संस्थेच्या संरचनेची धोरणात्मक जुळणी). मोठ्या प्रमाणावर 'ले ऑफ', म्हणजे माणसांना कमी करण्याच्या कामाचं हे सांकेतिक नाव होतं. या प्रकारचं काम कोकमध्ये कोणीही कधीही ऐकलं नव्हतं. इथे नोकरी म्हणजे आयुष्यासाठीची नोकरी असे. या कालावधीत कोकने ५०००पेक्षा जास्त लोकांना कामावरून काढून टाकलं. या प्रकाराने कंपनी मुळापासून हादरली. "या कामावरून कमी करण्याने आम्ही जवळजवळ ठार मारले गेलो,'' अशी गॅरीची प्रतिक्रिया होता. "आमची गती रोखली गेली होती. आमचा उत्साह मावळला होता. इथंच आम्ही कंपनी म्हणून आमचा मार्ग हरवला होता.''

कंपनीला खरंच खर्च कमी करायला हवे होते. पण कामावरून काढून टाकण्याचा विशेष प्रभावशाली परिणाम मात्र जाणवत नव्हता. ही काही खऱ्या अर्थाने संस्थेच्या संरचनेची धोरणात्मक जोडणी, बांधणी काहीच नव्हती. हा तर डोकी कापण्याचा उद्योग होता. कापलेल्या डोक्यांपैकी बरीच डोकी ही विशेष कौशल्यं असलेली होती. शिवाय त्यांना व्यवसायाविषयी सखोल माहिती होती. काही उदाहरणांमध्ये बऱ्याच काढून टाकलेल्या लोकांनी सल्लागार म्हणून व्यवसाय

सुरू केला आणि आपल्या ज्ञानाची ते कोकलाच अधिक किंमत व फायदा घेऊन सेवा देऊ लागले. जानेवारी, २०००मध्ये मी डॉफ्टला भेटलो. सीसीएचबीसीची स्थापना करण्यासाठी मी वापरलेल्या पद्धतीचा रेखा अभ्यास (आउटलाइन स्टडी) करण्यासाठी त्याच्या विनंतीवरून ही भेट ठरली होती. यामध्ये कोका-कोला बेव्हरेज व हेलनिकचं एकत्रीकरण करण्याच्या पद्धतीची चर्चा होणार होती. ही खरंतर तशी आदर्श वगैरे पद्धत नव्हती. पण यामध्ये नेमकं काम काय करायचं याची निश्चिती झाली होती. यामुळे कामामधील तोचतोचपणा आणि पुनरुक्ती आम्हाला शोधता आली. एकदा का नवी रचना व मांडणी ओळखता आली असती की, मग फक्त 'रिकाम्या जागा भरा' असं काम उरणार होतं. ज्या ठिकाणी, ज्या पदासाठी एकापेक्षा अधिक लायक उमेदवार असतील त्या ठिकाणी सुयोग्य व्यक्ती निवडण्याला आम्ही वैशिष्ट्यपूर्ण गुणांकन पद्धती वापरली. यामुळे चांगली सुटसुटीत रचना होऊन त्यात सुयोग्य, चांगली व्यक्ती योग्य जागेवर बसवून ती राखणं यावर भर देण्यात आला होता. डाउगने यावर चांगला प्रतिसाद दिला खरा, पण अंमलबजावणी अजिबात केली नाही. त्यानं जर ती गोष्ट लागू केली असती तर येणाऱ्या व आलेल्या प्रसंगात अगदी भिन्न चित्र निर्माण झालं असतं.

मी ज्या वेळेला अध्यक्ष व प्रमुख कार्यकारी अधिकारी म्हणून कार्यभार सांभाळला, तेव्हा कंपनीच्या वातावरणात द्रोह आणि भीती भरलेली होती. मी माझ्यासाठी काम अगोदरच आखून ठेवलं होतं. पण त्याही पूर्वी जणू एक मोठी आग लागली होती ती मला विझवायची होती. माझ्या ऑफिसमधला पहिल्याच दिवशी हे काम मला करावं लागलं. २००४ सालच्या जून महिन्याची ती एक तारीख होती. त्यादिवशी मी ऑफिसमध्ये किंवा अगदी अटलांटामध्ये असणं, खरंतर महत्त्वाचं होतं; पण मी त्या दिवशी नेमका शिकागोला गेलो; कोकचा सर्वांत मोठा फाउंटन ग्राहक 'मॅकडोनल्ड्स' यांच्याकडे. कोकचा सध्याचा अध्यक्ष स्टील हेयर हा चेअरमन-सीईओ पदाचा कंपनीचा अंतर्गत दावेदार होता. त्यानं मॅकडोनल्ड्सला गंभीरपणे दुखावलं होतं. यामध्ये त्यानं 'सब-वे'शी नव्यानं करार करून त्यांच्या पदरात झुकतं माप टाकल्याचं मॅकडोनल्ड्सचं म्हणणं होतं. ते खरं नव्हतं. पण ते तसं वाटत मात्र होतं. आम्हाला खातरीशीर माध्यमातून बातमी मिळाली होती की, मॅकडोनल्ड्सने पेप्सीसोबत चर्चा चालवल्या होत्या. त्यानुसार ते पेप्सीची 'कोला' नसलेली उत्पादनं विकायला सुरुवात करणार होते. अगदी एका जरी मॅकडोनल्ड्स दुकानाने पेप्सीचं उत्पादन विकलं असतं तरी माझी नव्याने पुनरुज्जीवित झालेली कारकिर्द धुळीला मिळाली असती. सुरुवात होण्यापूर्वींच हार होऊन अखेर झाली असती.

मॅकडोनल्ड्सचा प्रमुख कार्यकारी अधिकारी चार्ली बेलला मी भेटलो. सरळ त्याच्या डोळ्यात पाहत मी त्याला म्हणालो, "मी तुमचा प्रश्न मिटवतो.'' मला

काय म्हणायचंय हे बेलला कळलं. मला म्हणायचं होतं, हेयर लवकरच कंपनी सोडतोय. तोपर्यंत आम्ही एक परीक्षण चालू केलं की, ज्यामध्ये आम्ही खरंच मॅकडोनल्ड्सला जास्त आकारणी करत नाहीये ना हे पाहायचं होतं. तपास केला तेव्हा खरंच काही मोजक्या क्षेत्रात आम्हाला थोडी अधिक आकारणी आढळली. मग आम्ही जास्तीचे पैसे परतही करून टाकले. पण खूप मोठी म्हणावी अशी अधिक आकारणीची क्षेत्रं आढळली नाही. मागाहून मी मॅकडोनल्ड्सशी असलेले संबंध आमच्या व्यवस्थापनात बदल करून पक्के करून टाकले.

जेरी विल्सनला मी आमच्या जमाखर्च विभागाचा प्रमुख नेमलं. त्यानं खूप चांगलं काम केलं. त्याच्यानंतर रॉबर्टोचा मुलगा जेव्हियर गोइझुएटा त्या जागेवर आला. जेव्हियरसाठी एक तोटा होता. कंपनीत जिथं जाईल तिथं माजी अध्यक्षाचा मुलगा म्हणूनच त्याच्याकडे पाहिलं जाई. त्याच्या खऱ्या बुद्धिमत्तेकडे कोणी विशेष लक्ष देत नसे. तो खरंच उत्तम, कौतुकास्पद काम करू शकत असे. मॅकडोनल्ड्ससोबत चांगले सशक्त संबंध जोपासण्यात त्यानं अमूल्य योगदान दिलं. तुमच्या ग्राहकांशी संबंध जोपासण्यासाठी ते संबंध दररोज कमवावे लागतात, हाच संदेश देण्यासाठीची माझी त्या दिवशीची मॅकडोनल्ड्सशी भेट होती. जर ग्राहकाला तुम्ही गृहीत धरून चाललात, तर तुम्ही स्वतःचंच नुकसान कराल असा त्याचा अर्थ होतो.

शिकागोमधून मी उडालो तो थेट पश्चिम किनाऱ्यावरच्या पीटर उबेररॉथला भेटलो. हा माणूस कोकच्या संचालक मंडळावर होता आणि लेखा परीक्षण समितीचा प्रमुख होता. मी त्याचा सल्ला व मार्गदर्शन मागण्यासाठी गेलो होतो. पीटरने लॉस एंजेलिसमधल्या ऑलिंपिक स्पर्धा यशस्वीपणे पार पाडल्या होत्या. शिवाय एका प्रसिद्ध कॉन्ट्रेरियन गटाचा तो प्रमुख होता. या गटाने अनेक यशस्वी कंपन्यांना मदत केली होती.

मी उबेररॉथला काही जास्त ओळखत नव्हतो. मी जेव्हा जेव्हा कोकच्या संचालक मंडळासमोर सादरीकरण प्रस्तुत करायचो तेव्हा मी त्याला पाहिलं होतं. मला विचारले जाणारे सर्वांत अवघड प्रश्न हे नेहमी त्याच्याकडूनच येत असत. त्यामध्ये भरपूर अभ्यास लपलेला असे. माझ्या संपूर्ण कारकिर्दीमध्ये असे अनेक कठीण प्रसंग आले होते आणि ज्यांच्यावर संपूर्ण विश्वास टाकावा अशांपैकी तो एक होता. एखाद्या अडचणीचं सांगोपांग विश्लेषण व समर्पक सल्ला घेण्यासाठी मी त्याच्याकडे कधीही जाऊ शकत असे. डॉन कियो हासुद्धा मला गुरुतुल्य (मेंटॉर) माणूस होता.

पहिल्या शंभर दिवसांत रणनीतीचं स्पष्टीकरण होऊन रुळायला वेळ जातो, ही सर्वसामान्य गोष्ट आहे. धडाधड नेमणुका करून मी अंतर्गत रचना बदलून अनेक हालचाली लगेचच सुरू केल्या. या कालावधीत मी माध्यमं व विश्लेषण तज्ज्ञांशी

बोलणार नाही, असं जाहीर केलं. मनात ठरवलेल्या कल्पनांच्या आधारावर मी बोलणार नव्हतो. जसजसे घटनाक्रम घडत होते आणि या घटनांवर मी बार्बाडोस इथून नजर ठेवून होतो, तसतशा या कल्पना माझ्या मनात आकार घेत होत्या. पण नुसत्याच कल्पनांपेक्षा मी जगभरात चाललेलं काम, तिथले कर्मचारी, ग्राहक व कंपनीशी संबंधित महत्त्वाच्या व्यक्तींना भेटून मगच मी माझ्या रणनीतीला स्पष्ट आकार देणार होतो.

मी हेही ठरवलं की, मी लगेचच कोणालाही (प्रेसिडेंट) अध्यक्ष नेमणार नाही. स्पष्टच सांगायचं, तर कंपनीच्या या पदासाठी लायक उमेदवार त्या वेळी नाही अशी माझी खातरी होती. यावरूनच कोका-कोलाच्या नेतृत्वाची दुसरी फळी तयार करण्याची व्यवस्थापन प्रणाली अत्यंत दुबळी होती, याची साक्ष पटत होती. जोपर्यंत संपूर्ण कंपनी चालवण्याची क्षमता असलेली व्यक्ती मिळत नाही तोपर्यंत 'सेकंड-इन-कमांड' या जागेवर एखाद्याची नेमणूक करणं उपयोगी ठरत नाही. डॉफ्टच्या कालावधीत एक व्हाइस चेअरमन आणि दोन प्रेसिडेंट्स होते. तरीही कोका-कोला धडपडत, चाचपडत होते. शेवटी कोकच्या संचालक मंडळाला मला माझ्या व्यक्तिगत आयुष्यातून परत आणावं लागलं होतं. नवा चेअरमन व सीईओ कंपनीला कंपनीच्या बाहेर शोधावा लागला होता.

काही लोकांनी मला सल्ला दिला की, हेयरला प्रेसिडेंट पदावरून ताबडतोब काढून टाका. तसा तो रास्तही होता. कारण प्रेसिडेंटला आवश्यक कौशल्यं त्याच्याजवळ नव्हती. पण मला त्याला शांतपणे, हळूच हटवायचं होतं. संस्थेच्या भल्यासाठी हा दृष्टिकोन चांगला ठरेल असं माझं मत होतं. पहिले काही महिने जगभर फिरण्याचा माझा इरादा होता. या दौऱ्यामधून मला प्रत्यक्ष व्यवसायाबाबत चांगली व प्रत्यक्ष माहिती मिळणार होती. परिस्थिती निदान आहे तशी राखण्यासाठीही मला कोणीतरी हवंच होतं. तोपर्यंत नेमकं काय करायचं याचा माझा अभ्यास पूर्ण झाला असता. आपले कोका-कोलामधले दिवस भरलेत याची हेयरलही जाणीव होतीच. माझ्या कामावरच्या पहिल्या आठवड्यात तो माझ्या ऑफिसमध्ये आला. माझ्या हातात एक कागदपत्र दिलं आणि म्हणाला, "डॉफ्टनं हे मंजूर केलंय." त्या कागदानुसार कंपनीनं त्याला दोन कोटी साठ लाख डॉलर्स द्यावेत. हे त्याचं कंपनीवर ऋण आहे.

हा मला व कोका-कोलाच्या संचालक मंडळासाठी धक्का होता. डॉफ्टला करार मंजूर करण्याचा अधिकार होता यात मुळीच शंका नव्हती. पण एवढी मोठी रक्कम गुंतली असेल तर संचालक मंडळाला याबाबत सांगितलं जाणं अपेक्षित होतं. पण त्यांना असं काहीही सांगितलं गेलं नव्हतं. यामुळेच हा सर्वांनाच मोठा धक्का होता.

मी संचालक मंडळातील पीटर उबेररोथ आणि ब्लॅक यांच्याशी संपर्क साधला.

कॅथी ब्लॅक या संयुक्त समितीच्या प्रमुख होत्या. त्यानंतर न्यू यॉर्क शैक्षणिक व्यवस्थेच्या कुलगुरू म्हणून त्या कार्य करत होत्या. आलेल्या प्रसंगातून मार्ग काढण्यासाठी मी त्यांच्याशी संपर्क केला. हेयरला विश्वास होता की, आम्ही वचनाच्या पोलादी पकडीत सापडलो आहे. हे स्वीकारायला जितकं कठीण होतं तितक्याचं कठोरपणानं आम्ही या अडचणीला सामोरं जायचं ठरवलं. पण यासाठी एखादा नवीन कायदेशीर दावा लढणं ही गोष्ट आम्हाला नको होती.

हेयरशी माझी पहिली भेट माझ्या पहिल्या निवृत्तीनंतर म्हणजे, मी जेव्हा कंपनीसाठी आंतरराष्ट्रीय सल्लागार म्हणून काम करत होतो तेव्हा झाली. युरोपातील ग्राहकांशी व्यवहार करायला त्याला मी मदत करायची होती. तिथं कोणाही ग्राहकांशी त्याची ओळख नव्हती. यासाठी काय करावं लागेल याबाबत आम्ही त्याच्या कचेरीत बसून चांगली चर्चा केली होती. ग्राहकांच्या संस्थेतील महत्त्वपूर्ण व्यक्तींशी भेटून त्यांच्यामध्ये परस्पर विश्वास वाढवणं हा सुयोग्य मार्ग असल्याचं मी त्याला सांगितलं होतं. मग त्याच्या संमतीने मी त्याचे युरोपचे दौरे त्याला सुयोग्य असलेल्या तारखांना आयोजित केले. हेयरने हे दौरे परस्पर रहित केले. मग मी पुन्हा त्याला भेटून नव्या तारखांना पुन्हा दौरे आयोजित केले. त्या तारखासुद्धा त्याने रद्द केल्या. माझ्या बाजूने निरंतर प्रयत्न असूनही त्या भेटी प्रत्यक्षात कधीच घडू शकल्या नाहीत. मला नंतर असं कळलं की, ठरवलेल्या गाठीभेटी रद्द करण्याचा मलाच फक्त अनुभव होता असं नाही. हेयर जिथं पूर्वी काम करतं असे त्या 'टर्नर ब्रॉडकास्टिंग इन्कॉर्पोरेशन' या कंपनीतील हेयरचा माजी नोकरीदाता मला भेटला होता. तो म्हणाला, ''माझ्यासाठी काम करणारा एखादा माणूस म्हणून मी स्टीव्हचं कौतुक जरूर करेन, पण स्टीव्हसाठी म्हणून मी कधीही काम करणार नाही.''

हेयरने नोकरी सोडली. त्यानंतर तो 'स्टारवूड हॉटेल्स अँड रिझॉर्ट्स'मध्ये सीईओ म्हणून लागणार होता. या माणसाचं खरं मूल्यमापन तिथं लागल्यावरच झालं. तिथं गेल्यावर त्यानं पहिली गोष्ट कोणती केली असेल, तर पेप्सीसोबत त्यानं पाच वर्षांचा करार घडवून आणला. त्या वेळी स्टारवूडच्या अंतर्गत गटाने मात्र कोकबरोबरचा करार नव्याने करण्यात यावा असे सांगितलं होतं. सांगायला आनंद असा वाटतो की, तो जो सौदा होता तो कोकने परत पटवला. याच्यातून स्टीव्हच्या हलक्या मनाचा नमुनाच पुन:प्रत्ययाला येतो. या व अशा प्रसंगामधून अनेक मार्गांनी त्या माणसाची व्याख्या होते. स्टारवूडमधली त्याची कारकिर्द अल्पजीवी ठरली.

मी लगोलग प्रमुख औद्योगिक सल्लागाराच्या शोधार्थ निघालो. देवल पॅट्रिक यानं यापूर्वी डॅफ्टकडे राजीनामा सोपवला होता. 'बोस्टन ग्लोब' वृत्तपत्रामध्ये बातमी आली होती की, कोलंबियामधील कोका-कोलाच्या युनिटमधल्या अधिकाऱ्यांना दहशत बसवण्यासाठी कंपनीने गुन्हेगारी प्रवृत्तीच्या उजव्या गटाच्या दहशतवादी

टोळीशी संगनमत करून त्यांना सुपारी दिली. या आरोपावर स्वतंत्र चौकशी नेमण्याच्या आश्वासनापासून डॉफ्ट फिरल्यामुळे पॅट्रिकने राजीनामा दिला होता.

माझं जेव्हा सीईओ म्हणून नामांकन झालं, तेव्हा पॅट्रिकचं हृदयपरिवर्तन झालं. कंपनीत त्याला राहायला आवडेल, असं त्यांनं कळवलं. पण मी त्याला सांगितलं की, आता बरीच दरी निर्माण झाली असून कंपनीतील इतर उच्चपदस्थ अधिकारी आणि त्याच्यामध्ये जणू युद्ध पेटलं आहे. देवलचे निश्चितच अन्य काही हेतू होते. तो बोस्टनचाच रहिवासी राहिला. दर आठवड्याला तो अटलांटाला जाऊनयेऊन करत असे. त्याचं कंपनी सोडणं आम्ही शांतपणे निभावून नेलं. तो कंपनीत त्यानंतरही वर्षाअखेरीपर्यंत राहिला. म्हणजे त्याच्या जागी मला सुयोग्य माणूस नेमायला वेळ मिळाला. मला खातरी आहे, एकदा एखाद्याने कंपनी सोडण्याचा निर्णय घेतला की, पुन्हा निर्णय बदलणं क्वचितच यशस्वी होऊ शकतं. नोकरी म्हणजे एक मानसिक करार असतो. एकदा का एका ठिकाणचा करार मोडला की, मन मग ताबडतोब नवे नातेसंबंध जुळवून आणण्यासाठी शोध घेऊ लागतं.

कोकमधून बाहेर पडल्यावर अवघ्या दोन वर्षांत देवल मॅसेच्युसेट्सचा गव्हर्नर म्हणून निवडून आला.

आम्हाला नवा औद्योगिक सल्लागार हवा होता. या शोधात असताना सध्याचा अमेरिकेचा ॲटर्नी जनरल (प्रमुख सरकारी कायदे सल्लागार) असलेल्या एरिक होल्डरची आम्ही गांभीर्याने मुलाखत घेत होतो. ही मुलाखत तोपर्यंत चालली, जोपर्यंत त्यांनं स्वत:हूनच माघार घेतली नाही. शेवटी आम्ही जेफरी केलीची निवड केली. हा माणूस ऑस्ट्रेलियन होता आणि कंपनीच्या अंतर्गत व्यवहारात अतिशय सक्षम होता. दरम्यान डॉफ्टनं सॅन्डी ॲलनलाही आश्वासन दिलं होतं की, तो उत्तर अमेरिकेचा प्रमुख होईल. तो तेव्हा युरोपचा प्रमुख होता. तो लंडनच्या ऑफिसमध्ये काम करत होता आणि यूएसमध्ये राहत होता. त्यामुळे त्याच्या वाच्या चालल्या होत्या. मला आणि कोकच्या संचालक मंडळाला त्याला प्रमुख पदावर नेमावं असं काही वाटलं नाही. मग मी गोष्टी मिसळल्या. जवळजवळ निम्म्या जगाचा आपण प्रमुख होणार नाही हे जेव्हा सॅन्डीला कळलं तेव्हा तो नाराज झाला. सॅन्डी आणि मी तसे दक्षिण आफ्रिकेपासून बरोबर होतो. तो त्या वेळी एक्झिक्युटिव्ह ऑफिसर होता. दक्षिण आफ्रिकेतून त्या वेळी कोकनं गुंतवणूक काढून घेतली होती आणि तो तेथे नॅशनल बेव्हरेजेस स्वतंत्रपणे चालवत होता. माझ्याशी साधं भेटणंही त्यानं नाकारलं. त्या वेळी गटाचा प्रमुख म्हणून मग मी त्याची मध्यपूर्वेत बदली करून टाकली. त्याच्या तोंडावर मी त्याचं वर्णन 'चिनीमातीच्या वस्तूंच्या दुकानात शिरलेला सांड, पण एक चांगला सांड' असं केलं. त्याला ते वर्णन आवडलं नाही. पण तो तसाच होता. एवढं असूनही त्यानं खरंच कितीतरी चिनीमातीची भांडी

फोडल्यासारखं नुकसान केलं होतं. तो अतिशय कठीण परिस्थितीमध्ये चांगलं काम करू शकणारा अधिकारी होता. एवढच नाही; तर कोका-कोला कंपनीची खडान्खडा माहिती त्याला होती आणि कामाच्या बाबतीत तर शुद्ध, स्पष्ट व शिस्तबद्ध निष्ठा होत्या.

कोकची नवी मानव संसाधन निर्देशिका म्हणून सिंथिया मॅककॉग हिला कामावर ठेवलं. सीसीएचबीसीमध्ये तीच आमची एचआर प्रमुख, म्हणजे मानव संसाधन विभाग निर्देशक होती. आपल्या कामासाठी ती प्रसिद्ध होती आणि कंपनीमध्ये तिच्याविषयी आदरही होता. तिच्या या नव्या कामातले बदल तिने सहजपणे अंगीकारले होते. मी जे काम, भले ते तत्कालिक असो, तिला सोपवलं होतं, ते करण्याची आशा कोणाही अधिकाऱ्याला वाटली असती.

कोका-कोला कंपनीचा आत्मा माझ्यामते मार्केटिंग, म्हणजेच विपणन. कोका-कोलासारखा जगातील सर्वांत लोकप्रिय ब्रॅन्ड आमच्याजवळ मार्केटिंगसाठी होता. पण गेल्या काही वर्षांतील अन्य काही व्यवधानांमुळे आम्ही आमची मार्केटिंगमधली बढत व बाजी हरत चाललो होतो. मी जेव्हा आलो तेव्हा मी पाहिलं, आमच्या काही टेलिव्हिजनवरच्या जाहिराती माझ्यामते अन्यायकारक होत्या. एका अशाच फडतूस जाहिरातीमध्ये एक बास्केटबॉल खेळाडू काखोटीला कोकच्या बाटल्या घेतलेला दाखवला होता. ही काही फार आकर्षक प्रतिमा नव्हती. मी सीईओ होण्याआधी एक आठवडा 'सी टू' उत्पादनाच्या लाँचिंगच्या (नव्याने बाजारात रुजू करण्याच्या) कार्यक्रमाला हजर होतो. हे एक चुकीची धारणा असलेलं, मध्यम प्रतीचं कोला उत्पादन आहे. त्याच्यासाठी हीन प्रतीची आखणी असलेली रणनीती होती व त्याची अंमलबजावणी त्याहूनही निम्न स्तरावरील होती. आमच्या या नव्या उत्पादनाचं मार्केटिंग अयोग्य हातांत होतं. या मंडळींना 'ब्रॅन्ड' म्हणजे काय याची जाणच नव्हती. मी सीईओ झाल्यावर तीन आठवड्यांत मी चक फुटला मार्केटिंगला नेमलं. कोकमध्ये येण्यापूर्वी तो 'अनह्यूसर बॉश'मध्ये मार्केटिंग ऑफिसर होता. आमच्या अगोदरच्या डॉन पालुंबोच्या जागी मी त्याला बसवलं. चकने गाडी रुळावर आणली खरी, पण आरोग्याच्या समस्यांमुळे दीर्घकाळ सेवा न देता लवकरच निवृत्त झाला हे दुर्दैव. सीसीएचबीसीमधला माझा उत्तराधिकारी इरियल फिनानलाही मी कंपनीत आणलं. नव्यानं झालेल्या 'बॉटलर्स गुंतवणूक गटा'वर त्याची प्रमुख म्हणून वर्णी लावली. या गटाचं काम होतं कंपनीच्या मालकीच्या जगभरातील बॉटलर्सच्या गरजांचं व नडीचं पर्यवेक्षण करणं. याचं कार्यक्षेत्र शांघायपासून ब्राझीलपर्यंत होतं. नव्या रचनेत बॉटलर्सनी थेट या इरियलच्या गटालाच सर्व अहवाल सादर करत त्याच्या आदेशानुसार काम करायचं होतं. यापूर्वी ते ग्रुप प्रेसिडेंटला रिपोर्टिंग करत असत. कंपनीमध्ये एक गट अशा मताचा होता की, कंपनीने बॉटलिंगच्या कामातील

सर्व हितसंबंध काढून टाकावेत. या गृहीतकात असं मानलं होतं की, कोका-कोला कंपनीला बॉटलिंग चालवण्यासाठीचं कौशल्य नाही. त्यामुळे कंपनीने चालवलेले बॉटलिंग प्लान्ट्स खर्चिक ठरतात व फायद्याची पातळी कमी होते. पण माझ्या कारकिर्दीत आयुष्यभर मी सारखा बॉटलिंगच करत होतो. शिवाय बॉटलिंगमधून अंग काढून घेतल्याने बॉटलर्सच्या म्हणण्याला पुष्टी मिळाली असती. बॉटलर्सचं म्हणणं होतं, कंपनीला आमच्या व्यवसाय व समस्या कळण्याची क्षमता नाही आणि काळजी पण नाही. बॉटलर्सना कोका-कोलाकडून नेतृत्व नक्कीच हवं होतं. पण मी म्हटल्यानुसार अधिकार कक्षांबाबत विवाद होते.

याही बाबतीत माझ्या व माझ्या अगोदरच्या व्यवस्थापकांच्या दृष्टिकोनात फरक होता. त्यांच्यामते एकदा विभाजन करून विभाग तयार केले की, एका विभागाचा दुसऱ्या विभागात अजिबात हस्तक्षेप अथवा संबंध असता कामा नये. या पद्धतीने काम करताना अल्पकालीन संबंध जरूर सुधारतील हे खरं आहे. एक बॉटलर म्हणून काम करताना जास्तीत जास्त स्वायतत्ता मिळावी म्हणून मीही झटलो होतो; पण सत्य म्हणजे, आम्ही सर्व मिळून एक व्यवसाय होतो व आहोत. मी तर म्हणेन, सर्व जण एकाच व्यवसायात होतो. नीला व धमन्यांनी, जोडावेत तसे आम्ही व्यवसायात जोडलो होतो, अशा दृष्टीने ग्राहक आमच्याकडे पाहत होते. आम्ही जर आमच्या तथाकथित भिन्न अस्तित्वात राहिलो तर काही प्रमाणात आमच्यातील वितुष्ट कमी झालं असतंही, पण व्यवस्थेमध्ये मोठ्या प्रमाणावर त्रुटी निर्माण झाल्या असत्या. फ्रँचायझी रचनेचा परिणाम विघटनात झाला असता. या रचनेच्या फायद्याचं हृदय कमकुवत झालं असतं. बॉटलरच्या रोजच्या व्यवहाराचा सांधा कंपनीच्या दीर्घकालीन रणनीतीशी जोडलेला असतो. यामुळेच रचनेतच फ्रँचायझीला विशिष्ट स्थान असतं. याचा अर्थ असा की, आम्ही जरी फक्त अल्पकालीन दृष्टीने याकडे पाहत होतो तरी या नातेसंबंधामध्ये दीर्घकालीन बदल करण्याची आवश्यकता नव्हती. गरज होती ती फक्त आजची कोका-कोला कंपनीतील कार्यपद्धती सुधारण्याची, बदलण्याची. आपल्या सर्वांनाच हे माहीत आहे की, अशा तऱ्हेची पुनर्रचना तुकडे पाडणारी असते, तरीपण आवश्यक असते. कारण संपूर्ण व्यवस्थेचं व्यवस्थित चालणं महत्त्वाचं असतं. नाहीतर म्हणतात ना, हालाचाल केली नाही, बदल केले नाहीत, तर धमन्या कडक होतात.

त्या वर्षाच्या उन्हाळ्यातच मी माझ्या या कारकिर्दीतला महत्त्वाचा निर्णय घेतला. या निर्णयाचा पुढच्या वर्षांमध्ये कंपनीत कायम प्रभाव टिकणार होता. माझ्यासोबत पूर्व युरोपात ज्यानं काम केलं आणि माझ्यासाठी अमूल्य असलेला मुहतार केंट सध्या ऑस्ट्रेलियन बॉटलर कोका-कोला ॲमटिलकडे गेला होता. त्यांच्या युरोपीय डिव्हिजनचं काम तो पाहत होता. त्याच्या यशस्वी कारकिर्दीला

गालबोट लागून गाडी घसरली होती. ऑस्ट्रेलियामधील अधिकाऱ्यांचा त्याच्यावर असा आरोप होता की, ॲमटिलच्या स्टॉक्सचं त्यानं 'इनसाइड ट्रेडिंग' केलं होतं. १९९६ सालच्या सरत्या महिन्यांमध्ये मुहतारच्या आर्थिक सल्लागाराने ॲमटिलच्या स्टॉकचे एक लाख शेअर्स शॉर्ट सेलमध्ये काढले. त्यानंतर लगेचच कंपनीने प्रतिशेअर परताव्यासंबंधात धोक्याची सूचना जारी केली. माझ्यामते ही प्रामाणिकपणे काम करताना घडलेली चूक होती; केलेली नव्हे. मुहतारच्यावतीने स्टॉक्सच्या शेअर्सची ब्रोकरने विक्री करण्याचा अधिकार नक्कीच होता. बेटिंग करताना (पुढे काय घडेल याचा अंदाज घेताना) या सल्लागाराला वाटलं कंपनीच्या शेअर्सची किंमत घसरत आहे. म्हणून आपल्याजवळील जास्त संख्येचे घसरणारे शेअर्स विकून टाकावेत. ते त्यानं मुहतारला न सांगता विकायला काढले. या वादावर पडदा टाकण्यासाठी मुहतारने कंपनीला तीस हजार डॉलर्सचा दंड भरला आणि तीन लाख चोवीस हजार डॉलरचा नफाही सोडून दिला. पण त्याला मिळालेली शिक्षा मात्र या सर्वांहून मोठी होती. ॲमटिलमधलं उच्चपद त्याला सोडावं लागलं. याच्या आधारावर कदाचित एक्झिक्युटिव्हच्या जागेवर तो कोका-कोलाच्या मुख्यालयात येऊ शकला असता. १९९८मध्ये मुहतार 'एफेझ बेवरेज ग्रुप'मध्ये सीईओ झाला. हा ग्रुप तुर्कस्तानातील सर्वांत मोठा बॉटलर आणि दारू गाळप करणारा गट होता.

मी आणि मुहतार सतत संपर्कांत असायचो. माझ्या या मुख्य पदावर येण्यामागे जो दबाबगट होता, त्या दबावगटामध्ये अत्यंत मोलाची भूमिका मुहतार निभावत होता. डॉफ्टच्या राजीनाम्यानंतरच्या सीईओ निवडीसाठी त्यानं पडद्याआडून भरपूर मेहनत घेतली होती. मला हे काम संचालक मंडळाने विचारल्यावर थोड्याच काळानंतर, माझा ज्याच्यावर नितांत विश्वास होता त्या जॉन हंटरचं बार्बाडोसला आगमन झालं व त्यानं मला कंपनीच्या परिस्थितीबाबत माहिती दिली. त्याच्याजवळ मी एक मत व्यक्त केलं. मी म्हणालो, ''या पदासाठी बहुधा कंपनीच्या अंतर्गत एकही लायक उमेदवार नाही असं कंपनीला वाटत आहे असं दिसतं.'' यावर जॉनने माझ्या मताशी सहमती व्यक्त केली. मी मग जॉनला म्हणालो, ''पण मग मला एक असा माणूस, कंपनीतलाच माणूस, हवा की मला ज्याला इंटरनॅशनल प्रेसिडेंट म्हणजे आंतरराष्ट्रीय व्यवहारासाठी अध्यक्ष म्हणून नेमता येईल. पण याही बाबतीत कंपनीत योग्य माणसाचा दुष्काळ दिसतोय.'' जॉन यावर म्हणाला, ''तू खरंतर मुहतारला कंपनीत परत घेऊन ये.'' मीसुद्धा मुहतारबद्दलच विचार करत होतो. याच्यावर जॉनच्या म्हणण्याने मोहोर उमटली. आमच्यापैकी कित्येक जणांना हे माहीत होतं की, मुहतार कोका-कोला कंपनीच्या अतिशय हुशार अधिकाऱ्यांपैकी एक होता. बर्लिन भिंत पडल्यानंतर, १९९० सालात आम्ही एकत्र काम करत असताना एकमेकांच्या खूप जवळही आलो होतो. खरंतर त्या वेळी चुका होण्याची

शक्यता होती. कारण तो खूप धामधुमीचा काळ होता. गडबड खूप असे. निर्णय फार वेळ न घालवता घ्यावे लागत. त्यामध्ये धोकाही असायचा. माणसं तावूनसुलाखून, तपासून घेणारा तो काळ होता. मुहतारने तिथं स्वत:ला सिद्ध केलं होतं.

एखाद्या मुत्सद्याजवळ असणारी दुर्मीळ बुद्धिमत्ता त्याच्याजवळ होती. अशा बुद्धीची आंतरराष्ट्रीय व्यवसायाच्या उच्चपदस्थांमध्ये आवश्यकता असते. मुहतारचे वडील नेकडेट केंट हे दुसऱ्या महायुद्धात तुर्कस्तानचे राजदूत म्हणून फ्रान्समध्ये स्थायिक होते. त्यांनी तुर्कस्तानी ज्यूंना त्या नरसंहारातून वाचवलं होतं. त्यांनी नाझींजवळ मागणी केली होती की, जे ऐंशी ज्यू लोक बैलगाड्यांमधून जर्मनीतल्या छळछावण्यांकडे नेले जात होते, त्यांना तत्काळ मुक्त करण्यात यावं. त्यांच्या या मागणीला नाझींनी नकार दिल्यावर ते स्वत: यामधील एका गाडीत चढले, आणि जोपर्यंत या ज्यूंना सोडलं गेलं नाही तोपर्यंत ते गाडीत बसून राहिले.

निरनिराळ्या सरकारांच्या उच्चस्तरीय अधिकाऱ्यांमध्ये मुहतार सहजपणे वावरू शकत असत. त्याला फक्त एक व्यावसायिक नेता म्हणूनच मान होता असं नाही, तर आंतरराष्ट्रीय स्तरावरच्या नेत्यांचा त्याच्यावर विश्वासही होता. अल्बानियाचे राष्ट्राध्यक्ष सलिराम बेरिशासारख्यांचा त्यामध्ये समावेश होता. मुहतारजवळ अजून एक अमूल्य अनुभवाचा ठेवा होता. त्याला कंपनीच्या फ्रँचायझी आणि फ्रँचायझर या दोन्ही ठिकाणी काम करण्याचा चांगला अनुभव होता. दोन्ही ठिकाणी काम करण्यामुळे त्या त्या ठिकाणच्या दोन्ही बाजू, त्यांचे प्रश्न यांची चांगली जाण होती.

मुहतारला मी परत आणणार हे मला माहीत होतंच, पण प्रश्न होता; 'कधी?' तरीही मी जेव्हा त्याला फोन केला तेव्हा त्यानं चक्क प्रस्ताव फेटाळून लावला. तो म्हणाला, ''एवढं सगळं रामायण-महाभारत घडल्यावर मी परत कसा येऊ?'' त्यानंतर काही आठवड्यांनंतर मुहतारने पुनर्विचार केला. ग्रुप प्रेसिडेंट म्हणून परत येण्याचं त्यानं मान्य केलं. पण मग मीच त्याला कंपनीत आणण्यासाठी काही वेगवान हालचाली केल्या नाहीत. बघायला गेलं तर हा निर्णय विरोधाभासी होता. खरंतर मी योग्य वेळ आणि संधीची वाट पाहत होतो.

सीईओ म्हणून माझे पहिले परदेश दौरे भारत व चीन इथे झाले. नव्या युगाची ती नांदी होती. मी भारतात आलो तेव्हा माझ्याभोवती माध्यमांचा जो गराडा पडला तो सर्कसची आठवण करून देणारा होता. माझी भेट व मुलाखत डझनभर पत्रकारांना हवी होती. माझ्या कारकिर्दीचे शंभर दिवस पूर्ण झाल्याशिवाय मुलाखती द्यायच्या नाहीत, असा मी पण केला होता. तेव्हा कंपनीचा व भविष्याचा नकाशाही माझ्या मनात तयार व्हायचा होता. हॉटेलच्या लॉबीमध्ये तीसपेक्षा जास्त पत्रकार ठिय्या देऊन वाट पाहत बसले होते. मग मला मागच्या दरवाजानं किचनमधून ये- जा करावी लागली. सर्व्हिस एलेव्हेटरचा यादरम्यान मी वापर करत होतो. कचरा

घेऊन जाणाऱ्या ट्रकमधून मी बाहेर पडत असे. भारतातील जनसंपर्क अधिकारी असं पसरवू इच्छित होते की, मी भारत सोडून परत गेलो आहे. पण मी आग्रह धरला की, माध्यमाच्या लोकांची दिशाभूल करणारी खोटी बातमी छापायला नको. त्या वेळी भारताची जबाबदारी, सध्या हाँगकाँगमध्ये आशियाचा भार सांभाळणारी मेरी मिनीक हिच्याकडे होती. तिने भारत व चीन सांभाळण्यासाठी 'कोडॅक' कंपनीतून पॅट्रिक सायवर्ट नावाच्या माणसाला आणलं होतं. एक दिवस तो ग्रुप प्रेसिडेंट होईल या अपेक्षेने कंपनीने त्याला कामावर ठेवलं होतं. त्याच्याकडे एवढी क्षमता असावी असा अंदाज होता. दांडगी चिकाटी व व्यक्ती म्हणून चांगला असला तरी सॉफ्ट ड्रिंक व्यवसायाचं ज्ञान याविषयी सायवर्ट खरोखरच कच्चा माणूस होता. त्याच्या कामाची तऱ्हा म्हणजे तो खुर्चीत बसून व्यवस्थापकीय काम करणारा माणूस होता. खाली उतरून हात काळे करून प्रत्यक्ष काम करण्याशी त्याचा संबंध नव्हता. मला त्यामुळे तो आवडत नव्हता. माझी काम करण्याची ही पद्धत नव्हती.

त्या वेळी भारतातील कारभाराचा प्रमुख म्हणून संजय गुप्ता काम करत असे. कोकच्या सल्लागार मंडळासोबत मेजवानीचं आयोजन केलं असताना त्याने देशातील अनेक आघाडीचे व्यावसायिक नेते आमंत्रित केले होते. त्यातल्या किमान तीन जणांनी तरी मला बाजूला घेऊन संजय गुप्ता योग्य व्यक्ती नसल्याचा सल्ला दिला. दुसऱ्या दिवशी गुप्ताने माझ्यासमोर सादरीकरण केलं. हे हॉटेलच्या एका नृत्याच्या खोलीत आयोजित केलं होतं. भारतात कंपनी काय-काय करते हे दाखण्यासाठी त्यांनी विविध बूथ उभे केले होते. या सादरीकरणाची प्रचंड किंमत पाहून मला धक्का बसला. या सादरीकरणाचं आयोजन फक्त माझ्या एकट्यासाठी होतं. अजून एका गोष्टीची मी नोंद केली. सादरीकरण पाहताना प्रत्येक बूथपाशी मी थांबल्यावर तिथला माणूस मला माहिती द्यायला लागे. प्रत्येक वेळी तिथल्या माणसाचं बोलणं तोडून मध्येच संजय त्याविषयी सांगायला लागत असे आणि सादरीकरण आपल्या हातात ओढून घेत असे. माणसांची देहबोली काय आहे याचं निरीक्षण करण्यात मी पटाईत आहे. त्या प्रत्येक कर्मचाऱ्याच्या मनात संजयबद्दल असलेली भीती स्पष्टपणे व्यक्त होत होती. त्या रात्री संजयने त्याच्या दिल्लीतल्या घरात मेजवानी आयोजित केली होती. त्याचं आलिशान घर तीन एकर जमिनीवर होतं. मेजवानीला दीडशे लोक बोलावले होते. छान वाइन, सुंदर पारंपरिक नर्तक यांचाही यामध्ये समावेश होता. कंपनीच्या खात्यावर या पार्टीचा अस्मानी खर्च लावला जाणार होता. मेरी आणि पॅट्रिक यांना मी मागाहून सांगितलं की, संजय योग्य माणूस नाही. परंतु माझ्या म्हणण्याला त्यांनी कडाडून विरोध केला. त्यांच्यामते तर तो भावी ग्रुप प्रेसिडेंट होता. माझ्यासमोर तातडीच्या कामांची बरीच मोठी यादी असल्याने संजयला लगेच बदलण्याचं मी टाळलं. कोणत्याही शक्ती अथवा सामर्थ्याला शेवटी मर्यादा असतात.

माझ्याजवळ फक्त दोनच गोष्टी होत्या – एक म्हणजे अंतर्मनातील आवाज आणि दुसरं म्हणजे काही निरीक्षणं.

पुढचा किस्सा शांघायचा आहे. तिथं कंपनीच्या मालकीच्या बॉटलिंगमध्ये आर्थिक तोटा होत होता. नैरोबीत माझ्यासोबत असलेला जुन्या काळातील एक जण प्लान्टचा प्रमुख होता. शांघाय बॉटलिंग प्लान्ट चालवत राहणं एवढंच त्याला जमत होतं. पण मार्केटिंगचं अगदी थोडं ज्ञान त्याला होतं. त्याच्यासोबत तिथल्या बाजारात आम्ही फिरलो त्या वेळी अगदी स्पष्टपणे लक्षात आलं की, तिथे त्याचा काहीच वट नव्हता. त्यालाही पुढेमागे बदलावं लागणारच होतं.

पुढचं अवघड काम होतं – रियो दी जानिरो आणि मेक्सिको शहरातील बॉटलर्ससोबतची प्रत्यक्ष सभा. दोन्ही ठिकाणचे बॉटलर्सचे समुदाय असमाधानी होते. त्यांची प्रमुख तक्रार होती की, आम्ही ब्रॅन्डमध्ये पुरेशी गुंतवणूक करत नाहीये आणि फायद्यातून मोठा भाग उचलतो आहोत. आमच्या जाहिरातींची व मार्केटिंगची गुणवत्ता त्यांना आवडत नव्हती. त्यांच्यामते सौदा मान्य करताना असलेल्या अटींमधील आमच्या भागाची पूर्तता आम्ही करत नव्हतो. आम्ही कॉन्सन्ट्रेटसाठी चढी किंमत आकारत होतो. त्याच्या मोबदल्यात आम्ही बॉटलर्सना उत्तम जाहिराती व चांगलं मार्केटिंग घायचं होतं. कोका-कोला कंपनीने ओढायचं आणि बॉटलर्सनी ढकलायचं अशी ती रचना होती. जेव्हा आम्ही पुरेसं ओढत नाही तेव्हा बॉटलर्स ओरडत असत. कारण कदाचित आम्ही दिलेल्या जाहिरातीची गुणवत्ता त्यांच्यामते कमी असे किंवा आवश्यक रक्कम आम्ही त्यासाठी खर्च करत नाही अशी त्यांची तक्रार असे. या कामावर अटलांटामध्ये मी चक फ्रुटची नियुक्ती केली होती. तो या गोष्टीचा मागोवा घेत होता. आम्ही जाहिराती व मार्केटिंगवर संपूर्ण विक्रीच्या आकारमानाच्या किती प्रमाणात खर्च करतो आहोत, शिवाय महागाईचा वाटा यामध्ये किती आहे याचा तो अभ्यास करत होता. इतर ठिकाणच्या भाववाढीपेक्षा माध्यमांची दरवाढ गेल्या काही दिवसांत वेगाने व जास्त प्रमाणात झाली हे चकला दिसून आलं. पण आमच्या खर्चामध्ये त्या प्रमाणात बदल झाला नव्हता. कंपनी आणि बॉटलर्स यांमध्ये संघर्षाचा हा प्रमुख मुद्दा होता. त्यांची स्पर्धात्मकता यामुळे मारली जात होती. यावर सुयोग्य उपाय करणं गरजेचं होतं.

१९ व २० जुलैला माझी संचालक मंडळासोबत पहिली मुलाखत झाली. मी त्यांना म्हणालो, ''माझी निवड तुम्ही दोन गोष्टींसाठी केलीत. पहिली गोष्ट म्हणजे ही कंपनी चालवण्यासाठी सीईओ आणि चेअरमन म्हणून मला नेमलंत आणि दुसरं म्हणजे मी तुम्हाला अहवाल देणं तुम्हाला अपेक्षित आहे. तर याविषयी मी संचालक मंडळाबाबत योग्य तो आदर राखून तुम्हाला आश्वासन देऊ इच्छितो की, मी माझ्या क्षमतेनुसार जास्तीत जास्त प्रयत्न करीन. माझ्या रणनीती व कृतीविषयी पुरेपूर

माहिती संचालक मंडळाला मी वरचेवर देत राहीन. मी निर्वाचित नेता आहे आणि माझा हेतूसुद्धा नेतृत्व करण्याचाच आहे. कार्याच्या सर्वोच्च मानकांइतकं माझं काम नेहमीच असेल असं जरी नसलं, तरी माझा प्रयत्न मात्र त्या उच्च मूल्यांपर्यंत पोहोचण्याचा राहील हे मात्र नक्की.''

ऑगस्टमध्ये बॉटलर्सच्या दुसऱ्या एक गटाला मी भेटलो. या वेळी स्थळ होतं स्पेन. पण या वेळी हा गट आनंदात होता. स्वागताह बदल होता हा. आयव्हेस्टर आंतरराष्ट्रीय प्रेसिडेंट होता तेव्हा बॉटलर्सचं एकत्रीकरण करायचा त्यानं प्रयत्न केला होता. पण जेव्हा त्यांनी गोइझुएटाला फोन केला, त्यानंतर आपलं पाऊल मागे घेतलं. मी जर्मनीत जो अनुभव घेतला होता तशीच ही परिस्थिती होती. स्पेनमध्येही जर्मनीसारखीच खूप चांगली व सशक्त व्यवस्था होती. पण वास्तविकरीत्या १९९० सालानंतर विकास मात्र खुंटला होता. कारण होतं, तिथं खर्च व किमती हे बरेच जास्त होते. शिवाय बाजारपेठेतही गुंतवणूक खूप कमी होती. एक ग्रुप प्रेसिडेंट म्हणून मी स्पॅनिश बॉटलर्सना भेटलो. यामध्ये आमचे नातेसंबंध नव्याने दृढ करण्याचा प्रयत्न होता. त्या बॉटलर्सच्या गटातील तरुण हे कठोर बोलणारे होते. त्या बोलण्यात जवळजवळ शत्रुत्वाची भावना होती. त्यांच्या तक्रारींच्या यादीनेच त्यांनी मीटिंगची सुरुवात केली. यामध्ये जर्मनीमधून कोका-कोला बॉटलर्स आणण्याविषयी त्यांनी विरोध व्यक्त केला. हा प्रकार युरोपीय युनियनच्या कायद्यानुसार चालत होता. मग मी त्यांना हे स्पष्ट केलं की, युरोपीय युनियनचा कोणताही कायदा मला तोडता येत नाही. मग यावर काय मार्ग काढता येईल याच्यावर चर्चा केली. त्यानंतर एकत्रीकरणावर आम्ही बोललो. मी त्यांना सांगितलं की, हा विषय परिणामकारकता व क्षमता यांच्या संदर्भात आहे. त्यांना आपले बॉटलिंगचे व्यवसाय सोडायचे नसल्यास मी त्यांना असा सल्ला दिला की, त्यांनी तथाकथित 'व्हर्च्युअल ॲंकर बॉटलर' बनवावा. यामुळे किमती कमी येतील. कारण कच्च्या मालाची एकत्रित केंद्रीकृत खरेदी केल्याने खर्च कमी येईल. यासाठी आवश्यक कॉम्प्युटर सिस्टिम वापरणं सोयीचं व फायदेशीर होईल. त्यांनी विक्रीसाठी अशी केंद्रीकृत व्यवस्था आधीच केली होती. सुपरमार्केटच्या साखळ्या आणि अन्य मोठ्या ग्राहकांसाठीची व्यवस्था यामार्फत होत असे. यामुळे त्यांना संकल्पना लगेच पटली. खर्च कमी करून क्षमता वाढवण्याची कल्पना त्यांना स्पष्ट दिसू लागली.

मी त्यांना म्हणालो, ''ही सूचना अमलात आणल्यावर तुम्हाला एकत्रीकरणाचे फायदेही मिळतील. शिवाय स्वयंपूर्णतेच्या स्वातंत्र्याचा तुम्ही लाभ घेत राहाल. हीच माझी प्राधान्याने रणनीती असणार आहे.'' मी त्यांना हेही सांगायला कचरलो नाही की, एवढा भरकटलेला, उत्साहहीन बॉटलर्सचा गट मला यापूर्वी कधीच भेटला नव्हता. या सर्व व्यवस्थेबाबत त्यांची ही भावना असेल तर विक्रीबाबत त्यांनी

पुनर्विचार करायला हवा. मग वयस्कर बॉटलर मंडळी चर्चेत उतरली व त्यांनी सूत्रं हातात घेतली. मग एकानं रागवायचं. दुसऱ्यानं कुरवाळायचं या पोलिसी भूमिकेतून पुढील चर्चा झडू लागल्या. स्थानिक व्यवस्थापनाशी मग आमची चांगली चर्चा पुढचे काही आठवडे, काही महिने रंगली.

मी जेव्हा चेअरमन आणि सीईओ झालो तेव्हा कोकच्या युरोप विभागात स्पेन म्हणजे अगदी झळाळता हिरा होता. यामागे स्पॅनिश अर्थव्यवस्थेच्या सुधारणेचा मोठा सहभाग होता. शिवाय एक नवोन्मेषशाली मार्केटिंग तज्ज्ञ आम्हाला मिळाला होता. त्याचं नाव होतं, माकोस-डी-क्विंटो. या स्पॅनिश बॉटलरसोबत माझी आत्तापर्यंतची सर्वांत चांगली व घट्ट मैत्री जमली होती. हे बॉटलर्स म्हणजे उत्तम फ्रँचायझी सिस्टिमचं उदाहरण होते. २००७ साली त्यांना सर्वोत्तम डिव्हिजन म्हणून जेव्हा जागतिक स्तरावरचा 'वूडडर्फ पुरस्कार' मिळाला तेव्हा मला खूप आनंद झाला. अनेक वर्षं पहिल्या तीनमध्येच त्यांचा नंबर असे.

२००४ सालच्या उन्हाळ्यात अथेन्समध्ये ऑलिंपिक स्पर्धा होत्या. तुर्की बॉटलर्सच्या कोकच्या चेअरमनला मी भेटायला गेलो. बॉटलरचे अंशत: मालक 'एफीज बेवरेज ग्रुप' हे होते. या कंपनीचे संचालन मुहतार करत होता. मी त्या चेअरमनला सांगितलं, "एक दिवस मी तुझा दरवाजा ठोठावायला येणार आहे आणि एक दिवस मी मुहतारला परत घेऊनही जाणार आहे.'' या कल्पनेनेच तो उद्ध्वस्त झाला. मला म्हणाला, "तुम्ही माझ्या काळजाला घरं पाडताय.'' प्रत्यक्षात या घटना घडायला थोड्या महिन्यांचा कालावधी असला, तरीही पूर्वतयारी व पायाभरणी मी चालू केली होती. सुदैवाने तुर्की व्यवस्था त्यानंतरही मायकेल ओनीलच्या अधिपत्याखाली बहरत गेली.

त्याच ऑगस्ट महिन्यात अटलांटामध्ये क्लौस हॅलेचं निधन झालं. आंतरराष्ट्रीय प्रेसिडेंट म्हणून तो पूर्वी काम करत असे. या व्यवसायाचा त्याचा गाढा अभ्यास होता. आंतरराष्ट्रीय राजदूताच्या अंगी असायला हवे ते सर्व गुण त्याच्या ठायी होते. तसेच हे मुहतारच्या अंगीपण होते. मी मात्र असे गुण अंगी बाणवण्याचा आटोकाट प्रयत्न करत असे. उच्चपदस्थांमध्ये हॅले सहज मिसळून जात असे. कोणत्याही गोष्टींच्या बारकाव्यांवर त्याचे बारकाईने लक्ष असे. दुसऱ्या महायुद्धात उद्ध्वस्त झालेल्या पूर्व जर्मनीतील त्यांच्या 'हॅंटिंग लॉज'ची प्रतिकृती त्यानं अटलांटात उभारली होती. त्याच्याजवळ त्या मूळ आराखड्याच्या प्रती होत्या. त्याबरहुकूम त्यानं प्रतिकृती बनवून घेतली होती. त्यासाठी जुन्या पद्धतीचे काम करणारे कारागीर त्यानं खास मागवले होते आणि कामावर त्यानं जातीने उभं राहून लक्ष दिलं. मूळ स्वभावानुसार स्वत:च्या अंत्ययात्रेचं नियोजनही त्यानं करून ठेवलं होतं. कोण प्रार्थना श्लोक म्हणणार, कोण भाषण करणार याची त्यानं आधीच आखणी करून

ठेवली होती. अंतिम रूढी पार करण्यासाठीच्या यादीत माझं नाव असण्याचा मला बहुमान मिळाला. तो एक अत्यंत भावनाविवश करणारा अंत्यविधी होता. माझे अश्रू मागे परतवणं मला जड जातं होतं. कोका-कोलामधील तो एक दिग्गज माणूस होता आणि इतरांना घडवणाराही होता. त्याच्या आयुष्यावर एक स्वतंत्र कादंबरी होऊ शकते. अगदी सुरुवातीला, दुसऱ्या महायुद्धाच्या शेवटी, जीव वाचवण्यासाठी आक्रमक रशियन सैन्याला गुंगारा देत एलबी नदीतून तो कसा पोहत गेला तिथपासून ते अगदी कोका-कोलामध्ये ट्रक ड्रायव्हर म्हणून कसं काम केलं या मोठ्या रंजक कथा होत्या.

२००४ सालच्या हिमपात मोसमात कंपनी उत्पादन विकास विभागाच्या विकासाचं आश्वासन मिळतं होतं. गेल्या बऱ्याच दिवसांतील ही एक चांगली सुखद बातमी होती. आम्ही एक नवीन 'डाएट कोला' केला होता. त्याचं नाव होते 'कोक झीरो!' या नव्या नावाची ग्राहकांमध्ये केलेली चाचपणी यशस्वी ठरली. 'डाएट कोक'पेक्षा चांगला सशक्त संदेश याच्यातून जात होता. इथे शून्य उष्मांक (म्हणजे झीरो कॅलरीज) नसून अल्प उष्मांक (थोड्या कॅलरीज) असा संदेश जात होता. मग काय करायचं हा प्रश्न होता.

आमच्या कोक झीरोच्या पहिल्या आवृत्तीत आम्ही 'स्प्लेंडा' घालत होतो. सॉफ्ट ड्रिंक्ससाठीचं नुकतंच परवानगी मिळालेलं 'स्वीटनर' (गोड चव आणणारं द्रव्य) होतं. पण मग संशोधनाअंती असं स्पष्ट झालं की, 'स्प्लेंडा' वापरणाऱ्या ग्राहकांनाच हे नवीन उत्पादन आवडलं. हेही कळलं की, हे नवं पेय मध्यम प्रमाणातच यशस्वी होऊ शकलं. माझ्यामते स्प्लेंडाची रेंगाळणारी अशी विशिष्ट चव होती. नवीन उत्पादनाला हे वापरू नये, अशा मताचा मी होतो. सप्टेंबरमध्ये झालेल्या सभेत मी आदेश दिला की, चव ठरवणाऱ्या शास्त्रज्ञांनी कोक झीरोसाठीही कोकचा जुनाच यशस्वी फॉर्म्युला वापरावा आणि गोडी आणण्यासाठी स्प्लेंडा न वापरता निरनिराळ्या देशात वापरले जाणारे सर्वोत्तम स्वीटनर्स वापरावेत.

एक जुने, चव जाणणारे व ठरवणारे शास्त्रज्ञ याविषयी आक्षेप घेत म्हणाले, "तुम्हाला असं करता येणार नाही.'' ते पुढे म्हणाले, "मि. गोइझुएटा व मि. वूडरफ यांनी त्यांच्यासमोरच असा आदेश दिला होता की, कोका-कोलाचा फॉर्म्युला कोका-कोला क्लासिकशिवाय अन्य कोणत्याही गोष्टीसह वापरू नये.'' माझं यावर उत्तर अगदी साधं होतं, "मग असा आदेश देणारं पत्र मी तुम्हाला केव्हा देऊ?'' पीस पडलं तरी आवाज यावा, अशी शांतता पसरली.

कोका-कोला क्लासिकच्या जास्तीत जास्त जवळ चव असणारं 'कोक झीरो' हे उत्पादन तयार झालं. डाएट कोकनंतरचं सर्वांत यशस्वी प्रॉडक्ट लॉन्चिंग होतं ते. डाएट कोकची चव न आवडून दूर गेलेले ग्राहक परत आले. शिवाय ते क्लासिक

कोक वापराची संख्या कमी केलेले हे ग्राहक होते. आता ते एक 'कोक क्लासिक' किंवा दोन 'कोक झीरो' दिवसाकाठी संपवू शकत होते. २००९ साली कोक झीरो हे कोका-कोला ब्रॅन्डचं तेरावं उत्पादन झालं. दरवर्षी एक अब्ज किरकोळ विक्रीचं उद्दिष्ट त्यानं ओलांडलं. याबरोबरच एक नोंद घेण्याजोगी गोष्ट म्हणजे, डाएट कोकसुद्धा मोठ्या प्रमाणात विकलं जाऊन विक्री वाढत होती. कोक झीरो व डाएट कोक स्वतंत्रपणे बहरत होतं. एक मोडून दुसरं उभं करण्याची गरज नव्हती.

कोक झीरोचा वापर करून पाहण्याच्या सुरुवातीच्या दिवसांत एक अतिशय उच्चपदस्थ व्यक्तीचा सहभाग आम्हाला मिळाला. 'केनेडी सेंटर'साठी निधी उभा करण्याच्या कार्यक्रमाच्या अध्यक्षस्थानी मी होतो. त्याविषयीचा पारितोषिक वितरण समारंभ 'व्हाइट हाउस'मध्ये आयोजित केला होता. त्यानंतरच्या कॉकटेल पार्टीमध्ये राष्ट्राध्यक्ष जॉर्ज डब्ल्यू बुश व राष्ट्रातील प्रथम महिला लॉरा बुश यांच्यासमवेत ख्रिसमस ट्रीजवळ फोटो काढण्यासाठी आम्हाला घेऊन जाण्यात आलं. मी म्हणालो, "राष्ट्राध्यक्ष महोदय, या कार्यक्रमामध्ये तहान महत्त्वाची आहे. म्हणून आपल्या हाती डाएट कोक असायला हवा." ते म्हणाले, "तुम्हाला ठाऊक आहे का? मी रोज तेच पितो." मी विचारले, "तुम्ही 'कोक झीरो' वापरून पाहिलं आहे का?" त्यांनी याविषयी काहीही ऐकलं नव्हतं. मग आम्ही व्हाइट हाउसमध्ये कोक झीरो पाठवण्याची व्यवस्था केली. आभार प्रदर्शन करणारी एक चिठ्ठी आम्हाला राष्ट्राध्यक्षांच्या हस्ताक्षरात मिळाली. त्यात त्यांनी म्हटलं होतं की, 'त्यांनी 'कोक झीरो' वापरून पाहिलं. त्यानंतर ते, नेहमीचं 'डाएट कोक' चांगलं की 'कोक झीरो' छान, याबाबत निर्णय घेऊ शकले नाहीत.' माझ्या बार्बाडोसमधील घरामध्ये त्यांच्या या पत्राची तसबीर करून मी आजही जपून ठेवली आहे.

चौदावं ब्रॅन्ड उत्पादन हे एक अब्ज डॉलरवाले होतं. याचं नाव होतं 'मिनिट मेड पल्पी'. माझ्याच कारकिर्दीमध्ये याचंही लाँचिंग झालं. पण यामध्ये माझं योगदान अगदीच कमी होतं. जे होतं ते म्हणजे एक शब्द – 'वॉव' (हाय! मनमोहक गोष्टींना दिली जाणारी दाद). जेव्हा मला चिनी चव शास्त्रज्ञाने याची चव घ्यायला सांगितलं तेव्हाची ही माझी उत्स्फूर्त प्रतिक्रिया होती. त्याच क्षणी मला जाणवलं की, हे प्रचंड खपाचं पेय ठरणार. नव्या खुलणाऱ्या बाजारपेठांमध्ये अब्ज डॉलरचा खप ओलांडणारं कोक ब्रॅन्डचं 'मिनिट मेड पल्पी' हे पहिलं उत्पादन होतं. एप्रिल २०११ साली कंपनीने लॉटिन अमेरिकेतील कोका-कोला (एफईएमएसए) 'फेमसा' या कंपनीच्या संयुक्त विद्यमाने 'डेल व्हेल' हे उत्पादन सादर केलं. हे कंपनीचं पंधरावं एक अब्ज खपाचं ब्रॅन्ड उत्पादन होतं. या पाठोपाठ माझ्या देखरेखीखाली 'व्हिटॅमिन वॉटर' हे उत्पादन सादर झालं. कोक झीरो, मिनिट मेड पल्पी, डेल व्हेल आणि व्हिटॅमिन वॉटर ही चार उत्पादनं माझ्या देखरेखीखाली लाँच झाली. या चार उत्पादनांमुळे

आमच्या कंपनीच्या विक्रीच्या न्यूनतम पातळीमध्ये वाढ झाली. या वाढीची नितांत आवश्यकता होती, पण या गोष्टींना थोडा वेळ मात्र लागला.

तोपर्यंत ही 'न्यूनतम पातळी' हा गंभीर प्रश्न राहिला. अनिच्छेने आम्ही १५ सप्टेंबर, २००४ रोजी एक सूचना जारी केली. त्याअन्वये वर्षाच्या उर्वरित भागात कंपनीचा नफा विश्लेषकांच्या अपेक्षेपेक्षा कमी राहील, अशी भीती व्यक्त केली होती. यामुळे शेअर बाजारात शेअरने चाळीस डॉलर प्रतिशेअरपेक्षा खाली बुडी मारली. आमच्या निवेदनात जारी केलेलं एक वाक्य म्हणजे – 'या विषयावरचे उपचार क्लिष्ट असून येत्या काळातील अनेक वर्षं अंमलबजावणी करणं आवश्यक असल्याने अल्पकालीन फायदे मिळण्याची शक्यता दिसत नाही.' माझी रणनीती अशी होती की, सुरुवात संथ करायची आणि मग वेगाने शिखर गाठायचं. पण हे ऐकण्याची वॉल स्ट्रीटला सवय नव्हती, पण कंपनीला खोल गर्तेतून ओढून काढण्यासाठी फक्त हा एकच मार्ग उरला होता.

दोन महिन्यांनंतर मी जाहीर केलं की, आम्ही वर्षाला आता चाळीस कोटी डॉलर्स जाहिरातीवर खर्च करू शकतो. याचबरोबर आम्ही जोपर्यंत कंपनीची गाडी रुळावर आणत होतो, तोपर्यंत मी मंडळींना सबुरीने घेण्याचा सल्ला दिला. संचालक मंडळाने मला अगदी दृढ असा पाठिंबा व्यक्त केला. वॉरन बफे यांच्या वाक्याने या पाठिंब्याला दृढता मिळाली. ते म्हणाले, "शेअर खरेदी करताना मी ही कंपनी अशासाठी निवडली. कारण कोका-कोलाच्या ब्रॅन्डवर माझा विश्वास आहे. नेव्हिलच्या मते ही गोष्ट जर कोका-कोला कंपनीच्या भल्यासाठी आहे तर मलाही ती चालेल."

तरीपण वॉल स्ट्रीटवर या गोष्टीचा प्रभाव पडला नाही. यात आश्चर्य नाही. लगेचच विशेष काही फायदा यातून मिळाला नाही. वर्षाकाठी फक्त चाळीस कोटी डॉलर्सचा फायदा, एवढंच. कित्येक विश्लेषकांच्या मते आता आमच्यात विकास होण्याची शक्यता व क्षमता नव्हती. कसातरी स्टॉकचा भाव चाळीस डॉलर्सच्या वर तरंगत होता. एका वेळी तर तो साडेअडतीस डॉलरपर्यंत घटला. आमच्या दीर्घकालीन रणनीतीवर आम्हाला स्टॉक मार्केटचा प्रभाव पडू द्यायचा नव्हता. पण आम्हाला त्यावर लक्ष ठेवणं मात्र भाग होतं. जर यापेक्षा कमी किमतीवर शेअर उतरला असता, तर कंपनी विकली जाण्याचा धोका होता. ही अगदी कायदेशीर सहज बाब होती. न्यू यॉर्कमधल्या एका कार्यक्रमात माझी रूबेन स्टेईनशी गाठभेट झाली. हा माणूस 'कार्लाईल ग्रुप'चा सहसंस्थापक होता. हा गट म्हणजे जगातील सर्वांत मोठ्या खासगी समभाग खरेदी-विक्री करणाऱ्यांपैकी होता. तो ५० अब्ज डॉलर्सचा तरफेसारखा वापर करून गुंतवणूकदार कंपनी विकत घेऊ शकण्याच्या शक्यतेविषयी बोलत होता. यासाठी नोंद घेता येण्याजोगं कर्जही उभं करता येणं शक्य होतं. रूबेन स्टेईनने मला विचारलं, "तुमचं आजचं बाजारातील गुंतवणूक मूल्य काय आहे?"

त्या वेळी ती किंमत ९६ अब्ज डॉलर्स इतकी होती. ''आजही थोडी आमच्या कक्षेबाहेरची रक्कम आहे.'' रूबेन स्टेईन म्हणाला. या एबीओ कंपनीच्या ताब्यात कोक जाण्याचा धोका होता. पण त्याचबरोबर 'नेस्ले' कंपनीसुद्धा कोक ताब्यात घ्यायला दीर्घकाळ टपलीये हे सर्वांना ठाऊक होतं. आणि किंमत त्यांच्या कक्षेत येताच त्यांनीही कंपनी ताब्यात घेण्याचा प्रयत्न केलाच असता. आमच्यासाठी मात्र या परिस्थितीत सुधारणा करण्यासाठी उलाढाल व परतावा वाढवून शेअरची न्यूनतम पातळी वाढवायला हवी होती. स्टॉकची किंमत वाढवणं ही नितांत आवश्यकता होती. नाहीतर, कंपनीवरचं नियंत्रण गमावण्याचा गंभीर धोका होता.

विश्लेषक व वर्तमानपत्रं, थोडक्यात माध्यमं आम्हाला कोणतीही दयामाया दाखवत नव्हते. एवढ्यात पेप्सीची स्टॉकची किंमत (बाजारातील गुंतवणूक नव्हे) आमच्या पुढे गेली. यावर वॉल स्ट्रीट जर्नलने माझं कार्टून पेपरमध्ये छापलं. यामध्ये मला पेप्सीच्या कॅनने लाथ मारली जात आहे, असं चित्र काढलं होतं. दीर्घकाळात कंपनीचं आरोग्य आणि परिस्थिती मूळपदावर आणण्याचं काम मला सांगण्यात आलं होतं आणि मी ते मान्यही केलं होतं. ते करण्याचा माझा इरादा पक्का होता. खर्च कमी करण्याबाबत सर्व ठिकाणाहून ओरडा होत होता. मी वाया जाणाऱ्या वस्तू व अन्य साधनांवर नियंत्रण करण्याचं प्रवचन देत होतो. 'पै पै च्या मागे पळणं' या म्हणीनुसार मी वागत असलो तरी पगार व मेहनताना या दोन प्रमुख खर्चांना कातरी लावणं मी टाळत होतो. अजूनही कंपनीतील कर्मचाऱ्यांचं मनोधैर्य तसं सहज तुटण्यासारखं होतं. अर्थातच हा सर्व कालावधी माझ्यासाठी अस्वस्थतेचा होता. आमच्या दीर्घकालीन उद्देशांवर नजर ठेवून वाटचाल करताना, अयशस्वी न होता सातत्यानं संतुलन राखणं मी साधत होतो. संचालक मंडळीही माझ्यासोबत होती, ही जमेची बाजू.

पडद्यामागून आमच्या हालचाली चालूच होत्या. वॉल स्ट्रीटच्या संशयी दृष्टीमागे आम्ही कोका-कोला कंपनीची पुन्हा नव्याने व्याख्या करायला लागलो. ऑगस्ट, २००४च्या एका पावसाळी रात्री लंडनमध्ये ही सुरुवात झाली. मी मला थेट रिपोर्ट करणाऱ्या सर्वांना एका हॉटेलच्या खोलीत बोलावलं होतं. लंडनचे रस्ते शब्दश: भरून वाहत होते. पूरसदृश परिस्थिती होती. त्यामुळे बरेच जण उशिरा पोहोचले.

कंपनीच्या सर्वांगीण विकासासाठी आम्हाला एक विकास आराखडा बनवायचा होता. यामध्ये फक्त रणनीती आणि मिशन स्टेटमेंट बनवणं एवढंच काम न ठेवता विकासाचा स्पष्ट मार्ग आम्हाला ठरवायचा होता. आमच्या संस्कृतीवर आणि आमच्या परंपरांवर भर देत या मार्गाचे मुख्य मुद्दे ठरवायचे होते. एवढंच नव्हे, तर त्यात भविष्याचाही विचार करायचा होता. कंपनीचा विकास कसा होईल आणि त्यात दीर्घकाळ सातत्य कसं राहील यासाठीच्या मार्गाचं आम्हाला नियोजन करायचं होतं. कंपनीच्या उच्चपदस्थ अधिकाऱ्यांनी फर्मान सोडणं आम्हाला नको होतं. तर सुसूत्रतेने कंपनीच्या

निरनिराळ्या अंगांकडील उच्चपदस्थांनी एकत्रित विचारमंथनातून केलेलं नियोजन आम्हाला हवं होतं. कदाचित मिळणारे ले-ऑफ (कामावरून कमी करणं), निर्माण होणारे कायदेशीर दावे, आणि सीईओ पदावर चाललेला संगीत खुर्चीचा खेळ यामुळे ही मंडळी आधीच त्रासलेली होती. याशिवाय अजून एक टांगती तलवार डोक्यावर होती, ती म्हणजे घसरणारा नफा. मी जेव्हा जगभर दौरा करत होतो तेव्हाचं माझं निरीक्षण होतं, सर्व ठिकाणी मी एक राग आणि अस्वस्थतेची भावना अनुभवली होती. यासाठी सर्वांना एका खोलीत एकत्र टेबलाशी घेऊन त्यांच्या मनात काय आहे, हे जाणून घ्यायला हवं होतं आणि मग त्याबाबत काय करता येईल ते ठरवायला हवं होतं. अशाच त-हेच्या परिस्थितीतून मागे आम्ही सीसीएचबीसीमध्ये असताना गेलो होतो. आणि त्याचा आम्हाला खूप उपयोग झाला होता. सिंथिया मॅककेज आणि इरियन फिनान या सीसीएचबीसीच्या जेष्ठ मंडळींना मी मला मदत करायला सांगितलं होतं. जी प्रक्रिया तिथं राबवली तीच मोठ्या प्रमाणावर कोका-कोलामध्ये राबवायची होती एवढंच. आमच्या सर्व प्रयोगाचं 'मिशन स्टेटमेंट' होतं 'मॅनिफेस्टो फॉर ग्रोथ' (म्हणजे विकासाचा करारनामा) हा करारनामा म्हणजे एक महान उद्दिष्टपूर्ती होती, तीही माझ्या सीईओ व अध्यक्षपदाच्या कालावधीतील.

आमच्या कंपनीच्या अंतर्गत सर्वेक्षणातून आम्हाला कळलं होतं की, आमच्या ब-याचशा कर्मचाऱ्यांचा वरिष्ठ व्यवस्थापकांवरचा विश्वास उडाला होता. आमच्याजवळ रणनीती आहे आणि आमचा विकास होऊ शकतो, हेच कोणाला पटत नव्हतं. कोका-कोला ब्रॅन्ड ही आमची सर्वांत समर्थ गुंतवणूक होती. पण ब-याचशा अधिकाऱ्यांचा याच्यावरचाच विश्वास उडाला होता. आश्चर्याची गोष्ट म्हणजे मी आणि प्रमुख आर्थिक अधिकारी गॅरी फेयार्ड, आम्ही विकासाची कमीत कमी उद्दिष्ट सांगणारे आकडे सांगितले तर त्यांना ते खूप चढे आणि जास्त वाटले. मला आठवतं, मी त्या वेळी म्हणलो होतो, "कमीत कमी असलेली उद्दिष्टंही जर आपण साध्य करू शकत नसलो तर आपण गाशा गुंडाळून घरी गेलं पाहिजे.''

या उपक्रमाची सुरुवात करण्याकरता आम्ही कंपनीच्या दीडशे वरिष्ठ अधिकाऱ्यांना तीन दिवसांच्या मीटिंगसाठी बोलावलं. ते जेव्हा हॉलमध्ये शिरले तेव्हा हॉलच्या भितींवर कार्टून व्यक्तिरेखा चिकटवल्या होत्या. त्यांच्या तोंडी अंतर्गत कर्मचारी सर्वेक्षणातून मिळालेली कर्मचाऱ्यांची वाक्यं लिहिली होती. इतर कंपन्यांतील कर्मचाऱ्यांच्या मनात त्यांच्या कंपनीबाबत असलेल्या असंतोषाच्या तुलनेत आमच्या कर्मचाऱ्याच्या मनात असलेला कंपनीबद्दलचा रोष याच्यातून व्यक्त होत होता. सर्वेक्षणातून मिळालेलं एक एक वाक्य होतं, 'आमचा व्यवस्थापनावर विश्वास नाही.' दुसरं होतं, 'आमचं मार्केटिंग भयानक आहे.' तर अजून एक होतं. 'आमच्याजवळ रणनीती नाही.'

मी व्यासपीठावरून सांगितलं, आपण संपूर्ण दिवस आता छोट्या छोट्या बारा लोकांच्या गटात राहणार आहोत. या छोट्या गटांनी हा जो सर्वेक्षणातून, संशोधनातून प्राप्त झालेला अहवाल आहे, तो चर्चेला घेऊन तो किती योग्य, किती अयोग्य याविषयी ऊहापोह करायचाय. याला 'कॅथार्सिस फेज' असं म्हणतात. ही पायरी आवश्यक होती. दुसऱ्या दिवसाची सुरुवात मी अशी केली की, आपल्या कंपनीचा व्यवसाय बदलून दाखवण्याची बौद्धिक क्षमता या खोलीमध्ये जमलेल्या समुदायात आहे आणि येत्या चार महिन्यांत आपण सर्व जण मिळून हा बदल घडवून आणू शकतो. आमच्या पहिल्या मीटिंगमध्ये एका अधिकाऱ्याने सल्ला दिला की, काही वर्षांपूर्वी पेप्सीने दुसरी कंपनी खरेदी करून जसा त्यांच्या अर्थिक अडचणींवर तोडगा काढण्याचा प्रयत्न केला, तसा आपणही आपल्या आर्थिक संकटावर दुसरी मोठी कंपनी खरेदी करून तोडगा काढू शकतो. पेप्सीने नाश्त्याचे पदार्थ विकणारी 'फ्रिटो-ले' ही कंपनी विकत घेतली होती.

मी उपहासाने विचारलं, ''जर आपल्याला आपलीच कंपनी कशी नीट चालवायची हे सुधरत नाहीये, तर अजून नवी कंपनी चालवायचं लचांड गळ्यात कशाला?'' मी पुढे म्हणालो, ''नाहीतर, असं होईल की, आपल्याला आपली कंपनी नीट चालवता येत नाही म्हणून आपली कंपनी चालवायला आपण बाहेरची नवी कंपनी आणायची की काय?'' सगळीकडे अगदी शांतता पसरली. मी जर अशा तऱ्हेने दखल घेतली नसती, तर अयोग्य ठरलं असतं. ही एकच वेळ अशी होती जेव्हा मी कडकपणे बोललो.

जसजशी सभा पुढे चर्चा करत राहिली तसतसं अधिकाऱ्यांना हे उमजू लागलं की, ते खरंच कंपनीला व कंपनीच्या भविष्याला घडवू शकतात. मग गटांच्या उत्साहात अगदी गणितातल्या घातांकातल्या वाढीसारखी वाढ होऊ लागली. हीच विकासाच्या करारनाम्याची खरी जाण होती.

आता हा करारनामा हाच कंपनीच्या विकासाचा राजमार्ग होता. त्यामध्ये गोष्टी सुस्पष्टपणे मांडल्या होत्या. त्यात लिहिलं होतं, 'आमच्या मुख्य व्यवसायाव्यतिरिक्त अन्य व्यवसायात आम्ही डोकं खुपसणार नाही.' दुसरं 'आम्ही दुसरी कोणतीही स्नॅक फूड कंपनी किंवा सिनेमा स्टुडिओ खरेदी करणार नाही.' या करारनाम्यात कंपनीची पुन:व्याख्या करण्यात आली. कंपनी म्हणजे 'भावनाहीन नफा मिळवणारं यंत्र' असं न समजता कंपनीची व्याख्या वेगळ्या तऱ्हेनं करण्यात आली. ही कंपनी ब्रॅन्ड कोका-कोलावर, त्या ब्रॅन्डच्या शक्तीवर आधारित आहे याचा पुनरुच्चार होता. यामध्ये आम्ही विश्वास व्यक्त केला होता की, आम्ही पुन्हा एकदा एक लक्षवेधी व वैशिष्ट्यपूर्ण कंपनी बनून दाखवू. या करारनाम्याची पाच मूलभूत तत्त्वं होती (फाइव्ह पी).

- *पीपल* (लोक) – काम करण्यासाठी ही सर्वोत्तम जागा असावी, जिथं लोकांना ते सर्वोत्तम होण्याची स्फूर्ती मिळते.

- *पोर्टफोलिओ* (कार्यक्षेत्र) – गुणवत्तापूर्ण ब्रॅन्डेड पेय जगापुढे आणणं, जे लोकांची इच्छा व गरज जाणून पूर्ण करू शकेल.

- *पार्टनर्स* (भागीदार) – ग्राहक आणि पुरवठादारांचं जिंकून देणारं संपर्क जाळं विणायचं. याच्यातून परस्परांसाठी टिकणारं गुणवत्तापूर्ण नातं निर्माण करायचं.

- *प्लॅनेट* (आपला ग्रह) – एक सुजाण नागरिक म्हणून दीर्घकाळ टिकण्यासाठी, निरनिराळ्या समुदायांना उभं राहण्यासाठी व आधारासाठी मदत उपलब्ध करणं अथवा मदत करणं.

- *प्रॉफिट* (नफा) – समभागधारकांसाठी दीर्घकालीन परतावा जास्तीत जास्त करणं आणि आमच्या सर्वच जबाबदाऱ्यांची जागृती बाळगणं.

या करारनाम्याद्वारे अगदी सोप्या भाषेत आम्ही प्रामाणिक मूल्यमापन केलं होतं. एक कंपनी म्हणून आम्ही कोठे आहोत आणि कुठवर जायचं आहे, याचा तो जागृती मेळा होता.

या करारनाम्याची सुरुवात अशी होती – 'कोका-कोला कंपनीचं एक वैशिष्ट्य आहे. लोकांचं प्रेम असलेला ब्रॅन्ड जोपासताना एक अभिमानाची भावना आम्हाला जाणवते. यासाठी व्यक्ती म्हणून आणि कंपनी म्हणून आम्ही जास्तीतजास्त योगदान देऊ. आमच्या उत्थानासाठी आज हवी असणारी जादू हीच आहे.'

या करारनाम्यात कोका-कोला कंपनीबाबतची कटू सत्यंपण मांडली होती. त्याला 'हार्ड ट्रुथ' म्हटलं होतं.

'गेल्या काही वर्षांत आमच्याजवळ स्पष्ट दिशा आणि कंपनी म्हणून आमच्या सर्वसामान्य उद्दिष्टांचा आमच्याजवळ अभाव होता. येणाऱ्या आव्हानांचा सामना आम्ही वेगवेगळ्या स्वरूपात स्वतंत्रपणे आणि प्रतिक्रियात्मक पद्धतीने केला. एक-संघ भावनेने तो सामना केला गेला नाही. लघुकालीन म्हणा किंवा अल्पकालीन बाबींवरच आमची नजर केंद्रित होती.'

याच कागदपत्रांत अभिमान व आदर वाटावा अशा सत्यांचाही (सम ऑनरेबल ट्रुथ्स) समावेश होता. त्यातलं एक महत्त्वाचं आदरणीय सत्य हे होतं की, 'कोका-कोला ही पुन्हा एकदा महान कंपनी बनू शकते असा खोल अंतरंगात लपलेला विश्वास सर्वांच्या मनात आहे.' पुन्हा अशा नवनिर्माणासाठी आमच्याजवळ एक क्षणसुद्धा वाया घालवायला उपलब्ध नाही.

आमच्या या करारनाम्याविषयी तसं वॉल स्ट्रीटला विशेष काही देणंघेणं नव्हतं. त्यांची रुची एवढ्यातच होती की, पुढच्या तिमाहीत कमाई व फायदा किती होणार

होता. पण बाहेरून जरी दिसलं नाही तरी आतल्या आत कंपनीचा कायापालट झाला होता. आम्ही हा बदल सर्व जगभर पोहोचवला. आमच्या या करारनाम्याचे लेखक, ते दीडशे उच्चपदस्थ अधिकारी होते. पण याची अंमलबजावणी करण्यासाठी कंपनीचे सामान्य कर्मचारी खूप उत्सुक होते. अशा गोष्टीत थोडा हात राखून असणाऱ्या यूएसमधल्या कर्मचाऱ्यांमध्येही आम्हाला हा उत्साह आढळला. संचालक मंडळाच्या सदस्य कॅथी ब्लॅक, ज्यांची पार्श्वभूमी प्रकाशकीय व्यवसायाची होती, त्या 'हर्स्ट बिझनेस मीडिया कॉर्पोरेशन'च्या सीईओ पदावर होत्या. आमच्या या करारनाम्यातील सोप्या भाषेमुळे त्या प्रभावित झाल्या होत्या. त्या म्हणाल्या, ''हे सर्व करण्यासाठीचं धाडस तुमच्याकडे होतं याचं मला कौतुक वाटतं आणि मला हे खूप आवडलंय.''

या करारनाम्याने कोका-कोलाला एक म्हणजे आपण कोण आहोत याची चौकट मिळाली; शिवाय उद्दिष्ट व दृष्टी यांमध्ये स्पष्टता आली. वापरायच्या टॅक्टिक्सबाबतची स्पष्टता कंपनीच्या तळागाळात झिरपू लागली. कर्मचाऱ्यांचं मनोबल वाढलं. याच लोकांच्या जिवावर तर कंपनीला नफा मिळू शकत होता. याच नफ्याशी वॉल स्ट्रीटला घेणं होतं. माझ्या फिलिपाईन्समधल्या दिवसांत मला जसे परिणाम मिळाले होते तसाच हा प्रकार होता. फरक एवढाच होता की, हे खूप मोठ्या प्रमाणावर लागू होत होतं. तिथं आम्ही आठवड्याच्या शेवटी मोठ्या सभांचं आयोजन करत असू. जोपर्यंत कंपनीचे कर्मचारी कंपनीच्या मागे उभे राहत नाहीत तोवर कंपनी यशस्वी होऊ शकत नाही. ही बाब मी अधिक स्पष्ट करू शकत नाही. त्यांना त्यांच्या नेतृत्वाबाबत विश्वास वाटला पाहिजे आणि मनापासून पटायला हवं की, नेतृत्व आपल्यासाठी जग जिंकून घेईलच; पण त्यांच्या हृदयातही सद्भावनेचा वास आहे. आता या सर्व गोष्टी कोका-कोलामध्ये उपलब्ध होतील. हे म्हणणं म्हणजे कोणालाही सोपं करून सांगणं वाटेल. कदाचित ते तसं आहेही. परंतु या 'मॅनिफेस्टो' (करारनामा)मुळे कोका-कोला कंपनीचा कायापालट झाला ही गोष्ट निश्चित. आमचे कर्मचारी हेच आमचे सहकारी होण्याची ही पहिलीच वेळ होती. आमची उद्दिष्टं तर ठरली, पण आता गाठणं बाकी होतं; हाही आता त्या सर्वांच्या योजनेचा भाग होता. यामुळे त्यांच्या या योजनेवर विश्वास होता. योजनेवर त्यांची मालकी होती. विक्रीसाठीच्या अगर अन्य ठिकाणच्या टार्गेट संख्येतून आता कपात करावी लागणार नव्हती.

नव्या कार्यक्रमामुळे नकारात्मकतेचा कणा मोडला. कंपनी सर्वस्वी माझ्या हातात आली. कर्मचाऱ्यांचा माझ्यावर विश्वास होता. पण तरीही या सर्व गोष्टी माझ्याबाबत नव्हत्याच. हा फक्त दीर्घकालीन रणनीतीचा भाग होता. मी कंपनीसाठी पाच वर्षं काम करायचं ठरवलं होतं. हा करारनामा तयार करेपर्यंत एक वर्ष निघून

गेलं होतंच. मला एक अशी रणनीती अस्तित्वात आणायची होती, जिला स्वत:चं जीवन असेल, स्वत:चे पाय असतील; ज्यायोगे मी इथे नसताना, माझ्या पाच वर्षांनंतरही, जेव्हा मी बार्बाडोसमध्ये विश्रांती घेत असलो; तरीही ती रणनीती टिकून राहील असं मला हवं होतं. माझ्यानंतर येणाऱ्या माणसाला एक टिकणारी रणनीती मिळायला हवी, जिला कवटाळून त्यात नावीन्याची भर घालत त्याचाही रस्ता सुरळीत राहून कंपनीची भरभराट होत जायला हवी होती. जर मला कोणी विचारलं की, माझी जर काही मागे ठेवलेली शिदोरी असेल तर ही रणनीती असावी. मी नेहमी म्हणायचो की, जोपर्यंत माझ्या मागेमाग येणारा यशस्वी ठरला तर ती माझी शिदोरी.

जनसंपर्क निर्देशक व उपाध्यक्ष म्हणून माझ्यासाठी काम करणारे टॉम मॉटिया आठवणी सांगताना म्हणाले, ''इतिहासातील यशावर कोका-कोला कंपनी खूप अवलंबून होती. आमच्या या नव्या करारनाम्याच्या साह्याने आम्ही भविष्याकडे वाटचाल सुरू केली होती.''

या करारनाम्याची अंमलबजावणी करण्यासाठी व करार प्रत्यक्षात आणण्याची आम्ही अनेक मार्गांनी तयारी केली. यामध्ये पर्यावरणाचे प्रश्न सोडवण्यासाठी कंपनीच्या योजना लागू करणं हादेखील भाग होता. सर्वांत प्रमुख भर पाण्यावर होता. कोका-कोलाच्या उत्पादनामधला तो सर्वांत महत्त्वपूर्ण घटक होता. विशेषकरून भारतात आमच्यावर याबाबत प्रचंड टीका झाली होती. प्रत्यक्षात तर घडलं असं की, आमचा भारतातला प्लान्ट आम्ही बंद केल्यावरही तेथील भूगर्भजलाची पातळी सातत्यानं कमीच होत राहिली. एवढंच काय, जेव्हा-जेव्हा पाण्याचा पुरवठा कमी झाला तेव्हा-तेव्हा आम्ही कोका-कोलावाले मोठ्या आंतरराष्ट्रीय प्रतिष्ठेमुळे नेहमीच टीकेचे लक्ष्य बनत असू. कंपनीची प्रतिमा अथवा आम्ही सेवा देत असलेला समाज या दोन्हीकरता पाण्याचा तुटवडा ही निश्चितच चांगली गोष्ट नव्हती. या दोन्हींच्या व कंपनीच्या ग्राहकांच्या हिताच्या दृष्टीने जलसंवर्धन व जपणुकीसाठी सुयोग्य संसाधनांचा वापर आवश्यक होता. हे खरं होतं की, पाण्याचा ऱ्हास होण्यास आम्ही कारणीभूत नव्हतो, तरीही २००५ साली आम्ही यूएसच्या एका आंतरराष्ट्रीय विकासाच्या एजन्सीसोबत आणि आमच्या बॉटलर्सच्या बरोबरीने आमच्या प्लान्ट्समधील पाण्याचा वापर सीमित केला. शिवाय स्थानिक खेड्यांमध्ये पाण्यावर प्रक्रिया करणारी स्टेशन्स उभी केली.

आमच्या या प्रयत्नांबद्दल 'फॉर्च्युन' नियतकालिकात आलेल्या एका लेखात लिहिलं होतं – 'जगातील गरिबांसाठी व फार गरीब नसलेल्यांसाठी स्वच्छ पाणी मिळण्यासाठी कोकइतकी अन्य कोणतीही कंपनी काम करत नाही.' आणि आमचे प्रयत्न अधिक वाढतायत व विस्तारतायत. पाकिस्तानमध्ये बॉटलिंग प्लान्ट कोठे उभारावा, या विषयीचा निर्णय घेण्यावरही आमच्या करारनाम्याचा प्रभाव पडला

होता. याची आठवण टॉम मॅटिया सांगत होता. मूळ निर्णयानुसार हा प्लान्ट कराचीजवळ असावा असं ठरलं होतं. तिथल्या समाजाला मुळातच पाण्याची चणचण भासत होती. आमच्या मिशन स्टेटमेंटमध्ये असलेल्या 'प्लॅनेट' (आपला ग्रह) या मार्गदर्शक तत्त्वानुसार आम्ही मग त्या प्लान्टची जागा कराचीपासून बऱ्याच दूर, पाणी मुबलक असलेल्या ठिकाणी हलवली.

हा निर्णय निश्चितच व्यावसायिक व पर्यावरणीय होता. आमच्या दृष्टीने दोन्ही एकच आहेत. आम्ही ज्या समाजात आमचं उत्पादन विकतो, त्या समाजाचादेखील फायदा व विकास व्हावा ही आमची अपेक्षा आहे. आमच्या करारनाम्याने या सर्व गोष्टी एकमेकांशी जोडल्या आहेत हे ओळखलं आणि दैनंदिन व्यवसायात त्याची अंमलबजावणी करायचं ठरवलं. पाकिस्तानातील बॉटलिंग प्लान्टची जागा बदलण्याबाबत टॉम म्हणतो, "तो व्यावसायिक निर्णय होता यात शंका नाही. पण हाच व्यावसायिक निर्णय वेगळ्या दृष्टीने घेतला होता. हा नवा दृष्टिकोन आम्हाला 'मॅनिफेस्टो'मुळे मिळाला यात मात्र संशय नाही."

जेव्हा आम्ही हा मॅनिफेस्टो म्हणा, करारनामा म्हणा, बनवत होतो, तेव्हाही आमच्या डोक्यावर शंकांचे ढग तरंगत होते. त्यातील एक मोठा त्रासदायक जो होता तो म्हणजे यूएस सिक्युरिटीज आणि एक्स्चेंज 'कमिशन' यांचा चाललेला तपास. १९९७ ते १९९९ या कालावधीत, ज्याला 'चॅनेल स्टफिंग' असं म्हणतात, तो प्रकार जपानमध्ये झालाय असा आरोप असल्याने तपास सुरू होता. याबाबतीत असं सांगणं योग्य होईल की, कंपनीबद्दल असलेल्या आकसातून थेट या वादाची उत्पत्ती झाली होती. ही घटना रॉबर्टोच्या मृत्यूनंतर झाली होती. यासाठी मोठ्या प्रमाणावर कामगार कपात केली होती आणि प्रश्न सोडवण्याचा प्रयत्न केला गेला होता. यामुळे कंपनीच्या कर्मचाऱ्यांमध्ये घबराट पसरली होती. अशा परिस्थितीत अनेक गोष्टी घडत असतात.

त्या वेळचे प्रेसिडेंट स्टीव हेयर प्रमुख सल्लागार आणि देवल पॉट्रिक यांना तिथल्या एका कर्मचाऱ्याने पत्र लिहिलं होतं. या पत्रात त्यानं चॅनेल स्टफिंगसह अनेक अन्य गैरगोष्टी घडत आहेत याचा अहवाल दिला होता. त्यामध्ये 'गॅलन पुशिंग' या आरोपाचाही समावेश होता. गॅलन पुशिंग म्हणजे कॉन्सन्ट्रेटचा खप कृत्रिमरीत्या वाढवून तो बॉटलर्सला झाल्याचे दाखवून त्या तिमाहीचा नफा फुगलेला दाखवायचा. यामुळे सर्व शेअरहोल्डर्स, कर्मचारी यांची फसवणूक होते. तेव्हा नुकत्याच ठरवलेल्या पुढच्या कामगार कपातीत तक्रारदार कर्मचाऱ्याचा समावेश होता.

या पत्रावर हेयरने कोणतीच कार्यवाही केली नाही असं दिसतं. देवलनं हे पत्र वाचलं असावं, पण या कर्मचाऱ्याला ठरल्याप्रमाणे कामावरून काढून टाकण्यापूर्वी

त्यानंही कोणतीच हालचाल केली नाही. तक्रार करण्याचा बदला म्हणून धोक्याचा इशारा दिल्याचा अर्थ काढणं, हे काही योग्य नव्हतं. त्या वेळी कंपनीचा प्रमुख आर्थिक अधिकारी गॅरी फेयार्ड हा होता. त्यानं या कर्मचाऱ्याचं काढून टाकणं थांबण्यासाठी प्रयत्न केला, पण तोवर उशीर झाला होता. जेव्हा कर्मचारी विभागाकडे गॅरीने विचारणा केली तेव्हा असं सांगण्यात आलं की, 'आजच सकाळी आम्ही त्याला काढून टाकलंय.'

आता हा विवाद जनतेच्या प्रांगणात गेला. म्हणजे वाद चव्हाट्यावर आला यात काही आश्चर्य नव्हतं. नव्याने बेरोजगार झालेल्या कर्मचाऱ्यानं कोकच्या विरोधात कायदेशीर दावा लावला. त्याच्या आरोपांमुळे राष्ट्रीय तपासाला सुरुवात झाली. कोकने आरोपांचा इन्कार केला. या तपासात असंही निष्पन्न झालं की, कोकने 'बर्गर किंग'च्या मार्केटिंग परीक्षणासाठी कुमार व किशोरवयीन मुलांना गोठवलेल्या कोकचा वापर करून त्यांना विकत घ्यायला प्रवृत्त केलं. कोकने यासाठी 'बर्गर किंग'ची माफी मागितली आणि नुकसान भरपाई म्हणून २१ लाख डॉलर्स मोजले.

या दरम्यान कंपनीला, म्हणजे विशेष करून गॅरीला, दीर्घकालीन एसईसीच्या 'चॅनल स्टफिंग'च्या तपासाचा सामना करावा लागला. याच मुद्द्यावर गॅरी आणि कंपनीचा उच्चपदस्थ कायदेशीर सल्लागार देवल पॅट्रिक यांच्यात भांडण जुंपलं.

मी सीईओ झाल्यावर थोड्याच दिवसांत पॅट्रिक कंपनी सोडून गेला होता. देवलचा राजीनामा मागे घेण्याचं मी अमान्य केलं. याचं कारण म्हणजे देवलचे व अन्य एका अधिकाऱ्याचे (गॅरीचे नव्हे) संघर्ष पेटलेले होते. एसईसीचा तपास अशाच एका नाजूक स्थानावर डिसेंबर, २००४मध्ये पोहोचला होता. मला कंपनीत येऊन सहा महिनेच झाले होते.

जसजशी खटल्याची सुनावणी सुरू झाली तशी गॅरीच्या वकिलाने सूचना दिली की, केसचा रागरंग पाहता एसईसी आता गॅरीच्या विरुद्ध दिवाणी कारवाई करण्याची शक्यता आहे. पण तरीही वकिलाने विश्वास दिला की, तो खटला लढवेल आणि ९९ टक्के यशाची खातरी त्याला आहे. पण या कोर्ट-कज्ज्यात पाच वर्ष जातील. या दरम्यान त्याची कारकिर्द मात्र बरबाद होऊन जाण्याची शक्यता आहे. गॅरीने त्याची पत्नी नॅन्सीसोबत विचारविनिमय केला. तिच्यामते त्याची प्रतिष्ठा पणाला लागलेली असल्याने त्यांनी खटला पुढे चालवून एसईसीकडून होऊ शकणारी दिवाणी कारवाई टाळावी हा चांगला पर्याय होता.

गॅरी माझ्याकडे आला आणि त्यानं राजीनामा देण्याची तयारी दर्शवली. तो म्हणाला, "माझ्या वकिलाच्या म्हणण्यानुसार या दिवाणी खटल्यात माझ्यावर कारवाई होण्याची शक्यता जास्त आहे. यामुळे प्रमुख आर्थिक अधिकारी पदाचा भार मी सांभाळणं उचित नाही. म्हणून मला पद सोडायला हवं. मी एवढंच करू शकतो.''

मी त्याचा राजीनामा घ्यायला नकार दिला व त्याला म्हणलो, ''गॅरी, काही काळजी करू नकोस. तू निष्पाप आहेस. या तुझ्या संघर्षात आम्ही तुझ्यासोबत आहोत.''

नाताळच्या दरम्यान गॅरीला कोकच्या संचालक मंडळातील हर्बर्ट ऑलनचा फोन आला आणि त्यानंही गॅरीला सांगितलं की, संचालक मंडळ या खटल्यामध्ये गॅरीच्या बाजूने आहे. याचबरोबर माजी अध्यक्ष डॉन कियो सध्या कोकच्या सल्लागार मंडळावर काम करत असे. त्यानंही याच आशयाचा फोन गॅरीला केला व आपला आणि सल्लागार मंडळाचा पाठिंबा व्यक्त केला. यावरून ज्या संचालक मंडळाच्या सेवेसाठी मी रुजू होतो त्या मंडळाची श्रेणी सहज लक्षात येईल. या मंडळातील सर्व स्त्री-पुरुष ही मंडळी तत्त्वांचं पालन करणारी होती.

शेवटी २००५मध्ये एसईसीचा तपास संपला. कंपनीने सादर केलेले जमाखर्च अगदी बरोबर निघाले. तरीपण एसईसीला हेही निदर्शनास आलं की, चॅनल स्टफिंगचे परिणाम भविष्यातील कमाईवर जे काही झाले ते कंपनीने दाखवलेच नाहीत. कंपनीने जाहिररीत्या केलेली विधानं ही भुलवणी देणारी होती. तडजोडीमध्ये कंपनीने एसईसीची ही विधानं स्वीकारलीही नाहीत आणि खोडूनही काढली नाहीत. याशिवाय महत्त्वाची गोष्ट म्हणजे कंपनीला कोणताही दंड भरावा लागला नाही. पण एक गोष्ट आम्ही मान्य केली, ती म्हणजे आमच्या अंतर्गत प्रक्रिया आम्ही अधिक पारदर्शक करू व त्या वरचेवर जाहीर करू. गॅरीचा राजीनामा स्वीकारला गेला नाही. आजही तो कंपनीचा प्रमुख आर्थिक अधिकारी आहे.

२००४ सालच्या अखेरीला अजून एका कायदेशीर वादाचा निकाल लागला. युरोपीय कमिशनने आमच्या विरोधात विश्वासभंगाचा दावा दाखल केला होता. त्याच्या तडजोडीच्या वेळेचा हा प्रसंग आहे. आमच्या कष्टाने कमावलेल्या बलिष्ठ अशा बाजारपेठेतील स्थानाबाबत कमिशनला असं वाटत होतं की, आम्ही स्पर्धकांची गळचेपी करतोय. उदाहरणार्थ, बेल्जियममध्ये बाजारपेठेतील आमचा वाटा ६८ टक्के होता तर पेप्सीचा वाटा उणापुरा ६ टक्के होता. यावरच्या तडजोडीत आम्ही हे मान्य केलं की, स्पर्धा वाढीस लागावी म्हणून ठरवलेल्या उपाययोजनांच्या यादीनुसार आम्ही वागू. यामध्ये किरकोळ विक्रेत्यांना कोक बॉटलर्सच्या शीतकपाटात २० टक्के जागा स्पर्धकांची उत्पादनं ठेवण्यासाठी वापरायला परवानगी देऊ. युरोपीय कमिशनचे स्पर्धा आयुक्त मारियो मॉन्टी यांनी जारी केलेल्या विधानात असं म्हटलं होतं, ''छोटी छोटी कॅफेज किंवा पब्ज किंवा छोटी दुकानं या ठिकाणी ग्राहकांना आपल्या मतांनुसार व आवडीनुसार, तसंच किमतीनुसार सुयोग्य उत्पादन निवडीचा अधिकार असायला हवा. जर एकच एक कोक ठेवलं तर ग्राहकांना कोणताच पर्याय उरत नाही, मग तेच उचललं जातं.''

आम्ही तडजोड जाहीर करण्यापूर्वी मी मॉन्टीला जातीनं भेटायचं ठरवलं. आम्ही करार केल्यास आमच्याकडून कराराच्या शर्तींचा भंग होणार नाही याची त्याला खातरी हवी होती. आमच्या भेटीचा कालावधी अध्र्या तासाचा ठरला होता. पण ठरलेल्या वेळेच्या दुप्पट वेळ आम्हाला लागला. आम्ही फक्त तडजोडीवरच चर्चा केली असं नाही, तर व्यावसायिक मानसशास्त्रावरही आम्ही बोलत बसलो. मॉन्टी आणि मी, एकमेकांना समजून घेत परस्परांना सुयोग्य प्रतिसाद देत होतो. या भेटीचा परिणाम म्हणून आमच्या कंपनावरील दंड भरण्याची रक्कम देणं माफ करण्यात आलं. शिवाय आम्ही कोणत्याही चुकीची कबुली देणार नाही हेही ठरलं. पण यापुढील कंपनीच्या प्रशासकीय भविष्यातील वागणुकीचा आम्ही भरवसा दिला. या आमच्या करारबाबत आम्ही खूपच गंभीरपणे वागलो. या कराराच्या संकल्पनेचा भंग केल्याबद्दल मी सॅन्डी ॲलनला सक्तीच्या सेवानिवृत्तीला पाठवून देईन असं ठरवलं व कमिशनला तसा सल्लासुद्धा दिला.

मॉन्टी जेव्हा स्पर्धा आयुक्त पद सोडून गेला तेव्हा मी त्याला कोका-कोला कंपनीत सामील व्हायचं आमंत्रण दिलं. आमच्या कंपनीच्या आंतरराष्ट्रीय सल्लागार मंडळावर यायचं ते आमंत्रण होतं. जगभरात आपलं 'गुडविल' (प्रतिष्ठा) वाढवण्यासाठी केल्या जाणाऱ्या आमच्या प्रयत्नाचं ते एक द्योतक होतं. जो स्पर्धा आयुक्त कोका-कोला कंपनीच्या मागे हात धुवून लागला होता, तो कोका-कोला कंपनीत यायचं आमंत्रण स्वीकारेल असं चुकूनही कोणाला वाटलं नव्हतं. पण तो आला. यामुळे जगातील कंपनीबाबतचं मत आणि प्रतिमा बदलतीये असं चित्र दिसायला लागलं. आमच्यावरचे एकापाठोपाठ एक खटले निकाली निघू लागले. आमचे विरोधक म्हणून काम करणारे आता कंपनीचं काम करू लागले. यामुळे कंपनीबाबतचा आदर आणि एकात्मकतेची भावना मात्र चांगलीच वाढीस लागली. गोइझुएटाच्या माघारी निर्माण झालेलं शत्रुत्व व संघर्षाचं वातावरण हळूहळू निवळत चाललं होतं.

ऑक्टोबर, २००६मध्ये एक चांगली बातमी मिळाली. कोलंबियातील दोन बॉटलर्सवर गंभीर आरोप होते. त्या आरोपानुसार या बॉटलर्सनी म्हणे युनियन लीडर्सना मारण्यासाठी उजव्या कडव्या सशस्त्र दहशतवादी गटाच्या व्यक्तींना पैसे देऊन नेमलं होतं. या खटल्याच्या बाबतीत मायामी इथल्या केंद्रीय न्यायाधीशांनी हे खटले मोडीत काढून निकाली काढले. कोणताही आरोप सिद्ध होऊ शकला नाही. २००३ सालच्या या खटल्यातील कंपनीचा सहभाग सिद्ध होऊ न शकल्याने खटला मोडीत निघाला. पण तरीही कंपनीची प्रतिमा डागाळतच होती. शिवाय या आरोपामुळे दिशा भरकटली जाऊन कंपनीचं नुकसान होत होतं. नव्या निर्णयामुळे त्या तणावातून कंपनी पूर्णपणे बाहेर पडली.

एकापाठोपाठ एक असे आमचे कायदेशीर प्रश्न सुटत चालले होते. आमच्या

या कायद्याच्या अडचणींची यादी जशी कमी होत चालली तसा मी कॅरासाठी थोडा वेळ काढू लागलो. त्या वेळी ती 'अटलांटाच्या मानवी स्वयंसेवक संस्थेची' अध्यक्षा होती. एका ख्रिसमसच्या दिवशी 'सँटा क्लॉज'च्या कपड्यात मी तिच्याबरोबर जावं यासाठी तिनं मला पटवलं. त्या वेळी एका कुत्र्याला मांडीवर बसवून तिनं माझा फोटो घेतला. कुत्रं मांडीवर घेऊन, त्याला शांत बसायला लावून फोटो घेणं हे अवघड काम आहे. पण कोकमधल्या कामाच्या ताणातून मुक्त होण्यासाठी हा एक चांगला उपाय ठरला. शिवाय कुटुंबासोबत मजा करणंही खूप छान असतं. सँटा क्लॉज म्हणजे कोका-कोला कंपनीचा सीईओ आहे, असं ओळखणारा फक्त एक इसम निघाला.

या कालावधीत माझा रक्तदाब मोजण्यासाठी एक नर्स वरचेवर माझ्या कचेरीत येत असे. कामाच्या ताणामुळे ते वाढलेलंच असे. मी जेव्हा हे काम घेतलं तेव्हा पामेलाला हीच भीती असल्याने मी तिला हे कधीच सांगितलं नाही.

आता एकदा का कायदेशीर खटले-कज्जांचं, चित्ताची व्यग्रता करणारं काम कमी होऊ लागलं, तसं मी आमच्या सॉफ्ट ड्रिंकची विक्री वाढवायच्या कामावर लक्ष केंद्रित करायला सुरुवात केली. चीनमध्ये विक्रीच्या विकासाचं नियोजन आम्ही धडाक्यात सुरू केलं. तिथं आम्ही पेप्सीच्या मागे होतो. आमच्या या प्रयत्नांना 'मिनिट मेड पल्पी'नं महान मदत केली खरी; तरीही चीनची बाजारपेठ आजमितीलाही कठीणच राहिली आहे.

मला अजिबात त्रास न देणारा जगाचा प्रांत म्हणजे 'लॅटिन अमेरिका'. तिथं पाचो रेयेसच्या नेतृत्वाखाली सगळं कसं सुरळीत चाललं होतं. तो एक मोठा बॉटलर होता. आजही तो माझा मित्र आहे. तिथंच 'कोका-कोला फेमसा' (एफईएमएसए) ही कंपनीपण आहे. मी निवृत्त होण्यापूर्वी थोडे दिवस पाचो, पामेला आणि मी हे पंधराव्या शतकातील इन्का संस्कृतीच्या अवशेष असलेल्या पेरूमधील माचु पिचु येथे सफारीसाठी गेलो होतो. सहयोग आणि सहकार्याची पाच वर्ष आम्ही त्या ठिकाणी साजरी केली. लॅटिन अमेरिकेत विक्रीच्या आकारमानात आणि फायद्यात भरघोस वाढ झाल्याशिवाय कोका-कोलाचं पुनरागमन आणि कायापालट अशक्य नव्हता, पण अवघड होता.

मे, २००५मध्ये मी मुहतारला कंपनीत परत आणलं. मध्यपूर्व युरोप, रशिया व उत्तर आशियाची सूत्रं, प्रमुख म्हणून मी त्याच्या हाती दिली. यामध्ये चीन व जपानचा समावेश होता. चक फ्रुटने मार्केटिंगमध्ये खूप चांगलं काम केलं होतं. पण अलीकडे प्रकृती अस्वास्थ्यामुळे त्याला जमत नव्हतं. म्हणून मग मेरी मिनिकला मी त्याच्या जागेवर घेतलं. दुर्दैवाने निवृत्तीनंतर लगेचच त्याचं निधन झालं. मेरी ही उत्तम मार्केटिंग करू शकणारी व्यक्ती होती, पण एक खंबीर जनरल मॅनेजर नव्हती.

भारत, चीन आणि जपानमध्ये मेरी पुरेशी आक्रमक नाही, असं माझं मत बनलं. सुरुवातीला मार्केटिंगच्या कामावर यायला ती पुरेशी उत्सुक नव्हती, कारण तिच्यामते ती अवनती होती. दीर्घकाळ माझ्या मनात घोळणारा एक तोडगा होता. हा तोडगा आम्ही नवं उत्पादन, नव्या कल्पना बाजारात दाखल करताना येणाऱ्या अडचणींना काही प्रमाणात मोडून काढणारा होता. मी तिला रणनीती आखण्यासाठी व मार्केटिंगमध्ये तांत्रिक सहकार्य देण्याची तयारी दर्शवली. त्यासाठी अटलांटातील मुख्यालयात अतिशय महत्त्वपूर्ण जागा देऊन मी तिला आणलं होतं. शिवाय तिचं लंडनमधील ऑफिसही तिच्याचकडे राहू दिलं होतं. ही गोष्ट खरंतर युरोपातून निर्माण होणाऱ्या नव्या कल्पना पाहता अतिशय न्याय्य होती. शिवाय एक उच्चपदस्थ महिला अधिकारी राखण्यासाठी कंपनीने घेतलेली लवचीक भूमिकाही यातून स्पष्ट होत होती. दक्षिण आशिया आणि प्रशांत महासागर विभागासाठी मी माजी 'कोडॅक' कंपनीचा अधिकारी पॅट्रिक नेमला. यामध्ये भारत आणि फिलिपाईन्सचा समावेश होता. पण ही नियुक्ती मोठीच चूक ठरली. पॅट्रिकचा काही उपयोग झाला नाही. मला तो अपरिपक्व व्यवस्थापक वाटला. या निवडीसाठी मी व्यावसायिक गुणांकन प्रणालीचा वापर केला होता. माझ्या आसपासच्या काही लोकांचं अथवा माझ्या अंतर्मनाचं मी अजिबात ऐकलं नव्हतं. इथेच मोठी चूक घडली.

मुहतारला कंपनीत घेण्यापूर्वी मी एका कायदेकानू जाणणाऱ्या फर्मला 'इन्सायडर ट्रेडिंगच्या वादाबाबत सखोल चौकशी' करण्याचं कंत्राट दिलं. 'इन्सायडर ट्रेडिंग'ची चूक ही मुहतारच्या आर्थिक सल्लागाराकडून नकळत घडली असल्याच्या माझ्या धारणेला त्यामुळे अढळ आधार मिळाला. माझा निर्णय व चौकशीचा अहवाल पाहून कोका-कोलाचं संचालक मंडळ निर्धास्त झालं. हे मंडळ म्हणजे उद्योग जगतातील काही असामान्य मान्यवर लोक होते. यामध्ये वॉरन बफे, पीटर उबेररॉथ हेदेखील होते. याच प्रकरणात तुम्ही पाहाल की, संचालक मंडळ काही शेणामेणाचं नव्हतं. त्यांनी मुहतारला पाठिंबा दिला. हा पाठिंबा देताना वृत्तपत्रांनी टीका करून जरी धारेवर धरलं तरी त्यांनी त्याकडे संपूर्ण दुर्लक्ष केलं. पण मला हेही कबूल करायला हवं की, अगदी माझ्या जवळच्या वर्तुळातील काही अधिकाऱ्यांनी माझ्या निर्णयाबाबत संशय व्यक्त केला व प्रश्न उभा केला. त्यांच्याशी मग मी असहमत होण्याचा मार्ग पत्करला.

त्या वेळी माझ्या डोक्यात हे होतं, पुढे मुहतार हा आंतरराष्ट्रीय प्रेसिडेंटचं पद भूषवेल आणि मग त्याच्या कामावर अवलंबून पुढे ठरवता येईल. माझ्यानंतर माझ्या पदासाठी लायक उमेदवार हवाच होता. अर्थात हे पद त्याला कमवावं लागणार होतं. सीईओ होण्याचं त्याच्या डोक्यात अजिबात नव्हतं. तो नेहमी म्हणायचा, नेव्हिलनी नोकरी सोडल्यावर मीपण सोडणार. त्याच्यामते आम्ही 'बायनरी' (बायनरी

– कम्प्यूटरचं मूलभूत तत्त्व म्हणजे बायनरी. बायनरीमध्ये एक व शून्य हे दोनच व्हेरिएबल म्हणून वापरतात. एक नसेल तर शून्य असतो आणि शून्य नसेल तर एक असतो; इतकी ती पक्की जोडी असते.) याशिवाय मेरी मिनिकसुद्धा या पदासाठी दावेदार मानली जात होती. शिवाय बाहेरील काही उमेदवारांचीदेखील शक्यता म्हणून नावं घेतली जात होती.

उत्तर अमेरिका आणि युरोपात फ्रँचायझी असलेली कोका-कोला एंटरप्रायझेस ही कंपनी एक त्रासदायक आव्हान होऊन बसली होती. या सीसीईचा वार्षिक कामाचा अहवाल अपेक्षेपेक्षा खूप कमी होता. कोका-कोला कंपनीने १९८६मध्ये उत्तर अमेरिकेतील कंपनीच्या मालकीचे बॉटलर्स आणि दोन स्वतंत्र बॉटलर्स यांचं एकत्रीकरण केलं होतं. हे जे दोन स्वतंत्र बॉटलर्स होते त्यांची नावं होती 'जॉन टी लुप्टन फ्रँचायझी' आणि 'बीसीआय होल्डिंग कॉर्पोरेशन प्लान्ट्स'. १९९१मध्ये सीसीई पुन्हा समरफील्ड जॉन्सन यांच्या कुटुंबाच्या मालकीच्या कंपनीची होऊन गेली. चट्टानुगा या ठिकाणच्या 'जॉन्स्टन कोका-कोला बॉटलिंग ग्रुप इन्कॉर्पोरेशन' या कोकच्या सर्वांत जुन्या बॉटलरमध्येही ती मिसळून गेली आणि मग या सीसीईचा युरोपमध्येही विस्तार झाला.

सीसीई कंपनीच्या अधिकाऱ्यांच्या बऱ्याच स्तरांमध्ये ही भावना होती की, चर्चेंदरम्यान कोकने सीसीईला गुंडाळलं. कंपनीच्या मालकीच्या बॉटलर्सची अधिक किंमत दाखवून कोकने फायदा लाटला आणि सीसीईला पंगु करणारं मोठं ऋण वाट्याला दिलं. खरंतर या सौद्यामध्ये विक्री व खरेदी राजीखुशीनं, मर्जीनं झाली होती. शिवाय फ्रँचायझीचा व्यवसाय निरंतर चालू होताच. अगदी यासाठी वरचेवर कंत्राटाचं नूतनीकरणही करावं लागत नव्हतं. म्हणूनच या सौद्यामध्ये प्रीमियम आकारला गेला होता. याच कारणामुळे सीसीईच्या तक्रारीत मला दम वाटत नव्हता. तरीही नाराजी सातत्यानं व्यक्त होत होती. यामुळे कोक आणि सीसीईमधले संबंध तणावपूर्ण असत.

सीसीईच्या वागण्यातून मला उद्धटपणाची जाणीव होत होती. माझ्या सुरुवातीच्या दिवसांत तर यूएसमधल्या बॉटलर्सना सोन्याचं मूल्य होतं. खास करून यूएससाठी त्यांच्याकडून विविध कल्पना मिळत. त्या कल्पना शिकण्यासाठी अन्य देशांतून व खंडांमधून लोकांना आणलं जाई. २००४ साली जेव्हा मी सीईओ झालो तेव्हा यूएसच्या बाजारपेठेतून अशा पाहुण्यांना आणणं आम्हाला लाजिरवाणं होऊ लागलं होतं. कल्पनांची अंमलबजावणी अतिशय हलक्या दर्जाची होऊ लागली. एखाद्या खासगी कोलाचं लेबल असलेल्या कंपन्यांचंही खर्चाचं पॅकेज सीसीईपेक्षा सरस असे. तरीही सीसीईच्या अधिकाऱ्यांना आम्हीच उत्तम असा भ्रम निर्माण झाला होता. खरंतर ब्राझील, फ्रान्स, स्पेन, दक्षिण आफ्रिका आणि अन्य देशातील परिस्थिती सुधारली होती की, जणू आता त्याला शुद्ध सोन्यासारखं महत्त्व प्राप्त झालं होतं.

सीसीईच्या मंडळाचा अध्यक्ष लोरी क्लाइन याला मी खासगीरीत्या फेब्रुवारी, २००५मध्ये भेटलो. आणि स्पष्टपणे सुनावलं की, सीईओ जॉन आल्म याच्यावर माझा विश्वास राहिला नाही. मग लोरीने त्यांच्या अधिकारी नसलेल्या संचालक मंडळाची भेट घ्यायला परवानगी दिली. ही एक कठीण मुलाखत होती. अजूनही संचालक मंडळाच्या मनात हेच होतं की, सीसीईच्या सर्व समस्यांच्या मुळाशी कोकला जास्त पैसे देणं हेच आहे. त्यांचं मनापासून म्हणणं असं होतं की, त्यांच्या त्रासाचं कारण कोका-कोला कंपनी आहे. मी त्यांना एवढंच सांगू शकलो की, मार्केटिंगसाठी ठरवलेल्या ४० कोटी डॉलर्सपैकी १५ कोटी डॉलर्स हे एकट्या उत्तर अमेरिकेसाठी राखीव ठेवले आहेत. यामुळे त्यांना निश्चितच कुठेतरी फायदा मिळून जाईल. मग मी व्यवस्थापनासाठीचा मुद्दा मांडला. मी त्यांना हेही सांगितलं की, एका पब्लिक लिमिटेड कंपनीचा व्यवस्थापक कोण असावा हे सांगण्याचा माझा अधिकार नसला तरी, एका फ्रँचायझरच्या व्यवस्थापनाची गुणवत्ता काय असावी हे सांगण्याचा अधिकार मला नक्कीच आहे. आल्मने व्यवसाय का चालवू नये, हे सांगण्याची मी पूर्ण मांडणी केली. मंडळाला ही गोष्ट अमान्य होती. थोड्याच वेळात या सभेची बातमी आल्मपर्यंत पोहोचली. सीसीईसोबत ताणलेले संबंध सुधारायला या सगळ्या प्रकाराचा अजिबात उपयोग झाला नाही. सीसीईसारख्या मोठ्या फ्रँचायझी कंपन्यांची एक अडचण अशी असते की, आर्थिकदृष्ट्या परस्परसंबंधाबाबत जेव्हा ते काणाडोळा करतात तेव्हा प्रश्न निर्माण होतो. विशेषत: जेव्हा या कंपन्या पब्लिक कंपन्या असतात, तेव्हा हा प्रश्न अधिक मोठा असतो. तरीही २००५च्या शेवटी आल्म बाहेर गेला आणि नवा सीईओ जॉन ब्रॉक त्या पदावर आला.

तरीही कोकचे सीसीईसोबतचे प्रश्न संपले नाहीत. ब्रॉकने किरकोळ विक्रीच्या किमतीत वाढ सातत्यानं चालू केली. याच्या माध्यमातून त्यांच्या नफ्यात त्यांनी वाढ करायला सुरुवात केली. पण या प्रकाराने कोकचा बाजारपेठेतील हिस्सा रोडावायला सुरुवात झाली. परिणामी आमच्या कॉन्सन्ट्रेटची किमत वाढवण्याशिवाय पर्याय राहिला नाही. हा एक कडवट, पण जशास तसं प्रकार होता.

उत्तर अमेरिकेतील खूप खोलवर रुजलेल्या प्रश्नावर उत्तर काढण्याच्या अपेक्षेने २००६च्या शरद ऋतूत मी सीसीईच्या संचालक मंडळापुढे एक योजना ठेवली. याचे नाव आम्ही 'डिझेल उपक्रम' असं ठेवलं. नफा वाढवून खर्च कमी करण्यासाठी उत्तर अमेरिकेतील अन्य खासगी बॉटलर्ससोबत सीसीईने एकत्रीकरण करावं. आम्ही असं गणित मांडलं होतं की, त्या अन्य स्वतंत्र बॉटलर्सना वास्तववादी प्रिमियम देऊ आणि आपोआपच गुंतवणूक वाढेल. यामुळे बॉटलिंग कामाची क्षमता व प्रमाण वाढेल. सीसीई संचालक मंडळाने आमचा प्रस्ताव धुडकावून लावला. कोका-कोलाविषयी वाढलेल्या अविश्वासाची ती परिणती होती. जेव्हा ही बातमी प्रसारित

झाली तेव्हा स्वतंत्र बॉटलर्समध्येही असंतोष पसरला. त्यांच्यामते आम्ही सीसीईला झुकतं माप देत होतो. अशा तऱ्हेच्या एकत्रीकरणात आपल्याला काय किंमत मिळणार याची त्यांना काळजी वाटत होती. कोका-कोला यूएसचा प्रमुख म्हणून नेमलेला डॉन नॉस याने या प्रयत्नांत प्रचंड शक्ती आणि वेळ खर्च केला. पण जेव्हा क्लॉरॉक्सने त्याला चेअरमन व सीईओचं पद देऊ केलं तेव्हा मात्र तो कंपनी सोडून गेला.

मला खातरी होती की, सीसीई विकत घेण्याची चाल खेळायला सुयोग्य मुहूर्त आला होता. वॉरेन बफेसह कोकच्या संचालक मंडळाच्या भेटीगाठी मी घेतल्या. माझी योजना पटवण्याचा प्रयत्न केला. हे एक असं तत्त्व होतं ज्याच्याशी असहमत होणं त्यांना अशक्य होतं. सीसीई विकत घेण्यात नक्कीच आर्थिक फायदा होता. पण बारकाव्यांमध्येच खरा राक्षस लपलेला होता. याला 'टेकओव्हर' म्हणतात. सीसीईच्या शेअरची बाजारातील किंमत साडेअठरा डॉलरच्या आसपास होती. आम्ही तेवीस डॉलरची किंमत देऊन मागणी टाकायचं ठरवलं. तरीपण ही एकतर्फी मागणी असणार होती. 'हेज' फंडवाले व इतर गुंतवणूकदार लिलावातल्याप्रमाणे बोली लावत बोलीचं युद्ध करायला टपले होते. परिणामी सीसीईच्या शेअरची किंमत खूप वाढली असती. ती कदाचित आमच्या कल्पनेपेक्षाही खूप वाढू शकली असती. इतर कोणत्या लिलावात किंमत आमच्या कक्षेबाहेर जाताना पाहून आम्ही लिलावातून चालते झालो असतो. पण या स्थितीत तो पर्याय उपलब्ध नव्हता. त्याला दोन कारणं होती. आम्हीच निघून गेलो असतो तर आमच्या विश्वासार्हतेवर प्रश्नचिन्ह उमटत होतं आणि सीसीईच्या दृष्टीने आम्ही खूपच कमजोर ठरलो असतो.

दुसऱ्या कोणीतरी बोली जिंकली असती तर कदाचित आता आहे त्यापेक्षा कठीण अशा भागीदारासोबत आम्हाला राहावं लागलं असतं. संचालक मंडळाने या शक्यता पाहून अनुमती नाकारली व मीही माघार घेतली. माझ्यामते मी अयशस्वी ठरलो. पुन्हा २०१०मध्ये सीसीई नियंत्रणात व अमलाखाली आणण्यासाठी मी पार्श्वभूमी तयार करायला लागलो. माझ्या निवृत्तीनंतर कोकने सीसीईचा उत्तर अमेरिकेतील व्यवसाय काबीज केला. या वेळी सीसीईनेच कोकशी संपर्क साधला. या वेळी हे काही टेकओव्हर नव्हतं आणि सौदा पटला. या सौद्यामध्ये मी नव्हतो, पण मला विश्वास आहे, या सौद्याची प्रक्रिया मी सुरू केली होती.

घेता येण्याजोग्या अन्य कंपन्या ताब्यात घ्यायच्या शक्यताही मी धुंडाळल्या होत्या. आता जे मी तुम्हाला सांगणार आहे त्याचा सारांश असा की, कित्येकदा व्यावसायिक रणनीती आणि व्यक्तिगत पूर्वग्रह यांची गल्लत घडते. जेव्हा कोकच्या उच्चपदस्थ अधिकाऱ्यांची एक बैठक बार्बाडोस इथे बोलावली होती, तेव्हा ही सुरुवात झाली. कोका-कोलाचे एक जवळचे मित्र गॅरी हे दक्षिण आफ्रिकी गृहस्थ असून उत्तम गोल्फ खेळाडू होते. सकाळ-संध्याकाळच्या त्यांच्या जेवणाबाबत मी

निरीक्षण केलं की, ते मांस किंवा दुग्धजन्य उत्पादनं खात नाहीत. ते आता एक शाकाहारी व्यक्ती झाले होते. या आहारामुळे त्यांचा संधिवात कसा आटोक्यात आला याबाबत त्यांनी सांगितलं. थोड्याच महिन्यांनी पामेलानेही शाकाहारी होण्याचा निर्णय मला सांगितला. आणि धक्कादायक गोष्ट म्हणजे मी स्वत:देखील शाकाहारी झालो. आमच्या या निर्णयामुळे कोका-कोलात मोठी वावटळ उठली. जगात जिथं कुठे मी जाई तिथं शाकाहारी अन्नच मागवत असे. माझ्यासाठी तो आहार मला खूपच छान वाटला. माझं वजन घटलं आणि कोलेस्ट्रॉलही कमी झालं. या शाकाहारात एक महत्त्वाचा घटक होता – तो म्हणजे 'सोया दूध'. मग सोया दूध उत्पादन करणाऱ्या कंपन्या मी शोधायला लागलो. तसंच सोयाबीन उत्पादनाच्या क्षेत्रातील कंपन्याही मी बघू लागलो. पेबल बीच, कॅलिफोर्निया इथे कोकच्या संचालक मंडळासोबत अशा काही निवडक कंपन्यांची आम्ही एक अनौपचारिक बैठक घेतली, पण त्यांच्याशी सौदा काही पटला नाही. संचालक मंडळाला अशी भीती वाटली की, एकतर आपण आपल्या मुख्य व्यवसायापासून दूर जाऊ आणि दुसरं म्हणजे त्या कंपन्यांनी सांगितलेली किंमतही त्यांना खूप जास्त वाटली. या तऱ्हेची खरेदी करायला मुहतारचाही विरोध होता. आमच्यात असलेल्या प्रामाणिक असहमतीचं हे उदाहरण होतं.

मला खातरी आहे, मी जर मुद्दा लावून धरला असता तर माझ्या विरोधात त्यांनी मतदान घेतलं असतं; असं नाही. पण मीच माझं म्हणणं रेटलं नाही. आता जेव्हा सिंहवलोकन करतो तेव्हा संचालक मंडळाचं म्हणणं रास्त होतं हे पटतं. त्या कंपन्यांपैकी एका कंपनीचा शेअर बाजारात खूप आपटला आणि त्या कंपनीच्या नफा कमावण्यात प्रचंड घसरण झाली.

कोका-कोलाचं संचालक मंडळ मला भक्कम पाठिंबा देत असलं तरी त्यांच्या सुयोग्य दूरदृष्टीला पटेल त्याच ठिकाणी; अन्यत्र ते आपला हातचा राखून होते. एकदा एका अन्वेषकाने मला विचारलं की, मी माझ्या या ताकदवान संचालक मंडळाच्या बाबतीत काय करणार आहे? मी त्याला म्हणालो, "मी असं धरून चालतो की, मी निर्बल असं संचालक मंडळ घ्यावं अशी तुमची इच्छा आहे." माझ्या या वाक्याला प्रत्युत्तर मिळालं नाही. जवळजवळ सर्वच संचालक मंडळ सदस्यांचं आणि माझं चांगलं जमत होतं. अगदी बफे, उबेररॉथ, जॉर्जियाचे माजी यूएस सिनेटर सॅम नून, हर्बर्ट ॲलन आणि जिम रॉबिन्सन यांचा त्यात समावेश होता. पण तरीही होम डेपोचे सीईओ बॉब नार्डेली यांच्याशी मात्र माझे संबंध गोठल्यासारखे होते. मार्च, २००५मध्ये 'कॉम्पेन्सेशन समिती' २००६ साली देण्याच्या बोनसचा आढावा घेत होती. सामान्यत: ही समिती उच्चपदस्थ असलेल्या पन्नास अधिकाऱ्यांचा बोनस ठरवत असे. उरलेल्यांचा बोनस मग व्यवस्थापन ठरवत असे. बॉबने मला फोन करून बोनससाठीची पूर्ण यादी मागवली आणि मीही ती

दिली. यामध्ये एक हजार बोनसची यादी होती. हा बोनस हा प्रत्येकाच्या कामावर अवलंबून असल्याने वेगवेगळा होता. पण सर्व योजनेच्या अंतर्गत नियमानुसार होतं.

बॉब जेव्हा सभेला आला तेव्हा त्याच्याकडे ही मोठी बोनसची यादी होती. त्यावर पिवळ्या 'हायलायटर'ने खुणा केल्या होत्या. त्यानं ही विचारणा केली की, निम्न स्तरावरील पारितोषिकांमध्ये फरक का आहे? मी त्यावर म्हटलं की, मला नेमकी कल्पना नाही. या तऱ्हेचे निर्णय हे मी हस्तांतरित केले आहेत. पण ते नियमानुसार आहेत. दोन वेगवेगळ्या व्यवस्थापन शैलींमधला हा संघर्ष होता. मी माझ्या पद्धतीने काम करणं पसंत करतो. दोन्ही पद्धती आपापल्या परीने योग्यच आहेत. अर्थात त्या त्या परिस्थितीत ते योग्यच ठरतं. बॉबची पद्धती अल्पकाळासाठी ठीक आहे. तो अतिशय बारकाव्यात जाऊन काम करतो. अतिशय हुशार आणि भरपूर कष्ट करणारी अशी ती व्यक्ती आहे. पण माझ्या आणि त्याच्या बाबतीत म्हणाल तर आमचे सूर जुळले नाहीत आणि म्हणूनच आम्ही असं अगदी भरपूर यशस्वी झालोय, जोडी जमलीय असं झालं नाही. त्याला या गोष्टीची जाणीव झाली आणि २००५ साली त्यानं संचालक मंडळाचा राजीनामा दिला. याबाबतचं सर्व श्रेय मी त्याला देतो. 'डाउ केमिकल' या कंपनीचे माजी प्रमुख आर्थिक अधिकारी जे. पेड्रो हा अजून एक संचालक मंडळ सदस्य होता. त्या कंपनीच्या मंडळाने त्यांच्यावर आक्षेप घेऊन त्यांना फैलावर घेतलं होतं. संचालक मंडळाच्या पूर्वपरवानगीशिवाय डाउ कंपनीची विक्री करण्याचा बनाव रचल्याचा त्याच्यावर आरोप होता. तेही सीईओला न सांगता. मला हेही लक्षात आलं की, माझ्या कोणत्याच गोष्टीला त्यानं कधीच पाठिंबा दिला नव्हता. संचालक मंडळाच्या कोणत्याही सभेला त्यानं कधीच कोणताही मुद्दा उभा केला नव्हता. खरंतर जेव्हा डाउ कंपनी त्यानं सोडली तेव्हाच औपचारिकतेने त्यानं आपल्या कोकमधील पदाचा राजीनामा द्यायला हवा होता. कारण ज्या पदामुळे तो इथे होता, आता ते पदच त्याच्याजवळ राहिलं नव्हतं. जर एखाद्या निर्देशक, म्हणजे डायरेक्टरने आपली नोकरी बदलली तरी कोकचं संचालक मंडळ त्याला मंडळात राहू देत असे ही गोष्ट वेगळी. पण मग मीच मंडळाच्या सदस्यांना पटवायला लागलो की, पेड्रोचं सदस्यत्व पुन्हा चालू ठेवू नये.

आम्ही जसा विक्री व फायदा वाढवण्यावर भर दिला तसाच मी कोका-कोलामध्ये 'टुकीने चालवण्याच्या' तत्त्वाचाही अंगीकार करायला सुरुवात केली. अशा तऱ्हेने कित्येक बॉटलर्स त्यांचा व्यवसाय सांभाळत होते. कोका-कोलामध्ये मोठ्या प्रमाणावर फायदा असल्याने छोट्या-छोट्या खर्चांवर विशेष लक्ष दिलं जात नसे. पै-पैचा हिशेब इथे ठेवला जात नसे. रोल्स रॉईस गाडी कशी भरपूर इंधन खाते, त्याप्रमाणे आमचं काम चाललं होतं. किती इंधनाला किती किलोमीटर हा हिशेब नव्हता. कंपनी खरंतर टुकीनं आणि नेटकेपणानं चालायला हवी. पै-पैचा हिशेब

ठेवणे याला मी 'चेसिंग पेनीज डाउन द हॉल वे' असं म्हणतो. हा जो पै-पैचा सुयोग्य, रास्त मोबदला घेण्याचा विचार मी प्रथमच कोका-कोलामध्ये आणत होतो. अगदी अस्वस्थ करणारं उदाहरणच घ्यायचं झालं, तर जोहान्सबर्गमध्ये केलेल्या मेजवानीचा खर्च तीस लाख डॉलर्स इतका होता. यामध्ये रॅप संगीतातला 'स्नूप डॉग' याचा कार्यक्रम प्रमुख होता. हा कार्यक्रम आयोजित केला होता तो दक्षिण आफ्रिकेला चांगल्या कामाबद्दल अंतर्गत पारितोषिक 'वूडरफ कप' देण्यात आला त्यासाठी. ही मनोवृत्ती बदलण्यासाठी मी माझ्या कचेरीपासूनच सुरुवात केली. इथे नूतनीकरणासाठी कंपनीने दहा लाख डॉलर खर्च करायचं ठरवलं होतं. मी ते थांबवलं. आम्ही नवा गालिचा जरूर घालून घेतला, पण इतर कचेऱ्यांमधलं फर्निचर वापरलं आणि नवं घ्यायचं टाळलं. व्यावसायिक प्रवासात विमानात वापरलं जाणारं उंची मद्य आणि त्याचा खर्च यात कपात करून टाकली. या अगदी छोट्या गोष्टी होत्या, पण त्यातून मोठा संदेश जात होता. मार्च, २००५मध्ये माझ्याशी घट्ट मैत्री जोडलेला जर्मन बॉटलर मित्र क्लाउस मॉरर्स मला भेटायला आला. आम्ही 'एक बॉटलर' ही जी रणनीती वापरली होती त्याबाबत बराच वेळ चर्चा केली. आता ती गोष्ट प्रत्यक्षात आली होती. अखेर जर्मन बॉटलर व्यवस्थेचं एकत्रीकरण झालं होतं. १९८० सालच्या मध्यात मी सुरू केलेलं काम आता पूर्ण झालं होतं. म्हणतात ना, बदल हा काही वेळा खूप धीराची मागणी करतो.

बॉटलर्सचं एकत्रीकरण ही आता माझ्या कारकिर्दीतली अगदी सामान्य कथा झाली होती. पण जपानमध्ये ती लागू करणं आम्हाला अतिशय कठीण गेलं.

कोका-कोलासाठी जपान अतिशय महत्त्वपूर्ण बाजारपेठ आहे. जगातील सर्वांत जास्त फायदा मिळवून देणाऱ्या बाजारपेठेपैकी ती एक आहे. या यशाचं कारण आहे कॅनमधून कॉफीची विक्री. जपानमध्ये दहा लाख व्हेंडिंग मशीन्स आहेत. या मशीन्सचं वैशिष्ट्य असं की, थंडीत गरम कॉफी आणि उन्हाळ्यात थंड कोका-कोला दिला जाऊ शकतो.

गरमागरम तापलेला कॅन दोन बोटांमध्ये पकडून ओठ न भाजता घोट घेणं ही एक कला आणि कौशल्याची जादूसुद्धा आहे. जपानी लोक या कलेत तरबेज आहेत.

जपानमध्ये नव्याने येणाऱ्या ब्रँडची सतत जत्रा असते. अगदी सर्वांत जास्त यशस्वी ब्रँडसुद्धा फारतर वर्षभर टिकतो. त्यामुळे जपानी बाजारपेठ खूप स्पर्धात्मक मानली जायची. म्हणूनच जपानमध्ये व्यवसाय चालू ठेवण्यासाठी वेगळ्या प्रकारची मानसिकता लागते.

टोकियोमधील ताकेनाशी कुटुंबाकडे मालकी असलेल्या बॉटलरचं एकत्रीकरण हे सर्वांत कठीण काम होतं. अनेक वर्षांच्या प्रदीर्घ चर्चेनंतर २००७ साली या कुटुंबाने त्यांच्या बॉटलिंग व्यवसायातील ३४ टक्के समभाग कोका-कोला कंपनीला

विकायची तयारी दर्शवली. त्या वेळी चेअरमन व सीईओ मी होतो. निर्णयिक चर्चेला मी उपस्थित राहिलो तेव्हा कुटुंबाच्या सदस्यांनी दुसऱ्या दिवशी पुन्हा भेटण्याचं ठरवलं. त्या सायंकाळी ते सर्व जण त्यांच्या पित्याच्या स्मृतिस्थळाला भेट द्यायला गेले आणि तिथं त्यांच्याशी 'सल्लामसलत' केली. दुसऱ्या दिवशी सकाळी त्यांनी करारनाम्यावर स्वाक्षरी केली.

हळूहळू आमच्या रणनीतीच्या सगळ्या खिट्ट्या जागच्या जागी बसल्यावर विक्री, फायदा आणि परतावा यांमध्ये सातत्यपूर्ण वाढ दिसायला लागली. शेअर बाजारात शेअरची किंमत पासष्ट डॉलरपर्यंत वाढली. यामुळे ज्या कर्मचाऱ्यांजवळ कंपनीचे शेअर होते किंवा ज्यांना शेअर घेण्याचा पर्याय होता, त्यांची कळी खुलली. खरीखुरी मौल्यवान गोष्ट त्यांना मिळणार होती. त्यांना खूप आनंद झाला. पण २००८ सालचं अर्थिक अरिष्ट आम्हाला पुन्हा खाली घेऊन आलं. अर्थात ही तात्पुरती अवस्था होती. आणि आज जेव्हा मी हे लिहितोय, बाजारातली शेअरची किंमत पुन्हा उसळली.

जसा किफायतशीरपणा वाढत गेला तसा कोक आणि बॉटलर्समधला तंटाही विरघळत गेला. हा नातेसंबंध एखाद्या विवाहासारखा आहे. जेव्हा हे संबंध दुखावलेले असतात तेव्हा अगदी थातुरमातुर कारणावरून जीवनाचे भागीदार भांडतात. पती अगर पत्नीच्या गाडी लावण्यातसुद्धा संबंध दुरावल्यावर चूक दिसू शकते. तेच जर संसार व्यवस्थित चालला असेल तर तुमच्या पती आणि पत्नीच्या गाडी लावण्याच्या तंत्राचं तुम्हाला कौतुक वाटतं. याबाबत तुम्ही एकमेकांची थट्टासुद्धा करू शकता.

आता मात्र फायदा आणि पैसे या पलीकडे पाहण्याची वेळ आली होती. आता आमच्या करारनाम्यातील उरलेल्या दोन 'पी'कडे म्हणजे 'प्लॅनेट' (पृथ्वी) आणि 'पार्टनरशिप' (भागीदारी) या विषयांकडे लक्ष द्यायला हवं होतं.

राष्ट्राध्यक्ष बिल क्लिंटन आणि 'अमेरिका हार्ट असोसिएशन' यांच्या पुढाकाराने अमेरिकन शाळांमध्ये उच्च उष्मांक असलेल्या शीतपेयांची विक्री थांबवण्याचा निर्णय आम्ही व इतर शीतपेय उत्पादक कंपन्यांनी २००६ साली घेतला.

मला खरंतर एक संपादकीय टिप्पणी करायची आहे. स्थूलता आणि मधुमेहासाठी एकट्या शीतपेय उद्योगाला जबाबदार धरणं, ही अन्यायाची बाब आहे. आफ्रिकेतलं माझं बालपण मला आठवतं. शाळेत जाता-येता पाच-पाच मैलांची रपेट सायकलवरून मी मारत असे. शिवाय आयुष्यभर मी खेळांमध्ये सहभागी आहे. पण यामुळेच मला खातरी आहे व्हिडीओ गेम्स, टीव्ही आणि कॉम्प्युटर यामुळे शारिरीक व्यायामाचा अभाव असणं, हे खरंतर लहान मुलांमधील स्थूलतेचं कारण आहे. सॉफ्ट ड्रिंक्सपेक्षाही हेच प्रमुख कारण आहे.

या वादाला अजून एक बाजू आहे हे खरं आहे. शीतपेय उद्योगाने विक्रीसाठी बराच रेटा दिला. शाळांमध्ये, मग ती हायस्कूलच नव्हे तर मिडल स्कूलमध्येही

त्यांनी सोडा मशीन्स बसवली. मुलं जेव्हा शाळेत असतात तेव्हा ती काय खातात यावर पालकांचा अंकुश असू शकत नाही. म्हणूनच जबाबदार पालकांच्या मुलांचा आहार संतुलित राखण्याच्या प्रयत्नामध्ये सोडा मशीन्स शाळेत बसवण्याने खीळ घातल्यासारखं होत होतं.

क्लिंटन साहेबांच्या सूचनेला अनुसरून आणि कंपनीने स्वत:हून ठरवलेल्या कार्यक्रमानुसार कोका-कोला आणि आमच्या उत्तर स्पर्धकांनी शीतपेय उष्मांक कमी करण्याच्या दिशेनं पावलं उचलली. त्या वेळी अमेरिकेचा कोका-कोला कंपनी प्रमुख म्हणून काम करणारा डॉन नॉस याने त्या वेळी एका करारनाम्याचा कच्चा मसुदा मला दाखवला. डॉनचं माझ्यासोबत चांगलं जमत असे. पण त्या मसुद्यात मला काही विशेष बोध होतोय असं वाटेना. त्या मसुद्यानुसार आम्ही सर्व सॉफ्ट ड्रिंक्स, म्हणजे अगदी डाएट सोडादेखील बाजारातून मागे घेत आहोत असं म्हटलं होतं. खरंतर डाएट सोड्यामध्ये साखर वगैरे काही नसल्याने त्यात उष्मांकाचा अभाव असतो. त्यामुळे मधुमेह किंवा स्थूलता वाढण्यासाठी त्याचा काहीच सहभाग असू शकत नाही. इकडे शाळांनी फळांचे रस व खास खेळांसाठीची पेयं ठेवायला परवानगी दिली होती. या दोन्हींमध्ये भरपूर साखर होती. स्नॅक मशीनसोबत या पेयांना परवानगी दिली. यावर प्रश्न असा होता की, मग आम्हाला शून्य उष्मांक असलेली उत्पादनं ठेवायला मात्र का मनाई केली?

यावर उत्तर आलं की प्रश्न आहे 'अस्पार्टेम.' हे कृत्रिमरीत्या गोडी आणणारं द्रव्य आहे. मला त्यांचं हे समर्थन पटलं नाही. मी ते अमान्य करत म्हणलो, "तुमचा मुद्दा उष्मांकाचा आहे. हे कृत्रिम गोडी आणणारं द्रव्य घातल्याने आरोग्याला काही धोका होतो याला पुरावा काय आहे?" तो मसुदा सर्व शीतपेय उद्योगाने स्वीकारला असला तरी मी डॉनला म्हणालो, या संमतिपत्रावर म्हणा, करारनाम्यावर म्हणा, मी काही सही करणार नाही. डॉनने या विषयासंदर्भात अधिक सखोल माहिती घ्यायचं ठरवलं.

दहा दिवसांनंतर आम्ही, म्हणजे मी क्लिंटन यांना जे. फुलब्राइट पारितोषिक प्रदान केलं – आंतरराष्ट्रीय शांतता व सहकार्य या विषयाचं हे पारितोषिक होतं. कोका-कोला याचे प्रायोजक आहेत. क्लिंटनसाहेब आल्यावर व्यासपीठावर जाण्यापूर्वी ते ग्रीनरूममध्ये बसले होते. मी तेव्हा एक गोष्ट पाहिली की, ते सवय असल्यासारखे डाएट कोक पीत होते.

"राष्ट्राध्यक्ष महोदय अजूनही डाएट कोक पितात हे पाहून आम्हाला आनंद वाटला." मी म्हणलो.

"हो, मी रोज डाएट कोकच घेतो." ते म्हणाले.

"दुर्दैवाची गोष्ट अशी आहे की, आता शाळांमधल्या मुलांना याचा लाभ घेता येणार नाही." मी म्हणालो.

त्यांना हे माहीत नव्हतं की, जो करार होता, त्यामध्ये डाएट कोकवर बंदी घालण्यात आली होती. मग त्यांनी हे मान्य केलं की, ही बेकायदेशीर गोष्ट आहे. ते म्हणाले, ''तुम्ही या गोष्टीची काळजी करू नका, मी या गोष्टीत जातीने लक्ष देतो.''

चोवीस तासांनंतर, देता येणाऱ्या पेयांमध्ये डाएट कोकचा समावेश होता. सीईओ म्हणून काम करताना काही प्रसंग असे असतात की, आपल्या योग्य मुद्द्यांवर भक्कमपणे पाय रोवून उभे राहावं लागतं. पण क्लिंटन यांच्यासारख्या व्यक्तीशी अनौपचारिक भेटीत असा मुद्दा चर्चा करायला मिळणं हा नशिबाचा भाग होता.

त्या वर्षाच्या शेवटी कोका-कोलाने त्यांची अटलांटा शहराबाहेरची त्या वेळी एक कोटी डॉलर किमतीची जमीन नवीन नागरी हक्क संग्रहालयाला दान म्हणून देऊन टाकली. मार्टिन ल्यूथर किंग ज्युनिअर यांचं गाव म्हणजे अटलांटा. नागरी हक्क आंदोलनाचं केंद्रही अटलांटाच होते. ही जमीन १९८०मध्ये कंपनीने मिळवली होती. त्या जमिनीवर नवीन ऑफिस ब्लॉक्स कंपनीने उभे केले होते. त्यातील उरलेला एक पट्टा जो होता तो दान करण्यात आला. यापूर्वी या जमिनीचा असाच एक मोठा भाग 'बर्नी मार्कस' या होम डेपोच्या सहसंस्थापकांना दान देण्यात आला होता. तिथं त्यांनी जगातील सर्वोत्तम व सर्वांत मोठं ॲक्वेरियम उभारण्याचा उपक्रम चालवला होता. तिथंच 'वर्ल्ड ऑफ कोका-कोला' नावाचं एक संग्रहालय आम्हीही स्थापन केलं होतं. आमच्या कल्पनेबाहेर ते यशस्वी झालं. यामुळे उरलेली जी जमीन होती तिथं असंच काहीतरी उभं करण्यात अनेक गटांना रुची असल्यानं त्या जमिनीला खूप मागणी वाढली.

अटलांटा शहराच्या विकासासाठीच्या समितीचा प्रमुख म्हणून शहराच्या महापौर शर्ली फ्रँकलिन यांच्यासोबत मी काम केलं. त्या एक प्रभावशाली नेत्या होत्या. पूर्वीचे महापौर बिल कँपबेल यांच्या अयशस्वी कालावधीनंतर शहराचं पुनरुज्जीवन करण्याचा त्यांचा प्रामाणिक प्रयत्न होता. मेयर बिल यांना नंतर कर चुकवेगिरीसाठी कारावासाची शिक्षा झाली. 'मार्टिन ल्यूथर किंग सेंटर'पेक्षाही नागरी हक्क संग्रहालय आमच्या जागेत उभं करणं जनतेला आवडेल, हा मुद्दा शर्ली यांनी मला पटवला. त्यांच्यामते असं संग्रहालय बांधून झाल्यावर अटलांटा शहराची त्या काळातील भूमिका स्पष्ट करणारीही प्रातिनिधिक वास्तू तयार होईलच, शिवाय 'कोणत्याही स्वरूपाचा तिरस्कार करायलाही वेळ नसलेलं उद्यमशील नगर' असा संदेशही यामधून दिला जाईल.

जून, २००७ मध्ये चीनच्या बीजिंग इथे दोन कोटी डॉलर्सचं अनुदान आम्ही जाहीर केलं. हे अनुदान जगातील सात महत्त्वपूर्ण गोड्या पाण्याच्या साधन असलेल्या नद्यांच्या खोऱ्याच्या विकासासाठी होतं. 'डब्ल्यूडब्ल्यूएफ' (वर्ल्ड वाइल्ड लाइफ फेडरेशन/फंड – जागतिक वन्यजीव संरक्षण निधी) यांच्या संयुक्त विद्यमाने अजूनही हा प्रकल्प चालू आहे. या महत्त्वपूर्ण आणि प्रभावशाली संघटनेच्या संचालक मंडळाचा मी सदस्यही आहे.

काम आणि आयुष्य एकत्रित आनंदाने उपभोगण्याचा हा काळ होता. इंग्लंड आणि आयर्लंडमधली रग्बी मॅच डब्लिनमध्ये क्रोक पार्क इथे पाहण्याची व असा भावनात्मक क्षण अनुभवण्याची संधी मला या दरम्यान मिळाली. कोर्क पार्क ही जागा म्हणजे ज्या ठिकाणी 'ब्लडी संडे'ची कुख्यात घटना घडली ते स्थळ. २१ नोव्हेंबर, १९२० साली ग्रेट ब्रिटनमधून स्वतंत्र होण्यासाठी आयर्लंडच्या लोकांची सभा या स्टेडियमवर होत होती. त्या दिवशी ब्रिटिश पोलिसांनी निष्पाप प्रेक्षकांवर निर्ममतेने गोळीबार केला. त्या वेळी रग्बीची मॅच चालू होती. त्याआधी सकाळी 'आयरिश रिपब्लिकन आर्मी'च्या लोकांनी चौदा ब्रिटिश गुप्तहेर खात्याच्या अधिकाऱ्यांना ठार मारलं होतं. त्याच रात्री तीन आयरिश रिपब्लिकन आर्मीच्या कैद्यांना डब्लिनच्या गढीमध्ये पकडणाऱ्या ब्रिटिशांनी हालहाल करून मारलं.

क्रोक पार्क आता पवित्र स्मृतींचं स्थळ झालं आहे. यामध्ये क्लिष्टता अशी आली होती की, रग्बी हा खेळ पारंपरिकरीत्या इंग्लिश खेळ मानला जातो. आज मात्र वास्तव असं आहे की, उत्तर आयर्लंडचा अविभाज्य भाग म्हणूनच आज आयर्लंड आंतरराष्ट्रीय रग्बी सामन्यातून खेळतं. उत्तर आयर्लंड हा युनायटेड किंगडमचा भाग आहे. या एकत्र येण्यामुळे जणू १९२२ साली फाळणी झालीच नाही असा भाव असतो. असं असूनही गेली कित्येक वर्ष एखादा खेळाडू जर 'गॉलिक' पद्धतीने फुटबॉल खेळत असेल, तर मात्र आयुष्यभरासाठी त्याला वाळीत टाकलं जातं. अशा तऱ्हेच्या बऱ्याच क्लिष्टता आयर्लंडमध्ये होत्या.

क्रोक पार्क इथे इंग्लंड आणि आयर्लंडचा सामना खेळवायला २००७मध्ये विरोधही होता. तीनदा प्रयत्न केल्यावर कुठे 'गॉलिक फुटबॉल असोसिएशन'ने मैदानाच्या तात्पुरत्या वापरासाठी परवानगी दिली. रग्बीचं मूळ मैदान दुरुस्तीसाठी बंद असल्याने तिथून थोडेच मैल दूर असलं तरी वापरता येत नव्हतं. म्हणतात ना, इतिहास आपल्या पाऊलखुणा ठेवून जातो.

२४ फेब्रुवारी, २००७ साली इंग्लिश आणि आयरिश संघ रग्बी खेळणार म्हणून सुरक्षाव्यवस्था डोळ्यात तेल घालून काम करायला तैनात केली गेली. इंग्लिश राष्ट्रगीत जेव्हा वाजवलं जाईल तेव्हा जनता काय प्रतिक्रिया देईल हे कोणालाच अजिबात वर्तवता येत नव्हतं. प्रत्यक्षात जेव्हा इंग्लिश राष्ट्रगीत वाजवलं गेलं त्या वेळी टाचणी पडली तर वाजेल इतकी शांतता होती. ८० हजार प्रेक्षकांमधून एकाचाही नाराजीचा सूर ऐकू आला नाही. समेटाची ती घडी होती, खऱ्या अर्थाने ऐतिहासिक क्षण होता तो. कोका-कोला बॉक्सच्या आजूबाजूला बसलेल्या प्रत्येक माणसाकडे मी पाहत होतो. प्रत्येकाच्या डोळ्यात अश्रू तरळताना दिसत होते. वयाने वाढलेले पुरुष आणि माजी रग्बी खेळाडूसुद्धा रडतात! मागचा रक्तरंजित इतिहास माझ्या खांद्यावरून मागे फेकला गेलेला मला जाणवला.

सहा आठवड्यांनंतर आयर्लंडच्या राष्ट्राध्यक्षा मेरी मॅकअलीस अटलांटाला आल्या. मी त्या व त्यांच्या पतीसोबत नाश्ता घेतला. त्या वेळी क्रोक मैदानावर अनुभवलेल्या भावनिक क्षणाबाबत आम्ही चर्चा केली.

त्यांनी विचारलं, ''मी जेव्हा व्यासपीठ सोडून जात होते तेव्हा काही क्षण थांबले होते हे तुम्ही पाहिलं का?'' त्यापुढे म्हणाल्या, ''मी जाताना थांबले ते कोणताही नाटकीय अभिनय नव्हता. माझे पाय गळाले होते. मी पायऱ्या चढून जाऊ शकेन याची मला खातरी नव्हती. इतकी मी भावनांनी ओतप्रोत भरलेली होते.'' रग्बी खेळाने जनतेची मानसिकता बदलायला हातभार लावला आहे. याच गोष्टीचा उपयोग नेल्सन मंडेला यांनी दक्षिण आफ्रिकेत केला होता. वर्णद्वेषधारित राजवट जेव्हा कोसळली तेव्हा त्यांनी हा उपाय केला होता. सीईओ म्हणून काम करताना मी बरेचसे दौरे आफ्रिकेत काढले, ज्यामध्ये मी आठवणींनी भारलेलो असायचो. कंपनीच्या विमानातून खाली उतरताना माझा स्वीय सहायक जॉन ब्राऊनली या तरुण आफ्रिकन-अमेरिकन वकिलाला म्हणालो, ''दक्षिण आफ्रिकेत काळेगोरे आता इतक्या एकदिलाने राहतात की, अमेरिकेतही अशी एकी पाहायला मिळत नाही.'' त्याचा माझ्यावर विश्वास बसला नाही.

''तसंही असेल, बॉस,'' असं आपण म्हटल्याचं ब्राऊनली सांगतो. त्यावर आम्ही पैजही लावली होती. मागाहून माझ्या म्हणण्यासमोर त्यानं हारही मानली. दक्षिण आफ्रिकेचा हा त्याचा पहिलाच दौरा होता. वर्णद्वेषानंतरच्या कालावधीत खऱ्या अर्थाने वांशिक भेदापासून सर्वत्र बदल झाला होता. निरनिराळ्या वंशांमध्ये अधिक मोकळी सामाजिक देवाणघेवाण होऊ लागली होती. त्यानं पाहिलेल्या काळातल्यापेक्षा हे चित्र कितीतरी पालटलं होतं. पण तरीही या वांशिक विद्वेषाची छाया अजूनही दक्षिण आफ्रिकेवर तरळत असतेच.

२००७ साली मी व पामेलाने 'अॅकॅडमी अॅवॉर्ड्स' हा सोहळा पाहिला. त्या वर्षी हेलेन मिरेन या अभिनेत्रीला सर्वोत्तम अभिनेत्रीचा किताब तिच्या 'द क्वीन' या चित्रपटासाठी मिळाला होता. त्या पारितोषिक वितरणानंतरच्या मेजवानीमध्ये एक छायाचित्रकारांचं दल मिरेनच्याऐवजी पामेलाच्या मागे मिरेन म्हणून नजरचुकीने आलं आणि त्यांनी तिला टेलिव्हिजन इंटरक्यूसाठी पुढे पुढे नेणं चालवलं. मला जेव्हा हा घोळ लक्षात आला तेव्हा त्या गटाला मी खऱ्या मिरेनकडे जायला सांगितलं. काही क्षणांपूर्वींच मी तिला पाहून तिची नेमकी जागा बघून ठेवली होती. मिरेन आणि पामेलाचा ड्रेस अगदी सारखा होता. जेव्हा हा घोटाळा मी मिरेनला सांगितला तेव्हा ती दिलखुलास हसली. मी मिरेनला विचारलं, ''तुझं हे ऑस्कर जरा हातात घेऊन पाहू का?'' तिनं ते माझ्या हातात दिलं आणि आम्ही एकमेकांचं चुंबन घेतलं. हा माझ्या कामामुळे मिळालेला 'अधिक फायदा' होतो. आणि नाही तरी म्हणच आहे

– 'ऑल वर्क अँड नो प्ले मेक जॅक अ डल बॉय' (नुसतं काम काम काम म्हटलं आणि परत मजा नसली की, माणूस अगदी संथ होतो.)

'बीजिंग ऑलिंपिक्स' हे २००८ सालातलं कोका-कोला आणि चीन या दोघांचंही मोठं यश होतं. त्यापूर्वी तीन वर्षं मी 'ग्रेट वॉल ऑफ चायना' या ठिकाणी गेलो होतो. पुढच्या वीस वर्षांकरता कोका-कोलाने ऑलिंपिक खेळांसाठी प्रायोजकत्व वाढवलं होतं. १९२८ सालापासून अखंडपणे हे प्रायोजकत्व चालूच आहे.

बीजिंग ऑलिंपिक्ससुद्धा वादविवाद विरहित नव्हतं. अभिनेत्री मिया फॅरे व अन्य काही जणांच्या आक्षेपाचा मला विचार करावा लागला. दारफुरमधल्या हत्याकांडाला चीनने गुंडाळलं असा त्यांचा आरोप होता. त्यांची अशी मागणी होती की, कोका-कोलाने या खेळाचं प्रायोजकत्व रद्द करावं. फॅरोने कोका-कोलावर खटला चालवण्यासाठी निधी गोळा करायला सुरुवात केली, पण याच्यातील पैसुद्धा दारफुरला मदत करण्याच्यासाठी नव्हती. माध्यमांमध्ये चर्चेदरम्यान आव्हान म्हणून हा प्रश्न मी तिला केला, पण त्यावर तिने कोणतंही प्रत्युत्तर दिलं नाही.

चीनचे टीकाकार हे मानायला तयार होत नव्हते की, उत्क्रांती होण्यासाठी विकास होणं ही आवश्यक प्रक्रिया आहे. कृष्णवर्णीय आणि स्त्रिया यांना यूएसमध्ये मतदानाचा हक्क मिळण्यासाठी किती कालावधी लागला? आपल्याच इतिहासावरची ती टिप्पणी दु:खदायक आहे, पण कित्येक पिढ्या त्यासाठी जाव्या लागल्या. यामुळेच चीनमध्ये एका रात्रीत सगळे बदल घडून येण्याची अपेक्षा करणंच मुळात चुकीचं आहे. तसंच चीनला एकटं पाडूनही हे बदल वेगानं घडणार नाहीत.

बीजिंग ऑलिंपिक्समधले निरनिराळे कार्यक्रम पाहून मी व पामेला जेव्हा जायला निघत असू तेव्हा तिथल्या चिनी प्रेक्षकांशी हस्तांदोलन करत असू. थेट त्यांच्या डोळ्यात पाहत आम्ही म्हणायचो, ''धन्यवाद!'' त्यांच्या चेहऱ्यांवर उमटणारं हास्य हजारो शब्द बोलून जायचं. आम्हाला मार्गदर्शक आणि ड्रायव्हर म्हणून मिळालेल्या बाईंशी आमची चांगली गट्टी जमली होती. त्या तिथल्या विश्वविद्यालयात प्राध्यापक होत्या. आमच्यासोबत चांगला एक आठवडा त्यांनी घालवला. अगदी आपल्या मुलीलासुद्धा आम्हाला भेटण्यासाठी म्हणून त्या घेऊन आल्या. तो आठवडा आपल्या आयुष्यातील सर्वांत सुंदर कालावधी होता, असं त्या म्हणाल्या. जाताना आम्ही तिने दिलेली छोटीशी भेट घ्यायलाच हवी असा तिचा आग्रह होता. हा व्यक्ती-व्यक्तींमधील स्नेहाचा नातेसंबंध मिया फॅरोला कधीच कळला नसता. माझ्या बालवयातल्या आठवणीच पहा. आमच्या घरात तो नायजेरियन पोलीस अधिकारी येऊन राहिला होता. लहानपणीची आयर्लंडची आठवण माझ्या मनावर छाप सोडून गेली. जेव्हा अंगोलामध्ये लहानपणीच मी माणसांना चाबकाने फोडून काढताना पाहिलं तेव्हा माझ्या बालमनावर वेगळंच चित्र उमटलं, दोन्हींमधल्या फरकाने मी जागृत झालो आणि एक वेगळाच दृष्टिकोन मला मिळाला.

जेव्हा त्या ड्रायव्हर बाईंची मुलगी आम्हाला भेटली तेव्हा पाश्चात्त्य लोकांबाबत एक वेगळीच अनुभूती तिला मिळाली असेल. प्रचार किंवा अपप्रचाराने बनलेल्या मतापासून स्वानुभवाने मुक्ती मिळू शकते. चीनने मानवाधिकार क्षेत्रात अजिबात प्रगती केली नाही असं जरी पत्रकारांचं मत असलं, तरी वास्तव तसं नाही. त्यांनी केलेली प्रगती पुरेशी नाही एवढंच म्हणता येईल. आपल्या दृष्टिकोनातून हा बदल दखल घेण्याइतका नाही, जाणवण्याइतका नाही, पण तो झाला आहे हे मात्र खरं. पुढील काळात तो वेगाने होईल.

माझा चेअरमन व सीईओ पदाचा काळ वेगाने संपत चालला होता. पाचच वर्षांसाठी मी या पदावर काम करेन असं अश्वासन मी पामेलाला दिलं होतं; पण शेवटचं एक वर्ष फक्त अध्यक्षपद माझ्याकडे ठेवून प्रमुख कार्यकारी अधिकारी हे पद मी माझ्यानंतर पदावर येणाऱ्याला देऊ केलं. २००७ साली माझा उत्तराधिकारी म्हणून मी मुहतारचं नाव ठरवलं. कोका-कोलाचा प्रेसिडेंट म्हणून त्यानं कंपनीत परत आल्यावर खूपच चांगलं काम केलं होतं. तेव्हाच खरंतर हे स्पष्ट झालं होतं की, तोच माझा उत्तराधिकारी असेल. तरीपण माझ्याबरोबर, संचालक मंडळासोबत औपचारिक मुलाखती बाकी होत्या. मेरी मिनिकने कंपनी सोडण्याचा निर्णय घेतला. तोही मोठा आब राखून. अजूनही आम्ही संपर्कात असतो.

उत्तराधिकारी योजण्याचं काम खूप महत्त्वपूर्ण असतं. मोठ्या कॉर्पोरेशन्समध्ये तर ते सर्वांत अवघड आव्हान असतं. कॉर्पोरेट आयुष्याची एक शोकांतिका आहे. आपल्याला भरपूर माजी प्रमुख कार्यकारी अधिकारी भेटतील जे दुखावलेत आणि त्यांच्यात कडवटपणा आलेला आहे. कदाचित त्यांच्या स्थानी ते अयशस्वी ठरलेले असतात. बहुतांश वेळा परिस्थिती अशीच असते. हे सगळं असं होण्याचं कारण, कदाचित ते त्या पदावर जास्त काळ राहिले असतील. आपलं पद वाचवण्यातच त्यांची सर्व शक्ती आणि उर्वरित वर्षं गेलेली असतात. त्यामुळे उत्तराधिकारी शोधण्याचं काम ते करत नाहीत. शिवाय उत्तराधिकारी हा मोठा धोका म्हणून पाहिली जाणारी गोष्ट आहे. निरीक्षण असं आहे की, जे अधिकारी यशस्वी सीईओ म्हणून काम करू शकतील ते काही दुय्यम अधिकाराच्या पदावर दीर्घकाळ थांबणार नाहीत. यामुळेच जर त्यांचा बॉस आहे त्या पदावर अधिक काळ रेंगाळला तर ते आपली स्वत:ची कंपनी चालवायला दुसरीकडे कुठेतरी निघून जातील. अर्थात या रिवाजालाही काही अपवाद आहेत. आमच्याकडे डॉन कियो हे शक्तिशाली नेते होते आणि परिणामकारकही. सह-सीईओ म्हणून त्यांच्याकडे पाहिलं जायचं. कित्येक वर्षं सेकंड-इन-कमांड या स्थानावरून त्यांनी काम केलं. पण अशीही एक गोष्ट आहे की, काही कंपन्यांमध्ये दीर्घकाळ सेकंड-इन-कमांड पदावर काम करणारा अधिकारी सक्षम नाही असं मानलं जाऊन त्याच्या हातात उत्तराधिकारी म्हणून पहिल्या बॉसनंतर सूत्रं दिली जात नाहीत. शेवटी उत्तराधिकारी नेमण्याच्या नावाने शंख. या

सर्व प्रकारात विकासाबाबत कंपनी पुन्हा काही वर्षं मागे जाऊन बसते. कोका-कोलाने यासंबंधी कडवट अनुभवावरून पुरेसे धडे घेतले होते.

अगदी पहिल्या दिवसापासूनच मी कारकिर्दीची पाच वर्षांचीच कालमर्यादा ठरवली होती. त्यामुळे कोणत्याही मोहपाशात, सापळ्यात मी अडकून दीर्घकाळ रेंगाळणार नव्हतो. याचाच अर्थ असा की, मला लगेचच माझा उत्तराधिकारी शोधण्याच्या कामाला लागावं लागणार होतं. मुहतारचं असणं माझ्यासाठी नशीबवान होतं. दीर्घकालीन रणनीतीच्या बांधणीमध्ये एक संघसदस्य म्हणून त्यानं सहभाग घेतला होता. मी निवृत्त झाल्यावर कंपनीसाठी त्याच रणनीतीचं अवलंबन करून सातत्याचं आश्वासन हे महत्त्वाचं होतं. त्याच रणनीतीचा वापर करून पुढचा टप्पा आणि पुढील पातळी त्यानं गाठायची होती.

२००९ सालच्या शरद ऋतूत मी दुसऱ्यांदा निवृत्त झालो. आमच्या योजनेनुसार आम्ही आयुष्य व्यतीत करायला लागलो. बार्बाडोस, फ्रान्स आणि अटलांटा या तीन ठिकाणी आलटूनपालटून राहू लागलो. युनिव्हर्सिटी ऑफ साउथ कॅरोलिन इथे कॅराची जॉर्जियाचा निवासी झॅक ली याच्याशी भेट झाली आणि त्याचं विवाहात रूपांतर झालं. त्यानंतर तेही बार्बाडोस इथेच स्थायिक झाले आहेत. पामेला आणि मला त्यांनी एक अतिशय आनंदी असा नातू रोरी दिला आहे. बार्बाडोसच्या गोल्फ समुदायासाठी मार्केटिंग व्यवस्थापक म्हणून झॅक काम करत असे. या समुदायाचं नाव होतं 'मूनशाइन रिज'.

मुहतारच्या नेतृत्वाखाली कोका-कोला भरभराटीस आली आहे. त्याची आवक आणि शेअरचा परतावा या दोन्ही गोष्टी सातत्यानं वाढत आहेत. जगातील सर्वांत स्तुत्य पन्नास कंपन्यांच्या यादीत कंपनीचा सहावा नंबर आहे. ही यादी 'फॉर्च्युन' या विश्वसनीय अभ्यासक अशा आर्थिक विश्लेषक कंपनीने तयार केली आहे. याच यादीत पेप्सीचा सव्विसावा नंबर लागतो. यूएसमध्ये तर डाएट कोकने पेप्सीच्या विक्रीचा आकडा केव्हाच ओलांडून नंबर दोनचं स्थान पटकावलं आहे. सॉफ्ट ड्रिंकच्या विक्रीत कोका-कोला नंबर एकवर आणि डाएट कोक दोन नंबरवर आहे. कोका-कोला कंपनीची सूत्रं मी मुहतारकडे सोपवल्यावर मला नेहमीच एक प्रश्न विचारला जायचा तो म्हणजे, "तुमची परंपरा किंवा संचित काय आहे?" माझं उत्तर अगदी साधं असायचं, "जोपर्यंत माझा उत्तराधिकारी यशस्वी होत नाही तोपर्यंत माझी परंपरा निर्माण होणार नाही." दोन वर्षांनंतर जेव्हा हे पुस्तक मी लिहितोय, मी खातरीनं सांगू शकतो की माझं कार्य पूर्ण झालं. आमच्या भाषेत 'मिशन अकंप्लिश्ड'. मी आणि मुहतार मिळून एक बदल घडवायला निघालो होतो. मी जाऊन तो आला तरी, जराही अंतर न देता त्यानं काम केलं. असं गेल्या कित्येक वेळा जमलेलं नाही असं मात्र दु:खानं नमूद करावं वाटतं.

जेव्हा जेव्हा मी कोकच्या संचालक मंडळाच्या सदस्यांना भेटतो तेव्हा ते मला सहजपणे साधलेल्या नेतृत्वबदलाबद्दल धन्यवाद देतात. आणि मी धन्यवाद देतो मुहतारला. दुखावलेला, कडवटपणा आलेला सीईओ मी नाही. जे काही साध्य केलं आणि जे बाकी राहिलं त्याविषयी मी संतुष्ट आहे. सीईओ म्हणून कंपनीचं एकत्रीकरण करता आलं नाही याचं मनात शल्य मला होतं, पण मुहतारनं ते करून टाकलं. यामुळले भविष्यकाळात कंपनीला या कामाची गोड फळं चाखायला मिळाली. कंपनी अशा सशक्त व सक्षम हातात आहे हे पाहून मनापासून समाधान वाटतं.

कोकच्या शिरोस्थानी पाच वर्षं काढळ्यानंतर आता मी व पामेला अगदी भिन्न व्यक्ती झालो आहोत. पूर्वीपेक्षाही आम्ही आता बहिर्गामी विचारांचे झालो आहोत. माझी पहिली निवृत्ती ही सर्वसामान्य होती. तेव्हा मी गोल्फ खेळणं, प्रवास करणं इतकं साधं आयुष्य कंठत होतो. आता मात्र जागतिक स्तरावरील अनेक गोष्टींमध्ये माझा सहभाग आहे. अनेक संचालक मंडळांचा मी सदस्य आहे. यामध्ये 'वर्ल्ड वाइल्ड लाईफ फंड', 'जनरल मोटर्स', 'द इन्व्हेस्टमेंट क्लायमेट्स फॅसिलिटी फॉर आफ्रिका' (आफ्रिकेत गुंतवणुकीस सुयोग्य वातावरण निर्माण करणारी सुविधा) आणि बार्बाडोसची 'डीजीएम बँक' यांच्या संचालक मंडळावर असून मी माझी एक गुंतवणूक कंपनी चालवतो.

२००७ साली 'जनरल मोटर्स'चा तेव्हाचा चेअरमन आणि सीईओ रिक वॅगनर आणि त्यांचा नेतृत्व निर्देशक जॉर्ज फिशर यांनी जनरल मोटर्सच्या संचालक मंडळात सामील होण्यासाठी माझ्याशी संपर्क साधला. अटलांटामध्ये मला भेटण्यासाठी रिक आला. माझ्यासोबत सायंभोजनासाठी त्याला घेऊन यायला माझा ड्रायव्हर विमानतळावर गेला होता. ज्या कारने तो गेला ती फोर्ड कंपनीची होती. मला हे चांगलं माहीत आहे की, कोका-कोला कंपनी ही फोर्ड कंपनीची ग्राहक आहे. रॉबर्ट गोइझुएटा दीर्घकाळ फोर्ड कंपनीच्या संचालक मंडळावर होता, त्याचीच ही परिणती होती. मी रिकसाठी जनरल मोटारचीच कार कुठूनही पाठवू शकलो असतो आणि हे लपवू शकलो असतो की, मी त्यांच्या स्पर्धकांची कार वापरतोय किंवा त्याचा गैरसमज होऊ दिला असता की मी जनरल मोटारचीच गाडी वापरतोय. पण मी तसं केलं नाही. रिकसोबतच्या अल्पस्वल्प संबंधाची ही सुरुवात होती. २००८ सालच्या ऑगस्ट महिन्यात मी 'जीएम'च्या संचालक मंडळात दाखल झालो. एवढा उशीर करायचं कारण असं होतं की, जोपर्यंत सीईओपदाचं काम मी मुहतारकडे सोपवलं नव्हतं तोपर्यंत मी कोणत्याच कामावर अन्याय करू इच्छित नव्हतो. मला तोपर्यंत वेळ देता येणार नव्हता.

जीएमची कथा अगदी व्यवस्थित लिहिली गेली असल्यामुळे या पुस्तकाचं अजून एक प्रकरण त्यासाठी खर्च करायचं मी टाळतो. एवढंच सांगणं पुरेसं होईल

की, ऑगस्ट, २००८नंतर आजपर्यंत माझ्या व्यवसायिक जीवनातील सर्वांत तणावपूर्ण आणि अतिशय आश्चर्यकारक क्षण मी अनुभवले आहेत.

मला प्रामाणिकपणे असं वाटतं की, अनेक अंगांनी रिकवर होणारी टीका ही अयोग्य आहे. 'शक्य असेल ते करण्याची कला' या चौकटीत बसून करता येण्यासारखं व गाठता येण्यासारखं खूप त्यानं केलंय आणि गाठलंय. पण जुन्या जनरल मोटर्समधली नोकरशाही पद्धती, संस्कृती काही त्याला हटवता आली नाही. हे एक अतिशय मोठं काम आहे. कमीत कमी चाळीस वर्षांच्या समित्या आणि अंतर्गत संचलन मंडळींच्या बनवलेल्या स्तरांमुळे उत्तरदायित्वाचा अभाव होता. आणि जसं जसं आर्थिक विलयन होतंय तसं तसं हे काम जवळजवळ अशक्यप्राय होऊन बसलं आहे. आम्ही जेवढं म्हणून दिवाळखोरी टाळायचा प्रयत्न करतोय तेवढंच आता सरकार त्यांच्या शर्तींवर जनरल मोटर्सला वाचवू शकतं, एवढाच पर्याय उरलाय. राष्ट्राध्यक्ष ओबामांनी रिकचा राजीनामा मागितलाय हे मला सुरुवातीला चुकीचं वाटलं. पण आता नवी, बहुमत प्राप्त असलेली व्यक्ती त्याच्या अधिकारात ही मागणी करत असेल, तर मला त्याला मान्यता द्यावी लागेल. खासगी कंपनीची सरकारी मालकी हा तात्त्विक पूल मला यासाठी ओलांडायला लागला आहे. पण तो जनरल मोटर्ससाठी योग्य निर्णय होता. एवढंच नव्हे, तर अमेरिकन अर्थव्यवस्थेसाठी पण सुयोग्य होता. याबाबत आता माझ्या मनात कोणतीही शंका नाही. कधीकधी अपवादच नियम ठरवतात, कारण नियम हे सर्वसामान्यांसाठी लागू असतात.

कोका-कोलासारखीच जनरल मोटर्स हीसुद्धा एक उदाहरण घ्यावं अशी कंपनी असल्याने मी इथे दाखल झालो. दिवाळखोरीचा झटका बसल्यानंतर या कंपनीच्या संचालक मंडळात काम करताना मला अभिमान वाटतो. जीएममध्ये जे भरपूर बदल हवे होते ते आधी एड व्हिटाकर आणि नंतर डॅन अकेरसन यांनी त्यांच्या नेतृत्वाखाली शक्य झाले. या कंपनीचं उद्दिष्ट, मिशन साधं आहे. जगातील सर्वोत्तम कारचं डिझाइन करायचं, निर्मिती, उत्पादन करायचं आणि विकायचं. यामध्ये बाजारपेठेत हिस्सा किती, जागतिक नेतृत्व किंवा फायद्याची पातळी याविषयी कोणताही उल्लेख नाही. उद्दिष्ट प्राप्त केलं की, आपोआप सर्व गोष्टी जागच्या जागी जाऊन बसतात.

एक शेवटची टिप्पणी. आता आलेल्या कार्सच्या नव्या पिढीने कंपनीची दिवाळखोरी खाऊन टाकलीये असं वाटतंय. रिक वॅगनरने बॉब लुट्झला कामावर ठेवणं हा या व्यवस्थेला मोठा धक्का होता. रिकच्या शब्दात सांगायचं तर बॉब म्हणजे मोटारींचा तज्ज्ञ. उगाचच बिया मोजत बसणारा माणूस नव्हे. त्याने डिझायनर्सची मस्त टीम बनवलीये; जी भविष्य पाहण्याची क्षमता बाळगते. त्या गटाचा नेता आहे एड वेलबर्न. अजून करण्याजोग्या खूप गोष्टी बाकी आहेत, पण अकेरसन हा नव्या जनरल मोटर्सबाबत अभिमानी आहे.

गरजवंतांना मदत करून दान देण्याविषयी पामेला, मी आणि गुंतवणूक करणाऱ्या बँकेचे ख्रिस फ्लॉवर, आम्ही सर्वांनी आफ्रिकेला मलेरियामुक्त करण्यासाठी निधीची उभारणी केली आहे. या निधीद्वारे झांबियामध्ये कीटकनाशक लावलेल्या मच्छरदाण्यांचं वाटप केलं जातं.

कोका-कोला कंपनी आणि या अशा कार्याबाबत माझं असलेलं प्रेम, यामध्ये माझं कुटुंबही सहभागी होतं. अर्थात माझ्यावर चांगली टीका करणारे थोर टीकाकारही तेच आहेत. कित्येकदा श्रोत्यांचा चांगला प्रतिसाद मिळालेलं आणि मलाही आवडलेलं माझंच भाषण ऐकून मी हवेत तरंगू लागतो. मग पामेला मला अगदी जमिनीवर आणते. मी नेमका कुठे कुठे चुकलो याचं वास्तव दर्शन ती घडविते. माझे कुटुंबीय ही माझी सदसद्विवेकबुद्धी आहेत. कोका-कोलाच्या एका जाहिरातीत नाताळची ध्रुवीय शुभ्र अस्वलं होती. ती पाहून केरा खूश झाली. पण तिने एक प्रश्न विचारला, "डॅड, पोलर बेअर्ससाठी (ध्रुवीय अस्वलांसाठी) तुम्ही काय करता?" खरं सांगायचं तर उत्तर अगदीच छोटं होतं. यावरून मग एक मोठा उपक्रम बनला. यामध्ये ध्रुवीय अस्वलांच्या दुरावस्थेकडे लक्ष केंद्रित करण्यात आलं. जागतिक वन्यजीव निधी आणि कोका-कोलाच्या संयुक्त विद्यमाने ही मोहीम हाती घेण्यात आली. या उपक्रमात मुहतारने विशेष लक्ष दिलं आहे. या पुस्तकाच्या प्रकाशनाच्या वेळी एका दिमाखदार ख्रिसमस सोहळ्यात या मोहिमेचा परिणाम पाहायला मिळणार आहे. 'इझडेल फॅमिली फाउंडेशन' ही संस्था 'बेअर ट्रेक' या कार्यक्रमाला प्रायोजित करते. या कार्यक्रमात अस्वलांच्या बाबत जागृती आणि संरक्षण यांविषयी प्रबोधन केलं जातं. माझे आता असे प्रयत्न चालू आहेत की, ज्या कंपन्या, जगातील नष्ट होऊ घातलेल्या जिवांचा, त्यांच्या जाहिरातींत उपयोग करतील, त्या कंपन्यांनी त्या जिवांच्या प्रजातीसाठी काहीतरी विशेष मदत करावी. केराने मला वेगळ्या तऱ्हेने विचार करायला प्रवृत्त केलं. चित्रपट अभिनेत्यांना एजंट्स असतात तर प्राण्यांना (जाहिरातीतल्या स्टार्सना) एजंट्स का नकोत?

माझ्या चेअरमन व सीईओ पदाच्या सरत्या काळात मी माझ्या भांडवलवादावरील दृष्टिकोनाबाबत भाषणं देणं सुरू केलं. त्यामध्ये प्रामुख्याने जगभरातील माझ्या अनुभवांचा आणि सर्वकाही फिरणाऱ्या ऐतिहासिक क्षणांच्या अनुभवाचा आधार असायचा. यालाच मी 'आनुषंगिक भांडवलवाद' असं म्हणतो.

आनुषंगिक भांडवलवाद

१९६४ सालच्या उत्तरार्धात मार्टिन ल्यूथर किंग ज्युनियर यांना जेव्हा नोबेल पुरस्कार मिळाला, तेव्हा अटलांटामधील 'ॲबिरेशियल ग्रुप' (वंशभेद पहिल्यापासून न मानणारा गट) आणि धार्मिक नेते यांनी त्यांच्यासाठी आनंद व्यक्त करणारी मोठी सायंभोजनाची मेजवानी आयोजित केली. अमेरिकेच्या दक्षिण भागातून नोबेल पारितोषिक विजेते किंग हे दुसरी व्यक्ती होते. या भागात पहिलं नोबेल विल्यम फॉकनर या लेखकाला मिळालं होतं.

२७ जानेवारी, १९६५ रोजी हा सायंभोजनाचा कर्यक्रम होता. कार्यक्रमाचं स्थळ होतं अटलांटाच्या उपनगरीय भागातलं डिंकलर प्लाझा हॉटेल. तरीही थोड्याच दिवसांत वृत्तपत्रात अशी बातमी झळकली की, अटलांटामधल्या व्यावसायिक वर्गनि किंग यांच्यावर बहिष्कार घालण्याचं ठरवलं आहे. कारण ऑस्लोमध्ये पारितोषिक ग्रहण समारंभातून आल्याबरोबर थोड्याच काळात 'स्क्रिप्टो' इथे धरणं देऊन बसलेल्या कामगारांना जाऊन ते मिळाले. हा एक बॉलपॉइंट पेन बनवणाऱ्या अटलांटामधील उद्योजकाचा कारखाना होता. तिथल्या कामगार संघाने वाढीव वेतन आणि कामाच्या निरनिराळ्या श्रेणीतील वंशभेद संपवण्यासाठी संपाचं हत्यार उपसलं होतं.

२९ डिसेंबर, १९६४ रोजी 'अटलांटा जर्नल'च्या मथळ्यात लिहिलं होतं – 'डॉक्टर किंग यांच्यासाठी आयोजित मेजवानीला अडथळ्यांची शर्यत पार करावी लागत आहे.'

कोका-कोलाच्या दैनंदिन व्यवहारातून रॉबर्ट डब्ल्यू वूडरफ निवृत्त झाले होते; तरीही पडद्यामागून अजूनही कंपनीवर त्यांची चांगलीच पकड होती. सन्मानार्थ आयोजित मेजवानीचं व्यवस्थापन काणाऱ्या समितीत पॉल हॅलिनान आणि रब्बी

जेकब रॉथ्सचाइल्ड हे कॅथलिक आर्चबिशप होते, मोरहाउस कॉलेजचे प्रेसिडेंट बेन्जामिन मेडज आणि 'अटलांटा कॉन्स्टिट्यूशनचे' प्रकाशक राल्फ मॅकगिल यांनी १६ डिसेंबरला वूडरफ यांना पत्र लिहिलं. सन्मान मेजवानीच्या शंभर प्रायोजकांपैकी एक म्हणून आपलं नाव निमंत्रण पत्रिकेवर छापावं का, अशी त्या पत्रात विचारणा करण्यात आली होती.

वूडरफनी या पत्राचं उत्तर लगेच काही दिलं नाही, म्हणून पुन्हा २९ डिसेंबरला पत्र पाठवण्यात आलं. त्याच दिवशी 'अटलांटा जर्नल'मध्ये बातमी झळकली. 'मेजवानीसाठी पाठिंबा मिळवण्यात अडचणी.'

दक्षिण जॉर्जियाच्या इचुआवे या ठिकाणी लागवड केलेल्या त्याच्या वृक्षराजीत तेव्हा वूडरफ होते. तिथून लिहून पाठवलेल्या पत्रात मायना असा होता, 'या सन्मानार्थ आयोजित मेजवानीच्या निमंत्रण पत्रिकेवर आम्हा अटलांटातील शंभर प्रायोजकांपैकी माझं नाव येणं ही माझ्यासाठी सन्मानाची आणि आनंदाची गोष्ट आहे.' 'एमिली अँड अर्नेस्ट वूडरफ फाउंडेशन' संस्था चालवणारे बॉयसियुलिएट जोन्स यांनीदेखील साधारण याच मजकुराचं पत्र त्या दिवसाच्या समर्थनाचं पाठवले. ही दोन्ही पत्रं आजही, अटलांटाच्या दुर्मीळ पुस्तकांच्या ग्रंथालयात, जी एमोरी विश्वविद्यालयाच्या कागदपत्रांच्या विभागात जतन करून ठेवलेल्या पुराव्यांच्या सोबत ठेवली आहेत.

अगदी नाट्यमयरीत्या अटलांटाची कार्यक्रमाबाबतची भूमिका अचानक बदलली, २१ जानेवारी, १९६५च्या 'अटलांटा कॉन्स्टिट्यूशन'मध्ये बातमी होती – 'किंग यांच्यासाठीच्या सायंभोजनाच्या कार्यक्रमाची सर्व तिकिटं खपली.'

''अटलांटामधील व्यावसायिक वर्गाला वूडरफनी अत्यंत नम्रतेने समजावलं आणि या कार्यक्रमासाठी समर्थन प्राप्त करून घेतलं.'' अशी आठवण त्या वेळचे अटलांटा शहराचे माजी उपमहापौर सॅम मॅसेल सांगत होते. त्या समारंभात प्रत्यक्ष हजर राहून पुढच्या टेबलवर बसणाऱ्यांपैकी ते एक होते. ते पुढे म्हणाले, ''वूडरफ यांच्याशिवाय हे अन्य कोणालाही शक्य झालं नसतं.''

वूडरफ यांच्या लक्षात आलं होतं की, किंग यांच्या या पार्टीत जर कोका-कोलाचा सहभाग नसता तर अटलांटा शहराला आणि कोका-कोलाला जगभरात तोंड दाखवायला जागा उरली नसती. मॅसेल यांची मागाहून अटलांटाचे महापौर म्हणून निवड झाली. ते पुढे म्हणाले, ''हे सायंभोजन म्हणजे उभयपक्षी हिताची गोष्ट होती.''

त्या मेजवानीच्या रात्री किंग यांनी उभ्या उभ्या भाषण दिलं. त्या भाषणात त्यांचं अतिशय गाजलेलं वाक्य त्यांनी प्रथम उच्चारलं. ते वाक्य होतं, ''दक्षिणेकडील गौरवर्णीयांतील चांगल्या लोकांनी जे करायला हवं त्यात कुचराई केली किंवा त्यांनी काहीच केलं नाही, तर दुर्दैवाने इतिहासाला याची नोंद घ्यावी लागेल, की या काळातील

सर्वांत मोठ्या सामाजिक उत्पाताला वाईट लोकांच्या शिव्याशाप आणि उद्ध्वस्त करणाऱ्या क्रिया कारणीभूत नव्हत्या, तर चांगल्या लोकांचं मौन आणि नाकर्तेपण होतं.''

त्या वेळी अटलांटा शहरातील समाजाच्या प्रत्येक स्तरातील लोक तिथं होते. सरकारी प्रतिनिधी, चर्च आणि सिनॅगॉगचे लोक, उद्योग जगत, विश्वविद्यालयं हे सर्वच एकत्रपणे हा समारंभ साजरा करत होते. मॅसेल यांच्या आठवणीनुसार ते याला 'परस्पर किंवा उभयपक्षी हितसंबंध' म्हणतात. मी याला 'कनेक्टेड कॅपिटालिझम' म्हणजेच 'आनुषंगिक भांडवलवाद' असं संबोधतो.

वूडरफ आणि कोका-कोलाने नैतिक नेतृत्व निभावलं. त्यांना हे जाणवलं की ही गोष्ट फक्त योग्य आहे असं नाही, तर असं करण्याने कंपनीला फायदा होईल. वूडरफ द्रष्टा होते. जगभर कंपनीचा विस्तार त्यांनीच केला. आपल्या या क्रियांचा तिमाही नफ्याच्या वाढीत उपयोग होतो हे त्यांनी जाणलं. आपलंच घर असलेल्या शहरात नैतिक नेतृत्वाच्या जबाबदारीने कोका-कोला कंपनीची दीर्घकालीन यशाची खातरी मिळाली. ही काळाची गरज होती. यामुळे कंपनीचा पाया विस्तारला.

१९६६ ते १९८१ सालांच्या दरम्यान पॉल ऑस्टिन कोकचे सीईओ होते. तेही असेच दूरदर्शी होते. शिक्षणाने हार्वर्ड विद्यापीठाचे कायदेतज्ज्ञ वकील होते. बर्लिनमधल्या १९३६ सालच्या ऑलिंपिकमध्ये 'रोईंग' (नाव वल्हवणं) या खेळात त्यांनी सहभाग घेतला होता. त्यांच्यामते जगातील उपासमारीवर मात करण्याची जबाबदारी कोका-कोलावर होती. त्यांनी कंपनीचा 'न्यूट्रिशन प्रोजेक्ट' नावाचा उपक्रम हाती घेतला. त्यांनी तीन प्रथिनप्रधान पेय तयार केली. त्यांची नावं होती 'सासी', 'सॉमसन' आणि 'तायी'. यांची निर्मिती 'सोयाबीन' आणि 'व्हे' यांच्यापासून केली होती. यांची विक्री दक्षिण अमेरिका आणि आफ्रिकेत होत असे.

१९६०मध्ये एक तरुण कर्मचारी म्हणून मी झांबियात जेव्हा कामावर रुजू झालो तेव्हा या 'सासी' उत्पादनाच्या प्रायोगिक वापराच्या उपक्रमात मी सहभागी झालो होतो. या उपक्रमाबाबत मी खूप उत्साही होतो. जगभरातील 'भूक' या विषयावर कोका-कोलाने दिलेलं मोठं योगदान म्हणून मी याकडे पाहत होतो. अर्थात हा प्रयत्न व्यावसायिक जग, मानवतावादी दृष्टिकोन आणि सरकारी व्यवस्था या सर्वांचा समन्वय होता. पण लवकरच माझ्या लक्षात आलं, या प्रयत्नांमध्ये काही अडचणी होत्या. 'साकी' खूप महागडं होतं, त्यामुळे आम्हाला त्यापासून फायदा होत नव्हता. आम्ही सुरुवातीला या उत्पादनाला अनुदान देऊन विक्री वाढवायचा प्रयत्न केला. आमची अपेक्षा अशी होती की, कालांतराने विक्रीचे प्रमाण वाढले तर किंमत कमी होईल. पण असं घडलंच नाही. शिवाय एक नवा धडा शिकायला मिळाला. या पेयाची चव भयानक होती. कोणीच ते प्यायला तयार व्हायचं नाही. ते पेय टाळ्याला चिकटून राहायचं आणि काहीतरी बंडल चव तोंडात तरळत राहायची. आमच्यासाठीचा धडा असा होता की, 'एखादी गोष्ट

आरोग्याला चांगली असू शकते, पण जोपर्यंत त्याची चव ही योग्य नाही तोपर्यंत त्याला कोणीही हातसुद्धा लावणार नाही.' शाळा आणि अन्य ठिकाणी आम्ही त्याचं मोफत वाटप केलं, तरीही कोणीच ते प्यायलं नाही. त्यानंतर काही दशकांनंतर मी सीईओ झाल्यावर मी पुन्हा तो प्रयोग करून पाहायचं ठरवलं. पण प्रत्यक्षात त्याचा काही विशेष प्रभाव पडू शकला नाही. त्यासाठी नव्या तंत्रज्ञानाचा वापर करून, तसंच उत्पादन, फक्त चांगल्या चवीसह करायचा प्रयत्न केला खरा, पण यशस्वी होऊ शकला नाही. या उपक्रमातील त्रुटी पाहूनही ऑस्टिनला नैतिकदृष्ट्या खातरी होती की, दीर्घकालीन दृष्टीने हा उत्तम व्यवसाय ठरला असता. त्यामुळे प्रयत्न करण्यासाठी ही योग्य गोष्ट होती.

ऑस्टिनला याही गोष्टीची जाण होती की, पुढे पुढे जागतिक स्तरावर कोका-कोला कंपनीसाठी पाणी हा अत्यंत महत्त्वाचा मुद्दा होणार आहे. त्याच्या नेतृत्वाखालीच कंपनीने 'ऍक्वा केम'ची खरेदी केली. ही कंपनी असं यंत्र तयार करते की, ज्यांच्या साहाय्याने समुद्राच्या खाऱ्या पाण्यातून क्षार काढून टाकता येतात. नंतर १९८१मध्ये कोका-कोलाने 'ऍक्वा केम' विकून टाकली. तरीपण पर्यावरणाचा समतोल राखण्याच्या दिशेने कोका-कोलाला नेणारा ऑस्टिन विचारांनी काळाच्या पुढे कित्येक दशकांनी विचार करत होता हे सिद्ध होतं. त्यानं हे ओळखलं होतं की, कोका-कोला फक्त फायदा काढत राहिलं तर अवघड होईल. ज्या समाजात त्याचा ग्राहकवर्ग राहतो त्या समाजाला सुधारायलाही हवं. कोका-कोलाच्या प्रमुख व्यवसाय व उद्दिष्टांपासून हे दुर्लक्ष आहे, असंही काही टीकाकार म्हणाले. व्यावसायिक दृष्टीने त्यांचं म्हणणं कदाचित योग्यही असेल. पण कोका-कोलाने 'कोलंबिया पिक्चर्स' खरेदी केलं त्यापेक्षा तरी ऑस्टिनचे हे प्रयत्न 'फक्त फायदा' या दृष्टिकोनापेक्षा अधिक भव्य होते. त्याला विश्वास होता की, जगातील भूक मिटवणं आणि आपला ग्रह स्वच्छ ठेवण्याच्या अभियानात कोका-कोलाची भूमिका महत्त्वाची आहे. या दृष्टीने तो द्रष्टा होता. १९७० साली ऑस्टिनने वूडफरना लिहिलेल्या पत्रात म्हटलं होतं, 'जसजसे आपण जास्त पैसे कमावू लागतो तसतसं आपलं स्वागत कमी होऊ लागतं.' जेव्हा हे वाक्य मी वाचलं तेव्हा मला झांबियामधला बॉटलर मॉरिस गर्श याची आठवण आली. माझं शिक्षण झालं की, लगेचच मी त्याच्याकडे कामाला लागलो होतो. गर्श हा किटवेमधला फक्त बॉटलर होता असं नाही, तर किटवे गावचा महापौरसुद्धा होता. यामुळे कोका-कोला किटवेच्या रहिवाशांसाठी नवीन गोष्ट नव्हती. त्यांच्याच शहराध्यक्षाचा सहभाग असल्याने त्या कंपनीचं परदेशी मूळ त्यांना बाधलं नाही. या तऱ्हेचे नातेसंबंध असतील तर व्यवसायाचं एकाकी पडणं थांबू शकतं. समाज आणि उद्योग यांच्यात लपंडाव चालू शकत नाही. समाजाचे प्रश्न आणि समाज यांच्याकडे कंपनीला डोळेझाक करता येऊ शकत नाही. दोन्ही गोष्टी अगदी बांधलेल्या असतात.

आर्थिकदृष्ट्या स्पर्धात्मक राहण्यासाठी कोका-कोलासह अनेक कंपन्या समाजासोबत

दृढ आणि महत्त्वपूर्ण संबंध राखण्यासाठी अशा बऱ्याच व्यवसायाबाहेरील गोष्टींचा अंगीकार करतात. शंभरहून अधिक बॉटलर्सना जर्मनीमध्ये एकीकरणासाठी प्रवृत्त करण्यासाठी मी जर्मनीत भरपूर वेळ आणि शक्ती खर्च केली होती. कंपनी म्हणून स्पर्धात्मक राहण्यासाठी कोका-कोलाला हे करायलाच हवं होतं. जेव्हा गुंतवणुकी मिळणं कठीण होतं तेव्हा या छोट्या छोट्या बॉटलर्सचा उदय झाला होता. त्या वेळी दुकानं छोटी होती, वाहतूक व्यवस्था महागडी होती, मोठे रस्ते आणि पूल यांचं युद्धात नुकसान झालं होतं; पण आताच्या जमान्यात राज्याराज्यांना जोडणारे हमरस्ते झाले होते, सुपरमार्केट्स आली होती. तेव्हा या वातावरणात छोट्या छोट्या बॉटलर्सची व्यवस्था महागडी पडत होती. आर्थिकदृष्ट्या न परवडल्याने खर्चसुद्धा वाढत होता. खर्च जास्त म्हणून फायद्याची पातळी कमी होती. महागाईमुळे आज वाढणारी किंमत ही कोका-कोलाची किंमत जरी वाढवत असली तरी त्याच्या 'कमी किमतीचं पेय' या स्थानाशी तडजोड करत नाही. हे केवळ बॉटलर्सची एकीकरणामुळेच क्षमता वाढल्यामुळेच शक्य झालं आहे.

एकीकडे हे एकत्रीकरण करावंच लागणार होतं, पण छोट्या बॉटलर्सचा स्थानिक समाजाशी असलेला नातेसंबंध या एकीकरणामुळे दुरावला याची मात्र मला खंत वाटते. हे नातेसंबंध इतके दृढ होते की, प्लान्ट विकून मिळणारे लाखो डॉलर्ससुद्धा जर्मन बॉटलर्सनी नाकारले. आपल्या समाजात 'कोका-कोला कंपनीचा बॉटलर' म्हणून सांगण्यात जो अभिमान त्यांना वाटत असे तो दुसरा कशात नसे. या एका बिरुदामुळे समाजात नागरी आणि नैतिक नेतृत्व, तसेच जबाबदारी त्यांना आपोआप प्राप्त होत असे.

आता प्रश्न असा आहे की, आजच्या आधुनिक जागतिक उद्योग रचनेमध्ये मॉरिस गर्श आणि त्याच्यासारख्या लोकांचं स्थान काय? त्यांना संधी किती? माझ्यामते किटवेमधला एक बॉटलर आणि शहराध्यक्ष म्हणून तिथल्या स्थानिक समाजाशी त्याचे ऋणानुबंध होते, पण मोठ्या विस्तृत स्तरावर आजच्यासारखी मोठी अभियानं त्या वेळी नव्हती. आज मलेरियाच्या विरोधात जगव्यापी आंदोलन होतं किंवा महत्त्वपूर्ण जलस्रोत वाचवणं याचं अभियान होतं किंवा हैतीमधल्या आंबा उत्पादक शेतकऱ्यांना भूकंपामुळे सोसाव्या लागलेल्या नुकसानासाठी जगातून मदत येते.

आज उद्योग जगतातला अधिकारी या सगळ्या गोष्टी करत असतो. हा मोठ्या स्तरावरचा 'कनेक्टेड कॅपिटॉलिझम' म्हणजेच आनुषंगिक भांडवलवाद होय.

कालच्या काळातला उद्योग जगतातील अधिकारी, सरकारं व स्थानिक स्तरावरील ना-नफा तत्त्वावरच्या सेवाभावी संस्थांसोबत जवळून काम करत असे. हॉस्पिटल उभारणी किंवा तत्सम कार्यासाठी निधी उभारणीमध्ये नागरी गट, 'सिव्हिक क्लब्ज' यांचा सहभाग असे. त्याच्याच सारखा, आजचा भाग म्हणजे जागतिक वन्यजीवसंरक्षण

निधी किंवा संयुक्त राष्ट्रसंघ असू शकतो. यामध्ये उपक्रम म्हणजे हजारो मैल दूर आफ्रिकेमध्ये एखाद्या स्थानिक रुग्णालयाची उभारणी असू शकते. त्यामुळे मोठ्या प्रमाणावर बदल घडवून आणण्याचे बरेचसे विकल्प आज उद्योग जगतासमोर आहेत आणि ते पर्याय मॉरिस गर्शच्या वेळी उपलब्ध नव्हते. आमच्या कॉलेजमध्ये समाजसेवेचं प्रशिक्षण मी घेतलं होतं. तरीही व्यवसायाच्याच मार्गावर मी गेलो. जसं व्यायसायिक जग उत्क्रांत होत गेलं तसा जागतिक स्तरावर खूप मोठा बदल घडवण्याची संधी मला कोका-कोलाच्या माध्यमातून मिळाली. आफ्रिकेत एक समाजसेवक म्हणून कदाचित मला ती कधीच मिळाली नसती. ही संधी भांडवलवादामुळेच मिळू शकली. आता समाजसेवा आणि भांडवलवाद वेगवेगळे नाहीत.

उद्योगाच्या सामाजिक जबाबदारीबाबत बरंच काही लिहिलं गेलं आहे. बऱ्याच कंपन्यांना खूप काही चांगलं करण्याची प्रेरणा या अभियानामुळे मिळाली. माझा 'आनुषंगिक भांडवलवादा'चा दृष्टिकोन याच्या बराच पुढे जातो. देशोदेशीची सरकारं, सेवाभावी संस्था आणि उद्योग जगत यांचं मीलन व्हायला हवं. यातून जगातील दारिद्र्य, उपासमार, रोगराई यांचं निवारण होऊन पृथ्वीवर आरोग्य नांदेल, सुशिक्षितपणा वाढेल, परिणामत: खाजगी क्षेत्राचा फायदासुद्धा वाढेल.

काही वेळेला उद्योगाच्या सामाजिक जबाबदारीमध्ये 'पाळीव प्राणी उपक्रमाचा' समावेश असतो. सीईओनं सांगितलेला किंवा त्याच्या पत्नीचा पाळीव प्राणी याच्याबाबतही तो उपक्रम असू शकतो. म्हणजे हे उपक्रम तसे योग्य असतीलही, नाही असे नाही. पण कंपनीच्या दैनंदिन व्यवहाराशी अथवा व्यवसायाच्या रणनीतीशी त्याचा थेट संबंध नसतो किंवा समाजावर उद्योगाच्या होणाऱ्या परिणामाशीही त्याचं काही सोयरसुतक नसतं. 'आनुषंगिक भांडवलवादा'ची संकल्पना विस्तृत आहे. यामध्ये सामाजिक जबाबदारीचं भान असलेला उद्योग उभा करणं निश्चित आहे. यामध्ये कंपनीच्या कामाचा समाजावर होणारा परिणाम अभ्यासणं अपेक्षित आहे. आपल्या व्यावसायिक रणनीतीचा आणि प्रत्यक्ष व्यवसायाचा समाजावर होणारा एखादा नकारात्मक परिणाम असेल, तर तो कमी करण्यासाठी प्रयत्न करण्यावर लक्ष केंद्रित करणं इथे अपेक्षित आहे. जर आपण जगातील एक अथवा अधिक मूलभूत संसाधनाच्या (पाणी, हवा, जमीन वगैरे) अतिवापरातून नफा कमावत असू तर या गोष्टींवर जास्त लक्ष देण्याची गरज आहे.

तो या संसाधनांची विशेष काळजी घेणारा बनला पाहिजे. समाज आणि कंपनीच्या भागधारकांच्याही हे हिताचं आहे. अगदी उदाहरणच द्यायचं झालं, तर पुरेसं पाणी असल्याशिवाय कोका-कोला आणि समाज, कोणीच दीर्घकाळ टिकू शकणार नाही. म्हणूनच या दोन्हींचं भविष्य एका सूत्रात बांधलं गेलं आहे. म्हणूनच कोका-कोलामध्ये जलस्रोत आणि पर्यावरण या विषयासाठी स्वतंत्र व्हाइस प्रेसिडेंट (उपाध्यक्ष) आहे. सध्या या उच्चपदावर जेफ सीब्राइट विराजमान आहे. एकेकाळी

यांनी अमेरिकेच्या राष्ट्राध्यक्षांसाठी व्हाइट हाउसमध्ये 'क्लायमेट चेंज टास्क फोर्स' (हवामान बदलासाठी कार्य करणारं दल) याचा एक्झेक्युटिव्ह डायरेक्टर म्हणून काम केलं होतं. पर्यावरणासंबंधी 'क्योटो प्रोटोकॉल'ची (क्योटो परिषदेतील नवे नियम) चर्चा करण्यासाठी यांनी मोलाची मदत केली होती.

'कॉर्पोरेट सोशल रिस्पॉन्सिबिलिटी' (उद्योगाची सामाजिक जबाबदारी) या शब्दसमूहाने एक तऱ्हेचा हलकासा शिक्षा किंवा दंड असा भाव प्रकट होतो. जणूकाही फायदा कमावल्याबद्दल कंपन्या या समाजाचं काहीतरी देणं लागतात असा तो भाव वाटतो. पण हा काही मुख्य मुद्दा नाहीये. फायदा कमावण्यात लाज वाटण्याजोगी कोणतीही बाब नाही. जोपर्यंत हे फायदा कमावणं सामाजिक जबाबदारीच्या भानातून घडतंय तोपर्यंत कोणताच गुन्हा नाही. माझ्या संपूर्ण कारकिर्दीदरम्यान मी एक गोष्ट पाहत आलो आहे. कोका-कोलाने कित्येक गरीब लोकांना दारिद्र्यातून बाहेर पडायला मदत केली आहे. जेव्हा त्यांचे अन्य प्रयत्न अयशस्वी झाले तेव्हा जगभरात कोका-कोलाने अशा लोकांना आधार दिलाय. जिवंत उदाहरण सांगायचं तर अफगाणिस्तान.

२००६मध्ये मी चेअरमन व सीईओ होतो तेव्हा काबूलमध्ये एक बॉटलिंगचा कारखाना उभा करायचा होता. त्यासाठीची गुंतवणूक दोन कोटी पन्नास लाख डॉलर्स इतकी होती. याच्यातून तीनशे पन्नास रोजगार उपलब्ध होणार होते. काही टीकाकारांनी म्हटलं, त्यापेक्षा ते अडीच कोटी डॉलर देऊन एखादं सुसज्ज रुग्णालय उभं करा. (त्यातून अधिक जनसेवा होईल). माझा त्या टीकाकारांना प्रश्न असा आहे की, हातांना काम नसेल तर किंवा व्यवसाय नसेल तर ते रुग्णालय तरी कसं टिकणार आहे? रुग्णालयाची इमारत व त्याची देखरेख, डॉक्टरांचे पगार यासाठी पैसा कुठून येणार?

भरभराटीला येणारा कोका-कोलाचा एखादा बॉटलिंग प्लान्ट असेल तर अशा रुग्णालयाला दानाच्या माध्यमातून मदत करणं शक्य आहे. शिवाय कंपनी, कंपनीचे कर्मचारी, पुरवठादार, विक्रेते सर्वच जण कर भरतात. या व्यतिरिक्त त्यांच्या स्वतःच्या उपचारासाठीही खर्च करणं त्यांना परवडू शकतं. जर अशा तऱ्हेचा भांडवलशाही विचार व आचार नसेल तर त्या रुग्णालयाला कायमस्वरूपी देणग्यांवर निर्वाह करावा लागेल आणि ही व्यवस्था दीर्घकाळ टिकणारी असू शकत नाही.

टिकाव लागण्यासाठी तीन गोष्टींची किंवा त्रिकोणाची आवश्यकता असते. व्यावसायिक उद्योग जगत, सरकार आणि सेवाभावी संस्था या तीन घटकांनी एकत्र येऊन भविष्यासाठी काम करायला हवं. प्रत्येक घटकाची काहीतरी सामर्थ्य आहेतच. या बलस्थानांना एकत्रित आणायला हवं. उद्योग जगताची क्षमता आणि फायदा ही दोन बलस्थानं आहेत.

जगातील अत्यंत दुस्तर ठिकाणीसुद्धा कोका-कोलाची उत्पादनं कशी पोहोचतात याचं लोकांना कायम आश्चर्य वाटतं. किंबहुना ती पोहोचवण्याचं व्यवस्थापन

कोका-कोला कसं करतं हा अभ्यासाचा विषय आहे. मी झांबियात असताना मला आठवतं, तिथले विक्रेते कोकच्या केसेस होड्यांत टाकून वल्हवत दाट जंगलात आत जात. एखाद्या झाडावर कोका-कोलाची पाटी ठोकून कोल्ड सॉफ्ट ड्रिंक उत्पादनं विकत बसत.

कोका-कोलाच्या वितरण प्रणालीचं वैशिष्ट्य म्हणजे या साखळीतील पहिल्या घटकापासून शेवटच्या घटकापर्यंत प्रत्येक जण नफा कमावतो. कदाचित हा नफा कमी असू शकेल, पण नफाच आपल्या क्षमता वाढवत असतो. मी जेव्हा सीईओ म्हणून काम करत होतो तेव्हा माझा वरिष्ठ व्हाइस प्रेसिडेंट टॉम मॅटिया याने केनियामध्ये सुरुवातीपासून शेवटपर्यंत वितरण साखळीत काम करणाऱ्यांचा अभ्यास माझ्यासाठी केला होता.

आपली आठवण सांगताना तो म्हणाला, ''शेवटच्या माणसाने विनिमयासाठी बोकड देऊ केला. कोका-कोलाच्या एका केससाठी एक छोटा बोकड देण्यात आला.''

मार्च, २०११ साली मेलिंडा गेट्सने (मायक्रोसॉफ्टच्या बिल गेट्सची पत्नी) आमच्या नैरोबीच्या लघुवितरण केंद्राला भेट दिली. आरोग्य आणि उपचार क्षेत्रात कंपन्यांच्या वितरण प्रणाली व पद्धतीचा उपयोग करता येईल का, हा त्यांच्या भेटीमागील हेतू होता. या कामातील कार्यक्षमता आणि कोकद्वारे वापरला जाणारा ताज्या माहितीचा उपयोग त्यांना स्तिमित करून गेला. वितरण केंद्राकडे विक्री कर्मचारीवर्ग प्रत्यक्ष क्षेत्रामधून मागणी टेक्स्ट मेसेजद्वारे नोंदवतो. ही माहिती डेटाबेसमध्ये साठवली जाते. या भेटीनंतर मेलिंडा यांनी ब्लॉगवरून एक प्रश्न विचारला, ''माहिती विस्मयकारक आहे, पण या संकल्पनेपासून आरोग्य व आरोग्यविषयक काळजी क्षेत्राला कोणता धडा घेता येईल आणि याचा उपयोग कसा करता येईल?'' त्या पुढे म्हणतात, ''आरोग्यविषयक काळजीच्या क्षेत्राला यातून नक्कीच काही शिकायला मिळणार आहे. एवढंच नाही, तर प्रत्येकच क्षेत्रातून काहीतरी शिकण्याजोगं असतंच. आपल्यासमोरील आव्हानांचा सामना करताना आरोग्य सुधारण्याच्या प्रयत्नांसाठी आपली हरेक क्षेत्रातून शिकण्याची व उघड्या डोळ्यांनी सगळीकडे पाहण्याची गरज आहे.''

सेवाभावी संस्थांच्या अनेक उपक्रमांत अन्न, रोगप्रतिबंधक लशी आणि अन्य महत्त्वाच्या वस्तूंचं वाटप करणं हे काम असतं. तेही जगाच्या अगदी दुर्गम क्षेत्रांमध्ये या गोष्टी पोहोचवायच्या असतात. कोका-कोलासारखी प्रबळ वितरण व्यवस्था असलेल्या कंपन्या या क्षेत्रात काही मदत करू शकतात का, हा सवाल आहे आणि याचं उत्तर होकारात्मक आहे. आणि ही मदत ते मोफत करू शकतात का? तर याचंही उत्तर 'हो'च आहे. पण मोफत करण्याने ही यंत्रणा टिकाऊ मात्र असणार नाही. दीर्घकाळ हे कार्य चालू राहण्यासाठी या वितरणाच्या साखळीत प्रत्येकाला काही ना काही फायदा मिळाला तरच ही व्यवस्था टिकेल. झांबियातील नद्यांमधून

होडग्या वल्हवणारे लोक कोकसोबत कंडोम आणि औषधं पोहोचवतील का? कदाचित हो, पण थोडा खर्च करून त्यांना जर थोडा पैसा दिला तर तेच काम ते खातरीने करतील. यासाठी त्यांनी पूर्ण खर्च न देता थोडासा त्यांच्या खर्चाचा भाग दिला; तरीही हे शक्य आहे. हा खर्च फक्त औषधं वगैरे पोहोचवायच्या खर्चापिक्षा निश्चितच कमी असेल. यासाठी व्यवसायाला त्रिपक्षीय घटक म्हणून ओळखणं आणि व्यवसाय जो काही आहे आणि जे काही करतो त्याला आदरपूर्वक मान्यता द्यायला हवी! व्यवसाय म्हणजे धर्मादाय कार्य नाही आणि नसायलाही हवा. त्याची व्याख्याही तशी नाही. स्वहितासाठी दीर्घकाळ फायदा करत राहणं हा आवश्यक भाग आहे.

अन्य कोणत्याही जिवाप्रमाणे 'कॉर्पोरेशन्स' असतात. दीर्घकाळ टिकून राहण्यासाठी त्यांनाही काम करावं लागतं. कोका-कोला गेली १२५ वर्ष व्यवसायात आहे. अजून १२५ वर्ष टिकण्यासाठी त्यांना दीर्घकाळासाठीची रणनीती वापरावी लागेल. आपण वाचकांनी सदर पुस्तकात कित्येक प्रयोग आणि अडचणींचे प्रसंग वाचलेत. आधुनिक कॉर्पोरेशनला तीव्र स्पर्धेला तोंड देताना किती ताणतणाव असतात, हे आपण पाहिलंत. कित्येक कंपन्या म्हणता म्हणता संपून जातात हेही आपण पाहिलं आहे. डेव्हिड रूबेनस्टेइननी म्हटलेलं तुम्हाला आठवतं का? ते एक गुंतवणूक करणारे बँकवाले होते. जेव्हा कोकचा शेअर बाजारात एकूण गुंतवणुकीचा आकडा ९६ अब्ज डॉलर झाला होता, तेव्हा ते म्हणाले होते, "ही रक्कम सध्यातरी आमच्या कक्षेच्या थोडीशी बाहेर आहे. जर या कॉर्पोरेशनने त्यांच्या बाजारातील गुंतवणुकीला आणि त्यांच्या किमतीला अजून जरा खाली जाऊ दिलं तर कर्ज काढून आपल्याला ही कंपनी सहज विकत घेता येईल." एखाद्या कंपनीची अशी अवस्था होते, तेव्हा त्या कंपनीवरचं नियंत्रण भविष्यात हातातून जाण्याची दाट शक्यता असते. अशा परिस्थितीत कंपनी तुटणं आणि तुकड्यातुकड्यात विकली जाणं अशी शक्यता असते. मग अशा परिस्थितीत कंपनीला जिवंत राहण्यासाठीच लढावं लागतं आणि भूगर्भजल पातळीचा, एचआयव्हीचा आणि मलेरिया यांच्याविरुद्धचा लढा विसरावा लागतो. व्यवसायाचे टीकाकार अजून एक प्रश्न नेहमीच विचारतात – "आम्ही एवढा नफा कमवतो तर त्यातला थोडा ठेवून बाकीचा जगातील चांगल्या कार्यासाठी दान का नाही करून टाकत?" तर तसं न करण्याचं कारण सरळ आहे. आम्ही जर असं सगळं देऊन बसलो तर पुन्हा दान करण्यासाठी दीर्घकाळ आम्ही टिकणारही नाही.

माझ्या दृष्टिकोनातून दोन्ही गोष्टी असणं आवश्यक आहे. अधिक नफा आणि प्रगती या दोन्ही गोष्टी एकमेकांच्या कुठेही विरोधात नाहीत. खरंतर एक असेल तेव्हा दुसऱ्या गोष्टीची मागणी आपोआप सुरूच असते.

जर बेरोजगारीचं प्रमाण दीर्घकाळ पन्नास टक्क्यांच्या खाली असेल तर उद्योगांच्या नफ्यात निश्चितपणे वाढ होते. बऱ्याच देशांमध्ये सध्या हे बेरोजगारीचं प्रमाण पंचवीस टक्क्यांपर्यंत आहे. जर सुशिक्षित लोकांची संख्या जास्त असेल तर कंपन्यांना अधिक फायदा होतो. याचाच परिणाम म्हणून समाजासाठी जास्त विकास कामं होऊ शकतात. लक्षात ठेवा, रोगराई आणि साथीच्या रोगांनी पीडित देशांमध्ये कंपन्यांनाही साथीच्या रोगांचे गंभीर परिणाम भोगावे लागतात. मलेरियासारख्या विकराळ रोगांना चांगले कर्मचारी बळी पडतात. अशा रोगांशी लढा देण्यासाठी बळ देणं हे म्हणूनच कंपनीच्या हिताचं असतं.

अशा अनुषंगाने येणाऱ्या भांडवलवादाचे अजूनही अनेक फायदे आहेत.

टॉम मॅटरला आफ्रिकेतील एका बॉटलरचा किस्सा आठवला. त्या बॉटलरला हे जाणवलं की, स्थानिक खेडूत प्रदूषित नदीचं पाणी पिऊन आजारी पडतायत. त्यानं तिथं दोन विहिरी खोदल्या. या खोदण्याची किंमत जोहान्सबर्ग ते अटलांटाच्या एका प्रवासाच्या तिकिटाएवढी होती. टॉम पुढे सांगताना म्हणाला की, त्या विहिरींमधून प्यायला पाणी मिळालं, इतकंच नाही तर त्यांच्या शेतीलाही पुरेसं पाणी मिळालं. विहिरींमुळे लोकांची तब्येत आणि जीवनमान उंचावलं, कारण शेतीचं उत्पादन विकून चार पैसे मिळाले आणि कोका-कोलाचा खपसुद्धा वाढला. आनुषंगिक भांडवलवादाचं हे उत्तम उदाहरण आहे.

अशा तऱ्हेच्या विचारांनी प्रेरित होऊनच सरकारनी व स्वयंसेवी संस्थांनी उद्योग जगताशी संपर्क साधावा. कंपन्यांना निष्क्रिय भागीदाराच्या रूपात पाहू नये. त्यांच्या वार्षिक अहवालांमध्ये मिरवण्यासाठी अगर पत्रकार परिषदांमध्ये दिमाखाने दाखवण्यासाठी चेक लिहून देऊ नयेत. असं म्हटलं जातं की, उद्योगांनी स्वयंसेवी ‘ना नफा’ कंपन्यांप्रमाणे विचार करायला शिकायला हवं; तसं ‘ना नफा’ सेवाभावी संस्था आणि सरकार यांनीही कंपन्यांच्या दृष्टीनं विचार करायला शिकायला हवं. अशा संधीचा त्यांनी विचार करायला हवा, शोधायला हवा; ज्यामुळे व्यवसायाचा नफा वाढेल आणि जगही मोठ्या प्रमाणावर सुधारेल. यामध्ये फक्त पैशांचा उल्लेख मी करत नाही, तर यामध्ये कौशल्य, बांधिलकी आणि बौद्धिक भांडवल यांचा मी सम्यक उल्लेख करतो आहे.

जेव्हा कंपन्या आर्थिकदृष्ट्या सुदृढ असतात आणि त्यांचा विकास वर्धमान कमान दाखवत असतो, तेव्हाच त्या अशा दीर्घकाळ सामाजिक भागीदारीत सहभाग घेऊ शकतात. जेव्हा मी नव्याने सीईओ झालो त्या वेळी एखादी सेवाभावी संस्था कोका-कोलाकडे मदत मागायला भेटली असती, तर त्यांना एका तणावपूर्ण व्यक्तित्वाची भेट मिळाली असती. तेच आता इतक्या वर्षांनी (कंपनी स्थिरस्थावर झाल्यावर) मला भेटणाऱ्या संस्थांना आता माझं एक वेगळंच रूप पाहायला मिळतं.

याच काळात आम्ही अशा अनेक दीर्घकालीन भागीदारीमध्ये शिरलो. आमच्या कंपनीची गाडी रुळावर आणणं हे माझं सुरुवातीचं लक्ष्य होतं. आमचे प्रयत्न मागाहून जेव्हा यशस्वी झाले, तेव्हाच विहीर खोदण्याच्या प्रकल्पात कंपनीच्या सहभागाबद्दल आम्ही गंभीरपणे विचार करू शकलो. थोडक्यात मुद्दा असा आहे की, दुसऱ्यांना मदत करण्यापूर्वी कंपन्यांनी स्वत: पहिलं यशस्वी होणं हे गरजेचं आहे. नाहीतरी म्हणच आहे, 'टू डू गुड यू मस्ट डू वेल' (चांगलं करण्यासाठी प्रथम तुमचं चांगलं व्यवस्थित चाललं पाहिजे) अतिशय सुयोग्य अशी ही म्हण आहे. सेवाभावी संस्थांनी कंपन्यांशी संपर्क करताना ही गोष्ट ध्यानात ठेवायला हवी. ही गोष्ट लक्षात ठेवूनच योजना, कल्पना आणि प्रस्ताव ठेवले जावेत.

कंपन्यांशी दीर्घकाळ सर्वोत्तम भागीदारी अशीच असेल की, ज्यामध्ये कंपनीच्या प्रमुख व्यवसायाचा विचार केलेला असेल. कोका-कोलासाठी सर्वांत महत्त्वाचा मुद्दा 'पाणी' हा आहे. कारण आमच्या सर्व उत्पादनांचा मूलभूत घटक तोच आहे. अगदी शेअर बाजारातील विश्लेषकालासुद्धा या दोन गोष्टींमधील नातेसंबंध कळतो. आणि मग लाखो डॉलर्स या मुद्द्यावर का खर्च होतायत, हेही कळतं. एकदा अशाच विश्लेषकांच्या सभेत मला याविषयी आव्हान दिलं गेलं होतं. मी फक्त कोकचा कॅन हातात घेऊन उंच करून दाखवला आणि पाणी या प्रमुख घटकाची आमच्या उत्पादनातील प्रमुख भूमिका सोदाहरण स्पष्ट केली. त्यानंतर मला कोणीही परत आव्हान दिलं नाही. आमचे हे प्रयत्न किती महत्त्वाचे आहेत, हे आमचे बॉटलर्ससुद्धा जाणतात. एकेकाळी जी युरोपीय बॉटलर कंपनी मी चालवली होती, त्या सीसीएचबीसी कंपनीने 'डॅन्यूब' नदीच्या जतनासाठी खूप प्रयत्न केला. का? तर सीसीएचबीसी ज्या भौगोलिक विभागात काम करते, तिथल्या बहुतांश राष्ट्रांमधून डॅन्यूब नदी वाहते.

एकदा का कंपनीच्या प्रमुख व्यवसायाच्या क्षेत्रात भागीदारी केली की, मग संलग्न क्षेत्रातही काम वाढवता येतं. उदाहरणच द्यायचं झालं तर कोका-कोलाने 'नेट्स फॉर लाइफ' या संस्थेशी भागीदारी केली. यामध्ये अनेक कंपन्या, विविध न्यास, काही सेवाभावी संस्था आणि काही विशिष्ट धार्मिक श्रद्धा असलेले संस्थागट एकत्र आले. आफ्रिकेच्या दुर्गम भागात कीटकनाशकांचा वापर केलेल्या मच्छरदाण्यांचं वाटप करण्याचं काम यामार्फत केलं जातं. माझ्या निवृत्तीनंतर, गुंतवणूक बँकिंग करणारे ख्रिस्तोफर फ्लॉवर्स यांच्याबरोबर हेच कार्य मी झांबियासाठी करायला लागलो. त्या राष्ट्राच्या ज्या भागात 'नेट्स फॉर लाइफ'चं कार्य पोहोचलं नाही, तिथं आमचं हे कार्य चालतं.

पूर्वीच्या जुन्या पद्धतीनुसार सेवाभावी संस्था कंपनीला धर्मदाय कार्यासाठी संपर्क करत. तेव्हा त्यांची फक्त रोख रकमेची मागणी असे. त्या वेळी कंपनीचं धर्मादाय खातंसुद्धा छोटं असे. कंपनीच्या दैनंदिन व्यवहाराशी या खात्याचा संपर्क

नसे आणि तो एक दुर्लक्षित विभाग असायचा.

आता नवीन रचना संपूर्णपणे वेगळी असते. जागतिक वन्यजीव निधीचे प्रेसिडेंट कार्टर रॉबर्ट्स ही रचना समजावून सांगताना म्हणतात, ''आता जागतिक वन्यजीव निधीसारख्या सेवाभावी संस्था जगातील सर्वांत मोठ्या कंपन्यांसोबत, तसंच त्यांच्या पुरवठादारांसोबत काम करतात.'' कार्टर हे स्वत: हार्वर्ड विद्यापीठाचे एमबीए पदवीधारक आहेत. यापूर्वी ते 'प्रॉक्टर अँड गँबल' या कंपनीत काम करायचे. त्यांच्यामते कित्येक व्यवसायांचे प्रमुख आपल्या ग्रहाचं संरक्षण व्हावं म्हणून प्रेरित आहेत. त्या दृष्टीने प्रयत्न करण्यासाठी त्यांनी कंपनीच्या रचनाही बदलल्यात. ते म्हणतात, ''जोपर्यंत एखाद्या सीईओच्या डोक्यात पाहून माझी खातरी होत नाही की, या कामासाठी तो कटिबद्ध आहे, तोपर्यंत या रचनाबदलात काहीच अर्थ नाही.'' यामध्ये वापरली जाणारी ऊर्जा, पाणी, जमीन यांचा कमीत कमी वापर करणं आणि पर्यावरणात कमीत कमी कार्बनचं उत्सर्जन करणं यावर भर देतात. कंपनीच्या दीर्घकालीन रणनीतीमध्ये या गोष्टींचा समावेश झाला तर कंपन्यांना त्यांचा फायदा वाढवायला या गोष्टीमुळे मदत होईल. कार्टर पुढे म्हणतात, ''एखाद्या पर्यावरणप्रेमी गटाला अथवा सेवाभावी संस्थेला थोडे पैसे मोजले की जबाबदारी संपली असं होत नाही.''

पर्यावरणाच्या क्षेत्रात विविध कंपन्यांचं योगदान व कार्य नोंद घेण्याजोगं आहे. आता त्यांच्या प्रयत्नांना फळंही यायला लागली आहेत. २०१० सालच्या उत्तरार्धात मुहतारसह अध्यक्ष असलेल्या 'कन्झ्युमर गुड्स कोरम' या संस्थेच्या बैठकीत असा निर्णय घेण्यात आला की, सन २०१५पर्यंत 'हायड्रोफ्लुओरो कार्बन'चा वापर करणाऱ्या रेफ्रिजरेटरचा वापर संपूर्णपणे थांबवायचा (शीतकरणासाठी हायड्रोफ्लुओरो कार्बनच्या वापरामुळे पृथ्वीच्या वातावरणातील ओझोन वायूचा नाश होतो. त्यामुळे सूर्याचे अतिनील किरण पृथ्वीच्या पृष्ठभागापर्यंत पोहोचून वातावरणाच्या सरासरी तापमानात वाढ होऊन 'वैश्विक तापमान वाढी'चा धोका उद्भवतो.) तसंच २०२० सालापर्यंत जंगलतोड पूर्णपणे थांबवायची. या फोरमचे सदस्य जगातील मोठमोठ्या उद्योगांचे प्रतिनिधी आहेत. 'वॉलमार्ट', 'जनरल मिल्स' आणि 'जॉन्सन अँड जॉन्सन' यांचा त्यामध्ये सहभाग आहे.

या सर्व प्रयत्नांमधून या कंपन्यांना लगेच नसला तरी दीर्घकालामध्ये निश्चित फायदा मिळेल. कारण त्यांची क्षमता उत्तरोत्तर वाढेल. शिवाय यामुळे विकास पावणाऱ्या पद्धती व तंत्रज्ञानामुळे त्यांना जगातील कमीत कमी संसाधनांचा वापर करणं सहज शक्य होईल. ही संसाधनं दिवसेंदिवस दुर्मीळ होत चालली आहेत.

कार्टर म्हणतात, ''आपल्या ग्रहावर उपलब्ध जागा मोजकी आहे. थोड्याच वर्षांमध्ये आपल्याला ९ अब्ज लोकसंख्येच्या गरजा भागवाव्या लागणार आहेत.

यासाठी आपल्याला काहीतरी द्यावं हे नक्की लागणार आहे. ते म्हणजे आपली क्षमता आपल्याला वाढवायला हवी.''

जेव्हा सेवाभावी संस्था कंपन्यांशी भागीदारी करतात तेव्हा त्या कोणत्याही कंपनीच्या ताटाखालचं मांजर वगैरे होत नाहीत. जर कंपन्यांनी आपलं वचन पाळलं नाही तर जाहिरपणे कंपनीची तक्रार करण्याचा त्यांचा अधिकार राखीव असतो. कंपन्यांप्रमाणेच सेवाभावी संस्थानांही त्यांचा 'ब्रॅन्ड' जोपासण्याचा अधिकार आहे. आपल्या कामाची विश्वासार्हता यामधून जपण्याचा हा अधिकार आहे. कंपनीकडून ठरलेला भाग करवून घेण्याचा त्यांचा अधिकार जरी असला, तरी या सेवाभावी संस्थांनी लक्षात ठेवायला हवं की, उद्योगव्यवसाय म्हणजे फक्त जनकल्याण करणारी धर्मदाय संस्था नव्हे. आणि या जागतिक उपक्रमात सहभागी राहण्यासाठी त्यांना नफा कमावणं अपरिहार्य आहे.

कार्टर म्हणतात, ''चांगल्या लोकांची प्रगती व्हावी अशी आमची इच्छा आहे.''

या तऱ्हेची भागीदारी निभावणं हे खूप अवघड काम असतं. कारण कोणत्याही संस्था शेवटी माणसंच चालवतात. त्यामुळे माणसांशी संबंधित सर्व गोष्टी, जसे मतभेद, भांडणं, गर्व, अभिमान या सर्व गोष्टी यांमध्ये येतात.

माझ्या आयुष्यातील एखाद्या एनजीओशी जोडला जाण्याचा प्रसंग म्हणजे १९९५ सालचा. त्या वर्षी कोका-कोला कंपनीनेच मला 'प्रिन्स ऑफ वेल्स इंटरनॅशनल बिझनेस लीडर्स फोरम' (आयबीएलएफ)मध्ये सामील व्हायला सांगितलं. माझ्या डोक्यात त्या वेळी अनेक कल्पनांचे धुमारे फुटले होते. १९९० साली या न्यासाची चार्लस्टन, दक्षिण कॅरोलिना इथे स्थापना झाली होती. यापूर्वी थोडाच काळ आधी 'एकझॉन व्हॅल्डेझ'च्या तेल गळतीचं प्रकरण झालं होतं. दूरदर्शी रॉबर्ट डेव्हिस आणि प्रिन्स चार्लस या दोघांच्या संयुक्त विचारातून स्फूर्ती घेऊन याची स्थापना झाली होती. कित्येक वर्ष रॉबर्ट डेव्हिस हा या संस्थेचा नेता म्हणून काम करत होता. मागाहून तो माझा चांगला मित्रही झाला. आयबीएलएफ ही एक नवी आणि सगळ्यांपासून वेगळी अशी रचना होती. यानुसार कंपनीचा फायदाही वाढतो आणि समाजाची धारणशक्तीही वृद्धिगत होते. या दोन्हींमध्ये कोणताही वाद नाही असं या रचनेअंतर्गत मानलं जाऊन त्याचाच पुरस्कार केला जातो.

२००१ साली मी पहिल्यांदा निवृत्त झालो तेव्हा मी आयबीएलएफच्या संचालक मंडळाचा राजीनामा दिला. पुन्हा २००६ साली खूप आग्रह झाल्यामुळे मी अध्यक्षस्थान स्वीकारलं. त्या वेळी मी कोका-कोलामध्ये परत आलो होतो. पुढच्याच वर्षी दुर्दैवाने रॉबर्ट डेव्हिस आजारी पडला आणि मृत्युमुखी पडला. या न्यासाच्या वर्षाला दोन मीटिंग्ज होत असत. आधार देणारा क्रियाशील नेता अशी माझी भूमिका होती. या दोनपैकी एक मीटिंग प्रिन्स चार्लस यांच्यासोबत होती. त्या मीटिंगचा

अनुभव अतिशय तणावपूर्ण होता. कारण त्या वेळी मी कोका-कोला कंपनीचा चेअरमन व सीईओ म्हणून काम करत होतो. मृत्यूपूर्वी रॉबर्टने एक नवीन 'लोगो' (बोधचिन्ह) डिझाइन केला होता. त्यामध्ये 'प्रिन्स ऑफ वेल्स' या शब्दांचा आकार आणि धाटणी थोडी छोटी केली होती. आणि आम्हाला असंही सांगितलं होतं की, या बदलाला राजमान्यता आहे. पुढे त्यानं असंही सांगितलं होतं की, "त्यांच्याकडून आयबीएलएफ अधिक स्वतंत्र होऊ लागल्याबद्दल आनंदही व्यक्त करण्यात आला आहे.'' नंतर एकदा राजपुत्रासोबतच्या माझ्या भेटीत मला दुसऱ्या एका सहभागी व्यक्तीनं असं सांगितलं की, "जशी तुम्हाला सांगितली गेली आहे तशी परिस्थिती नाहीये.'' याच दरम्यान राजपुत्राचे खासगी सचिव यांनी राजपुत्रांनी स्थापन केलेल्या संस्थांचं परीक्षण चालू केलं. याद्वारे अभ्यासाचा विशेष हेतू असा होता की, राजपुत्राच्या जनकल्याण निधीच्या विनियोगावर बारकाईने लक्ष ठेवणं. याही पलीकडे जाऊन राजपुत्रानी व्यक्त करायच्या क्षेत्रांशी बांधिलकी आणि त्यांच्या विविध क्षेत्रातील रचना व कार्यपद्धतीवर बारकाईने लक्ष ठेवून राजपुत्राचे हेतू साध्य करणं. इतर संस्थांच्या नेत्यांसोबत मीही या संबंधातील आयोजित कार्यशाळांना उपस्थित राहिलो. या पद्धतीने नवीन रचनाच विकास पावत होती.

पण राजपुत्राकडून जेव्हा मला पत्र मिळालं की, आयबीएलएफचं समाजातील व्यवसायांमध्ये (उदा. सहकारी संस्था वगैरे) विसर्जन करून टाकावं, तेव्हा मात्र मला आश्चर्याचा धक्का बसला. ज्या संस्थेची यूकेमध्ये त्यांनी स्थापना करून उद्योग व्यवसायांच्या सामाजिक जबाबदारीची जाण जोपासण्याची उद्दिष्टं ठेवली, ती उद्दिष्टं पूर्ण व्हायच्या आतच हा निर्णय? आयबीएलएफ ही वेगळी संस्था असावी अशा हेतूने आणि निर्णयाने निर्माण केली होती, समाजातील व्यवसाय-उद्योगांपेक्षा तिचं वेगळं अस्तित्व निर्माण केलं गेलं होतं. आणि ते भिन्न होतेच. आयबीएलएफचं कार्यक्षेत्र यूकेच्या बाहेर होतं आणि प्रामुख्याने भर ग्रामीण भागाकडे होता. बऱ्याच मोठ्या मल्टिनॅशनल कंपन्यांसोबत या संस्थेचं काम चाले. यूकेमधले सामाजिक उद्योग हे बरेचसे नागरी स्वरूपाचे आणि शहरकेंद्रित होते. त्यांचा आकारही मध्यम स्वरूपाचा होता. या सर्व सामाजिक उद्योगांच्या गटांचं एकत्रीकरण अथवा विसर्जन हा मुद्दा यूकेमधल्या बऱ्याच कंपन्यांना फायदेशीर होता. कारण या सामाजिक कंपन्या दोन्ही संस्थांच्या सदस्य होत्याच. (आयबीएलएफ व एकत्रीकरण केलेली संस्था) पण त्यामुळे नव्याने अन्य कंपन्या या दोन ठिकाणची वर्गणी भरणार नव्हत्या. आपोआपच जमा रक्कम कमी होणार होती. राजपुत्राने या एकत्रीकरणाचा हट्टच धरला. त्यांच्या सोबतच्या एका भेटीत व त्यापुढील सर्व सदस्यांच्या मीटिंगमध्ये मी एक प्रस्ताव मांडला की, या एकत्रीकरणाबाबतच्या प्रस्तावाचा अभ्यास मोठ्या सल्लागार कंपनीकडून करवून घेऊ. याबाबत 'मार्क अँड स्पेन्सर' या किरकोळ विक्री

करणाच्या कंपनीचे अध्यक्ष आणि या आयबीएलएफ संचालक मंडळाचे विश्वस्त सर स्टुअर्ट रोज यांच्याशी बोलणं होऊन ठराव पास झाला. या अभ्यासाचा निष्कर्ष आला की, या निर्णयामुळे खूपच मोठे आर्थिक धोके संभवतात. शिवाय आयबीएलएफचं अस्तित्व संपूर्ण वेगळं ठेवण्याची तत्त्वप्रणाली आजही सुयोग्य आणि लागू आहे. समाजातले (सहकारी वगैरे) उद्योग चालवणारे जे प्रमुख होते, ज्यांना विसर्जित किंवा एकत्रित केल्यावर हे (आयबीएलएफचं) कार्य पुढे चालवायचं होतं, त्यांनीदेखील माझ्याजवळ कबूल केलं की, अभ्यासाच्या अहवालाशी व निष्कर्षाशी ते असहमत होऊ शकत नाहीत. पण त्यांना हे (आयबीएलएफचं) विसर्जन व (आणि त्यांच्या सोबत) एकत्रीकरण व्हावं असं वाटत होतं. यावरून एक सिद्ध होत होतं, ते म्हणजे राजपुत्राच्या कचेरीकडून या सर्वांवर प्रचंड दबाव टाकला जात होता. तरीपण माझा असा समज होता की सर स्टुअर्ट रोज यांचा मला पाठिंबा आहे. त्यांनी हा अभ्यास करण्याच्या माझ्या प्रस्तावाला अनुमोदन दिलं होतं. ही घटना त्यांच्याच ऑफिसमध्ये घडली होती आणि आता अभ्यासाच्या निष्कर्षाच्या बाजूने ते राहतील अशी आशा होती. पण एक आठवड्यानंतर सर स्टुअर्ट यांचा मला फोन आला की, त्यांनी आपला विचार बदलला आहे.

याशिवायही राजपुत्रासोबत अजूनही एक तणाव होता. रॉबर्ट डेव्हिसचा उत्तराधिकारी म्हणून आयबीएलएफच्या शोध समितीने निवडलेल्या उमेदवाराबाबत राजपुत्राच्या कचेरीने विरोध व्यक्त केला होता. मी मात्र त्या उमेदवाराच्या निवडीवर शिक्कामोर्तब केलं होतं. यानंतर काहीही झालं तरी आयबीएलएफच्या संचालक मंडळाने निवडलेल्या उमेदवाराची नेमणूक केली होती. पण याला राजपुत्राचा विरोध होता. ही गोष्ट, म्हणजे नेमणूक, संचालक मंडळाच्या संपूर्ण अखत्यारीतली गोष्ट होती. यामुळे संचालक मंडळाकडून मिळणाऱ्या अनुदानाकडे दुर्लक्ष घडलं होतं, राजपुत्राकडे नाही. पण आजपर्यंतची रूढी अशी होती की, प्रत्येक मोठ्या निर्णयाला राजपुत्र संमती देत असत. या वेळी आमचं एकमत न झाल्यामुळं प्रिन्स चार्ल्स यांच्यासोबतची माझी पुढची मीटिंगही खराब झाली. माझी त्यानंतर त्यांच्याशी शेवटची भेट झाली तेव्हा त्यांनी मला त्यांची 'इच्छा' सांगितली की, एकीकरण व्हायलाच हवं. मी त्यांना स्पष्ट सांगितलं की, माझ्या संचालक मंडळावरील सदस्यांनी या संदर्भात मत दिलं नाही. त्यानंतर मला अतिशय थंड आणि औपचारिक निरोप दिला गेला. थोड्याच आठवड्यांनंतर त्यांचं पत्र आलं की, त्यांच्याकडून संस्थेला दिलं जाणारं सहकार्य, कृपाछत्र, आधार काढून घेतला जात आहे. आता आम्ही फक्त आंतरराष्ट्रीय व्यावसायिक नेतृत्व न्यास (आयबीएलएफ) झालो होतो. त्यात 'प्रिन्स ऑफ वेल्स'चा समावेश नव्हता. मी जेव्हा सिंहावलोकन करतो तेव्हा मला वाटतं रॉबर्ट डेव्हिस याच दिशेनं निघाला होता. मी कदाचित त्याला पाठिंबा दिला नसता, कारण

मला अजूनही वाटतं की प्रिन्स चार्ल्स यांनी या कामात सहभाग घ्यावा. माझा विरोध एकत्रीकरणाला होता हे मी राजपुत्राच्या निदर्शनाला आणूनही दिलं होतं. माझी पूर्ण खातरी होती की, ही गोष्ट त्यांच्याही हिताचीच होती. त्यांच्या होला हो मिळवणं माझ्यासाठी सोपं होतं. माझ्यासाठी कोका-कोलानं ताटात जे वाढून ठेवलं होतं ते सरण्यापेक्षा पुरून उरणारं होतं. माझ्या नुसत्या होकाराने माझा त्रास वाचला असता. एकत्रीकरणाला विरोध करण्यामुळे माझ्या खूप वेळाची हानी झाली आणि अप्रिय व्यवधान निर्माण झालं.

माझ्यामते राजपुत्राचा दृष्टिकोन चांगलाच होता. जरी माझं प्रत्येक बाबतीत त्यांच्याशी एकमत नसलं तरी, विशेषत: पर्यावरणाच्या संदर्भात ते काळाच्या बरेच पुढे चालतात असं वाटतं. काहीही असो, ते भावी राजे आहेत. अतिशय प्रबल इच्छाशक्ती असलेले आहेत आणि आपलंच म्हणणं खरं करून घेण्याची त्यांची सवय आहे. त्यांच्या आसपासच्या लोकांचं मूल्यांकन, लोक त्यांची इच्छा कशी व किती पूर्ण करू शकतात यावर होत असते. यामुळे मला वाटतं कोणीच त्यांना पुरेसं आव्हान देत नसावं. जुने दरबारी नियम अजूनही लागू आहेत. मला वाटतं मी या ठिकाणी कबूल करायला हवं की, मी स्वत:सुद्धा हट्टी आहे. त्यामुळे आमच्या दोघांच्या नातेसंबंधात या हट्टीपणाचाच संघर्ष होता. राजपुत्राकडून आता मला 'ख्रिसमस कार्ड' येत नाही हे आता वेगळं सांगायला नको.

ही सगळी संघर्षाची गोष्ट सांगायला अजिबात आवडत नाहीये. या गोष्टीत 'आयबीएलएफ'चं अस्तित्व वेगळं राखण्याच्या अवघड परिस्थितीचा संघर्ष होता. शाही आधार निघून गेल्यावर काही सदस्य निघूनही गेले. पण त्यानंतर परिस्थिती स्थिरस्थावर झाली. २०११ साली मी नेतृत्वाची धुरा लंडनमध्ये काम करणाऱ्या मार्क फोस्टरच्या खांद्यावर सोपवली. बार्बाडोसहून, म्हणजे एवढ्या अंतरावरून कामकाज पाहणं मला अवघड होत होतं. आयबीएलएफमध्ये काम करतानाच्या माझ्या कालावधीत माझ्या जीवनातील सर्वांत तणावाचे क्षण, ज्यामुळे खूप अडचणी आणि क्लिष्टतांचा सामना करावा लागला, तो म्हणजे रॉबर्ट डेव्हिससाठीची बदली. ज्याला मी अनुमोदन दिलं होतं तो. त्याचं काम काही चांगलं चाललं नाही. या मुद्द्यावर राजपुत्राचं बरोबर होतं आणि मी चूक ठरलो.

या कथेतून कोणता संदेश, कोणता बोध घ्याल? ज्या ठिकाणी अति उच्चपदस्थ व्यक्ती गुंतलेल्या असतील, ज्यामध्ये भागीदारीत खूप मोठी गुंतवणूक असेल, त्या बाबतीत क्षेत्रासोबतच वादही उद्भवतात. यामधून बाहेर पडताना 'प्रमुख उद्देशा'ला धक्का न लावता तुम्हाला टिकायचं असतं.

ज्या भागीदारीमध्ये वातावरण बदलाचा व अन्य मोठ्या मुद्द्यांचा कानोसा घेतला जातो ती मोठी, सर्वस्पर्शी व दीर्घकाळ टिकणारी असू शकते. त्याच बरोबर

कंपन्या, सरकारं व एनजीओ (सेवाभावी संस्था) यांचे चांगले संबंध निर्माण होण्यासाठी अनेक छोटे प्रयत्न करता येतात, ज्यामध्ये आर्थिक गोष्टींचा अजिबात संबंध नसतो.

जसं एनजीओ व सरकारांकडे माहिती व ज्ञानाचं भांडार असतं, तसंच कंपन्यांकडेही भरपूर अनुभवविश्व असतं. या तिन्हीचा एकत्रित विवाह म्हणजे आनुषंगिक भांडवलवाद. यामध्ये या सर्वांजवळची ही मौलिक मालमत्ता वाटून घेतली जाते किंवा वाटली जायला हवी. मोठ्या कंपन्या सेवाभावी संस्थांना आणि छोट्या छोट्या सामाजिक उद्योगांना तंत्रसाहाय्य पुरवू शकतात. तसेच सप्लाय चेन मॅनेजमेंट, विपणन (मार्केटिंग) किंवा वितरण या क्षेत्रात अथवा कर्मचारी प्रशिक्षण अशाही क्षेत्रात साहाय्य करू शकतात.

अशा पद्धतीचं एक खूप रोचक उदाहरण म्हणजे 'केअर' (सीएआरई). ही एक अटलांटामध्ये वसलेली आंतरराष्ट्रीय सेवाभावी संस्था आहे, जी मदत करते अथवा मदतनिधी उभा करते. तसेच या बरोबरची दुसरी कंपनी म्हणजे 'युनायटेड पार्सल सर्व्हिस इन्कॉर्पोरेशन' (युपीएस).

अनेक वर्ष 'युपीएस' 'केअर'ला रोखीच्या स्वरूपात मदत करत असे. जर विचार केला तर ही मदत म्हणजे अकार्यशील मदत होय. केअर जगभरात मदत म्हणून दैनंदिन उपयोगाच्या वस्तू पुरवते आणि युपीएस जगभरातील दोनशेपेक्षा जास्त देशांमध्ये कार्यरत आहे. ही जगातील सर्वांत मोठी सुवेष्टित वस्तू जगभर पोहोचवणारी पॅकेजिंग कंपनी आहे. २००७ साली केअरचा अधिकारी रिगोबर्टो जिरॉन म्हणून होता. त्यांं 'लॉजिस्टिक' (मालाची ने-आण व व्यवस्थापन) या विषयात युपीएसकडे मदत मागितली. जिरॉनची पार्श्वभूमी उद्योग जगतातली असल्याने त्याला युपीएस काय सहकार्य देऊ शकतं याची किंमत माहीत होती. नाहीतरी एनजीओजनाही उद्योग जगताप्रमाणेच कार्यक्षम आणि स्पर्धात्मक राहावं लागतं. त्यांची स्पर्धा असते ती दात्याकडून डॉलरच्या स्वरूपात जास्तीत जास्त मदत प्राप्त करून घेण्याची. ज्या प्रमाणे कोका-कोला कंपनी ग्राहकांकडून जास्तीत जास्त डॉलर्स मिळवायचा प्रयत्न करते तसंच हे आहे.

डेल हर्झॉग आणि जिम कोहलान या युपीएसच्या दोन अधिकाऱ्यांनी केअरच्या होंडुरास, दारफूर आणि इंडोनिशियातील कचेऱ्यांना भेटी दिल्या. केअरने आपलं कार्य संपूर्णपणे तपासून पाहण्यास या अधिकाऱ्यांना परवानगी दिली. या तऱ्हेचा मोकळेपणा सहसा कोणाला दिला जात नाही. या मोकळेपणामुळे दोन्ही संस्था जवळ आल्या. हर्झॉगच्या हे लक्षात आलं की, 'केअर'तर्फे पुरवल्या जाणाऱ्या मालाचा कॉम्प्यूटराइज्ड डेटाबेस उपलब्ध नाही. हा माल जगभर कुठे कुठे साठवलेला होता. केअरच्या प्रत्येक स्थानिक कचेरीत त्यांची स्वत:ची इन्व्हेन्टरी (वस्तूंची यादी)

साठा ठेवणं व राखणं यांची जबाबदारी होती. यासाठी ते कॉम्प्यूटरवरील 'स्प्रेडशीट'चा वापर करत. हरझॉगच्या हेही लक्षात आलं की, केअरने जर केंद्रीय पद्धतीने खरेदी केली तर त्यामध्ये कार्य वाढवायला बराच वाव होता. उदाहरणार्थ, पाण्याच्या बाटल्या, तंबू यासारख्या वस्तू खरेदी करण्याची कोणतीही कालबद्ध योजना या संस्थेकडे नव्हती. कोणत्या भागात किती प्रमाणात कोणतं सामान साठवायला हवं याचा प्रोग्रामही त्यांच्याकडे नव्हता. तसा तो असता तर जगभरात कोठेही एखादी दुर्घटना झाली तर त्वरेने ही मदत तिथं उपलब्ध करून देणं शक्य झालं असतं. हरझॉगला सर्वांत जास्त त्रास ज्या गोष्टीचा झाला ती म्हणजे बंधन नसलेल्या निधीचा वापर अतिशय थोडा होता. यामुळे हैतीमधील भूकंपासारख्या अचानक येणाऱ्या संकटांचा सामना करता येतो. एवढंच नव्हे, तर कंपनीच्या दीर्घकालीन क्षमतेत वाढ करता येते. उदाहरणार्थ, मोठ्या प्रमाणावर वस्तू घेतल्याने मिळणारी सूट घेण्याकरता संस्थेकडे अतिशय थोडे पैसे असल्याने अडचण येत होती. एखाद्या संकटापूर्वीच खरंतर या घाऊक खरेदीमुळे तयारी करता आली असती. घाऊक खरेदीत एकतर स्वस्त पडतं, खर्च कमी तर होतोच, शिवाय एखाद्या संकटानंतर तर वस्तूंचे भाव लगेचच वधारतात.

अशा संकटांनंतर दाते मात्र असा आग्रह धरतात की, त्यांनी केलेलं दान हे लगेचच घटनास्थळी रवाना व्हायला हवं. कारण ती घटना ते प्रत्यक्ष घडताना टेलिव्हिजनच्या माध्यमातून पाहत असतात. दीर्घकालीन उपक्रमांसाठी देणग्या गोळा करणं हे कठीण काम आहे.

टेक्सासस्थित एनजीओ 'एडमॅट्रिक्स'च्या साह्याने हरझॉग आणि केअरने एक कॉम्प्यूटर सिस्टिम तयार करवून घेतली. याद्वारे जगभरातील पुरवठा केल्या जाणाऱ्या वस्तूंचा सतत, प्रतिक्षण मागोवा घेतला जाऊ शकतो. यासाठी युपीएसने एडमॅट्रिक्सला देणगी दिली. अशा तऱ्हेने केअरच्या नव्याने तयार झालेल्या डेटाबेसची चाचणी श्रीलंका आणि हैती या ठिकाणी झाली. आता याचा जगभर प्रसार आणि वापर सुरू झाला.

हरझॉग आणि केअरने केंद्रीय पद्धतीने खरेदी करण्याची प्रणाली वापरायला सुरुवात केली आहे. हरझॉग म्हणतात, "सत्तर राष्ट्रांमध्ये प्रत्येकी पंधरा टोयोटा गाड्या वेगवेगळ्या विकत घेण्यापेक्षा त्या सर्वच्या सर्व एकदमच खरेदी करणं भरपूर स्वस्तात नाही का पडणार?"

कुतूहल वाटावं अशी गोष्ट म्हणजे केअर आणि युपीएसचीही भागीदारी आर्थिक परिघाच्या बाहेरची होती. फक्त पैशांवर केंद्रित नव्हती. जसजसं हे नातं घट्ट होतं गेलं तसं प्रतिवर्ष दोन लाख डॉलर्स दान देणारी युपीएस दरसाल एक दशलक्ष डॉलर्सची देणगी देऊ लागली. ही खरी नातेसंबंधाची शक्ती आहे. अजून काही डॉलर्स

इकडेतिकडे सुटकेसाठीच्या अतिमहत्त्वाच्या मानल्या गेलेल्या सामानाची पूर्वतयारी म्हणून खर्च होतातच. कारण यासाठी दात्यांचा पैसा वापरता येत नाही.

केअरशी नातं जोडल्यामुळे युपीएसचा काय फायदा झाला? आणीबाणीच्या प्रसंगी, मानवी सहायता करण्याच्या क्षेत्रात ज्यांचा जगभर या ना त्या कारणाने माल पुरवठा होत असतो, त्या क्षेत्रात आल्याने त्यांचा व्यवसाय वाढला. ''अब्जावधी डॉलर्सचं सामान सतत हलवलं जातं. त्याच्या नफ्याच्या दहा टक्के भाग आम्ही देणगी म्हणून देत असतो.'' असं हरझॉग सांगतात. ''युपीएसच्या अंतर्गत 'औद्योगिक नागरिकत्व' अशी एक कल्पना आहे. जे योग्य आहे तेच करायचं अशी आमची इच्छा आहे. इतर लोक करू शकणार नाहीत अशी मदत आम्ही करू शकतो. यामागे व्यावसायिक दृष्टिकोन निश्चितच आहे. या क्षेत्रात खूप वाव आहे आणि युपीएस या ठिकाणी पूर्वी कधीच येऊ शकलेली नव्हती.''

आपल्या 'केअर' सोबतच्या कार्याने आणीबाणीत मानवीय सहायता करण्याच्या क्षेत्रात युपीएसची ओळख व्हावी अशी ठरावीक अपेक्षा बाळगण्यात गैर काहीच नाही. यामुळे युपीएसचा नफा वाढेल आणि केअरला मिळणारा आधार व निधी वाढून जास्तीत जास्त लाभार्थींपर्यंत ते पोहोचतील. थोडक्यात हे नात नुसतंच उभयपक्षी लाभ देणारं नसून त्रयस्थ गरजू गटापर्यंततही पोहोचणारं आहे. आनुषंगिक भांडवलवादाचं हे अतिशय चोख उदाहरण आहे. इतर सर्व प्रकारच्या भागीदारीप्रमाणे इथेही विकास घडून येतो.

सध्या हे दोन भागीदार कागदविरहित वितरण व्यवस्थेवर काम करत आहेत. जेव्हा अशा मदत देणाऱ्या सामानाचं वितरण करणारा एखादा माणूस अगर स्त्री अशा सामानाच्या पॅकसह तुमच्या दारावर जर टकटक करत असेल, तर त्याच्या जवळच्या इलेक्ट्रॉनिक साधनाच्या स्क्रीनवर तुम्ही कागदाऐवजी सही कराल. यामुळे वेळेची, पैशांची प्रचंड बचत तर होईलच, पण कागदही वाचेल. युपीएस आणि केअरने अशा तऱ्हेच्या साधनांचा वितरणासाठी हैती आणि बांगलादेशमध्ये वापर करून पाहिला.

हरझॉग म्हणतात, ''क्षमतेची ही नैसर्गिक उत्क्रांती आहे. आम्ही शुद्ध, चांगल्या व्यावसायिक प्रथा अशा क्षेत्रांत आणतोय, ज्यांचा तिथं अभाव होता.''

थोडंसं थांबून त्रयस्थपणाने या भागीदारीच्या नातेसंबंधाकडे पहा. एक मोठा उद्योग सेवाभावी संस्थेप्रमाणे वागू लागतो आणि एक एनजीओ एखाद्या उद्योगाप्रमाणे काम करू लागते. या संबंधातून दोन्ही संस्था अधिक चांगल्या झाल्या.

अधिक क्षमतेने काम केल्यामुळे जे डॉलर्स केअर वाचवते, त्याचा उपयोग त्यांना आपल्या कार्याची व्याप्ती वाढवण्यासाठी होतो. त्याच वेळी दात्यालाही खातरी वाटते की, आपण दान केलेला पैसा प्रभावीपणे वापरला जातो आहे. यासाठी जगातील सर्वांत सक्षम उद्योगांपैकी एक केअरला साहाय्य करतो आहे. पूर्वीच्या

उद्योग व एनजीओजमधील पराकोटीच्या अविश्वासाच्या अवस्थेपासून उत्क्रांत होत होत उभयपक्षी फायदेशीर नातेसंबंधापर्यंत आल्याचं हे एक मूर्तिमंत उदाहरण आहे. या नात्यांमध्ये अगदी थोडेच अडथळे असू शकतील.

अजून एक फायदाही इथे नोंदवायला हवा. कर्मचाऱ्यांचं मनोबल यामध्ये वाढतं. कंपनीच्या कर्मचाऱ्यांना सत्कार्यासाठी आपला वेळ आणि कौशल्य देण्याची स्फूर्ती मिळते. हरझॉग हसून म्हणतात, ''माझं काम प्रत्येकालाच हवं आहे.

''एनजीओसोबत भागीदारीत काम करण्यामुळे उद्योगाला उत्तम आणि हुशार उमेदवार भरतीसाठी मिळतात. एखाद्या कॉलेजमधल्या पदवीधारक तरुणासमोर व्यवसाय उद्योगात कारकिर्द करायची की सेवाभावी क्षेत्रात झोकून द्यायचं, असा प्रश्नच उद्भवत नाही. सेवा आणि उद्योग वेगळे करणाऱ्या सीमारेषा पुसट होतात आणि ते योग्यही आहे.''

उद्योगांना मदत करायला संधीच हवी असते.

एनजीओजना आश्चर्य वाटेल इतक्या मोठ्या प्रमाणावर उत्साह व्यावसायिक जगतातून भागीदारीत साधू शकतात. डेरेक कोयोंगो हा केअरचा, मूळ युगांडातील अधिकारी जेव्हा यूएसमध्ये आला, तेव्हा इथल्या हॉटेलच्या खोल्यांमधून दिला जाणारा साबण, थोडा वापरलेला किंवा न वापरलेला कचऱ्यात टाकला जाताना बघून त्याला खूप मोठा धक्का बसला. हॉटेलचे सफाई कर्मचारी सर्रास असं करताना त्यानं पाहिलं. अगदी महागडे साबणसुद्धा अशा तऱ्हेने फेकले जात होते. युगांडामध्ये साबण ही दुर्मिळ वस्तू आहे. यूएसमध्ये मात्र दररोज टनावारी साबण कचऱ्यात टाकला जातो. अटलांटामधील हॉटेल्सच्या अधिकाऱ्यांसमोर भाषण करताना कोयोंगो यांनी हे कमी वापरलेले आणि कचऱ्यात टाकले जाणारे साबण सेवाभावी संस्थेला दान करण्याचं आवाहन केलं. याच्यावर पुन:प्रक्रिया करून आफ्रिकेत वापरण्याचा त्याचा मानस होता.

या आवाहनाला मिळालेला प्रतिसाद प्रचंड होता. साबण टाकून देण्यापेक्षा पुन:प्रक्रियेसाठी दिल्यामुळे हॉटेलांना भरावा लागणारा 'लँडफिल' (जमीन भरण्याचा) खर्च वाचत होता. याच माध्यमातून आपल्या कर्मचाऱ्यांद्वारे अप्रगत जगातील रोगराई घालवण्याच्या अभियानात ते सहभागी होत होते. या साबण प्रकल्पाने अमेरिकेच्या फक्त अटलांटाच नव्हे, तर अन्य भागांतूनही जवळजवळ पन्नास टन वापरलेला साबण गोळा केला. अटलांटामधील साबणाची बातमी वाचून बोस्टनहून हॉटेल्सनी एक टन वापरलेला साबण अटलांटाला पाठवून दिला. ह्या साबण प्रकल्पात इतरही एनजीओ सहभागी झाल्या आहेत. उदाहरणार्थ, 'मेडशेअर' ही संस्था हा गोळा झालेला साबण हैती, आफ्रिका आणि जिथं साबणाचा पुरवठा दुर्मिळ आहे अशा ठिकाणी पोहोचवण्याचं काम करते. व्हर्जिनिया इथली कंपनी 'रिलिफ कार्गो' यांनी चौदाशे पाउंड वजनाची शिपमेंट केनियामध्ये पोहोचवण्यासाठी एका

शिपमेंटसाठी सत्तावीसशे डॉलर मोजले.

या साबण प्रकल्पाचा सामाजिक क्षेत्रात उद्योजकतेसाठी वापर करण्याची संधीही आजमावून पाहिली जात आहे. या पुन:प्रक्रिया उद्योगातून निर्माण होणारा साबण कैद्यांच्या वापरासाठी तुरुंगांमध्ये वापरायला म्हणून सरकारांना विकला जायला लागला आहे.

सामाजिक औद्योगिकता हेसुद्धा वेगाने पुढे येणारं क्षेत्र आहे. यामधून मिळणाऱ्या नफ्याचा उपयोग विकसनशील जगाचे प्रश्न सोडवण्याकडे होऊ शकतो. या कंपन्या बचतगटांसारख्या लघु व अल्प गुंतवणूक करणाऱ्या मायक्रो फायनान्स कंपन्यांच्या माध्यमातून उभ्या राहत आहेत. भारत आणि भारतासारख्या इतर देशांमध्ये या वेगाने मूळ धरत आहेत. अशीच एक कंपनी आहे 'डी-लाइट'. या कंपनीचा जन्म स्टॅन्फोर्ड विश्वविद्यालयाच्या एका वर्गात झाला. कमी किमतीचे सौर कंदील तयार करण्याचं काम ही कंपनी करते. जगातील वीज न पोहोचलेल्या भागातील शेकडो-लाखो लोकांना आपलं उत्पादन ही कंपनी पोहोचवते. याचे फायदे विस्तीर्ण क्षेत्रात पोहोचणारे आणि सहजपणे लक्षात येणारे आहेत. रॉकेलच्या कंदिलांपेक्षा या कंदिलांचा वापर सुरक्षित व धोकारहित आहे. भडका उडण्याचा किंवा विषारी धुराचा प्रश्न यात नाही. शैक्षणिक क्षेत्रातही याचा फायदा आहे. रात्रीच्या वेळी अभ्यासासाठी मुलांना अधिक वेळ मिळतो. अंड्यांचं उत्पादन वाढवण्यासाठी कुक्कुटपालकही याचा उपयोग करतात. डी-लाइट ही नफा कमावणारीच कंपनी आहे. यासाठीची काही गुंतवणूक ही यूएसमधील व्हेंचर कॅपिटॅलिस्टनी केली आहे. पण याशिवाय ही कंपनी मदतीसाठी एनजीओंकडे देणगीसाठी संपर्क करत असते. ज्या लोकांना असे कंदील घेणं परवडत नाही त्यांचा सेवाभावी संस्थांशी संपर्क साधून देते. अशाच तऱ्हेच्या देवाणघेवाणीच्या प्रक्रिया आता जगभर सुरू झाल्या आहेत.

भारतामध्ये एक नवीन कंपनी उदयाला आली. तिचं नाव 'फार्मासेक्युअर.' या कंपनीचं प्रमुख कार्य म्हणजे डॉक्टरांनी सांगितलेल्या औषधांची तोतयेगिरी रोखणं. हा भारतातला एक अकराळविकराळ धोकादायक प्रश्न आहे. या कंपनीची स्थापना डार्टमाउथ कॉलेजचा पदवीधारक नाथन सिगवर्थ याने केली आहे. यासाठीसुद्धा नवीन उद्योगाला सहकार्य करणाऱ्या व्हेंचर कॅपिटॅलिस्टची मदत घेण्यात आली. त्यांनी एक प्रणाली नव्याने सुरू केली. यानुसार औषध बनवणाऱ्या प्रत्येक कंपनीला प्रत्येक औषधासाठी एक विशिष्ट सांकेतिक अंक अथवा अक्षर दिलं. त्या सांकेतिक कोडसमोर फोन नंबर छापला. ग्राहक आपल्या मोबाइलवरून हा कोड सांगितलेल्या नंबरवर पाठवून खातरी करून घेऊ शकतात की, औषध खरंखुरं आहे की तोतयेगिरीतील आहे. उत्तर ताबडतोब मिळतं. या प्रणालीमुळे फक्त तोतयेगिरी रोखली जाते एवढंच नाही, तर कित्येक जीव वाचतात. याशिवाय कंपन्यांना इतर कंपन्यांच्या तुलनेत

आपल्या ब्रॅन्डचं वेगळेपण राखता येतं.

भांडवलवादाचे जसे फायदे आहेत तसेच तोटेही आहेत. चांगले उद्योग जसे असतात तसे वाईट उद्योगही असतात. हे म्हणजे जशी काही सरकारं चांगली असतात आणि काही भ्रष्ट, वाईट असतात तसंच झालं. काही एनजीओ परिणामकारक असतात तर काही नसतात. तरीही लक्षात ठेवण्याजोगी गोष्ट म्हणजे, भांडवलशाहीतच फार्मासेक्युअर किंवा डी-लाइटसारख्या कंपन्या उदयाला येतात व काम करतात. विकसनशील जगाला बदलायला मदत करतात. हा बदल प्रत्यक्ष आणि प्रचिती घेण्याजोगा असतो. काही वेळेला कंपन्या, सेवाभावी संस्थांची मदत घेतात. पण प्रभावशाली बदल घडवून आणण्यासाठी सर्वांत शक्तिशाली इंजीन म्हणून जे त्या कंपन्या वापरतात ते आहे भांडवलवाद किंवा भांडवलशाही. पण मग भांडवलवाद का? या सर्व उद्योजकांनी नफा मिळवायला प्राधान्य का दिलं? त्यापेक्षा त्यांनी आपली स्वत:ची एखादी सेवाभावी संस्था सुरू करून देणाऱ्या कंपन्यांकडे जाऊन आपलं सेवेचं उद्दिष्ट साध्य का करून घेतलं नाही?

डी-लाइट कंपनीच्या प्रवक्त्या 'डोर्कास चेंग टोझन' यावरील प्रश्नाचं उत्तर दोन शब्दात देतात, ''टिकावक्षमता आणि विस्तारक्षमता.'' त्या म्हणतात, ''देणग्या येतात आणि जातात. पण जर कंपनी व्यवस्थित चालत असेल तर नफा मिळत राहतो आणि दीर्घकाळ कार्यही चालू राहतं. जगात एक पूर्णांक सहा दशलक्ष लोक विजेच्या वापराविना जगतात. या प्रश्नाला भिडणं डी-लाइटला खासगी भांडवली गुंतवणुकीतून शक्य झालं. तेही त्वरेने आणि विस्तृत प्रमाणात.''

त्या म्हणाल्या, ''सेवाभावी संस्थांनी आतापर्यंत या प्रश्नाच्या सोडवणुकीसाठी कित्येक वर्षं प्रयत्न चालवला आहे. आपल्या जवळच्या सर्व क्षमतांचा जास्तीत जास्त उपयोग करून आतापर्यंतचं सर्वोत्तम कामही त्यांनी केलं. पण 'ना नफा' तत्त्वावर काम करणाऱ्या या संस्थांना विकसनशील जगातील या समस्येच्या प्रमाणात उत्तर देणं जमलं नाही. कुठेतरी एखादा-दुसरा प्रकल्प राबवून गरज भागत नसते. खरंतर काही शेकडा घरं असलेल्या खेड्यांपर्यंत ते पोहोचू शकले, पण तेवढंच; कारण त्यांच्याजवळचे उपलब्ध पैसे तिथं संपून जातात. पण जागतिक स्तरावर या प्रश्नाची तड लावायची झाली तर आम्हाला असं वाटलं की, खऱ्या अर्थानं काही भरघोस फरक पाडून घ्यायचा असेल तर आपल्याला व्यावसायिक ढंगाची उभारणीच उपयोगी पडू शकेल. काळाबरोबर या कार्याच्या विस्तारासाठी फक्त देणग्यांतून येणारे डॉलर नाही तर घामातून मिळणारा नफा आणि नफाच उपयोगी पडेल.''

गुंतवणुकीसाठीचं भांडवल मिळाल्यावर कंपनी ताबडतोब सुरू झाली. पाठोपाठ चीनमध्ये या सौर कंदिलाच्या उत्पादनाचा कारखाना सुरू करण्यात आला. हे उत्पादन एकदमच मोठ्या प्रमाणावर सुरू करण्यात आलं. मोठ्या प्रमाणावर

उत्पादन करण्याने कमीत कमी उत्पादन खर्च लागतो व बचत होते.

कंपनीने विक्रीसाठीची कार्यालयं भारत व टांझानियासारख्या देशांत उघडली. २००८ साली कंपनी सुरू झाल्याच्या थोड्याच महिन्यांत ही कार्यालयं अस्तित्वात येऊन काम करू लागली. सुरू झाल्यापासून तीन वर्षांत तीस लाख ग्राहकांपर्यंत कंपनी पोहोचली.

हे कंदील फुकट वाटण्यापेक्षा स्वस्तात विकण्यामुळेसुद्धा फरक पडला. हा फरक ग्राहकाशी निर्माण होणाऱ्या नातेसंबंधांचा आहे. चेंग टोझून म्हणतात, "जेव्हा एखाद्या सेवाभावी संस्थेकडून एखादी वस्तू फुकट किंवा खूप अनुदानित दराने स्वस्त होत असेल, तर ग्राहक हे अक्रियाशील लाभार्थी होतात. पण जेव्हा ग्राहक वस्तू विकत घेतो तेव्हा तो सक्षम व क्रियाशील ग्राहक बनलेला असतो. त्यांना हवं त्याच पद्धतीचं उत्पादन आम्हाला द्यावं लागतं. आम्हाला डॉलरच्या रूपात त्यांचं मत मिळत असतं, आमच्या उत्पादनावर आम्ही 'वॉरंटी' देत असतो. ग्राहक सेवेची आमची एकतरी लाइन चालू असते. आमच्या उत्पादनाचे काहीही प्रश्न असतील, आम्ही सेवा देण्यासाठी ग्राहक सेवा केंद्र उघडली आहेत तिथं येऊन ग्राहक आपली वस्तू दुरुस्त करून घेऊ शकतात अगर बदली करून घेऊ शकतात. आम्ही एनजीओ म्हणून काम करत असलो असतो तेव्हा आमचं नातं जसं असलं असतं त्यापेक्षा हा संबंध खूप चांगला आहे असे आम्हाला वाटतं.'' डी-लाइट एनजीओसोबत काम करते. पण दुर्घटनाग्रस्त भागात कार्य करण्यासाठी व सौर कंदील वितरित करण्यासाठी एनजीओ मदत करते. जेव्हा ग्राहक खूपच गरीब असतात आणि सौरकंदील खरेदी त्यांच्या अगदीच कक्षेच्या बाहेर असेल, तर ते एनजीओकडून आर्थिक मदत त्या ग्राहकाला उपलब्ध करून देतात. तरीपण कंपनीची जास्तीत जास्त विक्री ही खुल्या बाजारातील विक्रीच्या माध्यमातूनच होते.

डी-लाइटची कथा मी एनजीओजच्या थोर कार्याची कोणत्याही तऱ्हेने निंदानालस्ती करण्यासाठी सांगितलेली नाही. जगभरीत एनजीओ महान कार्य करत आहेत. पण भांडवलशाहीचा उपयोग करून विश्वास बसणार नाही अस काम घडू शकतं याचा वाचकाला व जनतेला विश्वास वाटावा म्हणून सांगितलेलं हे उदाहरण आहे. कंपन्या आणि एनजीओ एकत्र येऊन संयुक्त प्रयत्नाने खूप काही करू शकतात. एनजीओ आणि उद्योग जगत यांच्यासाठी भागीदारी संबंध मोठ्या प्रमाणावर विकसित करण्यामध्ये सरकारं कमी पडली. काही सरकारांना अजूनही अस वाटतं की, प्रश्न सोडवण्यासाठी नवे मार्ग शोधायला हवेत. ते म्हणजे नवे कायदे बनवले जायला हवे. त्यांनी ही गोष्ट शिकली नाही की प्रश्नावर प्रभावी उत्तर काढण्यासाठी त्यांनी व्यवसाय जगत आणि एनजीओ यांच्यासोबत सुंदर भागीदारी घ्यायला हवी. या मार्गाने बहुत जनांचं कल्याण होईल हे निश्चित.

अर्थात हेही चित्र बदलत चाललं आहे. टांझानियाचे माजी राष्ट्राध्यक्ष बेंजमिन मकापा यांच्यासोबत मी एका सेवाभावी संस्थेचा सहअध्यक्ष होतो. संस्थेचं नाव होतं 'इन्व्हेस्टमेंट क्लायमेट फॅसिलिटी फॉर आफ्रिका' (आफ्रिकेतील वातावरणात गुंतवूणक सुविधा) ही सरकार व सेवाभावी संस्था यांची उद्योगाबरोबरची भागीदारी होती. आफ्रिकेतील वातावरणासंदर्भात गुंतवणूक करणं हे यांचं उद्दिष्ट होतं. याच्या माध्यमातून आफ्रिकेतील उद्योगांना चालना देण्यापासून त्यांनी कार्याला सुरुवात केली. अशा या प्रयत्नांचे परिणाम मी प्रत्यक्ष पाहिले आहेत.

आता रवांडासारख्या ठिकाणी एखाद्या उद्योग व्यवसायाची नोंदणी करण्यासाठी आता फक्त एक दिवस पुरतो. पूर्वी याच कामासाठी चार ते पाच कामाचे दिवस लागत असत. आता रवांडामध्ये दिवसाला ७० उद्योग व्यवसायांची नोंदणी करत आहे. शिवाय नोंदणी करता दहा ठिकाणी हेलपाटे घालण्याऐवजी एकाच ठिकाणी एकाच वेळी नोंदणीचं काम होऊ शकतं. शिवाय हीच नोंदणी ऑनलाइनसुद्धा होऊ शकते. आफ्रिकेतील व्यावसायिक खटले चालवणारे कोर्टसुद्धा अधिक कार्यक्षम करण्यासाठी आम्ही प्रयत्न केले. यामुळे तंटे वेगाने व परिणामकारकरीत्या सोडवण्यासाठी एक सुयोग्य व्यासपीठ निर्माण झालं. कागदाऐवजी डिजिटल तंत्रज्ञानाचा वापर करण्याच्या दिशेने आम्ही सरकारांना मदत केली. या तंत्रज्ञानाच्या वापरामुळे 'अचूक'पणा (ॲक्युरसी) आणि वेग वाढला शिवाय बाकी राहिलेल्या (बॅकलॉग) प्रकरणांची संख्या कमी झाली. प्रकरणं निकाली निघण्याचं प्रमाण वाढलं.

बुर्किना फासो इथे पूर्वी जमीन खरेदी करताना व जमिनीच्या हस्तांतरणासाठी सतरा सह्या लागत असत. आता फक्त सात लागतात.

आनुषंगिक भांडवलवाजाच्या साह्याने काम करून व भागीदारी साधून जगभरात प्राप्त केलेल्या या गोष्टी ही अशा प्रकारे उपलब्धी प्राप्त केल्याची उदाहरणं आहेत. याच कथांची पुनरावृत्ती जगात होऊ शकते.

२०१० साली मेक्सिकोच्या आखातात ब्रिटिश पेट्रोलियमला अपघातात झालेल्या तेलगळतीकडे टीकाकार निर्देश करतील. भांडवलशाही प्रवृत्ती आणि फायद्यासाठी आपल्या धरणीमाता पृथ्वी ग्रहाचीही किंमत न ठेवण्याच्या वृत्तीचे जिवंत उदाहरण मानतील. पण ब्रिटिश पेट्रोलियम इतकी वर्ष का टिकलं? (फायदा मिळाला म्हणूनच ना?) आपण हेही लक्षात ठेवायला हवं की, ज्यामध्ये खनिज तेलाचा वापर होत नाही अशी उर्जासाधनं, ज्यामध्ये बायोफ्युएल्स (जैव इंधनं) आणि वातऊर्जा (पवनचक्क्या) विकसित करण्यासाठी अब्जावधी डॉलर्सचा खर्चही ब्रिटिश पेट्रोलियमने केलाय. ही उर्जासाधनं कमी उत्सर्जक आहेत.

हे लक्षात ठेवायला हवं की, अशी आखातातील तेलगळतीसारखी एखादी मोठी चूक कंपनीकडून झाली की, त्यांनी आजवर केलेली मेहनत, कंपनीची

विश्वासार्हता वगैरे सर्वकाही क्षणात धुळीला मिळून जातं. ही व यासारखी उद्योगांची अकार्यक्षमता झाकण्यासाठीचा मुखवटा म्हणून आनुषंगिक भांडवलवादाचा वापर होऊ शकत नाही. यामध्ये तीनही भागीदार – सेवाभावी संस्था, उद्योग जगत व सरकारं यांनी जबाबदारीनं वागणे अत्यावश्यक आहे. अन्यथा ही भागीदारी कोसळून पडेल. आपल्या दीर्घकालीन अस्तित्वासाठी उद्योगांना तर हे जबाबदारीचं भान खूपच महत्त्वाचं आहे. यातूनच त्यांना साहाय्यभूत ठरणारी भांडवलशाही व्यवस्था उमलत राहील.

त्या तेलगळतीची अतिशय मोठी किंमत ब्रिटिश पेट्रोलियम व त्यांच्या भागधारकांना मोजावी लागली. ही किंमत दुहेरी ठरली. एकतर भराव्या लागलेल्या दंडाची रक्कम मोठी होती, शिवाय यामुळे ब्रँडचं न भरून येणारं नुकसान झालं. एवढंच नव्हे, तर भांडवलशाहीच्या विरोधकांच्या हातात हे आयतं कोलीत मिळालं. भांडवलशाहीवर तुटून पडण्यासाठी त्यांना निमित्तच हवं असतं. कंपन्यांनी समाजासाठी सातत्यानं काही ना काही करत राहायला हवं, नाहीतर एखादा झुंडशाहीचा राजकारणी नेता अडून उभा राहतो. आणि व्हेनेझुएलात ह्यूगो चावेझने जे केलं ते करतो. व्हेनेझुएलामध्ये चावेझ हे करू शकतो, कारण तिथल्या उद्योगाचं नेतृत्व हे चोर-दरोडेखोरांच्या हातात होतं. लोकांशी त्यांचा संपर्कच नव्हता. त्यामुळे चावेझच्या विरोधात उभं राहण्याचं बळ ते सामान्य जनतेला देऊ शकत नव्हते. ज्या वेळी चावेझने व्यवसायांचं राष्ट्रीयीकरण सुरू केलं तेव्हा कोणीही विरोधाचा ब्र काढला नाही. शेवटी त्यानं संपूर्ण भांडवलशाही व्यवस्था मोडून काढली. हे सर्व करताना नागरिकांना तो 'निर्वाणाचं' खोटं आश्वासन देत राहिला. क्यूबामध्येही समान परिस्थिती होती. अशी अनेक उदाहरणं आहेत. आखातातील तेल गळतीनंतर ब्रिटिश पेट्रोलियमच्या पाठीशी कोणी उभं राहताना सापडणं कठीण आहे. प्रत्यक्षात यूएसच्या श्रममंत्रालयाचे माजी सेक्रेटरी रॉबर्ट रेइश यांनी यूएसला आवाहन केलं की, यूएसने आखातातील ब्रिटिश पेट्रोलियमचे व्यवहार ताब्यात घेऊन तात्पुरती 'रिसिव्हरशिप' बजावावी.

२००९ साली जेव्हा कोका-कोलाच्या अध्यक्षपदावरून मी निवृत्त झालो, तेव्हा भांडवलवादाची संकल्पना जग सोडून देतंय असं वाटणारी परिस्थिती होती. बँका व अन्य सर्व उद्योग कोसळत होते. कित्येकांचं राष्ट्रीयीकरण होत होतं. फेब्रुवारी २००९ला 'न्यूज वीक'मध्ये बातमी होती, 'आता आपण सोशलिस्ट झालो आहोत.'

जगभर प्रवास करण्यात आयुष्य घालवताना मी सोशालिझम (समाजवाद) आणि कम्युनिझम (साम्यवाद) हे कशा तऱ्हेनं कामच करत नाहीत हे बघितलंय. बर्लिन भिंत पडण्यापूर्वींचा पूर्व जर्मनी आणि तिथली उजाड जमीन मी पाहिलीये. तिथल्या दुकानांमधील मोकळ्या मांडण्या मी बघितल्यात. विकत घेण्यासाठी तिथं वस्तूच नव्हत्या. सोडा मशीनसाठीचे कागदी पेले निर्माण करू न शकणारी रशियन व्यवस्था

मी अनुभवली आहे. स्वत:साठी व आपल्या मुलांसाठी अधिक चांगल्या आयुष्याची कामना धरून जिवापाड मेहनत करणारे लोक मी पाहिलेत. पण व्यवस्थेमुळे त्यांचे प्रयत्न, बुद्धिमत्ता व ऊर्जा वाया जाताना पाहिलीये. माझ्या लाडक्या आफ्रिकेचा याने बळी घेतलेला मी पाहिलाय. जर भांडवलवाद कुठे हरत असेल, तर आपण जनतेचा विश्वास कुठेतरी गमावलाय. याचा अर्थ असाही आहे की, आपल्या कंपन्यांचं जनतेशी असलेलं नातं तुटलंय. आपण जनतेची सेवा करत नाहीये.

भविष्यकाळात उद्योगांचं मूल्यमापन आता फक्त ग्राहकच नव्हे, तर वाढत्या स्तरावर गुंतवणूकदारसुद्धा करतील, तेही आपण कमावलेला नफा आणि आपल्या उत्पादनाच्या गुणवत्तेवर नव्हे. आपण किती तत्त्वप्रेरित आहे आणि समाजाला आपल्यापासून किती लाभ होतो हासुद्धा महत्त्वाचा मुद्दा ठरणार आहे. कंपनीत गुंतवणूक करायची किंवा नाही हे ठरवण्यासाठी वापरायची फूटपट्टी म्हणूनही. गुंतवणूकदारांना जगातील सामाजिक प्रश्नांच्या उकलीशी काही देणंघणं आहे असा याचा अर्थ नव्हे. दीर्घकाळ टिकून नफा कमावण्याची खातरी बाळगण्यासाठी कंपनी टिकेल का, हे ओळखण्याचं हे साधन असणार आहे. यासाठीच मोठ्या कंपन्यांना आता सामाजिक जबाबदारी, तिचं भान फक्त विचारांनी नव्हे, तर आचाराने दाखवायला सुरुवात करावी लागणार आहे. त्या समाजाकडे जर दुर्लक्ष करू लागल्या आणि नैसर्गिक संसाधनं ओरबडून वापरायला लागून सामाजिक प्रश्नांना बगल देऊ लागल्या, तर त्यांचे ग्राहक कमी होतील आणि परिणामत: त्या कंपन्या अयशस्वी होतील. गुंतवणूकदारांचा एक मोठा गट आता म्हणेल, 'तुम्ही एक व्यवसाय म्हणून दीर्घकाळ टिकून राहाल याची मला खातरी हवी आहे. त्यासाठी तुम्ही टिकाऊ पद्धतीने काम करता की नाही; हे मी पाहणार आहे.' आता केवळ याच पद्धतीने तुम्हाला ग्राहकांनाही आकर्षित करता येणार आहे. काळासोबत अशाच कंपन्या आता सुयोग्य ठरतील. समाजाच्या मोठ्या उद्योगांकडून अपेक्षा असतात.

या सर्ववर उत्तर हे समाजवाद किंवा बेधडक भांडवलवाद असं नसतं. या गैरप्रकारांचाच परिणाम २००८ सालच्या जागतिक आर्थिक पडझडीमध्ये झाला. ब्रिटिश पेट्रोलियमची आखातातील गळती हाही त्याचाच परिणाम आहे. पण या प्रश्नांवरचं खरं उत्तर आनुषंगिक भांडवलवाद किंवा 'कनेक्टेड कॅपिटालिझम' हेच आहे.

अठराव्या शतकातील तत्त्ववेत्ते ॲडम स्मिथ एकदा म्हणाले होते, "आपण आपले अन्न खातो ते खाटिक, बेकरीवाला किंवा मद्य तयार करणाऱ्यांच्या उपकारामुळे खात नसून, त्यांना त्यांच्या कामाबद्दल असलेल्या उत्साह आणि आदरामुळे खात असतो."

भविष्यातील क्लिष्ट अर्थकारणामध्ये उद्योगाचे व समाजाचे हेतू हे अधिक दाट विणलेले असतील. एकमेकांच्या दृष्टीने अधिक समांतर व जोडलेले असतील.

भांडवलवाद याला जोडावा लागेल, अन्यथा ते तग धरू शकणार नाहीत. या पुस्तकाच्या शेवटी सारांशरूपाने मी एवढंच सांगू इच्छितो की, हे लिखाण म्हणजे माझ्यासाठी सकारात्मक भावनिक विरेचन व अनुभवकथन होतं. या दरम्यान मी किती नशीबवान आहे याची वास्तविक जाणीव मला झाली. प्रेमळ आणि सातत्यानं आधार देणाऱ्या पालकांच्या पोटी जन्म मिळणं आणि त्यांनी बौद्धिकदृष्ट्या, शारीरिक व भौतिकदृष्ट्या जगभर फिरायला संधी देणं हा केवळ नशिबाचाच भाग म्हणायला हवा. आज वयाच्या अडुसष्ट वर्षांनंतर मी, पामेला, कॅरा, तिचा पती झॅक आणि आमचा नातू रोरी यांच्यासह आनंदात आहे. आजपर्यंत मी १४५ देशांना भेटी दिलेल्या आहेत. इतिहासात नोंद असलेल्या असंख्य स्त्री, पुरुषांसोबत जेवलो आहे. अनेक संस्कृतींच्या व विविध अर्थिक स्तर असलेल्या लोकांना भेटलो आहे. हेच आयुष्य मला पुन्हासुद्धा एकदा जगायला आवडेल, अगदी त्यांच्यातल्या विचित्र, वाईट क्षण व पश्चात्तापाच्या क्षणांसह. मी खऱ्या अर्थाने 'कोक'च्या बाजूचं आयुष्य जगलो. आनंदी, आशावादी आणि जेवढं शक्य तेवढ्या पातळीपर्यंतचं निष्पाप असं हे आयुष्य होतं. माझी शेवटची कारकिर्द सध्या भरात आहे. जे माझ्याशी खूप दयाळूपणाने वागले, आणि जे त्यामानाने कमनशिबी आहेत, अशा लोकांची थोडी तरी परतफेड करावी, त्यांना काही देता यावं म्हणून सध्या मी प्रयत्न करत आहे.